ನುಡಿದರೆ ಮುತ್ತಿನ ಹಾರದಂತಿರಬೇಕು

(ಆಯ್ದ ಶರಣರ ವಚನಗಳ ವಿಶ್ಲೇಷಣೆ)

ಪ್ರಧಾನ ಸಂಪಾದಕರು

ಡಾ. ಶಶಿಕಾಂತ ಪಟ್ಟಣ

ಸಂಪಾದಕರು

ಪ್ರೊ ಶಾರದಮ್ಮ ಪಾಟೀಲ (ಮೇಟಿ) ಬಾದಾಮಿ

ಡಾ ಸರಸ್ವತಿ ಪಾಟೀಲ ವಿಜಯಪುರ

ಶ್ರೀಮತಿ ಗೌರಮ್ಮ ನಾಶಿ ಬಾಗಲಕೋಟೆ

ಡಾ ದಾನಮ್ಮ ಝಳಕಿ ಬೆಳಗಾವಿ

ಅಕ್ಷರ ಮಂಟಪ

ಹಂಪಿನಗರ, ಬೆಂಗಳೂರು–560 104

NUDIDARE MUTTINA HARADANTIRABEKU

ಪ್ರಧಾನ ಸಂಪಾದಕರು

ಡಾ ಶಶಿಕಾಂತ ಪಟ್ಟಣ ರಾಮದುರ್ಗ ಪುಣೆ

ಸಂಪಾದಕರು

ಪ್ರೊ ಶಾರದಮ್ಮ ಪಾಟೀಲ (ಮೇಟಿ) ಬಾದಾಮಿ

ಡಾ ಸರಸ್ವತಿ ಪಾಟೀಲ ವಿಜಯಪುರ

ಶ್ರೀಮತಿ ಗೌರಮ್ಮ ನಾಶಿ ಬಾಗಲಕೋಟೆ

ಡಾ ದಾನಮ್ಮ ಝಳಕಿ ಬೆಳಗಾವಿ

ಪ್ರಥಮ ಮುದ್ರಣ: 2023

ಪುಟಗಳು: 232

ಪ್ರತಿಗಳು: 1000

ಬೆಲೆ: 300/-

ಅಳತೆ: ಡೆಮಿ 1/8

ಕಾಗದ: 70 ಜಿಎಸ್ಎಂ ಮ್ಯಾಪ್ಲಿತೋ

ಮುಖಪುಟ ವಿನ್ಯಾಸ: ಚೇತನ್

First Edition : 2023
Pages : 232
Price: 300/-
ISBN :978-93-94771-32-1

Published by
AKSHARA MANTAPA
1667, 6th Cross
6th `C' Main, Hampi Nagar
Bangalore-560104(Ph-9986167684)

Printed at

A. M. Prints
Kamakshipalya, Bengaluru - 560079
Mob: 9986167684

ಸಂಪಾದಕೀಯ

ನುಡಿದರೆ ಮುತ್ತಿನ ಹಾರದಂತಿರಬೇಕು (ಆಯ್ದ ಶರಣರ ವಚನಗಳ ವಿಶ್ಲೇಷಣೆ) ಎಂಬ ಕೃತಿಯಲ್ಲಿ ಸುಮಾರು 50 ವಚನಕಾರರ ವಚನಗಳ ವಿಶ್ಲೇಷಣೆ ಮಾಡುವಂತಹ ಕಾರ್ಯವನ್ನು ಲೇಖಕ ಲೇಖಕಿಯರು ಮಾಡಿದ್ದಾರೆ. 12ನೇ ಶತಮಾನದಲ್ಲಿ ಬಸವಾದಿ ಶರಣರ ಮೂಲಕ ಈ ನಾಡಿನಲ್ಲಿ ನಡೆದ ಧಾರ್ಮಿಕ ಚಳುವಳಿಯ ಪ್ರತಿಫಲವೇ ವಚನ ಸಾಹಿತ್ಯವಾಗಿದೆ. ಅಂತಹ ಸಾಹಿತ್ಯವನ್ನು ಇಂದು ಜಗತ್ತಿನ ಎಲ್ಲಾ ಭಾಷೆಗಳಿಗೆ ಪರಿಚಯಿಸಬೇಕಾದದ್ದು ನಮ್ಮೆಲ್ಲರ ಆದ್ಯ ಕರ್ತವ್ಯವೆಂದೇ ಹೇಳುತ್ತೇನೆ.

ಜಗತ್ತಿಗೆ ಮೊದಲು ಸಂಸತ್ತನ್ನು ಅನುಭವ ಮಂಟಪ ಮೂಲಕ ಪರಿಚಯಸಿದ್ದು ಬಸವಣ್ಣ. ಅವರ ಕಲ್ಯಾಣ ಕ್ರಾಂತಿ ಪ್ರತಿಫಲವೇ ವಚನ ಸಾಹಿತ್ಯವಾಗಿದೆ. 12ನೇ ಶತಮಾನ ಜಗತ್ತಿನ ಇತಿಹಾಸದಲ್ಲಿ ಸುವರ್ಣ ಯುಗವಾಗಿತ್ತು. ಶತಶತಮಾನಗಳಿಂದ ಶೋಷಣೆ ಒಳಗಾದವರಿಗೆ ಬಸವಣ್ಣನವರು ಸ್ವಾತಂತ್ರ ನೀಡಿದರು. ಸ್ತ್ರೀ ಸ್ವಾತಂತ್ರ್ಯಕ್ಕಾಗಿ ಮೊದಲ ಬಾರಿ ಚಳುವಳಿ ರೂಪಸಿದರು. ಮೌಢ್ಯತೆಯನ್ನು ವಿರೋಧಿಸುವ ಜತೆಗೆ ಸಮಾನತೆಗೆ ಒತ್ತು ನೀಡಿದ ಮಹಾನ್ ವ್ಯಕ್ತಿಯಾಗಿದ್ದಾರೆ. ಕಾಯಕ ಮತ್ತು ದಾಸೋಹ ಇದು ಬಸವಣ್ಣನವರ ಪರಿಕಲ್ಪನೆಯಾಗಿದೆ ಎಂಬುದು ಯಾರು ಕೂಡ ಮರೆಯಬಾರದು. ಕಾರ್ಲ ಮಾರ್ಕ್ಸ್ ಗಿಂತಲೂ ಶ್ರೇಷ್ಠ ಶಾಸ್ತ್ರಜ್ಞ ಬಸವಣ್ಣ. ವರ್ಗ ವರ್ಣ ಲಿಂಗಭೇದ ಆಶ್ರಮ ರಹಿತವಾದ ಸಾಂಸ್ಥಿಕರಣವಲ್ಲದ ಸಮಾಜವನ್ನು ಶರಣರು ಕಟ್ಟಿದರು.

ಚೆನ್ನಯ್ಯನ ಮನೆಯ ದಾಸನ ಮಗನು, ಕಕ್ಕಯ್ಯ ಮನೆಯ ದಾಸಿಯ ಮಗಳು, ಇವರಿಬ್ಬರು ಹೊಲದಲು ಬೆರಣಿಗೆ ಹೋಗಿ ಸಂಗವ ಮಾಡಿದರು. ಇವರಿಬ್ಬರಿಗೆ ಹುಟ್ಟಿದ ಮಗ ನಾನು." ಎನ್ನುವ ಬಸವಣ್ಣನವರ ಈ ವಚನದ

ಆಶಯ, ವಚನ ಸಾಹಿತ್ಯದಲ್ಲಿ ಮಾತ್ರವಲ್ಲ, ಇಡೀ ಭಾರತೀಯ ಸಾಹಿತ್ಯದಲ್ಲಿಯೇ ಅತಿ ವಿಶೇಷವೆನಿಸಿದೆ. ಭಾರತದ ಸಾಮಾಜಿಕ ರಂಗದಲ್ಲಿಯೇ ಅತ್ಯಪೂರ್ವವಾದ ಆಶಯ. ಅಲ್ಲಿಯವರೆಗೆ ಭಾರತದಲ್ಲಿ ಕಾಣದ ಮಹತ್ವದ ತಾತ್ವಿಕ ಪರಿಕಲ್ಪನೆ. ಜಾತಿ ವ್ಯವಸ್ಥೆ ಬಗ್ಗೆ ಟೀಕೆಗಳನ್ನು ಭಾರತದಲ್ಲಿ ಆ ಕಾಲಕ್ಕಾಗಲೇ ಕೆಲವು ಚಿಂತಕರು ಮಾಡಿದ್ದರೂ ತನ್ನನ್ನು ತಾನು ಕೀಳು ಜಾತಿಯವನನ್ನಾಗಿ ಕಂಡುಕೊಳ್ಳುವುದು ಬಸವಣ್ಣನವರು ಮಾತ್ರ. ಅವರ ಈ ಒಂದು ವಚನದಲ್ಲಿ ಮಾತ್ರವಲ್ಲದೆ ಹತ್ತಾರು ವಚನಗಳಲ್ಲಿ ಬಸವಣ್ಣನವರು ಆರ್ತರಾಗಿ ಕೂಡಲ ಸಂಗಯ್ಯನನ್ನು ಬೇಡಿಕೊಳ್ಳುತ್ತಾರೆ. ಈ ಎಲ್ಲ ವಚನಗಳು ಬಸವಣ್ಣನವರ ಈ ಆಶಯ ಅವರ ಮನದಾಳದ ಕಳಕಳಿಯಿಂದ ಹೊರಹೊಮ್ಮಿದೆ ಎಂಬುದನ್ನು ಯಾರಾದರೂ ಮನಗಾಣುವಂತೆ ಮಾಡುತ್ತದೆ.

"ಉತ್ತಮ ಕುಲದಲ್ಲಿ ಹುಟ್ಟಿದೆನೆಂಬ ಕಷ್ಟದ ಹೊರೆಯ ಕಳೆಯಯ್ಯಾ" ಎಂಬುದು ಅವರ ಮತ್ತೊಂದು ವಚನ. ಚೆನ್ನಯ್ಯ, ಕಕ್ಕಯ್ಯನವರ ಜೊತೆಗೆ ಚಿಕ್ಕಯ್ಯ, ಕಿನ್ನರಿ ಬೊಮ್ಮಯ್ಯ,ದಾಸಿಮಯ್ಯನ ಕುಟುಂಬದವರನ್ನಾಗಿ ಕೂಡಾ ತಮ್ಮನ್ನು ತಾವು ರೂಪಿಸಿಕೊಂಡಿದ್ದಾರೆ. ಅವರು ತಮ್ಮ ಬ್ರಾಹ್ಮಣ ಜಾತಿಯನ್ನು ಕಷ್ಟ ಜಾತಿ ಎನ್ನುತ್ತಾ ಹೇಳುತ್ತಾರೆ– "ಕಷ್ಟ ಜಾತಿಯಲ್ಲಿ ಜನಿಯಿಸಿದೆ ಎನ್ನ, ಎನಗಿದು ವಿಧಿಯೇ. ಅಪ್ಪನು ಡೋಹರ ಕಕ್ಕಯ್ಯನಾಗಿ, ಮುತ್ತಯ್ಯ ಚೆನ್ನಯ್ಯನಾದರೆ ಆನು ಬದುಕೆನೆ" ಎನ್ನುತ್ತಾರೆ. ಭಾರತದ ಉಚ್ಚ ಜಾತಿಗಳವರೆಲ್ಲಾ ತಮನ್ನು ತಾವು ಅಸ್ಪೃಶ್ಯರನ್ನಾಗಿಸಿಕೊಳ್ಳುವ ಮೂಲಕ ಅವರ ಬದುಕಿನ ಸಂಕಟವನ್ನು ತಮ್ಮದಾಗಿಸಿಕೊಳ್ಳಬೇಕು ಎಂಬುದನ್ನು ತಮ್ಮದೇ ಉದಾಹರಣೆಯಿಂದ ನಿರೂಪಿಸಿ ಒಂದು ಮಾದರಿಯನ್ನು ಹಾಕಿಕೊಟ್ಟಿದ್ದಾರೆ.

ಶರಣರ ನಡೆ ನುಡಿ ಸಮನ್ವಯತೆ ಅಪೂರ್ವವಾದದ್ದು. ನುಡಿಯಲ್ಲಿ ಎಚ್ಚತ್ತು ನಡೆಯಲ್ಲಿ ತಪ್ಪಿದರೆ ಹಿಡಿದಿರ್ಪ ಲಿಂಗವು ಘಟ ಸರ್ಪ ನೋಡಾ ಎಂದಿದ್ದಾರೆ. ವಚನಗಳು ಯಾವುದೇ ಪೂರ್ವ ಭಾವಿ ತಯಾರಿಯಿಲ್ಲದೆ ಇದ್ದ ವ್ಯವಸ್ಥೆಗೆ ಪರ್ಯಾಯ ಮತ್ತು ಪರಿಪೂರ್ಣ ವಿಭಿನ್ನ ಸಂಸ್ಕೃತಿಯನ್ನು ಪ್ರತಿಪಾದಿಸುವ ಕ್ರಾಂತಿಕಾರಿ ಸಿದ್ಧಾಂತವಾಗಿದೆ. ವಚನಗಳಲ್ಲಿ ಸಾಮಾಜಿಕ ನ್ಯಾಯ ಧಾರ್ಮಿಕ ಸಮಾನತೆ ಆರ್ಥಿಕ ಸಮಾನತೆ ರಾಜಕೀಯ ಹಕ್ಕುಗಳ ಬಗ್ಗೆ ಶರಣರು ಮುಕ್ತವಾಗಿ ಚರ್ಚಿಸಿದ್ದಾರೆ. ಬಹುತೇಕ ಶರಣರ ವೈಚಾರಿಕ ಚಿಂತನೆಗಳನ್ನು ಒಂದೇ ಕಡೆಗೆ ಕ್ರೋಢೀಕರಿಸುವುದು ಅತ್ಯಂತ ಕಷ್ಟದ ಕೆಲಸವೆಂದೇ ಹೇಳಬೇಕು. ಬಸವೋತ್ತರ ಕಾಲದಲ್ಲಿ ಶರಣರ ವಚನಗಳನ್ನು ಪ್ರಕ್ಷಿಪ್ತಗೊಳಿಸುವ ನಿರಂತರ ಕಾರ್ಯಗಳು ಸಂಕಲನ ಮತ್ತು ಸಂಪಾದನೆಯ ಹೆಸರಿನಲ್ಲಿ ನಡೆದವು. ಅಂತಹ ಅನಾಹುತಗಳಿಂದಾಗಿ ಇಂದು ಶರಣ ಸಿದ್ಧಾಂತದ ಸ್ಪಷ್ಟತೆಗೆ ಅದೇ ತಡೆ ಉಂಟಾಗಿದೆ ಎಂದು ಹೇಳಬಹುದು.

ವಚನ ಅಧ್ಯಯನ ವೇದಿಕೆ ಬಸವ ತಿಳುವಳಿಕೆ ಮತ್ತು ಸಂಶೋಧನಾ ಕೇಂದ್ರ ಪುಣೆ ಇವರ ಆಶ್ರಯದಲ್ಲಿ ಅನೇಕ ಮಹಿಳೆಯರು ಮಹನೀಯರು ವಚನಗಳನ್ನು ವಿಶ್ಲೇಷಿಸಿ ಲೇಖನದ ರೂಪದಲ್ಲಿ ಕಳುಹಿಸಿಕೊಟ್ಟಿದ್ದಾರೆ ಅವರೆಲ್ಲರಿಗೂ ನಮ್ಮ ಭಕ್ತಿ ಪೂರ್ವಕ ನಮನಗಳು. ಇಂತಹ ವಚನಗಳ ವಿಶ್ಲೇಷಣೆಯನ್ನು ಕೃತಿ ರೂಪದಲ್ಲಿ ಪ್ರಕಟಿಸಲು ಮುಂದಾದ ಚೇತನ ಪ್ರಕಾಶನದ ಶ್ರೀ ಚೇತನ ಕಣಬೂರ ಇವರಿಗೆ ಸಂಪಾದಕ ಮಂಡಳಿಯ ಪರವಾಗಿ ಅನಂತ ಭಕ್ತಿ ಪೂರ್ವಕ ನಮನಗಳು.

ಡಾ ಶಶಿಕಾಂತ ಪಟ್ಟಣ
ಅಧ್ಯಕ್ಷರು
ಬಸವ ತಿಳುವಳಿಕೆ ಮತ್ತು ಸಂಶೋಧನಾ ಕೇಂದ್ರ ಪುಣೆ

ಹಾರೈಕೆಗಳು

ಅಕ್ಕನ ಅರಿವು, ವಚನ ಅಧ್ಯಯನ ವೇದಿಕೆ ಮತ್ತು ಬಸವ ತಿಳುವಳಿಕೆ ಮತ್ತು ಸಂಶೋಧನಾ ಕೇಂದ್ರ ಪುಣೆ ಇವರ ಆಶ್ರಯದಲ್ಲಿ ನಡೆಯುವ ವಾರದ ಗೂಗಲ್ ಮೀಟ್ ಉಪನ್ಯಾಸ ದತ್ತಿ ಉಪನ್ಯಾಸ, ಅನೇಕ ಗ್ರಂಥಗಳ ಪ್ರಕಟಣೆ ನಿಜಕ್ಕೂ ವಚನ ಚಳುವಳಿಯ ಆಶಯಗಳನ್ನು ಪೂರೈಸುವ ಒಂದು ಶ್ರೇಷ್ಠ ಸಂಘಟನೆಯಾಗಿ ಬೆಳೆಯುತ್ತಿದೆ. ಶರಣರ ಜೀವನ ಚರಿತ್ರೆ, ನಾಡು ನುಡಿಗಾಗಿ ಮಾಡಿ ಮಡಿದವರು ಇವರ ಬಗ್ಗೆ ಸಾವಿಲ್ಲದ ಶರಣರು ಎಂಬ ಉಪನ್ಯಾಸ ಮಾಲಿಕೆಯನ್ನು ಹುಟ್ಟು ಹಾಕಿ ನಾಡಿಗೆ ಬೇರೆ ಬೇರೆ ಕ್ಷೇತ್ರಗಳಲ್ಲಿ ದುಡಿದ ಮಹನೀಯರನ್ನು ಪರಿಚಯಿಸುವ ಕಾರ್ಯ ಶ್ಲಾಘನೀಯವಾಗಿದೆ.

ನುಡಿದರೆ ಮುತ್ತಿನ ಹಾರದಂತಿರಬೇಕು (ಆಯ್ದ ಶರಣರ ವಚನಗಳ ವಿಶ್ಲೇಷಣೆ) ಎಂಬ ಕೃತಿಯಲ್ಲಿ ಸುಮಾರು 50 ವಚನಕಾರರ ವಚನಗಳ ವಿಶ್ಲೇಷಣೆ ಮಾಡುವಂತಹ ಕಾರ್ಯವನ್ನು ಲೇಖಕ ಲೇಖಕಿಯರು ಮಾಡಿದ್ದಾರೆ. ವಿಶ್ವವಿದ್ಯಾಲಯದ ಕನ್ನಡ ವಿಭಾಗ ಮಾಡುವಷ್ಟು ಕೆಲಸವನ್ನು ವಚನ ಅಧ್ಯಯನ ವೇದಿಕೆ ಮಾಡುತ್ತಿದೆ ಎಂದರೆ ತಪ್ಪಾಗದು. ಇವತ್ತು ವಚನ ಅಧ್ಯಯನ ವೇದಿಕೆ ನಾಡು ರಾಷ್ಟ ಮತ್ತು ಅಂತಾರಾಷ್ಟ್ರೀಯ ಮಟ್ಟದಲ್ಲಿ ಶರಣರ ವಿಚಾರಗಳನ್ನು ತತ್ವ ಸಿದ್ಧಾಂತಗಳನ್ನು ಪ್ರಸಾರ ಮಾಡುತ್ತಿವೆ. ಆಸ್ಟ್ರೇಲಿಯಾದ ಬಸವ ಸಮಿತಿ ಬೇರೆ ಬೇರೆ ಶಾಖೆಗಳ ಜೊತೆಗೆ ನಿಕಟ ಸಂಪರ್ಕ ಹೊಂದಿರುವ ಡಾ ಶಶಿಕಾಂತ ಪಟ್ಟಣ ಅವರು ಎಲ್ಲರನ್ನೂ ಹುರುದುಂಬಿಸಿ ವಚನ ಸಾಹಿತ್ಯ ಪ್ರಕಟಣೆ ಪ್ರಸಾರದಲ್ಲಿ ತೊಡಗಿಸಿಕೊಂಡಿದ್ದು ನಿಜಕ್ಕೂ ಅನುಪಮ.

ವಚನ ಚಳುವಳಿ ಜಗತ್ತಿನ ಮೊತ್ತ ಮೊದಲ ಬಂಡಾಯ ಸಾಹಿತ್ಯವೆಂದರೆ ತಪ್ಪಾಗಲಾರದು.

ಬಸವಣ್ಣನವರು ಹೊಸ ವಿಚಾರಧಾರೆಯ ನೆಲೆಗಟ್ಟಿನಲ್ಲಿ ವರ್ಗ-ವರ್ಣ-ಲಿಂಗಭೇದ ರಹಿತ ಸಮಾಜ ನಿರ್ಮಾಣದ ಗುರಿಯೊಂದಿಗೆ ಜನಾಂದೋಲನವೊಂದನ್ನು ರೂಪಿಸಿದರು.

ಶರಣರು ಸರ್ವಾಂಗೀಣ ಸಮಾನತೆ ನೆಲೆಗೊಳಿಸಲು "ಅನುಭವ ಮಂಟಪ"ವೆಂಬ ಪ್ರಜಾಸಂಸತ್ತು ಮಾದರಿಯ ವ್ಯವಸ್ಥೆವೊಂದನ್ನು ರೂಪಿಸಿದರು. ಆ ಮೂಲಕ ಮಾನವ ಹಕ್ಕುಗಳು ಮತ್ತು ಮಾನವ ಘನತೆಯ ಸ್ಥಾಪನೆಗೆ ವಚನ ಚಳುವಳಿ ಎಂಬ ವಿನೂತನ ಅಕ್ಷರ ಸ್ವಾತಂತ್ರದ ಅಭಿವ್ಯಕ್ತಿ ಮಾಧ್ಯಮವನ್ನು ಪ್ರಾಯೋಗಿಕ ಸಾಧನವಾನಾಗಿ ಬಳಸಿದರು. ಶಿಕ್ಷಣದಿಂದ ವಂಚಿತರಾಗಿದ್ದ ಕೃಷಿಕಾಯಕದ ಜನರನ್ನು ಅಕ್ಷರಸ್ಥರನ್ನಾಗಿಸುವ ಮೂಲಕ ದಲಿತರ ದಮನಿತರ ಶೋಷಿತರ ಕಾರ್ಮಿಕರ ಮಹಿಳೆಯರ ಅಸ್ಪೃಶ್ಯರ ಮಾನವ ಹಕ್ಕುಗಳು ಮತ್ತು ಘನತೆಯನ್ನು ಶರಣರು ಪ್ರತಿಪಾದಿಸಿದರು.

ಈ ಹಿನ್ನೆಲೆಯಲ್ಲಿ ಡಾ ಶಶಿಕಾಂತ ಪಟ್ಟಣ ಅವರ ಸಂಪಾದಕತ್ವದಲ್ಲಿ ನುಡಿದರೆ ಮುತ್ತಿನ ಹಾರದಂತಿರಬೇಕು ಎನ್ನುವ ಶರಣರ ಆಯ್ದ ವಚನಗಳ ವಿಶ್ಲೇಷಣೆಯನ್ನು ಮಾಡುತ್ತಿರುವುದು ಸ್ತುತ್ಯಾರ್ಹವಾದ ಸಂಗತಿಯಾಗಿದೆ. ಅವರಿಗೂ ಮತ್ತು ಅವರ ಸಂಪಾದಕ ಮಂಡಳಿಗೂ ಅನಂತ ಅಭಿನಂದನೆಗಳು ಮತ್ತು ಶರಣು. ಇಂತಹ ಇನ್ನೂ ಅನೇಕ ವಚನಗಳ ವಿಶ್ಲೇಷಣೆಯ ಕೃತಿಗಳು ನಾಡಿಗೆ ಬಸವ ಭಕ್ತರಿಗೆ ದೊರಕಲಿ ಎಂದು ಆಶಿಸುತ್ತೇನೆ.

ಜಯ ಹುನಗುಂದ
ಬಸವ ಸಮಿತಿ ಮೆಲ್ಬೋರ್ನ್
ಆಸ್ಟ್ರೇಲಿಯಾ

ನುಡಿದರೆ ಮುತ್ತಿನ ಹಾರದಂತಿರಬೇಕು

21. ಮುಕ್ತಾಯಕ್ಕ – **ಪ್ರೊ. ಶಕುಂತಲಾ ಸಿಂಧೂರ**
22. ನುಲಿಯ ಚಂದಯ್ಯನವರು
    – **ಡಾ. ಪ್ರಿಯಂವದಾ ಮ ಅಣೆಪ್ಪನವರ (ಹುಲಗಬಾಳಿ)**
23. ಅಂಬಿಗರ ಚೌಡಯ್ಯ – **ಸರಸ್ವತಿ ಬಿರಾದಾರ**
24. ಸಕಲೇಶ ಮಾದರಸ – **ಶರಣೆ ನೀಲವಿಜಯ ಮಹಾಂತಮ್ಮ**
25. ಮನವೇ ಲಿಂಗವೆಂದ ಷಟಸ್ಥಲ ಜ್ಞಾನಿ ಕಿನ್ನರಿ ಬ್ರಹ್ಮಯ್ಯ
    – **ಡಾ. ನಿರ್ಮಲಾ ಬಟ್ಟಲ**
26. ಅನುಭಾವಿ ಅಕ್ಕನಾಗಮ್ಮ – **ಡಾ ಸರಸ್ವತಿ ಪಾಟೀಲ**
27. ಶರಣ ಜೇಡರ ದಾಸಿಮಯ್ಯ – **ಅಕ್ಕಮಹಾದೇವಿ ಮ. ತೆಗ್ಗಿ**
28. ವೈರಾಗ್ಯವೇ ಗಟ್ಟಿಗೊಂಡ ಘಟ್ಟಿವಾಳಯ್ಯ
    – **ಪ್ರೊ. ಶಾರದಾ ಪಾಟೀಲ(ಮೇಟಿ)**
29. ಸೊಡ್ಡಳ ಬಾಚರಸ – **ಡಾ. ಶರಣಮ್ಮ ಗೊರೆಬಾಳ**
30. ಸ್ಫೂರ್ತಿಯ ಸೆಲೆ ಗಂಗಾಂಬಿಕೆ – **ಅಂಜಲೀನಾ ಗ್ರೇಗರಿ**
31. ಅಕ್ಕಮಹಾದೇವಿ – **ಡಾ. ಪ್ರಿಯಂವದಾ ಮ ಹುಲಗಬಾಳಿ**
32. ವೀರ ಗಣಾಚಾರಿ ಮಡಿವಾಳ ಮಾಚಿದೇವ
    – **ಡಾ. ಶಶಿಕಾಂತ ಪಟ್ಟಣ**
33. ಶ್ರೇಷ್ಠ ಶಿವಶರಣೆ ವಿಚಾರ ಸತಿಶಿರೋಮಣಿ ನೀಲಮ್ಮ
    – **ಪ್ರೊ. ಶಕುಂತಲಾ ಚನ್ನಪ್ಪ ಸಿಂಧೂರ**
34. ಚನ್ನಬಸವಣ್ಣ – **ಪ್ರೊ. ಶಾರದಾ ಪಾಟೀಲ (ಮೇಟಿ)**
35. ಶಿವಶರಣ ಆದಯ್ಯ – **ಡಾ. ವೀರಾಕ್ಷಿ ಎಲ್ ವಿವೇಕಿ**
36. ಹಡಪದ ಲಿಂಗಮ್ಮ – **ಪ್ರೇಮಕ್ಕ ಅಣ್ಣಿಗೇರಿ**
37. ಶರಣ ನುಲಿಯ ಚಂದಯ್ಯ – **ಡಾ. ಸಾವಿತ್ರಿ ಮ ಕಮಲಾಪೂರ**
38. ಕಿನ್ನರಿ ಬ್ರಹ್ಮಯ್ಯ – **ಚಿ. ಸರಸ್ವತಿ ಬಿರಾದಾರ**
39. ಗಜೇಶ ಮಸಣಯ್ಯ – ವಚನ ಅನುಸಂಧಾನ – **ಡಾ. ಆಶಾ ಗುಡಿ**
40. ಜೇಡರ ದಾಸಿಮಯ್ಯ – **ಪ್ರೊ. ದೀಪಾ ಜಿಗಬಡ್ಡಿ**
41. ಅಮುಗೆ ರಾಯಮ್ಮ – **ಡಾ. ಶರಣಮ್ಮ ಗೊರೇಬಾಳ**
42. ಮರುಳಶಂಕರದೇವರು – **ಸ್ಮಿತಾ ಪಾವಟೆ**
43. ಶರಣೆ ದುಗ್ಗಳೆ – **ಮಹಾದೇವಿ ಪಾಟೀಲ**
44. ಅಕ್ಕ ನಾಗಮ್ಮ – **ಶ್ರೀಮತಿ ಇಂದಿರಾ ಮೋಟೆಬೆನ್ನೂರ**

ನುಡಿದರೆ
ಮುತ್ತಿನ ಹಾರದಂತಿರಬೇಕು

1. ಅಲ್ಲಮರ ವಚನ ವಿಶ್ಲೇಷಣೆ

ಡಾ ಶಶಿಕಾಂತ್ ಪಟ್ಟಣ, ರಾಮದುರ್ಗ, ಪುಣೆ

ಕನ್ನಡ ನಾಡಿನಲ್ಲಿ ವಚನ ಸಾಹಿತ್ಯದ ಮೇರು ಚಳುವಳಿಯಲ್ಲಿ ಅಗ್ರ ನಾಯಕ ಅಲ್ಲಮ. ಅಲ್ಲಮರ ಕಲ್ಯಾಣಕ್ಕೆ ಆಗಮನ ಮತ್ತು ನಿರ್ಗಮನ ಒಂದು ಮಹತ್ತರ ಘಟ್ಟವೆಂದೇ ಹೇಳಬಹುದು.. ಬಸವಣ್ಣನವರು ಸ್ಥಾಪಿಸಿದ ಅನುಭವ ಮಂಟಪದ ಅಧ್ಯಕ್ಷ ಸ್ಥಾನಕ್ಕೆ ಯೋಗ್ಯ ಮತ್ತು ಅರ್ಹ ವ್ಯಕ್ತಿಯನ್ನು ಹುಡುಕುತ್ತಿರುವಾಗಲೇ ಅಲ್ಲಮರು ಬಸವಣ್ಣನವರ ಭೇಟಿಗೆ ಕಲ್ಯಾಣಕ್ಕೆ ಬರುತ್ತಾರೆ. ಬರುವಾಗ ಸೋಲಾಪುರದ ಶ್ರೀ ಸಿದ್ಧರಾಮ ಸಾಧಕರನ್ನು ಕಲ್ಯಾಣಕ್ಕೆ ಕರೆ ತರುವ ಕಾರ್ಯವನ್ನು ಮಾಡುತ್ತಾರೆ..

ಅಲ್ಲಮರು ಕಲ್ಯಾಣದ ಬಹುದೊಡ್ಡ ಅನುಭಾವಿ ವಚನಕಾರರು .ಕಾಲಜ್ಞಾನ ಮಂತ್ರ ಗೌಪ್ಯ ಟೀಕಿನ ಬೆಡಗಿನ ವಚನಗಳಿಂದ ಅನುಭಾವಿಗಳನ್ನು ಸಾಧಕರನ್ನು ಸೂಜಿಗಲ್ಲಿನಂತೆ ಆಕರ್ಷಿಸುವ ಧೀಮಂತ ವ್ಯಕ್ತಿತ್ವವು.

ಹುಟ್ಟಿದ ಸ್ಥಳ: ಶಿವಮೊಗ್ಗ ಜಿಲ್ಲೆ, ಶಿಕಾರಿಪುರ ತಾಲ್ಲೂಕಿನ ಬಳ್ಳಿಗಾವಿ

ಕಾಲ : ಹನ್ನೆರಡನೆಯ ಶತಮಾನ ಬಸವಣ್ಣನವರ ಸಮಕಾಲೀನರು

ಇವರ ಬದುಕನ್ನು ಕುರಿತು ಹರಿಹರ ಮತ್ತು ಚಾಮರಸ ಎರಡು ಬೇರೆ ಬೇರೆಯ ರೀತಿಯ ಕಥೆಗಳನ್ನು ಹೇಳಿದ್ದಾರೆ. ಅಲ್ಲಮನ ತಂದೆ ನಿರಹಂಕಾರ, ತಾಯಿ ಸುಜ್ಞಾನಿ, ಗುರು ಅನಿಮಿಷ. ಇನ್ನೊಂದು ದಾಖಲೆಯ ಪ್ರಕಾರ ತಂದೆ 'ನಾಗವಾಸಾಧಿಪತಿ'. ಅಲ್ಲಮ ದೇವಸ್ಥಾನದಲ್ಲಿ ಮದ್ದಳೆಯನ್ನು ನುಡಿಸುತ್ತಿದ್ದ. ಅವನನ್ನು ಕಾಮಲತೆ ಎಂಬ ಹೆಣ್ಣು ಮೆಚ್ಚಿ ಮದುವೆಯಾದಳು. ಅವಳು ಜ್ವರಬಾಧೆಯಿಂದ ತೀರಿಕೊಂಡಳು. ತಾನೂ ಸಾಯಲು ಬಯಸಿದ ಅಲ್ಲಮ ಗುಹೆಯನ್ನು ಪ್ರವೇಶಿಸಿದಾಗ ಅಲ್ಲಿ ಅನಿಮಿಷನ ದರ್ಶನವೂ ದೀಕ್ಷೆಯೂ ದೊರೆಯಿತು ಅನ್ನುವುದು ಹರಿಹರ ತನ್ನ ರಗಳೆಯಲ್ಲಿ ಹೇಳುವ ಕಥೆ. ಅಲ್ಲಮನು ಪರಮ ವಿರಾಗಿ. ಅವನನ್ನು ಮೆಚ್ಚಿಬಂದ

ಕಾಮಲತೆಯನ್ನು ಸೋಲಿಸಿ ಗೆದ್ದ ಎಂಬುದು ಚಾಮರಸ 'ಪ್ರಭುಲಿಂಗಲೀಲೆ'ಯಲ್ಲಿ ಹೇಳುವ ಕಥೆ. ಅಲ್ಲಮ ದೇಶಸಂಚಾರಿಯಾಗಿ ಅನೇಕ ಸಾಧಕರನ್ನು ಭೇಟಿಯಾಗಿ, ಅವರೊಡನೆ ಸಂವಾದ ನಡೆಸಿ ಮಾರ್ಗದರ್ಶನ ಮಾಡುತ್ತ ಕಲ್ಯಾಣಕ್ಕೆ ಬಂದು ಅಲ್ಲಿನ ಅನುಭವ ಮಂಟಪದ ಮುಖ್ಯಸ್ಥನಾಗಿ, ನಂತರ ಶ್ರೀಶೈಲಕ್ಕೆ ತೆರಳಿ ಮತ್ತೆ ಮರಳಿದ್ದನ್ನು 'ಶೂನ್ಯಸಂಪಾದನೆ'ಗಳು ಹೇಳುತ್ತವೆ. ಅಲ್ಲಮನ 1670 ವಚನಗಳು ದೊರೆತಿವೆ. ಇವುಗಳಲ್ಲಿ ಹನ್ನೆರಡನೆಯ ಶತಮಾನದ ವೈಚಾರಿಕ ವಾಗ್ವಾದದ ಚರಿತ್ರೆಯನ್ನು ಕಾಣಬಹುದೆಂದು ಸಂಸ್ಕೃತಿ ಚಿಂತಕರು ಭಾವಿಸುತ್ತಾರೆ.. ಶೂನ್ಯ ಸಂಪಾದನೆಯಲ್ಲಿ ಅಲ್ಲಮರೆ ಅಗ್ರ ನಾಯಕರು.

ಅಲ್ಲಮನನ್ನು ಕುರಿತ ದೊಡ್ಡಾಟ, ಬಯಲಾಟಗಳಿವೆ. ಅಲ್ಲಮನ ಸಮಾಧಿಸ್ಥಳವೆಂದು ಗುರುತಿಸುವ ಇಪ್ಪತ್ತಕ್ಕೂ ಹೆಚ್ಚು ಸ್ಥಳಗಳು ಕರ್ನಾಟಕದಲ್ಲಿವೆ. ತೇರದಾಳ ಅವುಗಳಲ್ಲಿ ಪ್ರಮುಖವಾಗಿದೆ, ಗದಗ ಅಲ್ಲೀಪುರ (ಲಕ್ಷ್ಮೇಶ್ವರ) ಕಣವಿ, ಕಪ್ಪತಗುಡ್ಡ ಮುಳಗುಂದ ನೀಲಗುಂದ ಮುಂದೆ ಕಿರೇಸೂರು ಸೊನ್ನಲಪುರ ಮಾರ್ಗವಾಗಿ ಕಲ್ಯಾಣಕ್ಕೆ ಬರುತ್ತಾರೆ.. ಕಲ್ಯಾಣ ಕ್ರಾಂತಿಯ ನಂತರ ಬನಹಟ್ಟಿ ರಬಕವಿ ತೇರದಾಳ ಚಿಮ್ಮಡದಲ್ಲಿ ಅಲ್ಲಮರು ಬಹುದಿನಗಳವರೆಗೆ ವಾಸವಾಗಿದ್ದರು..

ವಚನ ವಿಶ್ಲೇಷಣೆ

ಕಂಡುದ ಹಿಡಿಯಲೊಲ್ಲದೆ ಕಾಣುದದ ನರಸಿ ಹಿಡಿದಿಹೆನೆಂದಡೆ.
ಸಿಕ್ಕಿದೆಂಬ ಬಳಲಿಕೆ ನೋಡಾ. ಕಂಡುದದನೆ ಕಂಡು ಗುರುಪಾದವಿಡಿದಲ್ಲಿ
ಕಾಣಬಾರದುದ ಕಾಣಬಹುದು ಗುಹೇಶ್ವರ

ಅಲ್ಲಮ ಪ್ರಭುಗಳು – ವಚನ ಸಂಖ್ಯೆ ..51–ಸ ವ ಸಂಪುಟ 2

ಪ್ರತಿಯೊಬ್ಬನಿಗೂ ಪ್ರಾಪಂಚಿಕ ಮತ್ತು ಪಾರಮಾರ್ಥಿಕ ಬದುಕುಗಳುಂಟು. ಮನುಷ್ಯ ತನ್ನ ಬಯಕೆ ಆಶೆ ಆಮಿಷಗಳ ಬೆನ್ನು ಹತ್ತಿ ಕಾಣದ ಐಸಿರಿಗೆ ಪ್ರಾಪಂಚಿಕ ಸುಖಕ್ಕೆ ಭೌತಿಕ ಪದಾರ್ಥಗಳ ಹುಡುಕಾಟಕ್ಕೆ ನಿರಂತರವಾಗಿ ತನ್ನನ್ನು ತೊಡಗಿಸಿಕೊಳ್ಳುತ್ತಾನೆ. ಅಂತಹ ಭೌತಿಕ ಪದಾರ್ಥಗಳ ಬೆನ್ನು ಹತ್ತಿದ ಮಾನವನಿಗೆ ಅದು ಇನ್ನೇನು ಸಿಕ್ಕೆ ಬಿಟ್ಟಿತು ಎಂಬುದು ಮನದ ಬಳಲಿಕೆಯಾಗಿದೆ. ಅದು ಬರಿ ಭ್ರಮೆ, ಕಂಡದ್ದು ಸಿಕ್ಕಿತೆಂಬುದು ಮರಭೂಮಿಯ ಮರೀಚಿಕೆ, ಮನದ ಆಯಾಸ.

ತನ್ನ ಮುಂದೆ ಕಂಡು ಬರುವ ಆತ್ಮೋದ್ಧಾರ ಮನಶಾಂತಿ ಜ್ಞಾನಸೇವಾ ನಿಸ್ವಾರ್ಥ ತ್ಯಾಗ ಮನೋಭಾವಗಳ ಉನ್ನತ ಘನ ವಿಚಾರಗಳು ಕಂಡು ಬಂದರೂ ಅವುಗಳನ್ನು ಮನುಷ್ಯ ನಿರ್ಲಕ್ಷಿಸುತ್ತಾನೆ.

ಶುದ್ಧವಾದ ನೀರು ಹವೆ ಪ್ರಕಾಶ ಬೆಳಕು ಅಚ್ಚ ಹಸುರಿನ ಗಿರಿ ಮರಗಳು ಪ್ರಾಣಿ ಪಕ್ಷಿಗಳು ಇವುಗಳ ಮಧ್ಯೆ ಎಲ್ಲ ಜಂಜಡಗಳ ಮರೆತು ಯೋಗ ಸಾಧನೆ

ಅಲೌಕಿಕ ಚಿಂತನೆ ಮಾಡಿದರೆ ಸಿಗುವ ಶಾಶ್ವತ ನೆಮ್ಮದಿ ಸುಖ ಬಹು ದೊಡ್ಡದು. ಇಂತಹ ಅಲೌಕಿಕ ಬದುಕಿನ ಜ್ಞಾನ ಶಾಂತಿಯನ್ನು ಮನುಷ್ಯ ತನ್ನದಾಗಿಸಿಕೊಂಡರೆ. ಅಂತಪ್ಪ ದಿವ್ಯ ಆಸ್ತಿಯನ್ನು ಗುರುಪಾದ ದಿವ್ಯ ಮಾರ್ಗದ ದಾರಿ ಮಾಡಿಕೊಂಡರೆ ಎಲ್ಲಾ ಪ್ರಾಪಂಚಿಕ ಕಾಣಬಾರದ ವಸ್ತುಗಳು ಪದಾರ್ಥಗಳು ಗೋಚರಗೊಳ್ಳುತ್ತವೆ

ಅಂತೆಯೇ ಜನಪದಿಗರು ಮರೆತು ಮನದಲ್ಲಿ ಶಿವನ ವನವ ಸುತ್ತಿದರೇನು. ಕಂಡು ಬರುವ ಬಹು ದೊಡ್ಡ ಅತ್ಯಮೂಲ್ಯ ಅವಿರಳ ವಸ್ತು ಎಂದರೆ ಮನುಷ್ಯನ ಸಕ್ರಿಯ ಸ್ರಜನಶೀಲ ಮನಸ್ಸು. ಜ್ಞಾನ ಪ್ರೀತಿ ವಿಶ್ವ ಬಂಧುತ್ವ ಇವುಗಳನ್ನು ತನ್ನವದನ್ನಾಗಿಸಿಕೊಂಡರೆ ಕಾಣಬಾರದುದ ಕಾಣಬಹುದು ಗುಹೇಶ್ವರನ ಸಾಕ್ಷಿಯಾಗಿ ಎಂದು ಅಲ್ಲಮ ಪ್ರಭುಗಳು ನೀವೆದಿಸಿಕೊಂಡಿದ್ದಾರೆ.

⌘

2. ಜಗಜ್ಯೋತಿ ಬಸವೇಶ್ವರರ ವಚನ ವಿಶ್ಲೇಷಣೆ

ಸುಜಾತಾ ಪಾಟೀಲ, ಸಂಖ, ತಾ. ಜತ್ತ, ಜಿ.ಸಾಂಗಲಿ

12ನೇ ಶತಮಾನದಲ್ಲಿ ಕ್ರಾಂತಿ ಪುರುಷರಾಗಿ ಕಂಗೊಳಿಸಿ ಮೃತಪ್ರಾಯ, ಅಜ್ಞಾನದಿಂದ ಜಿಡ್ಡುಗಟ್ಟಿದ ಸಮಾಜದ ಅಂಕುಡೊಂಕನ್ನು ಸರಿಪಡಿಸಲು ತತ್ವಜ್ಞಾನಿಯಾಗಿ ಬೆಳಗಿದ ಮಹಾ ಚೇತನ ಅಪ್ಪ ಬಸವಣ್ಣನವರು. ಸಮಾಜ ಸುಧಾರಕರಾಗಿ, ರಾಜಕಾರಣರಾಗಿ, ಧಾರ್ಮಿಕ- ಶೈಕ್ಷಣಿಕ ದಾರ್ಶನಿಕರಾಗಿ, ವಚನವಾಙ್ಮಯಿಯಾಗಿ, ಭಾವಜೀವಿಯಾಗಿ ವಿಶ್ವ ಮಾನ್ಯರಾದವರು ಅಪ್ಪ ಬಸವಣ್ಣನವರು. ಗೌತಮ ಬುದ್ಧನ ದಯೆ, ವರ್ಧಮಾನ ಮಹಾವೀರನ ಅಹಿಂಸೆ, ಮಹಮ್ಮದ್ ಕೆಚ್ಚು, ಕ್ರಿಸ್ತನ ಸರಳತೆ, ದಯೆ, ಸತ್ಯನಿಷ್ಠೆ, ಶಾಂತಿ ಹೀಗೆ ಅನೇಕ ಗುಣಗಳಿಗೆ ಆಶ್ರಯದಾತರಾದವರು ಅಪ್ಪ ಬಸವಣ್ಣನವರು.

ಕಲ್ಯಾಣದಲ್ಲಿ ಜ್ಞಾನ ದೀವಿಗೆಯನ್ನು ಬೆಳಗಿಸಿ ವಚನ ಪುಷ್ಪಗಳೆಂಬ ಸುಹಾಸನೆಯನ್ನು ಬೀರಿದವರು ಬಸವಾದಿ ಶರಣರು.

"ನುಡಿದರೆ ಮುತ್ತಿನ ಹಾರದಂತಿರಬೇಕು,
ನುಡಿದರೆ ಸ್ಪಟಿಕದ ಸಲಾಕೆಯಂತಿರಬೇಕು,
ನುಡಿದರೆ ಮಾಣಿಕ್ಯದ ದೀಪ್ತೀಯಂತಿರಬೇಕು,
ನುಡಿದರೆ ಲಿಂಗ ಮೆಚ್ಚಿ ಅಹುದು ಅಹುದೆನಬೇಕು."

ಎಂಬಂತೆ ಅಮೃತ ತುಂಬಿದ ನುಡಿಗಳನ್ನು ಬಿಟ್ಟು ಹೋಗಿದ್ದಾರೆ ನಮ್ಮ ಶರಣರು. ಕಾಯಕ ತತ್ವದ ಮಹತ್ವವನ್ನು ತಿಳಿಸಿ ಸರ್ವ ಸಮಾನತೆಯ ತತ್ವವನ್ನು ತೋರಿಸಿಕೊಟ್ಟವರು 12ನೇ ಶತಮಾನದ ಬಸವಾದಿ ಶರಣರು. ಅಪ್ಪ ಬಸವಣ್ಣನವರ ನೇತೃತ್ವದಲ್ಲಿ ವರ್ಗಭೇದ, ವರ್ಣಭೇದ, ಜಾತಿಭೇದವನ್ನು ಅಳಿಸಿ ಎಲ್ಲ ಜಾತಿ ವರ್ಗ ವಯಸ್ಸಿನ ಜನರನ್ನು ಆಕರ್ಷಿಸಿದ ಅಪ್ಪ ಬಸವಣ್ಣನವರ ವ್ಯಕ್ತಿತ್ವವು ಇಂದಿಗೂ ಅಚ್ಚರಿಯನ್ನುಂಟುಮಾಡುತ್ತದೆ. ಅಂದು ಕಲ್ಯಾಣಕ್ಕೆ ಅಪ್ಪ ಬಸವಣ್ಣನವರ ವ್ಯಕ್ತಿತ್ವಕ್ಕೆ

ಆಕರ್ಷಿತರಾಗಿ ಕಾಶ್ಮೀರದಿಂದ ಕನ್ಯಾಕುಮಾರಿವರೆಗಿನ ಅನೇಕ ರಾಜ ಮಹಾರಾಜರು ರಾಜ್ಯ ಭೋಗ ಭಾಗ್ಯಗಳನ್ನು ಹೀಗೆ.... ಸರಿಸಿ ಅನೇಕ ರಾಜರಂಕರುಗಳು ಧಾವಿಸಿ ಬಂದರು. ಇದುವೇ ಬಸವ ಭಕ್ತಿಯ ಶಕ್ತಿ.

ಶತಶತಮಾನಗಳಿಂದ ಸಮಾಜದಲ್ಲಿ ಬೇರೂರಿದ್ದ ಅಂಧಶ್ರದ್ದೆ, ಮೌಢ್ಯ, ಆಚರಣೆಗಳು, ವರ್ಣಭೇದ, ವರ್ಗಭೇದ, ಜಾತಿಭೇದ ಈ ಅನಿಷ್ಟಗಳನ್ನು ದೂರ ಮಾಡಲು ಅಪ್ಪ ಬಸವಣ್ಣನವರು 8 ವರ್ಷದ ಬಾಲಕನಿರುವಾಗಲೆ ಮನೆಬಿಟ್ಟು ಅರಿವೇ ಗುರು ಆಚಾರವೇ ಲಿಂಗ ಅನುಭವವೇ ಜಂಗಮ ಎಂಬ ಪರಿಕಲ್ಪನೆಯೇ ತಮ್ಮ ಜೀವನದ ಸೂತ್ರದಂತೆ ನಡೆದು ನುಡಿದ ಮಹಾ ಮಾನವತಾವಾದಿ. ಹುಟ್ಟಿನಿಂದ ಕುಲವನಳಿಯದ ಆಚರಣೆಯಿಂದ ನಿರ್ಧರಿಸಬೇಕೆಂಬ ದಿಟ್ಟ ಸ್ಪಷ್ಟ ನಿಲುವು ಅಪ್ಪ ಬಸವಣ್ಣನವರದ್ದು. ಸಕಲ ಜೀವಾತ್ಮರಿಗೆ ಲೇಸ ಬಯಸುವವನೇ ಶರಣ ಎಂದು ಹೇಳಿದರು ಅಪ್ಪ ಬಸವಣ್ಣನವರು. ಭಕ್ತಿ ಭಂಡಾರಿ ಅಪ್ಪ ಬಸವಣ್ಣನವರು, ಸಾಧಕರು, ಸುಧಾರಕರು ಬರೀ ಬೋಧಕರಲ್ಲ ಸರ್ವ ಸಮಭಾವದ ಹರಿಕಾರರು. ಸ್ತ್ರೀ ಕುಲೋದ್ಧಾರಕರು.

ಅಪ್ಪ ಬಸವಣ್ಣನವರ ಸಂಕ್ಷಿಪ್ತ ಪರಿಚಯ

ಜನನ – 1131

ಜನ್ಮಸ್ಥಳ – ಇಂಗಳೇಶ್ವರ

ವಿಜಯಪುರ ಜಿಲ್ಲೆಯ ಬಸವನ ಬಾಗೇವಾಡಿ ತಾಲ್ಲೂಕಿನ ಒಂದು ಗ್ರಾಮ.

(ತಾಯಿಯ ತವರುಮನೆ)

ಊರು – ಬಸವನ ಬಾಗೇವಾಡಿ

ತಾಯಿ – ಮಾದಲಾಂಬಿಕೆ

ತಂದೆ – ಮಾದರಸ

ಅಂಕಿತ ನಾಮ – ಕೂಡಲಸಂಗಮದೇವ.

ವಚನಗಳ ಸಂಖ್ಯೆ – 1414

ವಚನ

"ನೂರನೋದಿ ನೂರ ಕೇಳಿದರೇನು?
ಆಸೆ ಹರಿಯದು ರೋಷ ಬಿಡದು
ಮಜ್ಜನಕ್ಕೆರೆದು ಫಲವೇನು?
ಮಾತಿನಂತೆ ಮನವಿಲ್ಲದ ಜಾತಿ ಡೊಂಬರ ನೋಡಿ
ನಗುವ ನಮ್ಮ ಕೂಡಲಸಂಗಮದೇವ."

ಇಲ್ಲಿ ಅಪ್ಪ ಬಸವಣ್ಣನವರು, ಅರಿವೇ ಗುರು ಆಚಾರವೇ ಲಿಂಗ ಅನುಭಾವವೇ ಜಂಗಮ, ಈ ಪರಿಕಲ್ಪನೆಯ ಪ್ರಾತ್ಯಕ್ಷಿಕೆಗೆ ಇಷ್ಟಲಿಂಗವನ್ನು ಕೊಟ್ಟು ಸರ್ವೋತೋಮುಖ ಸಮತೆಯನ್ನು ಸಾರಿದ್ದಾರೆ ಅಪ್ಪ ಬಸವಣ್ಣನವರು. ಈ ಮೇಲಿನ ವಚನದಲ್ಲಿ ನಡೆ ನುಡಿ, ಆಚಾರ ವಿಚಾರ ಒಂದಿರದ ಜನರನ್ನು ಕುರಿತು ಕೇವಲ ಮಾತಿನ ಮಂಟಪ ಕಟ್ಟಿ ಪಾಂಡಿತ್ಯವನ್ನು ಪ್ರದರ್ಶಿಸುವ, ಡಾಂಭಿಕ ಸೋಗು ಹಾಕಿ, ಜ್ಞಾನಿಗಳಂತೆ ನಟಿಸುವ ಬಾಹ್ಯ ಓದುಗರ ಆಂತರಿಕ ಹುಳುಕನ್ನು ಹೊರ ಹಾಕಿದ್ದಾರೆ. ನೂರನೋದಿ ನೂರ ಕೇಳಿದರೇನು? ಫಲ ನಮ್ಮಲ್ಲಿರುವ ಆಸೆ ದುರಾಸೆಗಳನ್ನು, ರೋಷ, ರಾಗ ದ್ವೇಷಗಳನ್ನು ಬಿಡದಿದ್ದರೆ ಶರಣರಾಗಲು ಹೇಗೆ ಸಾಧ್ಯ ಎಂದು ಪ್ರಶ್ನಿಸಿದ್ದಾರೆ. ಹಾಗೆಯೇ ಈ ಎಲ್ಲಾ ಅವಗುಣಗಳನ್ನು ಅಜ್ಞಾನಗಳನ್ನು ಇಟ್ಟುಕೊಂಡು ಸ್ಥಾವರಕ್ಕೆ ಆಡಂಬರದ ಮಜ್ಜನಮಾಡಿಸಿದರೆ ಏನು ಫಲ ಎಂದಿದ್ದಾರೆ. ಇದೆಲ್ಲ ವ್ಯರ್ಥ ಮಾತಿನಂತೆ ಮನವಿಲ್ಲದ ಜಾತಿ ಡೊಂಬರ ನೋಡಿ ನಮ್ಮ ಕೂಡಲಸಂಗಮದೇವ ನಗುವನು ಎಂದು ವ್ಯಂಗ್ಯವಾಡಿದ್ದಾರೆ, ನಮ್ಮ ಅಜ್ಞಾನವನ್ನು ಎತ್ತಿ ವಿಡಂಬಿಸಿದ್ದಾರೆ.

ಒಟ್ಟಿನಲ್ಲಿ ಅಪ್ಪ ಬಸವಣ್ಣನವರ ಆಶಯ ತತ್ವ ಸಿದ್ಧಾಂತ ಏನೆಂದರೆ ನಮ್ಮ ನಡೆ ನುಡಿ ಒಂದಾಗಿರಬೇಕು. ನುಡಿದಂತೆ ನಡೆ ಇದೇ ಜನ್ಮ ಕಡೆ. ಎಂದು ಹೇಳಿದ್ದಾರೆ ಶರಣರು.

ಇದುವೇ ಶರಣ ಜೀವನ

ಇದುವೇ ಶರಣ ಧರ್ಮ.

⌘

೩. ಅಕ್ಕಮಹಾದೇವಿ

ಡಾ. ದಾನಮ್ಮ ಚ. ಝಳಕಿ, ಬೆಳಗಾವಿ

ಅಕ್ಕಮಹಾದೇವಿಯವರದು, ಶರಣ ಚಳುವಳಿಯಲ್ಲಿ ಎತ್ತರದ ಚೇತನವಾಗಿ ಮೂಡಿ ಬಂದ ವ್ಯಕ್ತಿತ್ವ ಕರ್ನಾಟಕವಷ್ಟೇ ಅಲ್ಲದೇ ಇಡೀ ಭಾರತ ದೇಶದ ಮಹಿಳಾ ಸಂಕುಲನದ ಗೌರವವನ್ನು ಹೆಚ್ಚಿಸಿದ ಅಕ್ಕಮಹಾದೇವಿ ಕನ್ನಡ ಸಾಹಿತ್ಯದ ಪ್ರಥಮ ಮಹಿಳಾ ಕವಿಯತ್ರಿ ಎಂಬ ಕೀರ್ತಿಗೆ ಭಾಜನರಾಗಿದ್ದಾರೆ. ಅಕ್ಕ ಅಧ್ಯಾತ್ಮದ ಮೇರುವಚನಗಾರ್ತಿ ಹಾಗೂ ಮಹಿಳೆಯರ ಪ್ರತಿನಿಧಿಯಾಗಿ ಅಭಿವ್ಯಕ್ತಿಯಲ್ಲಿ ಪುರುಷ ಸಮಾಜವನ್ನು ಪ್ರತಿಭಟಿಸಿದವರು. ಸಾಮಾಜಿಕ ಬದಲಾವಣೆಗೆ ಶ್ರಮಿಸಿದವರು. ಅಕ್ಕಮಹಾದೇವಿಯವರನ್ನು ಶರಣ ಚಳುವಳಿಯ ಪ್ರಮುಖರಾಗಿ, ಸ್ವಾಭಿಮಾನದ ಪ್ರತೀಕವಾಗಿ, ಸ್ತ್ರೀವಾದಿ ಚಳವಳಿಯ ನಿಜವಾದ ಪ್ರತಿಪಾದಕಿಯಾಗಿ, ಅಕ್ಕರೆಯ ಅಕ್ಕನಾಗಿ, ಅನುಭವ ಮಂಟಪದಲ್ಲಿ ವಿಶಿಷ್ಟ ಸ್ಥಾನ ಪಡೆದ ಆಧ್ಯಾತ್ಮದ ಮೇರು ಪರ್ವ. ಹೀಗೆ ಹಲವು ರೀತಿ ಗುರುತಿಸಬಹುದಾಗಿದೆ. ಅಕ್ಕಮಹಾದೇವಿಯ ವಚನಗಳ ಅಂಕಿತ ನಾಮ "ಚನ್ನಮಲ್ಲಿಕಾರ್ಜುನ". ಪ್ರಸ್ತುತ ಒಟ್ಟು 434 ವಚನಗಳು ದೊರಕಿವೆ.

ಅಕ್ಕಮಹಾದೇವಿಯ ಇಡೀ ಜೀವನ ಕಥನ, ಐತಿಹ್ಯ, ವಿಸ್ಮಯ, ಪ್ರಭಾವಗಳಿಂದ ತುಂಬಿದ್ದರೂ ಸಹ, ಅವರ ಬಗ್ಗೆ ಅವರ ಸಮಕಾಲೀನ ವಚನಕಾರರೂ, ಅಕ್ಕನ ಕಾಲಕ್ಕೆ ತುಂಬಾ ಹತ್ತಿರದವನಾದ ಹರಿಹರ ಮಹಾಕವಿಯು ರಚಿಸಿರುವ 'ಮಹಾದೇವಿಯಕ್ಕಗಳ ರಗಳೆ' ಮತ್ತು ಸ್ವತಃ ಅಕ್ಕಮಹಾದೇವಿಯವರೇ ರಚಿಸುವ ವಚನಗಳೂ, ಅವರ ವ್ಯಕ್ತಿತ್ವವನ್ನು ಕಟ್ಟಿ ಕೊಡುವಲ್ಲಿ ಮಹತ್ವದ ಪಾತ್ರವನ್ನು ವಹಿಸುತ್ತವೆ. ಈ ಎಲ್ಲವನ್ನೂ ಗಮನಿಸಿದಾಗ ಅಕ್ಕಮಹಾದೇವಿಯವರ ಜೀವನ ಅಸಾಮಾನ್ಯವಾದ, ವೈಶಿಷ್ಟ್ಯತೆಯಿಂದ, ವೈಚಾರಿಕವಾದ, ಅನುಭಾವ ಪೂರ್ಣವಾದ, ನುಡಿ, ನಡೆಗಳೊಂದಾದ ಪರಿಯಲ್ಲಿರುವುದು ಕಂಡುಬರುತ್ತದೆ. ವಚನ ಚಳುವಳಿಯ ಸಮಯದಲ್ಲಿ, ಸಾಹಿತ್ಯದ ದೃಷ್ಟಿಯಿಂದ ಗಮನಿಸುವುದಾದರೆ, ಅಲ್ಲಮ ಮತ್ತು ಅಕ್ಕ

ಅಂದಿನ ಅತ್ಯಂತ ವಿಶಿಷ್ಟ ಸಂವೇದನೆಯ ವ್ಯಕ್ತಿತ್ವದವರಾಗಿ ಗಮನ ಸೆಳೆಯುತ್ತಾರೆ. ಅನುಭಾವಿಯೂ, ಕವಿಯೂ ಆಗಿದ್ದ ಅಕ್ಕಮಹಾದೇವಿಯವರ ವಚನಗಳು, ಕನ್ನಡ ಸಾಹಿತ್ಯದ ಮೌಲಿಕ ಬರವಣಿಗೆಗಳಾಗಿವೆ.

ವಚನಕಾರರಲ್ಲಿಯೇ ಅತ್ಯಂತ ಕಿರಿಯ ವಯಸ್ಸಿನ ಅನುಭಾವಿಯಾಗಿದ್ದರೂ ಸಹ, ವಿಶಿಷ್ಟ ಜೀವನಾನುಭವವನ್ನು ಹೊಂದಿದ ಕಾರಣದಿಂದ, ಅವರ ಬರಹಗಳು ಗಮನಾರ್ಹವಾಗಿವೆ. ಶೂನ್ಯ ಸಂಪಾದನೆಕಾರರು 'ಮಹಾದೇವಿಯಕ್ಕಗಳ ಸಂಪಾದನೆ' ಎಂಬ ಒಂದು ಅಧ್ಯಾಯವನ್ನೇ ರಚಿಸಿ, ಅವರಿಗೆ ಗೌರವ ತೋರಿದ್ದಾರೆ. ಹರಿಹರ ಮಹಾಕವಿಯ ಮಹಾದೇವಿಯಕ್ಕನ ರಗಳೆ, ಇಪ್ಪತ್ತನೆಯ ಶತಮಾನದ ನವೋದಯ ಕಾಲದ ಸಾಹಿತಿ ಎಚ್.ತಿಪ್ಪೇರುದ್ರಸ್ವಾಮಿಯವರ 'ಕದಳಿಯ ಕರ್ಪುರ' ಅಕ್ಕನವರ ವ್ಯಕ್ತಿತ್ವವನ್ನು ಕಟ್ಟಿಕೊಡುವ ಸಮರ್ಥ ಬರಹಗಳು.

ಅಕ್ಕಮಹಾದೇವಿಯ ಸಂಕ್ಷಿಪ್ತ ಜೀವನ

ಅಕ್ಕಮಹಾದೇವಿ 12ನೇಯ ಶತಮಾನದಲ್ಲಿ ಕರ್ನಾಟಕದ ಶಿವಮೊಗ್ಗ ಜಿಲ್ಲೆಯ ಉಡುತಡಿಯಲ್ಲಿ ಜನ್ಮ ತಾಳಿದಳು. ಇದನ್ನು ಇಂದಿನ ಉಡುಗಣಿಯೊಂದಿಗೆ ವಿದ್ವಾಂಸರು ಸಮೀಕರಿಸುತ್ತಾರೆ. ಉಡುತಡಿಯಲ್ಲಿ ಅಕ್ಕಮಹಾದೇವಿಗೆ ತಂದೆ ತಾಯಿಯಾಗುವ ಭಾಗ್ಯ ದೊರೆತುದು ಶಿವಭಕ್ತ –ಶಿವಭಕ್ತೆಯರೆಂಬ ಸತಿಪತಿಗಳಿಗೆಂದು ಹರಿಹರನೂ, ನಿರ್ಮಲ ಸುಮತಿಯರೆಂಬ ದಂಪತಿಗಳಿಗೆಂದು ಚಾಮರಸನೂ, ಓಂಕಾರಸೆಟ್ಟಿ–ಲಿಂಗಮ್ಮ ಎಂಬ ಪತಿ ಪತ್ನಿಯರಿಗೆಂದು "ಮಹಾದೇವಿಯಕ್ಕನ ಸಾಂಗತ್ಯ"ದ ರಾಚಯ್ಯ ಕವಿಯೂ ಹೇಳುತ್ತಾರೆ. ಯಾರೇನೇ ಹೇಳಲಿ, ಸದಾಚಾರ ಸಂಪನ್ನರಾಗಿದ್ದ ಶಿವಭಕ್ತ ಕುಟುಂಬವೊಂದರಲ್ಲಿ ಅಕ್ಕಮಹಾದೇವಿ ಜನಿಸಿದಳು ಎಂದು ಹೇಳಬಹುದು. ಸೌಂದರ್ಯ ರಾಣಿಯಾಗಿದ್ದ ಅಕ್ಕಮಹಾದೇವಿಯು ಗುಣದಲ್ಲಿಯೂ ತುಂಬಿದ ಗಣಿಯಾಗಿದ್ದಳು. ಚಿಕ್ಕವಳಿರುವಾಗಲೇ ಉಡುತಡಿಯ ವಿರಕ್ತಮಠದ ಪಟ್ಟಾಧ್ಯಕ್ಷರಾದ ಗುರುಲಿಂಗದೇವರಿಂದ ಶಿವದೀಕ್ಷೆಯನ್ನು ಪಡೆಯುತ್ತಾಳೆಂಬ ಉಲ್ಲೇಖವಿದೆ.

ಬಾಲ್ಯದಲ್ಲಿ ಮಹಾದೇವಿಗೆ ಸಂಸಾರದ ಮೇಲೆ ಇಷ್ಟವಿರಲಿಲ್ಲ. ಅವಳ ಆಟಗಳೆಲ್ಲ ಧಾರ್ಮಿಕವಾದ ಆಟಗಳು. ಶರಣಸತಿ ಲಿಂಗಪತಿ ಎಂಬ ಭಾವವು ಅರಳಿ ಅಧ್ಯಾತ್ಮ ಸಂಸ್ಕಾರ ಆತ್ಮದಲ್ಲಿ ಬೆರೆತು ಸಂಸಾರ ಬೇಡವಾಯಿತು. ಹರನನ್ನೇ ವರನನ್ನಾಗಿಸಿ ಕೊಂಡಳು. ಲೌಕಿಕ ಗಂಡನಾಗಿ ಬದುಕಿಗೆ ಬರಲು ಇಚ್ಛಿಸಿದ ಕೌಶಿಕನನ್ನು ಮೂರು ಕರಾರುಗಳನ್ನು ವಿಧಿಸಿ ಅದರಲ್ಲಿ ಅವನು ಸೋಲಲು, ಅವನಿಂದ ಬಿಡುಗಡೆ ಹೊಂದಿ, ಸಾವಿಲ್ಲದ, ರೂಹಿಲ್ಲದ, ಕೇಡಿಲ್ಲದ ಚೆಲುವನಾದ ಚೆನ್ನಮಲ್ಲಿಕಾರ್ಜುನನ್ನು

ಕೂಡಲು ಹೊರಟಳು. ಅಕ್ಕನಿಗೆ ಮತ್ತೆ ಮತ್ತೆ ಕಾಡುವ ಪ್ರಶ್ನೆ ಸತ್ಯಶೋಧನೆ, ದಿವ್ಯ ದರ್ಶನದ ಹುಡುಕಾಟ. ಜಗತ್ತಿನ ಪ್ರಾಣಿ ಪಕ್ಷಿ, ಕೀಟಗಳ ಮೂಲಕ ಕಾಣುವ ತವಕ,

ಚಿಲಿಮಿಲಿ ಎಂದು ಓದುವ ಗಿಳಿಗಳಿರಾ
ನೀವು ಕಾಣಿರೆ ನೀವು ಕಾಣಿರೆ.
ಸರವೆತ್ತಿ ಪಾಡುವ ಕೋಗಿಲೆಗಳಿರಾ
ನೀವು ಕಾಣಿರೆ ನೀವು ಕಾಣಿರೆ.
ಎರಗಿ ಬಂದಾಡುವ ತುಂಬಿಗಳಿರಾ
ನೀವು ಕಾಣಿರೆ ನೀವು ಕಾಣಿರೆ.
ಕೊಳನತಡಿಯೊಳಾಡುವ ಹಂಸೆಗಳಿರಾ
ನೀವು ಕಾಣಿರೆ ನೀವು ಕಾಣಿರೆ.
ಗಿರಿ ಗಹ್ವರದೊಳಗಾಡುವ ನವಿಲುಗಳಿರಾ
ನೀವು ಕಾಣಿರೆ ನೀವು ಕಾಣಿರೆ.

ಚೆನ್ನಮಲ್ಲಿಕಾರ್ಜುನನೆಲ್ಲಿದ್ದಹನೆಂದು ಹೇಳಿರೆ. ಎಂದು ನಿಸರ್ಗದ ಮಡಿಲಿಗೆ ಹೋಗಿ ಪ್ರಶ್ನೆ ಮಾಡಿ ಸತ್ಯ ಬೇಧಿಸಲು ಪ್ರಯತ್ನಿಸಿದ ದಿಟ್ಟ ಮಹಿಳೆ ಅಕ್ಕಮಹಾದೇವಿ ಎನ್ನಬಹುದು. ಪಕ್ಷಿ ಪ್ರಾಣಿ ಸಸ್ಯಗಳ ಜೊತೆಗೆ ಸಂವಾದ ನಡೆಸಿದ ಏಕೈಕ ಅನುಭಾವಿ ಅಕ್ಕಮಹಾದೇವಿ. ತನ್ನೊಳಗಿರುವ ಚೈತನ್ಯ ಸ್ಫೂರ್ತಿ ಎಲ್ಲ ಜೀವ ಜಾಲದಲ್ಲಿ ಕಂಡವಳು ಅಕ್ಕ. ಅನುಭವ ಮಂಟಪದಲ್ಲಿ ಪ್ರಭುದೇವರು ಒಡ್ಡುವ ಪ್ರಶ್ನೆಗೆ ದಿಟ್ಟ ನಿಲುವಿನ ಉತ್ತರವನ್ನು ನೀಡಿ ಶರಣ ಸಂಕುಲನದಲ್ಲಿ ಸಂಚಲನ ಉಂಟು ಮಾಡುತ್ತಾಳೆ. ಎಲ್ಲ ಶರಣರು ನಮೋ ನಮೋ ಎನ್ನುವ ಭಾವ ತುಂಬುತ್ತಾಳೆ.

ವಚನ ವಿಶ್ಲೇಷಣೆ

ಮರವಿದ್ದು ಫಲವೇನು ನೆಳಲಿಲ್ಲದನ್ನಕ್ಕ?
ಧನವಿದ್ದು ಫಲವೇನು ದಯವಿಲ್ಲದನ್ನಕ್ಕ?
ಹಸುವಿದ್ದು ಫಲವೇನು ಹಯನಿಲ್ಲದನ್ನಕ್ಕ?
ರೂಪಿದ್ದು ಫಲವೇನು ಗುಣವಿಲ್ಲದನ್ನಕ್ಕ?
ಅಗಲಿದ್ದು ಫಲವೇನು ಬಾನವಿಲ್ಲದನ್ನಕ್ಕ?
ನಾನಿದ್ದು ಫಲವೇನು ನಿಮ್ಮ ಜ್ಞಾನವಿಲ್ಲದನ್ನಕ್ಕ,
ಚೆನ್ನ ಮಲ್ಲಿಕಾರ್ಜುನ?

ಜಗತ್ತಿನಲ್ಲಿರುವ ಅನೇಕ ವಸ್ತುಗಳು, ಪಶುಪಕ್ಷಿ ಮುಂತಾದ ಜೀವಿಗಳು ತಮ್ಮಲ್ಲಿರುವ ಕೆಲವು ಗುಣವಿಶೇಷಗಳಿಂದ ಸಾರ್ಥಕತೆಯನ್ನು ಪಡೆಯುತ್ತವೆ. ಹಾಗೆಯೇ ಶ್ರೇಷ್ಠವಾದ ಮನುಷ್ಯ ಜನ್ಮದಲ್ಲಿ ಹುಟ್ಟಿ ಪರಮಾತ್ಮ ಸಂಬಂಧವಾದ ಜ್ಞಾನವನ್ನು ಪಡೆಯಬೇಕಾದುದು ಅತ್ಯವಶ್ಯಕ. ಮನುಷ್ಯ ಜನ್ಮದ ಸಾರ್ಥಕತೆ ಅಂತಹ ಜ್ಞಾನವನ್ನು ಪಡೆಯುವುದರಲ್ಲಿ ನಿಹಿತವಾಗಿದೆ ಎಂದು ಸೂಚಿಸುವ ಈ ವಚನ ಅತ್ಯಂತ ಆಳವಾದ ಅನುಭಾವವನ್ನು ಹೊಂದಿದೆ.

ಮರವಿದ್ದು ಫಲವೇನು ನೆಳಲಿಲ್ಲದನ್ನಕ್ಕ?

ಮನುಷ್ಯನಿಗೆ ಗಿಡಮರಗಳಿಂದಾಗುವ ಪ್ರಯೋಜನ ಅಷ್ಟಿಷ್ಟಲ್ಲ. ಪ್ರಾಣಕ್ಕಾಧಾರವಾದ ಆಮ್ಲಜನಕ, ತಿನ್ನಲು ರುಚಿ ರುಚಿಯಾದ ಹಣ್ಣುಗಳು ಮನೆಬಳಕೆ ವಸ್ತುಗಳು ಗಿಡಮರಗಳಿಂದಲೇ ಪ್ರಾಪ್ತವಾಗುತ್ತವೆ. ಕೊನೆಯ ಪಕ್ಷ ಬಿಸಿಲಿನಲ್ಲಿ ಬಸವಳಿದ ಪ್ರಾಣಿಗಳಿಗೆ ನೆರಳನ್ನಾದರೂ ಕೊಟ್ಟು ಗಿಡಮರಗಳು ತಮ್ಮ ಬದುಕಿನ ಸಾರ್ಥಕತೆಯನ್ನು ಪಡೆಯುತ್ತವೆ. ಆದರೆ ಅದೇ ಮರಗಳ ರಂಬೆ ಕೊಂಬೆಗಳು ಕತ್ತರಿಸಲ್ಪಟ್ಟಿದ್ದರೆ, ನೆರಳಿಲ್ಲದಂತಾದರೆ ಅದರಿಂದ ಏನು ಪ್ರಯೋಜನ? ಅದು ಇದ್ದು ನಿರರ್ಥಕ.

ಧನವಿದ್ದು ಫಲವೇನು ದಯವಿಲ್ಲದನ್ನಕ್ಕ?

ಧನವೂ ಕೂಡ ಮನುಷ್ಯನ ದೈನಂದಿನ ಬದುಕಿನಲ್ಲಿ ಮಹತ್ವದ ಸ್ಥಾನ ಪಡೆದಿದೆ. "ಸರ್ವೇ ಗುಣಾಃ ಕಾಂಚಾನಮಾಶ್ರಯಂತಿ" ಎಂಬ ಸುಭಾಷಿತ ನುಡಿಯೊಂದಿದೆ. ಇಂದಿನ ಕಾಲದಲ್ಲಿ ಹಣವುಳ್ಳವರೇ ಶ್ರೇಷ್ಠಕುಲದವರು, ಪಂಡಿತರು, ಜ್ಞಾನಿಗಳು ಹಾಗೂ ಗುಣವಂತರು ಎಂಬುವಂತಾಗಿದೆ. ಆದರೆ ಶರಣರ, ಜ್ಞಾನಿಗಳ ದೃಷ್ಟಿಯಲ್ಲಿ ಇದೊಂದು ಸಂತೆಯ ಮಂದಿಯಂತೆ ಕ್ಷಣಿಕವಾದುದು. ಇದನ್ನು ನಂಬಿ ಕೆಡಬೇಡಿ ಎಂಬುದು ಅವರ ಕಟ್ಟೆಚ್ಚರದ ಆದೇಶವಾಗಿದೆ. ಅಂತಹ ಧನವನ್ನು ವೈಯಕ್ತಿಕ ಸುಖಬೋಗಗಳಿಗೆ ಅತಿಯಾಗಿ ಬಳಸದೇ, ದಾಸೋಹಗಳಿಗೆ, ಅವಶ್ಯಕವಿದ್ದವರಿಗೆ ವಿನಿಯೋಗಿಸಿದಾಗ ಕ್ಷಣಿಕವಾದ ಧನಸಂಪತ್ತು ಕೂಡ ಸಾರ್ಥಕತೆಯನ್ನು ಪಡೆಯುತ್ತದೆ. ದೀನ ದಲಿತರು, ಬಡವರು ಹಾಗೂ ಅನ್ನಕ್ಕೆ ಗತಿಯಿಲ್ಲದವರ ನಿರ್ಗತಿಕರ ಮೇಲೆ ದಯೆತೋರಿ ಅವರ ಹಿತಕ್ಕಾಗಿ ನಮ್ಮಲ್ಲಿರುವ ಧನವನ್ನು ವಿನಿಯೋಗಿಸಬೇಕು. ಹಾಗಾದಾಗಲೇ ನಮ್ಮಲ್ಲಿರುವ ಧನ ಪ್ರಯೋಜನಕಾರಿಯಾಗುವುದು. ಫಲಪ್ರದವಾಗುವುದು.

ಹಸುವಿದ್ದು ಫಲವೇನು ಹಯನಿಲ್ಲದನ್ನಕ್ಕ?

ಹಸುಗಳಿಂದಲೂ ಮನುಷ್ಯನಿಗೆ ಅನೇಕ ಪ್ರಯೋಜನಗಳುಂಟು. ಹಿಂದೆ

ವ್ಯಕ್ತಿಯ ಸಂಪತ್ತನ್ನು ಅವನಲ್ಲಿರುವ ಗೋವುಗಳ ಸಂಖ್ಯೆಯ ಮೇಲೇಯೇ ನಿರ್ಧರಿಸಲಾಗುತ್ತಿತ್ತು. ಅದಕ್ಕೆ ಗೋ ಸಂಪತ್ತು ಎಂದು ಹೆಸರಿರುವುದನ್ನು ಕೇಳಿದ್ದೇವೆ. ಗೋವುಗಳ ಅಥವಾ ಹಸುವಿನ ಮುಖ್ಯ ಪ್ರಯೋಜನ ಅವುಗಳಿಂದ ಪ್ರಾಪ್ತವಾಗುವ ಹಯನ(ಹೈನು). ಹಸುಗಳಿಂದ ಹಾಲು ಕರೆದು ಮೊಸರು, ಮಜ್ಜಿಗೆ, ಬೆಣ್ಣೆ, ತುಪ್ಪ ಇತ್ಯಾದಿ ಪಡೆಯುತ್ತೇವೆ. ಹಾಲನ್ನು ಕರೆಯದ ಬರಡು ಆಕಳುಗಳಿಂದ ಮನುಷ್ಯನಿಗೆ ಹೇಳಿಕೊಳ್ಳುವಂತಹ ಲಾಭವಾಗಿವುದಿಲ್ಲ. ಆಗ ಅವುಗಳಿದ್ದೂ ನಿಷ್ಪ್ರಯೋಜನವೆನಿಸುತ್ತದೆ.

ರೂಪಿದ್ದು ಫಲವೇನು ಗುಣವಿಲ್ಲದನ್ನಕ್ಕ?

ರೂಪ ಅಥವಾ ಸೌಂದರ್ಯ ಎಲ್ಲರಿಗೂ ಪ್ರೀಯವಾದುದು. ಸುಂದರ ರೂಪವುಳ್ಳವರು ಎಲ್ಲರ ದೃಷ್ಟಿಗೂ ಆಕರ್ಷಕವಾಗಿ ಕಾಣುತ್ತಾರೆ. ಆದರೆ ಇದು ಶಾಶ್ವತವಾಗಿ ಇರುವಂತಹದಲ್ಲ ಎಂಬುದು ಎಲ್ಲರಿಗೂ ಅನುಭವವೇಧ್ಯ. ರೂಪಿನೊಂದಿಗೆ ಒಳ್ಳೆಯ ಗುಣಗಳು ಅಡಕವಾಗಿದ್ದರೆ ಆ ರೂಪಿಗೆ ಇನ್ನೂ ಹೆಚ್ಚಿನ ಬೆಲೆ ಬರುತ್ತದೆ. ಸುಂದರವಾದ ಹೂವಿಗೆ ಸುವಾಸನೆ ಇದ್ದರೆ ಅದು ಎಲ್ಲರಿಗೂ ಇನ್ನಷ್ಟು ಮೆಚ್ಚಿಗೆಯಾಗುತ್ತದೆ. ಬರೀ ಸೌಂದರ್ಯವಿದ್ದು, ಒಳ್ಳೆಯ ಗುಣಗಳಿಲ್ಲದ್ದಿದ್ದರೆ ಅಥವಾ ದುರ್ಗುಣಗಳಿದ್ದರೆ ಆ ಸೌಂರ್ಯಕ್ಕೆ ಏನು ಅರ್ಥ? ಅದು ಕಳ್ಳ ತಾ ಕೆಂಪಿರ್ದಡೇನು ಸರ್ವಜ್ಞ ಎಂಬ ಸರ್ವಜ್ಞನ ವಚನದಂತೆ ನಿರರ್ಥಕವಾಗುತ್ತದೆ.

ಅಗಲಿದ್ದು ಫಲವೇನು ಬಾನವಿಲ್ಲದನ್ನಕ್ಕ?

ಮನುಷ್ಯನಿಗೆ ಹಸಿವನ್ನು ಹಿಂಗಿಸಿಕೊಳ್ಳಲು ಅನ್ನ, ಆಹಾರ ಮುಖ್ಯವಾಗಿ ಬೇಕು. ಅನ್ನವನ್ನು ಉಣ್ಣಲು ಊಟದ ತಟ್ಟೆಯೂ ಬೇಕು. ಆದರೆ ನಮ್ಮ ಹತ್ತಿರ ಊಟ ತಟ್ಟೆ ಇದೆ. ಅನ್ನ ಇಲ್ಲ ಎಂದರೆ ನಮ್ಮ ಹೊಟ್ಟೆ ತುಂಬುವುದು ಸಾಧ್ಯವಿಲ್ಲ. ಊಟದ ತಟ್ಟೆ ಬಂಗಾರ ಬೆಳ್ಳಿಗಳಿಂದ ಮಾಡಿದುದಾಗಿದ್ದರೂ ಉಣ್ಣಲು ಅನ್ನವಿಲ್ಲದಿದ್ದರೆ ಆ ತಟ್ಟೆಯಿಂದ ಏನು ಪ್ರಯೋಜನ. ಬೆಳ್ಳಿ ಬಂಗಾರದ ತಟ್ಟೆ ಇದ್ದ ಮಾತ್ರಕ್ಕೆ ನಮ್ಮ ಹಸಿವನ್ನು ಹಿಂಗಿಸಿಕೊಳ್ಳಲು ಸಾಧ್ಯವೇ? ಎಂದಿಗೂ ಸಾಧ್ಯವಿಲ್ಲ. ಆದ್ದರಿಂದ ಊಟದ ತಟ್ಟೆ ಅಥವಾ ತಾಟು ಸಾರ್ಥಕತೆಯನ್ನು ಪಡೆಯುವುದೂ ಕೂಡ ಅದರಲ್ಲಿರುವ ಅನ್ನದಿಂದ ಅಥವಾ ಭಕ್ಷ್ಯಬೋಜ್ಯಗಳಿಂದ ಮಾತ್ರ.

ನಾನಿದ್ದು ಫಲವೇನು ನಿಮ್ಮ ಜ್ಞಾನವಿಲ್ಲದನ್ನಕ್ಕ,

ಚೆನ್ನ ಮಲ್ಲಿಕಾರ್ಜುನ?

ಹೀಗೆ ಮರ, ಧನ, ಹಸು, ರೂಪ, ಅಗಲು(ತಟ್ಟೆ) ಇವೆಲ್ಲವೂ ಕ್ರಮವಾಗಿ ನೆರಳು, ದಯ(ದಾಸೋಹ), ಹಯನ, ಗುಣ ಹಾಗೂ ಬಾನ(ಅನ್ನ), ಗಳನ್ನೂ ಹೊಂದಿ ಸಾರ್ಥಕತೆಯನ್ನು ಪಡೆಯುವಂತೆ ಮನುಷ್ಯನಾದರೂ ಚೈತನ್ಯ (ಆತ್ಮ-ಪರಮಾತ್ಮ) ಸಂಬಂಧವಾದ ಜ್ಞಾನವನ್ನು ಹೊಂದಿ ತನ್ನ ಜೀವನವನ್ನು ಸಾರ್ಥಕಪಡಿಸಿಕೊಳ್ಳಬೇಕು. ಇದನ್ನೇ ಅಕ್ಕಮಹಾದೇವಿ "ನಾನಿದ್ದು ಫಲವೇನು ನಿಮ್ಮ ಜ್ಞಾನವಿಲ್ಲದನ್ನಕ್ಕ" ಎಂಬ ಮಾತಿನಲ್ಲಿ ಅನೇಕ ಉದಾಹರಣೆಗಳ ಮೂಲಕ ಸ್ಪಷ್ಟಪಡಿಸಿದ್ದಾಳೆ. ನಾನು ಎಂಬುದು ಅಹಂಕಾರ. ಈ ಅಹಂಕಾರ ನಮ್ಮ ಅಂತಃಕರಣ ಚತುಷ್ಟಯಗಳಲ್ಲಿ ಒಂದು. ನಮ್ಮ ಅಂತಃಕರಣಗಳನ್ನು ಪರಿಶುದ್ಧಗೊಳಿಸಬೇಕು. ಅಂದಾಗ ಅವು ಆತ್ಮಜ್ಞಾನಕ್ಕೆ ದಾರಿ ಮಾಡಿಕೊಡುತ್ತದೆ. ಇಲ್ಲದಿದ್ದರೆ ನಮ್ಮ ಅಧ್ಯಾತ್ಮ ಸಾಧನೆಯಲ್ಲಿ ಬಹುದೊಡ್ಡ ಅಡ್ಡಗೋಡೆಯನ್ನು ನಿರ್ಮಿಸುತ್ತದೆ. ಆದ್ದರಿಂದ ನಮ್ಮೆಲ್ಲರಲ್ಲಿ ಅಂತಸ್ಥವಾಗಿರುವ "ನಾನು" ಪರಿಶುದ್ಧಗೊಳ್ಳಬೇಕು. ಅದು ಪರಮಾತ್ಮನಿಗೆ ಸಮರ್ಪಿತವಾಗಬೇಕು. ಹಾಗಾದಾಗಲೇ ಈ "ನಾನು" ಅಥವಾ ಮನುಷ್ಯರೂಪದ "ನಾನು" ಪರಮಾತ್ಮ ಜ್ಞಾನವನ್ನು ಪಡೆದುಕೊಂಡು ಸಾರ್ಥಕವಾಗುತ್ತದೆ. ಇಲ್ಲಿ ಜ್ಞಾನಕ್ಕೆ ವಿಶೇಷವಾದ ಮಹತ್ವವನ್ನು ಕೊಡಲಾಗಿದೆ. ಜ್ಞಾನವಿಲ್ಲದೇ ಮಾಡುವ ನಮ್ಮ ಸಾಧನೆಗಳೆಲ್ಲವೂ ನಿಷ್ಪ್ರಯೋಜಕವೆನಿಸುತ್ತದೆ.. ಆದ್ದರಿಂದ ಜ್ಞಾನವು ಅತ್ಯಂತ ಶ್ರೇಷ್ಠ ಹಾಗೂ ಪವಿತ್ರವಾದುದು. ಭಕ್ತಿಯೂ ಕೂಡ ಈ ಜ್ಞಾನದಿಂದಲೇ ಅರ್ಥವಂತಿಕೆಯನ್ನು ಪಡೆದುಕೊಳ್ಳುತ್ತದೆ. ಜ್ಞಾನವಿಲ್ಲದ ಭಕ್ತಿಯು ಮೂಢ ಅಥವಾ ಅಂಧಶ್ರದ್ಧೆ ಎನಿಸಿಕೊಳ್ಳುತ್ತದೆ. ಆದ್ದರಿಂದ ಪ್ರತಿಯೊಬ್ಬರೂ ಆತ್ಮ-ಪರಮಾತ್ಮ ಸಂಬಂಧ ಜ್ಞಾನವನ್ನು ಅಂದರೆ ಚೈತನ್ಯ ಸ್ವರೂಪ ಜ್ಞಾನವನ್ನು ಪಡೆದುಕೊಂಡು ತಮ್ಮ ಜನ್ಮವನ್ನು ಸಾರ್ಥಕಪಡಿಸಿಕೊಳ್ಳಬೇಕು ಎಂಬ ಆಶಯ ಈ ವಚನದಲ್ಲಿದೆ.

ಒಟ್ಟಿನಲ್ಲಿ ಅಕ್ಕಮಹಾದೇವಿಯ ಜೀವನ, ಬೋಧನೆಗಳು ಅವಳ ವಚನಗಳಲ್ಲಿ ಕಂಡುಬರುವ ಭಾವ ಇಂದಿಗೂ ನಮಗೆಲ್ಲ ಆದರ್ಶಪ್ರಾಯವಾಗಿದೆ. 800 ವರ್ಷಗಳ ಹಿಂದೆ ಸ್ತ್ರಿಯರಿಗೆ ಯಾವುದೇ ಸ್ವಾತಂತ್ರ್ಯವಿರದ ಸಂದರ್ಭದಲ್ಲಿ ಮನೆ, ಪತಿ, ರಾಜ್ಯ, ತಂದೆ, ತಾಯಿ ಎಲ್ಲವನ್ನೂ ತ್ಯಜಿಸಿ ಕಲ್ಯಾಣದೆಡೆಗೆ ಹೋಗಿ ಅಲ್ಲಿ ಎಲ್ಲರಿಗೂ ತನ್ನ ಜ್ಞಾನದಿಂದ ಚಕಿತಗೊಳಿಸಿದ ಮಹಾನ್ ಮಹಾಶರಣೆಯಾಗಿದ್ದಾಳೆ. ಕನ್ನಡದ ಪ್ರಥಮ ಕವಿಯತ್ರಿಯಾಗಿ ಅವಳ ಆದರ್ಶಗಳು ಇಂದಿನ ಸ್ತ್ರೀಯರಿಗೆ ಅನುಕರಣೀಯವಾಗಿವೆ.

ಆಧಾರ ಗ್ರಂಥಗಳು

1. ಬಸವೇಶ್ವರರ ಸಮಕಾಲೀನರು – ಬಸವಸಮಿತಿ, ಬೆಂಗಳೂರು.
2. ವಚನಾರ್ಥ ಚಿಂತನ – ಸಿದ್ಧರಾಮಸ್ವಾಮಿಗಳು, ಬೆಳಗಾವಿ
3. ಎತ್ತ ಹೋದರು ಶರಣರು – ಡಾ. ಶಶಿಕಾಂತ ಪಟ್ಟಣ
4. ಶರಣೆಯರ ಅನುಭಾವ ಸಂಪದ – ಸಂತೋಷಕುಮಾರ ಹೂಗಾರ
5. ಮಹಾದೇವಿಯಕ್ಕನ ವಚನ–ಚಿಂತನ – ಜಗದ್ಗುರು ಶ್ರೀ ಅನ್ನದಾನೀಶ್ವರ ಮಹಾಸ್ವಾಮಿಗಳು.

⌘

4. ಅಕ್ಕ ನಾಗಮ್ಮ (ನಾಗಲಾಂಬಿಕೆ)

ಶರಣೆ ಜಯಶ್ರೀ ಆಲೂರ, ಬಾದಾಮಿ

ಶಿವಶರಣರ ಸಮೂಹದಲ್ಲಿ ಅಕ್ಕಮಹಾದೇವಿ, ನೀಲಲೋಚನೆ ಮತ್ತು ನೀಲಾಂಬಿಕೆಯರದು ಎದ್ದು ಕಾಣುವ ಹೆಸರು. ಬಸವಣ್ಣನವರ ಜೀವನದ ಉತ್ತರಾರ್ಧವನ್ನು ನೀಲಲೋಚನೆ ರೂಪಿಸಿದರೆ, ಪೂರ್ವಾರ್ಧ ಜೀವನವನ್ನು ರೂಪಿಸಿದವರು ಅವರ ಸಹೋದರಿ ನಾಗಲಾಂಬಿಕೆ. ಅವರ ಇನ್ನೊಂದು ಹೆಸರು ನಾಗಮ್ಮ.

ಅಕ್ಕ ನಾಗಮ್ಮ ಚೆನ್ನಬಸವಣ್ಣನ ತಾಯಿ ಹಾಗೂ ಬಸವಣ್ಣನವರ ಅಕ್ಕನೆಂದು ಹೇಳಲಾಗುತ್ತದೆ.

ನಾಗಲಾಂಬಿಕೆ ತನ್ನ ಪೂರ್ವಾರ್ಧ ಜೀವನದಲ್ಲಿ ಬಸವಣ್ಣನವರನ್ನು ರೂಪಿಸಿದರೆ, ಉತ್ತರಾರ್ಧದಲ್ಲಿ ಮಗನಾದ ಚನ್ನಬಸವಣ್ಣನವರನ್ನು ರೂಪಿಸಿದ್ದಾರೆ. ಅನುಭವ ಮಂಟಪದಲ್ಲಿ ಅನನ್ಯ ಪಾತ್ರ ವಹಿಸಿದ ಇವರು ಕಲ್ಯಾಣ ಕ್ರಾಂತಿಯ ಸಂದರ್ಭದಲ್ಲಿ ಶರಣಬಳಗದ ನೇತೃತ್ವ ವಹಿಸಿ ದಕ್ಷಿಣಕ್ಕೆ ಬಂದು ಉಳವಿಯ ಪರಿಸರದಲ್ಲಿ ಐಕ್ಯರಾಗುತ್ತಾರೆ ಎಂದು ತಿಳಿದು ಬರುತ್ತದೆ.

ಅಕ್ಕ ನಾಗಮ್ಮ

ತಂದೆ – ಮಾದರಸ.

ತಾಯಿ – ಮಾದಲಾಂಬಿಕೆ.

ಜನ್ಮಸ್ಥಳ – ಇಂಗಳೇಶ್ವರದ ಬಾಗೇವಾಡಿ.

ಗಂಡ – ಶಿವದೇವ.

ಮಗ – ಚೆನ್ನಬಸವಣ್ಣ.

ಅಕ್ಕ ನಾಗಮ್ಮನು 'ಬಸವಣ್ಣ ಪ್ರಿಯ ಚೆನ್ನ ಸಂಗಯ್ಯ' ಎಂಬ ಅಂಕಿತದಲ್ಲಿ ವಚನಗಳನ್ನು ಬರೆದಿದ್ದು 14 ವಚನಗಳು ಲಭ್ಯವಾಗಿವೆ. ಇವುಗಳಲ್ಲಿ ಬಸವಣ್ಣನವರ

ಸ್ತುತಿಪರವಾದವು ಅಧಿಕವಾಗಿವೆ. ಆಗಾಗ ಮಡಿವಾಳ ಮಾಚಯ್ಯ, ರೇವಣಸಿದ್ಧಯ್ಯ, ಸಿದ್ಧರಾಮಯ್ಯ, ಅಕ್ಕಮಹಾದೇವಿ, ಗುರುಭಕ್ತಯ್ಯ, ಪ್ರಭುದೇವ, ಮರುಳ ಶಂಕರ ದೇವ, ಅನಿಮಿಷ ದೇವ, ಅಜಗನ್ನ, ಗಟ್ಟಿವಾಳಯ್ಯ, ಮಗ ಚೆನ್ನಬಸವಣ್ಣ ಇವರುಗಳ ಪ್ರಸ್ತಾಪ ಮಾಡಿದ್ದಾರೆ. ಬಸವಣ್ಣನಿಂದ ತನ್ನ ಭವ ನಾಶವಾಯಿತು. ಎಂದು ಹೇಳಿಕೊಳ್ಳುವ ಇವರ ವಚನದಲ್ಲಿ ಬಹುಶಃ ಬಸವಣ್ಣನವರ ನಿಧನದ ನಂತರ ನೊಂದು ನುಡಿದವು ಅಧಿಕವಾಗಿರುತ್ತವೆ.

'ನಿಜದ ನಿರ್ವಲಯ ಬಾಗಿಲ' ನಿಜವ ತೋರಿದಾತ ಬಸವಣ್ಣ ಎಂದು ಹೆಮ್ಮೆಯಿಂದ ಹೇಳಿಕೊಂಡ ಅವರು, ಭಕ್ತಿಯ ತವನಿಧಿಯೇ, ಮುಕ್ತಿಯ ಮೂರ್ತಿಯೇ, ಲಿಂಗ ಜಂಗಮದ ಚೈತನ್ಯವೆ ನಿಮ್ಮನಗಲಿ ಎಂದು ಸೈರಿಸುವೆ ಎಂದು ವ್ಯಥೆ ಪಟ್ಟುದನ್ನು ಗಮನಿಸಬೇಕು. ನೀಲಾಂಬಿಕೆಯವರ ಜೀವನದಲ್ಲಿ ಬಂದ ಎಡರುಗಳು ಅನೇಕ ಎಂಬುದನ್ನು ಅನೇಕ ವಚನದಲ್ಲಿ ಸ್ಪಷ್ಟವಾಗಿ ತಿಳಿದು ಬರುತ್ತವೆ.

ವಚನ 1

ಅಯ್ಯಾ ನಾನಥವೆ, ಅಯ್ಯಯ್ಯ ಕೈಯ ಕೋಲ ಕೊಂಬರೆ?
ಅಯ್ಯಾ ಎಳೆಗರುವಿನ ಎಳೆಗಂತಿಯನೆಳೆದೊಯ್ವರೆ ಭಕ್ತರು?
ಅಯ್ಯಾ ಅಯ್ಯಾ ಎನಲೊಯ್ವರೆ,
ಬಸವಣ್ಣ ಪ್ರಿಯ ಚನ್ನಸಂಗಯ್ಯ? 788/2

ಪ್ರಸ್ತುತ ವಚನದಲ್ಲಿ ಅಕ್ಕ ನಾಗಮ್ಮ ಬಸವಣ್ಣರು ಐಕ್ಯವಾದ ಸುದ್ದಿಯನ್ನು ಕೇಳಿ ಈ ರೀತಿಯಾಗಿ ಚೆನ್ನಸಂಗಯ್ಯನಲ್ಲಿ ಮೊರೆ ಹೋಗಿರುವುದನ್ನ ನಾವು ನೋಡಬಹುದಾಗಿದೆ.

ಅಯ್ಯಾ ನಾನು ಅಥವೆ, ಅಯ್ಯಯ್ಯ ಕೈಯ ಕೋಲ ಕೊಂಬರೆ ಎಂಬಲ್ಲಿ ಅಥವೆ ಎಂದರೆ– ಅನಾಥ ಎಂದು ಅರ್ಥ. ಬಸವಣ್ಣನವರು ಅಕ್ಕ ನಾಗಮ್ಮನಿಗೆ ಕೋಲಿನಂತೆ ಆಸರೆಯಾಗಿರುತ್ತಾರೆ. ಆದರೆ ಬಸವಣ್ಣನವರು ಅಕ್ಕನನ್ನು ತೊರೆದು ಐಕ್ಯವಾಗಿ ಹೋದಾಗ, ಅವರು ತನಗೆ ಆಸರೆಯಂತಿರುವ ಬಸವಣ್ಣನವರನ್ನ ಕಳೆದುಕೊಂಡು ನಾನು ಈಗ ಅನಾಥಳಾಗಿ ಬಿಟ್ಟೆ. ತನಗಿಂತಲೂ ಚಿಕ್ಕವನಾದ ಬಸವಣ್ಣನನ್ನು ಎಳೆಗರುವಿಗೆ ಹೋಲಿಸುತ್ತಾರೆ. ಹೇ ಚನ್ನಸಂಗಯ್ಯ ಕರುವಿನಂತಿದ್ದ, ನನಗಿಂತಲೂ ಚಿಕ್ಕವನಾದ ಬಸವಣ್ಣನನ್ನು ಮೊದಲು ಕರೆದುಕೊಂಡು ಹೋದೆಯಲ್ಲ ಅಯ್ಯೋ ಅವನಿಗಿಂತ ಹಿರಿಯಳಾದ ನನ್ನನ್ನು ಮೊದಲಿಗೆ ಕರೆದುಕೊಳ್ಳಲಿಲ್ಲ. ಎನ್ನುತ್ತಾ ಸಹೋದರ ಬಸವಣ್ಣನವರ ಅಗಲಿಕೆಯಿಂದಾದ ನೋವನ್ನು ಚೆನ್ನಸಂಗಯ್ಯನಲ್ಲಿ ತೋಡಿಕೊಳ್ಳುತ್ತಾರೆ.

ವಚನ 2

ಭಕ್ತಿಯ ತವನಿಧಿಯೆ, ಮುಕ್ತಿಯ ಮೂರುತಿಯೆ
ಲಿಂಗ ಜಂಗಮದ ಚೈತನ್ಯವೆ
ನಿಮ್ಮನಗಲಿ ಎಂತು ಸೈರಿಸುವೆನು?
ಎಲೆ ಅಯ್ಯಾ ಪರಮ ಗುರುವೆ,
ಆಹಾ ಎನ್ನ ಅಂತರಂಗದ ಜ್ಯೋತಿಯೆ
ನಿಮ್ಮ ಒಕ್ಕ ಶೇಷ ಪ್ರಸಾದವಣಿಕ್ಕಿ
ಎನ್ನ ಪಾವನ ಮಾಡಿ ಉಳುಹಿದೆಯಯ್ಯಾ.
ಲಿಂಗವೇ ಎನಗಿನ್ನಾರು ಹೇಳಯ್ಯ ನೀವಲ್ಲದೆ?
ಬಸವಣ್ಣ ಪ್ರಿಯ ಚನ್ನಸಂಗಯ್ಯ,
ನೀವಗಲಿದಡೆ ಎನ್ನ ಪ್ರಾಣ ನಿಮ್ಮೊಳಗಲ್ಲದೆ ಅಗಲಬಲ್ಲುದೆ? 798.12

ಪ್ರಸ್ತುತ ವಚನದಲ್ಲಿ ಅಕ್ಕನಾಗಮ್ಮನವರು ವಚನದ ಮೊದಲನೆಯ ಭಾಗದಲ್ಲಿ ಬಸವಣ್ಣನ ಕೀರ್ತಿಯನ್ನು ಹಾಡಿ ಹೊಗಳಿದ್ದಾರೆ. ವಚನದ ಕೊನೆಗೆ 'ಲಿಂಗವೇ ಏನಾಗಿನ್ನಾದರೂ ಹೇಳಯ್ಯ ನೀವಲ್ಲದೆ' ಎಂಬಲ್ಲಿ ಬಸವಣ್ಣನವರ ಅಗಲುವಿಕೆಯಿಂದ ನೊಂದು ಹೀಗೆ ಹೇಳುತ್ತಾರೆ.

ಭಕ್ತಿಗೆ ಮೂಲವೇ ಬಸವಣ್ಣ. ಅಂದರೆ ಭಕ್ತಿಯ ಅಕ್ಷಯ ಸಂಪತ್ತು ಹಾಗೂ ಮುಕ್ತಿಯ ಮೂರ್ತಿ ಬಸವಣ್ಣನೇ ಆಗಿದ್ದಾರೆ. ಲಿಂಗ ಹಾಗೂ ಜಂಗಮದ ಚೈತನ್ಯವೇ ಬಸವಣ್ಣ. ಇಂತಹ ಬಸವಣ್ಣನನ್ನು ಅಗಲಿ ಹೇಗಿರಲಿ? ನೀವೇ ಅಂದರೆ ಬಸವಣ್ಣನವರೇ ನನಗೆ ಪರಮ ಗುರು. ನನ್ನ ಅಂತರಂಗದ ಜ್ಯೋತಿ ಎನ್ನುತ್ತಾರೆ. ನೀವು ಕೊಟ್ಟು ಉಳಿದ ಪ್ರಸಾದವನ್ನು ಹಂಚಿ ನನ್ನ ಜೀವನ ನಿರ್ಮಿಸಿದಿರಿ. ನನ್ನ ಅಂತರಾತ್ಮವೇ ನೀವಾಗಿದ್ದೀರಿ. ನೀವೇ ಲಿಂಗ. ನೀವು ಅಗಲಿ ಹೋದರೆ ನನಗಿನ್ನಾರು ಗತಿ? ನಾನು ಇನ್ನಾರಿಗೆ ಹೇಳಲಿ? ನನ್ನ ಪ್ರಾಣವೇ ನೀವು. ಪ್ರಾಣವು ಹೋದ ಮೇಲೆ ಶರೀರ ಬದುಕಿ ಉಳಿಯಲು ಸಾಧ್ಯವೇ? ಬಸವಣ್ಣ ಪ್ರಿಯ ಚೆನ್ನ ಸಂಗಯ್ಯ ನೀವೇ ಹೇಳಿ ಎಂದು ಬಸವಣ್ಣನವರಿಗಾಗಿ ಹಲಬುತ್ತಾರೆ.

ವಚನ 3

"ಮನದೊಡೆಯ ಮಹಾದೇವ ಮನವ ನೋಡಿಹೆನೆಂದು
ಮನುಜರ ಕೈಯಿಂದ ಒಂದೊಂದು ನುಡಿಸುವನು
ಇದಕ್ಕೆ ಕಳವಳಿಸದಿರು ಮನವೆ, ಕಾತರಿಸದಿರು ಮನವೆ,

ನಿಜವ ಮರೆಯದಿರು ಕಂಡಾ, ನಿಶ್ಚಿಂತನಾಗಿರು ಮನವೆ,
ಬಸವಣ್ಣಪ್ರಿಯ ಚನ್ನಸಂಗಯ್ಯನು ಬೆಟ್ಟದನಿತಪರಾಧವನು
ಒಂದು ಬೊಟ್ಟಿನಲ್ಲಿ ತೊಡೆದನು." 799/13

ಕಲ್ಯಾಣದಲ್ಲಿ ಕ್ರಾಂತಿಯಾಗಿ ಬಿಜ್ಜಳನ ಸೈನಿಕರು ಸಿಕ್ಕಸಿಕ್ಕ ಶರಣರನ್ನು ಸಿಕ್ಕಸಿಕ್ಕಲ್ಲಿ ಕೊಂದು ಹಾಕುತ್ತಿರುವಾಗ, ವಚನಗಳ ತಾಡೋಲೆಗಳನ್ನು ರಕ್ಷಿಸುವುದಕ್ಕಾಗಿ ಶರಣರು ಗುಂಪು-ಗುಂಪಾಗಿ ಎಲ್ಲೆಡೆ ಚದುರಿ ಹೋದರು. ಹೀಗೆ ಹೋದ ಶರಣರ ಗುಂಪಿನಲ್ಲಿ ಅಕ್ಕ ನಾಗಮ್ಮನ ನೇತೃತ್ವದಲ್ಲಿ ಹೊರಟ ಶರಣರ ಗುಂಪೊಂದು ಉಳುವಿಯ ಹತ್ತಿರ ಬಂದು ನೆಲೆಸಿ, ಮುಂದೆ ಹೋಗುವುದೋ? ತಾಡೋಲೆಗಳನ್ನು ರಕ್ಷಿಸಿ ಇಲ್ಲೇ ನೆಲೆಸುವುದೋ? ಎಂಬ ವಿಚಾರವನ್ನು ಚರ್ಚಿಸಿದಾಗ ಶರಣರಲ್ಲಿ ಭಿನ್ನಾಭಿಪ್ರಾಯ ಉಂಟಾದುದನ್ನು ಕಂಡು ಅಕ್ಕ ನಾಗಮ್ಮನವರು ಈ ವಚನವನ್ನು ಹೇಳಿರಬಹುದು.

ಅಕ್ಕ ನಾಗಮ್ಮನವರ ಪ್ರಕಾರ ಮನಸ್ಸಿನ ಒಡೆಯ ಮಹದೇವನೇ ಆಗಿದ್ದಾನೆ. ಮನಸ್ಸಿಗೆ ಅರಿವಿಲ್ಲದ ಯಾವ ಕೆಲಸವನ್ನೂ ವ್ಯಕ್ತಿ ಮಾಡಲಾರ. ಆದರೆ ನಮ್ಮನ್ನು ಪರೀಕ್ಷಿಸಲು ಕೆಲವೊಮ್ಮೆ ಜನರು ಅನೇಕ ಕೆಟ್ಟ ನುಡಿಗಳನ್ನು ಆಡುತ್ತಾರೆ. ಇದಕ್ಕೆ ನಮ್ಮ ಮನಸ್ಸು ಅಂಜಬಾರದು, ಚಡಪಡಿಸಬಾರದು, ಗಲಿವಿಲಿಗೊಳ್ಳಬಾರದು. ನಾವು ಸತ್ಯದ ಹಾದಿಯಲ್ಲಿ ನಡೆಯುತ್ತಿದ್ದೇವೆ ಎಂದಾದರೆ, ಆ ನಿಜವನ್ನು ನಾವು ಎಂದೂ ಮರೆಯಬಾರದು. ಯಾರೇನೇ ಅಂದರೂ ಕೂಡ ಮನಸ್ಸು ನಿಶ್ಚಿಂತವಾಗಿರಬೇಕು. ಬಸವಣ್ಣ ಪ್ರಿಯ ಚನ್ನಸಂಗಯ್ಯ ಬೆಟ್ಟದ ಹಾಗೆ ಬಂದಿರುವ ಕಷ್ಟವನ್ನೂ ಕೂಡ ಒಂದೇ ಬೆರಳಿನಲ್ಲಿ ತೊಡೆದು ಹಾಕುತ್ತಾನೆ. ಎಂಬುದು ನಾಗಮ್ಮನವರ ವಿಚಾರ.

ವಚನ 4

ಬಸವಣ್ಣ ನೀವು ಮರ್ತ್ಯಕ್ಕೆ ಬಂದು ನಿಂದಡೆ
ಭಕ್ತಿಯ ಬೆಳವಿಗೆ ದೆಸೆದೆಸೆಗೆಲ್ಲಾ ಪಸರಿಸಿತ್ತಲ್ಲ!
ಅಯ್ಯಾ ಸ್ವರ್ಗ ಮರ್ತ್ಯ ಪಾತಕದೊಳಗೆಲ್ಲಾ
ನಿಮ್ಮ ಭಕ್ತಿಯ ಬೆಳವಿಗೆಯ ಘನವನಾರು ಬಲ್ಲರು?
ಅಣ್ಣಾ, ಶಶಿಧರನಟ್ಟಿದ ಮಣಿಯ ಪೂರೈಸುತ್ತೆಂದು
ನೀವು ಲಿಂಗೈಕ್ಯವಾದಡೆ ನಿಮ್ಮೊಡನೆ ಭಕ್ತಿ ಹೋಯಿತ್ತಯ್ಯ.
ನಿಮ್ಮೊಡನೆ ಅಸಂಖ್ಯಾತ ಮಹಾಗಣಂಗಳು ಹೋದರಣ್ಣಾ.

ಮರ್ತ್ಯ ಲೋಕದ ಮಹಾಮನೆ ಶೂನ್ಯವಾಯಿತಲ್ಲ ಬಸವಣ್ಣಾ.

ಎನ್ನನೊಯ್ಯದೆ ಹೋದೆಯಲ್ಲ ಪಂಚ ಪುರುಷ ಮೂರ್ತಿ ಬಸವಣ್ಣಾ.

ಬಸವಣ್ಣ ಪ್ರಿಯ ಚನ್ನಸಂಗಯ್ಯಂಗೆ

ಪ್ರಾಣ ಲಿಂಗವಾಗಿ ಹೋದೆಯಲ್ಲಾ ಸಂಗನಬಸವಣ್ಣಾ. 795/9

ಪ್ರಸ್ತುತ ವಚನದಲ್ಲಿ ಬಸವಣ್ಣನವರು ಐಕ್ಯವಾದ ಸುದ್ದಿ ಅಕ್ಕನಾಗಮ್ಮನವರಿಗೆ ತಿಳಿದಾಗ ಅವರು ತಮ್ಮ ಅಳಲನ್ನು ಈ ರೀತಿಯಾಗಿ ತೋಡಿಕೊಂಡಿದ್ದಾರೆ.

ಬಸವಣ್ಣನವರು ಭೂಮಿಯ ಮೇಲೆ ಹುಟ್ಟಿ ಬಂದ ಮೇಲೆಯೇ, ಭಕ್ತಿಯ ಫಲ, ಬೆಳಕು ಎಲ್ಲಾ ದಿಕ್ಕುಗಳಿಗೂ ಅಂದರೆ ಅಷ್ಟ ದಿಕ್ಕುಗಳಿಗೂ ಪಸರಿಸಿತ್ತು. ಆ ನಿಮ್ಮ ಭಕ್ತಿಯ ಹಿರಿಮೆಯನ್ನು ಏನೆಂದು ವರ್ಣಿಸಲಿ ಅಣ್ಣ ಮರ್ತ್ಯಕ್ಕೆ ಬಂದು ನಿನ್ನ ಕೈಂಕರ್ಯ, ಕಾಯಕ ಮಾಡಿ ನೀವು ಲಿಂಗೈಕ್ಯವಾದೊಡೆ ಭಕ್ತಿ ಭಂಡಾರಿಯಾದ ನಿಮ್ಮೊಡನೆ ಭಕ್ತಿ ಹೋಯಿತಯ್ಯ, ನಿಮ್ಮ ದಾರಿಯಲ್ಲಿ ಮಹಾ ಗಣಂಗಳು ಹೋದರು. ಮೃತ್ಯು ಲೋಕದ ಮಹಾಮನೆ ಈಗ ಇಂತಹ ಭಕ್ತಿಯ ಪ್ರಭೆಯನ್ನು ಕಳೆದುಕೊಂಡು ಶೂನ್ಯವಾಗಿ ಕತ್ತಲೆ ಆವರಿಸಿದೆ. ಬಸವಣ್ಣ! ಹಿರಿಯಳಾದ ನನಗೆ ಬರಬೇಕಾದ ಮೃತ್ಯು ನಿನಗೆ ಬಂದು ಸಂಗಯ್ಯನಲ್ಲಿ ಪ್ರಾಣ ಲಿಂಗವಾಗಿ ಹೋದಿರಲ್ಲ ಎಂದು ಪ್ರಲಾಪಿಸುತ್ತಾರೆ.

ಈ ರೀತಿಯಾಗಿ ಅಕ್ಕ ನಾಗಮ್ಮನವರು ಸಹೋದರ ಬಸವಣ್ಣನವರನ್ನು ಕಳೆದುಕೊಂಡು ಬಹಳ ಖಿನ್ನರಾಗಿದ್ದರೂ ಕೂಡ ವಚನಗಳ ಕಟ್ಟನ್ನು ಉಳಿಸುವುದಕ್ಕೋಸ್ಕರ ಶರಣರ ಜೊತೆ ಸಾಗಿ ಹೋರಾಡಿ ವಚನಗಳನ್ನು ಉಳಿಸಿ ಕೊಟ್ಟ ಕೀರ್ತಿ ಇವರಿಗೆ ಸಲ್ಲುತ್ತದೆ.

⌘

೫. ಅಂಬಿಗರ ಚೌಡಯ್ಯ

ಡಾ. ಸಾವಿತ್ರಿ ಎಂ ಕಮಲಾಪೂರ, ಖನಗಾಂವ, ಬೆಳಗಾವಿ

12ನೇ ಶತಮಾನದ ಚಳುವಳಿಯಲ್ಲಿ ಸಾಮಾನ್ಯವಾಗಿ ಕೆಳವರ್ಗದ ವಚನಕಾರರು ಶೋಷಿತ ವರ್ಗಗಳಿಂದಲೇ ಬಂದು ಶರಣತತ್ವಕ್ಕೆ ಆಕರ್ಷಿತರಾಗಿ ಅಂದಿನ ಕಠಿಣ ವರ್ಣಾಶ್ರಮ, ಜಾತಿವ್ಯವಸ್ಥೆಯ ವಿರುದ್ಧ ಹೋರಾಟಕ್ಕೆ ನಿಂತರು, ಅಸ್ಪೃಶ್ಯರು, ತಳವಾರರು, ವಾಲಿಕಾರರು, ಊರಾಚೆಗಿನ ಕೇರಿಗಳಲ್ಲಿ ವಾಸ ಮಾಡುತ್ತಲೇ ಸಮಾಜದಿಂದ ತಿರಸ್ಕೃತರಾಗಿದ್ದರು. ಪ್ರಾಣಿ ಪಕ್ಷಿಗಳಿಗಿಂತ ಕಡೆಯಾಗಿ ಅವರನ್ನು ಕಾಣಲಾಗುತ್ತಿತ್ತು.ಹರಿದು ಹಂಚಿಹೋಗಿದ್ದ ಸಮಾಜವನ್ನು ಒಂದುಗೂಡಿಸುವದು ಅವಶ್ಯವಾಗಿತ್ತು. ಈ ವ್ಯವಸ್ಥೆಯೇ ಶರಣರ ಚಳುವಳಿಗೆ ಕಾರಣವಾಯಿತು.

ಕೆಳವರ್ಗದವರಿಗೆ ಮಾನಸಿಕ ಧೈರ್ಯ ತಂದು ಕೊಟ್ಟು ವಚನಕಾರರು ಸಮಾಜದ ತಪ್ಪುಗಳನ್ನು ತಿದ್ದುವಲ್ಲಿ ತೋರಿದ ಎದೆಗಾರಿಕೆಯನ್ನು ಅಂದಿನ ಶರಣರು ಸರಿದಾರಿಗೆ ತರುವಲ್ಲಿ ಪ್ರಯತ್ನಿಸಿದ್ದಾರೆ. ಈ ಚಳುವಳಿಯಲ್ಲಿ ಸಮಾಜದ ಎಲ್ಲಾ ಕಾಯಕ ಜೀವಿಗಳು ಭಾಗವಹಿಸಿದ್ದಾರೆ. ಅವರಲ್ಲಿ ಅಂಬಿಗರ ಚೌಡಯ್ಯನವರು ಒಬ್ಬರಾಗಿದ್ದಾರೆ. ಶೋಷಣೆಗೆ ಒಳಪಟ್ಟ ತಳಸಮುದಾಯಕ್ಕೆ ಮಾನಸಿಕ ದೈರ್ಯ ಮತ್ತು ಸ್ಥೈರ್ಯ ತಂದು ಕೊಟ್ಟ ವಚನಕಾರರಲ್ಲಿ ಅಂಬಿಗರ ಚೌಡಯ್ಯ ನವರು ಪ್ರಮುಖ ವಚನಕಾರರು.

ಅಂಬಿಗರ ಚೌಡಯ್ಯನವರು ಜನಿಸಿದ ಗ್ರಾಮ ಚೌಡದಾನಪುರ.

ಹೆಂಡತಿ –ಕರಿಯವ್ವ ಮಗ–ಪುರವಂತ

ಚೌಡದಾನಪುರ ಗ್ರಾಮದಲ್ಲಿ ಕಂಡು ಬರುವ ಶಾಸನಗಳಲ್ಲಿ ಮಣಂಬೆ ನಾಯಕನ ಹೆಸರಿದ್ದು ಆತನೇ ಅಂಬಿಗರ ಚೌಡಯ್ಯ ಎಂದು ಹೇಳುವರು.

ಚೌಡದಾನಪುರದ ನದಿಯ ದಡದಲ್ಲಯೇ ಆತನ ಸಮಾಧಿಯಿದೆ.

ಹನ್ನೆರಡನೆಯ ಶತಮಾನದ ಎಲ್ಲಾ ವಚನಕಾರರು ಸಾಮಾನ್ಯವಾಗಿ ದೇವರು, ಧರ್ಮ, ಭಕ್ತರು, ಲಿಂಗ ಜಂಗಮ, ಕಾಯಕ ದಾಸೋಹ ಅಲ್ಲದೇ ಸಾಮಾಜಿಕ ವಿಷಮತೆ, ಮಾನವ ಸಮಾನತೆಯನ್ನು ಪ್ರಮುಖವಾಗಿ ಕಾಣುತ್ತವದಲ್ಲದೆ ಬಂಡಾಯ ಪ್ರತಿಜ್ಞೆ ಬಿಸಿ ಹೆಚ್ಚಾಗಿದೆ. ಅವರ ನಡುವೆ ಇದ್ದ. ಚೌಡಯ್ಯ ತನ್ನ ಹೆಸರನ್ನು ಮತ್ತು ಜಾತಿಯನ್ನು ತನ್ನ ಅಂಕಿತವಾಗಿರಿಸಿಕೊಂಡು ಸ್ವಾಭಿಮಾನದಿಂದ ಮೆರೆದಿದ್ದಾನೆ. ಉದಾಹರಣೆಗಾಗಿ ಬಸವಣ್ಣನವರು "ಕೂಡಲಸಂಗಮದೇವ" ಪ್ರಭುದೇವರು "ಗುಹೇಶ್ವರ" ಚೆನ್ನಬಸವಣ್ಣನವರು "ಕೂಡಲಚೆನ್ನಸಂಗಮದೇವ" ಸಿದ್ಧರಾಮನ "ಕಪಿಲಸಿದ್ಧಮಲ್ಲಿಕಾರ್ಜುನ" ಇಂತಹ ಹಲವಾರು ವಚನಾಂಕಿತಗಳನ್ನು ಇಟ್ಟುಕೊಂಡದ್ದು ಕಂಡುಬರುತ್ತದೆ. ಆದರೆ ಚೌಡಯ್ಯನವರ ಅಂಕಿತ ಹಾಗಲ್ಲ. "ನನ್ನಂತೆ ನಾನಾಗುವೆ ಸಾಧನೆಯ ಪ್ರತೀಕದಂತೆ ಕಾಣುತ್ತದೆ. ನಿನ್ನ ಅರಿವಿನ ಕುರುಹಾಗಿರುವ ಇಷ್ಟಲಿಂಗವನ್ನು ಅನು ಸಂಧಾನಗೈದು, ನಿನ್ನ ಸ್ವರೂಪವನ್ನು ಕಂಡುಕೊಂಡು ನಿನ್ನಂತೆ ನೀನಾಗು" ಎಂದು ಅರುಹುತ್ತದೆ. ಇಂತಹ ಜ್ಞಾನದ ಸಂಕೇತವಾಗಿ ಕಾಣುತ್ತದೆ. ಅಂಬಿಗರ ಚೌಡಯ್ಯನ ಅಂಕಿತನಾಮ.

ತನ್ನನ್ನು ತಾನು ತಿಳಿದುಕೊಳ್ಳುವ ಮೂಲಕ ಬೇರೆಯವರನ್ನು ತಿಳಿಯಬೇಕು. ಅನ್ಯರನ್ನು ಪ್ರೀತಿ ಗೌರವದಿಂದ ಕಾಣಬೇಕು. ಅನ್ಯರ ಬದುಕಿಗೂ ಆಸರೆಯಾಗಿ ನಿಂತುಕೊಳ್ಳಬೇಕು ಎನ್ನುವ ಉದಾತ್ತ ವಿಚಾರಗಳು ಅವನಲ್ಲಿವೆ.

ಬಸವಣ್ಣನವರು ಕೂಡಲಸಂಗಮದಿಂದ ಮಂಗಳವೇಡೆಗೆ ಹೋಗುವಾಗ ಅವರೊಂದಿಗೆ ಅಂಬಿಗರ ಚೌಡಯ್ಯನು ಬಸವಣ್ಣನವರ ಪ್ರಭಾವಕ್ಕೆ ಒಳಗಾಗಿ ಕಲ್ಯಾಣಕ್ಕೆ ಬಂದು ಶಿವಶರಣನಾಗಿ ವಚನಗಳನ್ನು ಬರೆದಿದ್ದಾನೆ. ಕಲ್ಯಾಣದ ಹತ್ತಿರದಲ್ಲಿ ಅಂಬಿಗರ ಚೌಡಯ್ಯನು ತಪಸ್ಸು ಗೈದ ಗವಿಮಠವಿದ್ದು, ಆ ತ್ರಿಪುರಾಂತಕ ಕೆರೆಯ ಗ್ರಾಮವೇ ಅಂಬಿಗರ ಚೌಡಯ್ಯನ ಕಾಯಕಕ್ಕೆ ಆಧಾರ ತಾಣವಾಗಿದೆ. ಅಂಬಿಗರ ಚೌಡಯ್ಯನು ಬಸವಣ್ಣನವರ ಕರೆಯ ಮೇರೆಗೆ ತಾನು ಹುಟ್ಟಿದ ನೆಲೆಯನ್ನು ಬಿಟ್ಟು; ಬಸವಾದಿ ಶಿವಶರಣರೊಂದಿಗೆ ಕಲ್ಯಾಣದಲ್ಲಿ ಬಂದು ನೆಲೆಸಿದ್ದಾನೆ. ಕಲ್ಯಾಣದಲ್ಲಿ ವೃತ್ತಿಪರರಾದ ಕಾಯಕ ಜೀವಿಗಳೊಂದಿಗೆ ಬಸವಣ್ಣ ಅಲ್ಲಮ ಪ್ರಭು ಸಾರಥ್ಯದಲ್ಲಿ ಅವರೊಡನೆ ಅನುಭವ ಮಂಟಪದಲ್ಲಿ ತನ್ನ ವಿಚಾರಗಳನ್ನು ಹಂಚಿಕೊಂಡ ಕಾರಣದಿಂದಲೇ ಗುಮ್ಮಳಾಪುರದ ಸಿದ್ಧಲಿಂಗನು ತನ್ನ ಸೂನ್ಯ ಸಂಪಾದನೆಯಲ್ಲಿ ಚೌಡಯ್ಯನಿಗೆ ಸ್ಥಾನವನ್ನು ನೀಡಿದ್ದಾನೆ. ಬಸವಾದಿ ಶಿವಶರಣರ ಗಾಢವಾದ ಪ್ರಭಾವವು ಚೌಡಯ್ಯನ ಮೇಲೆ ಆಗಿದೆ. ತರುಣನೂ ಸಾಮಾಜಿಕ ಬದಲಾವಣೆಗೆ

ತಹತಹಿಸುವವನೂ ಆದ ಚೌಡಯ್ಯನು ಆ ಸಮಾಜ ಚಿಂತಕರ ಚಳುವಳಿಗಾರರ ಜತೆ ಸೇರಿ ಸಮಾಜ ಪರಿವರ್ತನೆಯ ಜಂಗಮ ದಾಸೋಹಗಳಲ್ಲಿಯೂ ಕೆಲಕಾಲ ತನ್ನ ಜೀವನ ಸವೆಸಿದ್ದಾನೆ.

ಬಸವಣ್ಣನವರ ಕಾಲಮಾನ ಕ್ರಿ.ಶ.1160. ಅದೇ ಚೌಡಯ್ಯನವರು ಬದುಕಿದ ಕಾಲವೆಂದು ಗುರುತಿಸುತ್ತಾರೆ.

ಶರೀಫ್ ಸಾಹೇಬರು ರಚಿಸಿದ ಶಿವದೇವ ವಿಜಯ ಗ್ರಂಥದಲ್ಲಿ ಚೌಡಯ್ಯನವರು ಕುರುವತ್ತಿಯಲ್ಲಿ ಜನಿಸಿದನೆಂದು ಹೇಳಲಾಗಿದೆ.

ಅಂಬಿಗರ ಚೌಡಯ್ಯನವರನ್ನು ಕುರಿತು ಆಳವಾಗಿ ಅಧ್ಯಯನ ಕೈಗೊಂಡು ಕ್ಷೇತ್ರಕಾರ್ಯ ಮಾಡಿದ ಡಾ. ಎಂ.ಎಂ ಕಲ್ಬುರ್ಗಿ, ಡಾ. ಬಸವರಾಜ ಸಿದ್ಧಾಶ್ರಮರವರು ಚೌಡಯ್ಯ, ಚೌಡದಾನಪುರ(ಶಿವಪುರ)ದಲ್ಲಿ ಜನಿಸಿದವರೆಂದು ಹೇಳಿದ್ದಾರೆ. ಪ್ರೊ ಎಸ್ ಎಸ್ ಭೂಸರೆಡ್ಡಿ, ಪ್ರೊ ಎಸ್.ಎಸ್.ಒಡೆಯರ, ಡಾ ಎಸ್ ವಿದ್ಯಾ ಶಂಕರ, ದಬಾಲೆ, ವಿ.ಎಸ್.ಶ್ರೇಷ್ಠಿ ಮುಂತಾದವರೆಲ್ಲ ಅಂಬಿಗರ ಚೌಡಯ್ಯನವರು ಹಿರೇಕುರುತ್ತಿಯಲ್ಲಿಯೇ ಜನಿಸಿದ್ದಾನೆಂದು ಒಮ್ಮತಕ್ಕೆ ಬಂದಿರುತ್ತಾರೆ. ಇಲ್ಲೇ ಸಮೀಪ ತುಂಗಭದ್ರಾ ನದಿ ದಡದಲ್ಲಿಯೇ ಅಂಬಿಗರ ಚೌಡಯ್ಯ ದೋಣಿ ಹರಿಗೋಲು ನಡೆಸುತ್ತಿದ್ದನ್ನು ಅದೇ ಗ್ರಾಮದ ಮಠದಲ್ಲಿ ಆತನ ವಿದ್ಯಾಭ್ಯಾಸ ನಡೆದದ್ದು ಎಂದು ದಾಖಲಿಸುತ್ತಾರೆ.

ಒಂದು ಸಲ ಮಳೆಗಾಲದಲ್ಲಿ ಜನರನ್ನು ತನ್ನ ಹರಿಗೋಲಲ್ಲಿ ದಾಟಿಸುವಾಗ ಮಳೆಗಾಳಿಯಿಂದ ದೋಣಿ ಬಿರುಗಾಳಿಗೆ ಸಿಕ್ಕು ಅಪಾಯ ಉಂಟಾದಾಗ ಚೌಡಯ್ಯನ ಭಕ್ತಿಯಿಂದ ದೋಣಿಯಲ್ಲಿ ಎಲ್ಲರೂ ಪಾರಾದರು. ಆ ದೋಣಿಯಲ್ಲಿ ಗುತ್ತಲ ರಾಜನ ಮಗನಿದ್ದನು. ಇದರಿಂದ ರಾಜ ತನ್ನ ಮಗನ ಪ್ರಾಣ ಕಾಪಾಡಿದ ಕಾರಣ ಶಿವಪೂರದ ಹೊಲವನ್ನು ದಾನ ಮಾಡಿದನೆಂದು ಪ್ರತೀತಿ. ಚೌಡಯ್ಯನವರ ಒಂದು ವಚನ ವಿಶ್ಲೇಷಣೆಯನ್ನು ಈ ರೀತಿಯಾಗಿ ಹೇಳಬಹುದು.

ಅಂಬಿಗನು ಜಗದೊಳಗೆ ಇಂಬಿಲೋಲಾಡುವನು
ತುಂಬಿದ ಸಾಗರದೊಳಗೆ ನೋಡಯ್ಯ!
ನಿಂದ ದೋಣಿಯನೇರಿ ದಂದಿನ
ಹುಟ್ಟ ಕಡಿವಂದವನರಿದಾತ ತೊಳಸುತ್ತಿದ್ದನು
ಚೆಂದಗೆಟ್ಟವರೆಲ್ಲ ಬಂದೇರಿ ದೋಣಿಯನು
ಶಿವನ ಠಾವಿಗೊಯಿದಿಳುಹುವೆನೆಂದನಂಬಿಗರ ಚೌಡಯ್ಯ

ಜಿಡ್ಡುಗಟ್ಟಿದ ಸಾಮಾಜಿಕ ವ್ಯವಸ್ಥೆಯಲ್ಲಿದ್ದುಕೊಂಡೆ ಅದರ ಎಲ್ಲಾ ದೋಷಗಳನ್ನು ಎತ್ತಿ ಹೇಳಿ ವಿಡಂಬಿಸಿದವರು ಅಂಬಿಗರ ಚೌಡಯ್ಯನವರು. ನೇರವಾಗಿ ಇದ್ದದ್ದನ್ನು ಇದ್ದಂತೆ ಹೇಳುವ ಗುಣ ಹೊಂದಿರುವ ಅಪರೂಪದ ಶರಣ.

ಅಂಬಿಗ ಎಂಬುದು ಅದೊಂದು ಸಾಮಾನ್ಯ ಕೀಳು ಕುಲವಲ್ಲ, ನಂಬಿದವರನ್ನು ಭವಸಾಗರದಿಂದ ದಾಟಿಸಬಲ್ಲ ಪರಿಹಾರಕ ಶಕ್ತಿಯದು.

ಅಂಬಿಗನಿಗೂ ಜಲಕ್ಕೂ ಅನ್ಯೋನ್ಯ ಸಂಬಂಧ. ಅವನು ದಿನನಿತ್ಯ ಈ ದಡದಿಂದ ಆ ದಡಕ್ಕೆ ಜನರನ್ನು ಸೇರಿಸಬೇಕೆಂದು ಹಂಬಲಿಸಿ ಬಂದು ನೆರೆದವರನ್ನೆಲ್ಲ ದೋಣಿ ಹತ್ತಿಸಿಕೊಂಡು ಹುಟ್ಟು ಹಾಕುತ್ತಾ ಹೋಗುತ್ತಾನೆ. ಆವರೆಲ್ಲರನ್ನು ನದಿಯ ಆಚೆ ದಾಟಿಸಿ ಬಿಡುತ್ತಾನೆ. ಈ ಕ್ರಿಯೆ ಭೌತಿಕ ವಲಯದಲ್ಲಿ ನಡೆಯುವುದಾಯಿತು. ಇದನ್ನೇ ಆಧ್ಯಾತ್ಮಿಕ ಸಾಧನೆ ಎಂದು ನಿಜಶರಣ ಅಂಬಿಗರ ಚೌಡಯ್ಯನವರು ಹೇಳುವರು.

ನಮ್ಮ ನಿಜಶರಣ ಅಂಬಿಗರ ಚೌಡಯ್ಯ ಕಾಯಕನಿಷ್ಠನಾದ ಶರಣ ಚೌಡಯ್ಯ ಭೌತಿಕವಾಗಿ ದಿನನಿತ್ಯ ನೂರಾರು ಜನರನ್ನು ತುಂಬಿ ಬಂದ ಪ್ರವಾಹದಿಂದ ದೋಣಿಯೇರಿಸಿಕೊಂಡು ನದಿಯ ಒಂದು ದಡದಿಂದ ಇನ್ನೊಂದು ದಡಕ್ಕೆ ಸಾಗಿಸುತ್ತಿದ್ದ. ಈ ಕಾಯಕ ಕೇವಲ ಉಪಜೀವನಕ್ಕಲ್ಲ, ಆಧ್ಯಾತ್ಮಿಕ ಸಾಧನೆಗೂ ಸಾಧಕವಾಗಿತ್ತು.

'ಅಂದಗೆಟ್ಟವರೆಲ್ಲ ಬಂದೇರಿ ದೋಣಿಯುನ್ನು' ಎಂಬ ಮಾತು ಧ್ವನಿಪೂರ್ಣವಾಗಿದೆ. ಅಂದಿನ ವರ್ಣಾಶ್ರಮ ವ್ಯವಸ್ಥೆಯಲ್ಲಿ ಮೇಲು ಕುಲದ ಜನತೆ ಸಕಲ ಸೌಲಭ್ಯಗಳಿಂದ ಮೇಲಂತಸ್ತಿನ ಉಪ್ಪರಿಗೆಯಲ್ಲಿ ಸುಖದ ಸುಪ್ಪತ್ತಿಗೆಯಲ್ಲಿ ತಮ್ಮ ಬದುಕನ್ನು ಅನುಭವಿಸುತ್ತಿದ್ದರು. ಕೆಳ ವರ್ಗದ ಶೋಷಿತರು ಮೇಲಿನವರ ಸೇವೆಗಾಗಿಯೇ ಬದುಕುವಂತಿತ್ತು, ಅವರ ಬದುಕು ಪ್ರಾಣಿಗಳಿಗಿಂತಲೂ ಕಷ್ಟಕರವಾಗಿತ್ತು. ಇದನ್ನು ಕಣ್ಣಾರೆ ಕಂಡ ಚೌಡಯ್ಯ ನಿಮ್ಮನ್ನೆಲ್ಲ ಆಧ್ಯಾತ್ಮಿಕ ದೋಣಿಯೇರಿಸಿಕೊಂಡು ಶಿವನ ಪೂಜೆಗೆ ಕರೆದೊಯ್ಯುತ್ತೇನೆ ಬನ್ನಿರಿ ಎಂದು ಆಶ್ವಾಸನೆ ನೀಡುತ್ತಾನೆ.

ಚೌಡಯ್ಯ ತನ್ನ ವೃತ್ತಿಯಾದ ಅಂಬಿಗ ತನ್ನ ತನವನ್ನೇ ಅಧ್ಯಾತ್ಮಿಕ ಅರ್ಥವಲಯಕ್ಕೆ ಹೋಲಿಸಿ ತಾನುವೆಂಬುವುದು ಹರಿಗೋಲು, ವರ್ತನ ಎಂಬ ಹುಟ್ಟು ಹಿಡಿದು ಮಾಟ ಕೂಟವೆಂಬ ಹೊಳೆಯಲ್ಲಿ ಕೂತ ದಾತುತೈದಾರು ಹುಟ್ಟು ಸಾವುಗಳೆಂಬ ಭವಬಂಧನದಿಂದ ಪಾರು ಮಾಡುವ ಅಂಬಿಗನು. ಆ ಪರಮಾತ್ಮ ಅವನನ್ನು ನಂಬಿ ನಡೆದರೆ ಒಂದೇ ಹುಟ್ಟಲಿ ಕಡೆಯ ಹಾಯಿಸುವ ಈ ಬಂಧನದಿಂದ

ಪಾರಾಗಲು ಶರೀರವು ಒಂದು ಮಾಧ್ಯಮ. ಅದನ್ನೇ ಹರಿಗೋಲು ಎಂದು ಪರಿಭಾವಿಸುವನು. ಇಲ್ಲಿ ಸದಾಚಾರವೇ ಹುಟ್ಟು ಅರಿವು ಕ್ರಿಯೆಗಳೇ ಹೊಳೆ, ಇದರ ನೆರವಿನಿಂದ ಲೋಕದ ಜನ ಈ ಭವ ಸಮುದ್ರವನ್ನು ದಾಟುತ್ತಿದ್ದಾರೆ. ಈ ಜಗತ್ತು ತುಂಬಿದ ಸಾಗರ. ಭವ ಸಾಗರವನ್ನು ದಾಟಿಸುವ ಅಂಬಿಗ ಹರಿಗೋಲನ್ನು ಏರಿ ಹುಟ್ಟನ್ನು ಹಿಡಿದಿರುವನು.

ಚೌಡಯ್ಯನ ಕಾಲದ ಪರಿಸರದಲ್ಲಿ ಈ ಜಾತಿಪದ್ಧತಿ ಸಮಾಜದಲ್ಲಿ ಜೀವಂತವಾಗಿದ್ದಿತು. ಚೌಡಯ್ಯ ಹೀಗೆ ಹೇಳಬೇಕಾದರೆ ಅಪಮಾನದ ಕಹಿ ಉಂಡಿರಲೇಬೇಕು. ಜೀವನದಲ್ಲಿ ನೊಂದು ಬೆಂದಿರಲೇಬೇಕು

ಶರಣ ಚೌಡಯ್ಯನಿಗೂ ಈ ವ್ಯವಸ್ಥೆಯ ಜಾತಿ ಬಿಸಿ ತಾಗದೇ ಹೋಗಿರಲಿಕ್ಕಿಲ್ಲ. ಸಮಾಜದಲ್ಲಿ ಬದುಕುವ ವ್ಯಕ್ತಿ ನಡೆ –ನುಡಿಯಲ್ಲಿ ಹೊಂದಬೇಕಾಗಿರುವ ಸತ್ಯವನ್ನು ಅಂತರಂಗದ ಪರಿಶುದ್ಧತೆಯನ್ನು ವಚನಕಾರರು ಮತ್ತೆ ಮತ್ತೆ ಬಲವಾಗಿ ಪ್ರತಿಪಾದಿಸಿದ್ದಾರೆ.

ಚೌಡಯ್ಯ, ಮನುಷ್ಯ ತಾನು ಗಳಿಸಿದ ಸಂಪತ್ತಿನಲ್ಲಿ ನೆರೆ ಹೊರೆಯವರೂ ಸುಖದಿಂದ ಬದುಕಲೆಂಬ ಭಾವದಿಂದ ಉಪಯೋಗಿಸಬೇಕು. ಇದುವೆ ಜಂಗಮ ದಾಸೋಹವಾಗಿದೆ. ಭಕ್ತಿ ಸಂಪನ್ನರಾಗಿ ಅಷ್ಟಾವರಣ ನಿಷ್ಠನಾಗಿ ಬದುಕುವ ಬದುಕು ಸರ್ವಾಂಗ ಸುಂದರವಾದ ಶಿವನ ಪಾದವನ್ನು ಹೊಂದಿ ಶಿವ ರೂಪನೇ ಆಗುತ್ತಾನೆ.

ಇಷ್ಟಲಿಂಗಾರ್ಚನೆ ಮತ್ತು ಲಿಂಗಾಂಗ ಸಾಮರಸ್ಯ ಸಿದ್ಧಿಯೇ ಪರಮಶ್ರೇಷ್ಠವಾದವುಗಳೆಂದು ಅರಹುತ್ತಾನೆ, ದೇವರನ್ನು ಕಾಣಲು ನೀರಲ್ಲಿ, ಕಾಡಲ್ಲಿ, ಗುಡಿಗುಂಡಾರಗಳಿಗೆ ಹೋಗಬೇಕಾಗಿಲ್ಲ. ಅವ ತನುವಿನೊಳಗೆ ಹುದಗಿದ್ದ ಲಿಂಗದಲ್ಲಿಯೇ ದೇವರಿದ್ದಾನೆ. ನಿಜವಾದ ಸಾತ್ವಿಕತೆ – ಸೌಂದರ್ಯವು ಹುಟ್ಟಿನಿಂದ ಬರುವುದಿಲ್ಲ ಅದು ಸಾಧನೆಯ ಸಿದ್ದಿಯಿಂದ ಬರುತ್ತದೆಂದು ಎಚ್ಚರಿಸುತ್ತಾನೆ. ತಾಯಿಯ ಅಂಡಾಣು ತಂದೆಯ ವೀರ್ಯಾಣುಗಳ ಬಿಂಧುವಿನಿಂದ ಪಿಂಡವು ರೂಪಿತವಾಗುತ್ತದೆಂಬುದು ವೈಜ್ಞಾನಿಕ ಸತ್ಯ, ಕೀಳು ಕುಲದವರ ಪಿಂಡ ಗರ್ಭದಿಂದ ಹುಟ್ಟಿನಲ್ಲಿ ಆತನಿಗೆ ಕೀಳು ಜಾತಿಯ ಗುರುತೇ ಶಾಶ್ವತವಾಗುತ್ತದೆ. ಮೇಲು ಜಾತಿಯಲ್ಲಿ ಹುಟ್ಟಿದವರೆಲ್ಲರಿಗೆ ಮೇಲು ಕುಲವೇ ನಿಶ್ಚಿತವಾಗುತ್ತದೆ. ಮೇಲು ಜಾತಿಯವರಲ್ಲ ಅಂದವಂತರಾಗಿದ್ದು, ಕೀಳರೆಲ್ಲರು ಅಂದಗೇಡಿಗಳಾಗಿದ್ದರು. ಈ ಜನರನ್ನೆಲ್ಲ ಕುರಿತು "ಅಂದಗೆಟ್ಟವರೆಲ್ಲಾ ಬಂದೇರಿ ಹರಿಗೋಲು" ಎಂದು ಕರೆಯುತ್ತಾನೆ. ಅವರನ್ನೆಲ್ಲ ತನ್ನಂತೆ ನಿಜಶರಣರಾಗಲು ಕರೆಕೊಡುತ್ತಾನೆ. ಮತ್ತು ಹರಿಗೋಲು ಮುಂದೆ ಸಾಗಿ

ಹೋಗಲು ಹುಟ್ಟು ಸಹಾಯಕವಾಗುವಂತೆ ಜಾತಿ ಭ್ರಮೆಯೆಂಬ ಸಮುದ್ರ ದಾಟಬೇಕೆಂಬ ಭರವಸೆ ನೀಡುತ್ತಾನೆ. ಇನ್ನೊಂದು ಅರ್ಥದಲ್ಲಿ ಈ ಜನ್ಮದಲ್ಲಿ ಮೋಕ್ಷ ಸಾಧನೆಗೆ ಹುಟ್ಟು ಮಹತ್ವದ್ದಾಗಿದ್ದು, ದೈವಿ ಸಾಧನೆ ಮೂಲಕ ಮೋಕ್ಷ ಸಾಧಿಸಬಹುದೆಂದು ಘೋಷಿಸುತ್ತಾನೆ.

ಒಟ್ಟಿನಲ್ಲಿ ನಿಜಶರಣ ಅಂಬಿಗರ ಚೌಡಯ್ಯನವರು ನೇರ ನಿಷ್ಕಲ್ಮಷದ ನಿಷ್ಠುರ ನುಡಿಗಳನ್ನಾಡಿದ್ದಾರೆ.

ನಿಜಶರಣ ಎಂದು ಹೆಸರುವಾಸಿಯಾದ ಚೌಡಯ್ಯನವರು ನೊಂದು ಬೆಂದು ಬರೆದ ವಚನಗಳು ಅವತ್ತಿನ ಕಾಲದ ವಚನಕಾರರ ನೋವಿನ ಧ್ವನಿಗಳಾಗಿವೆ ಎಂದರೆ ತಪ್ಪಾಗಲಾರದು.

⌘

6. ನುಲಿಯ ಚಂದಯ್ಯ

ಪ್ರೊ. ಶಕುಂತಲಾ ಚನ್ನಪ್ಪ ಸಿಂಧೂರ, ಗದಗ

ಹನ್ನೆರಡನೆಯ ಶತಮಾನ ಆಧ್ಯಾತ್ಮಪ್ರಿಯ ಶ್ರೇಷ್ಠ ಶರಣರ ಭಕ್ತಿಪ್ರವಾಹದ ಯುಗ. ಶಿವಶರಣರು ಸರ್ವರಂತೆ ಮಾನವರಾಗಿ ಜನಸಿದ್ದರೂ ಮಾನವರಂತೆ ಇರದೆ ದೇವರಿಗಿಂತ ಒಂದು ಹೆಜ್ಜೆ ಮುಂದೆ ಎಂಬಂತೆ ನಡೆದು ನುಡಿದು ಬದುಕಿ ಲಕ್ಷ ಲಕ್ಷ ಆತ್ಮಗಳನ್ನುದ್ಧರಿಸಿ ದಿವ್ಯಾತ್ಮರಾಗಿ ಈ ಲೋಕದಿಂದ ಮರೆಯಾಗಿದ್ದರೂ ಕೂಡ ವಿಶ್ವದ ಮನುಜರ ಮನದಾಳದಲ್ಲಿ ಆಚಂದ್ರಾರ್ಕವಾಗಿ ಪ್ರಾತಃಸ್ಮರಣೀಯರೆನಿಸಿರುವುದು ರೋಮಾಂಚನಕಾರಿ ಸಂಗತಿ. ಶರಣರ ಆಗಮನವು ಈ ಲೋಕದಲ್ಲಿ ಹಿಂದೆಂದಿಗಿಂತಲೂ ಬಹು ವಿಸ್ಮಯವನ್ನು ತಂದಿತು! ಹಿಂದಿನ ಕಾಲದಲ್ಲಿಯೂ ಶರಣರಂತೆ ಇದ್ದರೆ? ಮುಂದೆಯೂ ಶರಣರಂತೆ ಇರುತ್ತಾರೆಯೋ? ಎಂಬ ವಿಚಾರವು ಮತಿವಂತರಲ್ಲಿ ಮೂಡಿತ್ತು. ಈಗಲೂ ಕೂಡಾ ಸಾಕಷ್ಟು ವಿಚಾರವಂತರೂ ಶರಣರ ಕುರಿತು ಸಂದೇಹದಲ್ಲಿದ್ದಾರೆ. ಶರಣರನ್ನು ಅರ್ಥಮಾಡಿಕೊಳ್ಳುವದೂ ಅಪ್ರತಿಮ ಮೇಧಾಶಕ್ತಿ ಇದ್ದವರಿಗೂ ಕರಕಷ್ಟ. ಶರಣರ ನಿಲುವು ಶರಣರ ನಿಷ್ಠೆ ಛಲಬಲ, ದಿವ್ಯಜ್ಞಾನವು ಈ ಲೋಕದ ಬುದ್ಧಿವಂತ ಜ್ಞಾನವಂತರನ್ನು ಕೂಡಾ ಉಸಿರುಗಟ್ಟಿಸಿರುವುದು ಸಹಜಾನುಭವ. ಶರಣರ ಕುರಿತು ವಿಚಾರಿಸಿ ಉಸಿರು ಬಿಡುತ್ತಾರೆ. ಇಷ್ಟೆಲ್ಲಾ ಕಷ್ಟಪಟ್ಟರೂ 'ಶರಣರು' ತಿಳಿಯರು. ಕನಿಷ್ಠ ಉತ್ತಮ ಜ್ಞಾನಿಗಳಿಗೂ ಶರಣರು ನಿಂದ ನಿಲುವನ್ನು ಮುಟ್ಟಿದ ಮಟ್ಟವನ್ನು ನಿರ್ಧರಿಸಲಾಗದೇ ತತ್ತರಿಸಿದ್ದಾರೆ. ಮಹಾಮೇಧಾವಿಗಳು, ದ್ವೈತ-ವಿಶಿಷ್ಟಾ, ದ್ವೈತ-ಅದ್ವೈತ ಶಕ್ತಿ ವಿಶಿಷ್ಟಾದ್ವೈತ-ಬೌದ್ಧ-ಜೈನ-ಶೈವ-ಶಾಕ್ತ ಇತ್ಯಾದಿ ಹಲವು ಸಿದ್ಧಾಂತಗಳನ್ನು ಓದಿ ಕರಗತ ಮಾಡಿಕೊಂಡು ಸಾಧನೆಯಲ್ಲಿ ಒಂದು ಮಟ್ಟದವರೆಗೆ ಸಾಧಿಸಿದವರು ಕೂಡಾ ಶರಣರ ನಿಲುವು ನಿರ್ಧರಿಸಲಾಗದೆ ಸೋತಿದ್ದಾರೆ. ಇನ್ನು ಸಾಮಾನ್ಯ ವಿದ್ಯಾವಂತರು ಸಾಮಾನ್ಯರ ಗತಿಯೇನು? ಶರಣರು ದಿವ್ಯಾತ್ಮರಾಗಿದ್ದಾರೆ. ಸಾಮಾನ್ಯ

ಜನರವರೆಗೆ ಬಂದು ಆ ಜನರ ಕಷ್ಟ ನೋವುಗಳಿಗೆ ಸ್ಪಂದಿಸಿ ಪರಿಹರಿಸಿ ಪಾವನಗೊಳಿಸಿ ಸಾಮಾನ್ಯರನ್ನು ಉದ್ಧರಿಸಿದ ಕೀರ್ತಿ ಶರಣರಿಗೆ ಸಲ್ಲುತ್ತದೆ.

ನವನೂತನ ಸಮಾಜ ಹುಟ್ಟು ಹಾಕುವ ನಿಮಿತ್ತ ಸ್ಥಾಪಿಸಿದ ಅನುಭವ ಮಂಟಪ ಸಂಸ್ಥೆಯ ಶರಣ–ಶರಣೆಯರಲ್ಲಿ 'ನುಲಿಯ ಚಂದಯ್ಯ' ನವರು ಪ್ರಮುಖರು. ಮೆದೆಹುಲ್ಲನ್ನು ತಂದು ಹಗ್ಗ ಹೊಸೆದು ಮಾರಿ ಬಂದ ಹಣದಿಂದ ದಾಸೋಹ ಕಾಯಕ ಸವಿಸುತ್ತ ಜೀವಿಸುತ್ತಿದ್ದರು. ಇವರು ವಿಜಾಪೂರ ಪಟ್ಟಣದಿಂದ ಪೂರ್ವಕ್ಕೆ 18 ಮೈಲುಗಳ ಮೇಲಿರುವ ಶಿವಣಿಗಿ ಗ್ರಾಮದವರೆಂಬ ಐತಿಹ್ಯವಿದೆಯೆಂದು ಫ.ಗು.ಹಳಕಟ್ಟಿಯವರು ಅಭಿಪ್ರಾಯ ಪಟ್ಟಿರುವರು. ನುಲೇನೂರಿನಲ್ಲಿ ಪದ್ಮಾವತಿ ಎಂಬುವಳು ಚಂದಯ್ಯನಿಗೆ ಒಂದು ಕೆರೆಯನ್ನು ಕಟ್ಟಿಸಿಕೊಟ್ಟಿದ್ದು ಅದರ ಏರಿಯ ಮೇಲಿನ ಚಿಕ್ಕಮಠದಲ್ಲಿ ಶಿವಾನುಭವ ಗೋಷ್ಠಿಗಳನ್ನು ನಡೆಸುತ್ತಲಿದ್ದು ಅಲ್ಲಿಯೇ ಬಯಲಾದರೆಂಬ ಮತ್ತೊಂದು ಅಭಿಪ್ರಾಯವೂ ಇದೆ. ಚಿಕ್ಕ ಮಠದಲ್ಲಿ ಇಂದಿಗೂ ಚಂದಯ್ಯನವರ ಸಮಾಧಿ ಇದೆಯೆಂದು ಹೇಳುವರು. ಚಂದಯ್ಯನವರು ಲಿಂಗೈಕ್ಯರಾದ ನಂತರ ಪದ್ಮಾವತಿಯೆಂಬ ಈ ಊರು ನುಲಿಯಯ್ಯನೂರು ಎಂದಾಗಿ ಈಗ ನುಲೇನೂರು ಎಂದಾಗಿದೆಯೆಂದು ಶ್ರೀ ಚನ್ನಪ್ಪ ಎರೆಸೀಮೆಯವರು ಅಭಿಪ್ರಾಯಪಟ್ಟಿದ್ದಾರೆ.

ವೀರಶೈವ ಪುರಾಣಗಳಲ್ಲಿ ಚಂದಯ್ಯನವರ ಬದುಕಿನ ಕುರಿತು ಮಾಹಿತಿ ಲಭಿಸಿರುತ್ತದೆ. ಕಲ್ಯಾಣ ಪಟ್ಟಣದಲ್ಲಿ ಚಂದಯ್ಯನು ಹಗ್ಗ ಹೊಸೆದು ದಾಸೋಹಕಾರ್ಯ ಮಾಡುತ್ತಿದ್ದಾಗ ಒಂದು ದಿನ ಅವನ ಇಷ್ಟಲಿಂಗವು ಸೆಜ್ಜೆಯಿಂದ ಹುಲ್ಲಿನ ಮೆದೆಗೆ ಬಿದ್ದು ಹೋಯಿತು. ನುಲಿಯ ಚಂದಯ್ಯ ಅದನ್ನು ಎತ್ತಿಕೊಳ್ಳದೆ ತನ್ನಷ್ಟಕ್ಕೆ ತಾನು ನಡೆದನು. ಆಗ ಲಿಂಗವು 'ನಾನು ಬಂದೇನು ಚಂದಯ್ಯ' ಎಂದಿತು. ಅದಕ್ಕೆ ಅವನು 'ಮೊದಲೇಕೆ ಹೋದಿರಿ, ಈಗಲೇಕೆ ಬಂದೆನೆಂದಿಹಿರಿ, ನಾನೊಲ್ಲೆ' ಎಂದು ಹೇಳಿ ಮುಂದೆ ನಡೆದನು. ಆಗ ಲಿಂಗವು ನೀನೊಲ್ಲೆನೆಂದಡೆ ನಾ ಬಿಡೆ ತನ್ನಾಣೆ ಎಂದಿತು. ಚಂದಯ್ಯ ಲಿಂಗದ ಮಾತಿಗೆ ಬೆಲೆಕೊಡಲಿಲ್ಲ. ಆಗ ಲಿಂಗವು ಮಡಿವಾಳ ಮಾಚಯ್ಯನ ಬಳಿಗೆ ಹೋಗಿ ದೂರುಕೊಟ್ಟಿತು. ಮಡಿವಾಳಯ್ಯ ಚಂದಯ್ಯನನ್ನು ವಿಚಾರಿಸಿದನು. ಅದಕ್ಕೆ ಅವನು 'ಸೆಜ್ಜೆಯಿಂದ ಕಡೆಗೆ ಬಂದು ಆತ ಹೋದನೆಂಬ ಸಂದೇಹ ನನಗಿಲ್ಲ ಆತ್ಮ ಹೋದರೆ ಘಟವುಳಿಯುವುದೆ?' ಎಂದನು. ಮಡಿವಾಳಯ್ಯ ಅದಕ್ಕೆ ಪ್ರತಿಯಾಗಿ "ದಾಸೋಹವುಳ್ಳನ್ನಕ್ಕ ದೇಹಧರ್ಮವುಳ್ಳನ್ನಕ್ಕ ಲಿಂಗಪೂಜೆಗೆ ವೇಳೆಯಿಲ್ಲ" ಎಂದು ಹೇಳಿ ಮುಂದೆ ಸಾಗಿದನು. ಆಗ ಲಿಂಗವು 'ಜಂಗಮದ' ಸೇವೆಗೆ ನಾ ನೆರವಪ್ಪೆನು ಎಂದು ಹೇಳಿ ಹುಲ್ಲನ್ನು ಚಂದಯ್ಯನ ಮನೆಗೆ ಹೊತ್ತುಕೊಂಡು

ಹೋಗಿ ಅದನ್ನು ಹೊಸೆದು ಪೇಟೆಗೆ ಮಾರಲು ತೆಗೆದುಕೊಂಡು ಹೋಯಿತು. ಆದರೆ ಹಗ್ಗವು ಗಂಟು ಗಂಟಾಗಿದ್ದುದರಿಂದ ಅದನ್ನು ಯಾರೂ ಕೊಳ್ಳಲಿಲ್ಲ. ಆಗ ಲಿಂಗವು ಅದನ್ನು ಬಸವಣ್ಣನ ಮನೆಗೆ ತೆಗೆದುಕೊಂಡು ಹೋಯಿತು. ಈ ಮಾಹಿತಿಯನ್ನು ಪೂರ್ತಿಯಾಗಿ ಅರಿತ ನಂತರ ಬಸವಣ್ಣನವರು ಲಿಂಗಕ್ಕೆ ಒಂದು ಸಾವಿರ ಹೊನ್ನನ್ನು ಕೊಟ್ಟು ಕಳುಹಿಸಿದರು. ಚಂದಯ್ಯನು ಆ ಹಣವನ್ನು ಅನ್ಯಾಯದ ಹಣವೆಂದು ಸ್ವೀಕರಿಸಲು ಒಪ್ಪಲಿಲ್ಲ. ಹಗ್ಗದ ನಿಜವಾದ ಬೆಲೆಯಾದ ಹಾಗದ ರೊಕ್ಕ ತಂದರೆ ಮಾತ್ರ ಸ್ವೀಕರಿಸುವುದಾಗಿ ಹೇಳಿದನು. ಲಿಂಗವು ಅಂತೆಯೇ ಮಾಡಲು ಅದನ್ನು ಸ್ವೀಕರಿಸಿದ ಚಂದಯ್ಯ ಅದರಿಂದ ಜಂಗಮಾರ್ಚನೆ ಮಾಡಿದನು.

ನುಲಿಯ ಚಂದಯ್ಯನು ಕಾಯಕಕ್ಕೆ ಹೆಚ್ಚಿನ ಮಹತ್ವ ಕೊಟ್ಟಿರುವನು. ಉದಾ:-

1. **ಆವಾವ ಕಾಯಕದಲ್ಲಿ ಬಂದರೂ ಭಾವಶುದ್ಧವಾಗಿ।**
ಗುರು-ಲಿಂಗ-ಜಂಗಮಕ್ಕೆ ಮಾಡುವುದೆ ಶಿವಪೂಜೆ.
ಮಾಟವಿಲ್ಲದೆ ಮಾತಿಂಗೆ ಮಾತಾಡುವದು।
ಅದೇತರ ಪೂಜೆ? ಅದು ಚಂದೇಶ್ವರ ಲಿಂಗಕ್ಕೆ ಒಪ್ಪವಲ್ಲ ಮಡಿವಾಳಯ್ಯ॥

2. **ಕಂದಿಸಿ ಕುಂದಿಸಿ ಬಂಧಿಸಿ ಕಂಡವರ ಬೇಡಿ ತಂದು।**
ಜಂಗಮಕ್ಕೆ ಮಾಡಿಹೆನೆಂಬ ದಂದುಗದೋಗರ
ಮಾಡುವ ಲಿಂಗಕ್ಕೆ ನೈವೇದ್ಯ ಸಲ್ಲ।
ತನು ಕರಗಿ ಮನ ಬಳಲಿ ಬಂದ ಚರದ ಅನುವರಿತು।
ಸಂದಿಲ್ಲದೆ ಸಂಶಯವಿಲ್ಲದೆ ಜಂಗಮಲಿಂಗಕ್ಕೆ।
ದಾಸೋಹವ ಮಾಡುವುದೆ ಮಾಟ।
ಕಾಶಿಯ ಕಾಯಿ ಕಾಡಿನ ಸೊಪ್ಪಾಯಿತಾದರೂ।
ಕಾಯಕದಿಂದ ಬಂದುದು ಲಿಂಗರ್ಪಿತ।
ಚನ್ನಬಸವಣ್ಣಪ್ರೀಯ ಚಂದೇಶ್ವರ ಲಿಂಗಕ್ಕೆ ನೈವೇದ್ಯ ಸಂದಿತ್ತು॥

ಎಂದಿರುವನು. ಚಂದಯ್ಯನ ಈ ಕಾಯಕದ ಕಲ್ಪನೆ ಅರ್ಥಪೂರ್ಣವಾಗಿದೆ. 'ಕಾಯಕ' ಭಾವಶುದ್ಧವಾಗಿರಬೇಕು. ಹಾಗೆ ಬಂದುದನ್ನು ಗುರು-ಲಿಂಗ-ಜಂಗಮಕ್ಕೆ ವಿನಿಯೋಗಿಸುವುದೆ 'ಶಿವಪೂಜೆ' ಎನ್ನುವ ನುಲಿಯ ಚಂದಯ್ಯನವರ ಆಲೋಚನೆಯಲ್ಲಿ ಅನುಪಮವಾದ ನಾವೀನ್ಯತೆಯಿದೆ.

ನುಲಿಯ ಚಂದಯ್ಯನವರ ಕಾವ್ಯನಾಮ 'ಚಂದೇಶ್ವರ', ಹೀಗೆ ಹಗ್ಗಗಳನ್ನು ಮಾರಿ ಈ ಕಾಯಕದಲ್ಲಿಯೇ ಕೈಲಾಸ ಕಾಣುತ್ತಿದ್ದು ಚಂದಯ್ಯನವರ ಲಿಂಗವು

ಒಂದು ಬಾರಿ ಕಳಚಿ ತೊರೆಯಲ್ಲಿ ಬಿದ್ದಾಗ ಅದರ ಗೋಜಿಗೆ ಹೋಗದೆ ಕಾಯಕ ನಿರತರಾಗುವ ದೃಶ್ಯ ತುಂಬಾ ಸ್ವಾರಸ್ಯಕರವಾಗಿದೆ. ಲಿಂಗಯ್ಯನೇ ಚಂದಯ್ಯನನ್ನು ಹುಡುಕಿಕೊಂಡು ಹೋಗುವ ಸನ್ನಿವೇಶವಂತೂ ಕಾಯಕಕ್ಕಿಂತ ಮಹತ್ವದ್ದು ಬೇರೆ ಇನ್ನಾವುದೂ ಇಲ್ಲವೆಂಬುದನ್ನು ಸಾರಿ ಸಾರಿ ಅರುಹುತ್ತದೆ. ಏಕೆಂದರೆ ಕಾಯಕವೇ ಗುರುಲಿಂಗ ಜಂಗಮ ಸೇವೆಗಿರುವಾಗ ನುಲಿಯ ಚಂದಯ್ಯ ಹೊಲವನ್ನು ಉತ್ತಿ ಬಿತ್ತಿ ಬೆಳೆ ತೆಗೆದಂತೆ ತನ್ನ 'ಶರೀರವೆಂಬ ಹೊಲದಲ್ಲಿ ಶಂಕರಧ್ಯಾನವೆಂಬ ನೇಗಿಲಿನಿಂದ ಅರಿಷಡ್ವರ್ಗಗಳೆಂಬ ಎತ್ತುಗಳಿಂದ ಹಸನುಗೊಳಿಸಿ ಶಿವಜ್ಞಾನವೆಂಬ ಬೀಜವನ್ನು ಬಿತ್ತಿ ಬೆಳೆ ತೆಗೆದುದನ್ನು ವರ್ಣಿಸಲಾಗಿದೆ'. ಶರೀರದ ಕೃಷಿಯೂ ಈ ಕೃಷಿಕನಿಂದ ನಡೆದುದರಿಂದ ಶಿವಾನುಗ್ರಹದ ಮಳೆ ಕರೆದಿದೆ. ಆನಂದರಸ ಹರಿದಿದೆ. ಬದುಕು ನಡೆಯಬೇಕಾದ ರೀತಿಯಲ್ಲವೇ ಇದು! ಬರೀ ಕೃಷಿ ನಡೆಸಿದರೆ ಅದುವೇ ಕೃಷಿಧರ್ಮವಾಗುತ್ತದೆ. ಇದು ಅದರ ಶಿವಾನುಭವವಾಗುತ್ತದೆ. ಕೃಷಿಯ ಹಾಗೂ ಅದರ ಜೊತೆ ಜೊತೆಗೆ ಶರೀರ ಕೃಷಿ ಎರಡೂ ಕೂಡಿಯೇ ಸಾಗಿ ವ್ಯಕ್ತಿಯ ಬದುಕು ಇಹಪರ ಎರಡಕ್ಕೂ ಪೂಜ್ಯನೀಯವೆನಿಸುತ್ತದೆ. ಕೇವಲ ಒಂದನ್ನೇ ಪೂರೈಸುವುದು ಬದುಕಿನ ಅಪರಿಪೂರ್ಣತೆಗೆ ಸಾಕ್ಷಿಯಾಗುತ್ತದೆಯಷ್ಟೇ.

ಒಟ್ಟಾರೆ ಶಿವಶರಣರು ಬೋಧಿಸಿದ ಕಾಯಕತತ್ವ ಹಾಗೂ ಅದರ ಹಿರಿಮೆ ಗರಿಮೆ ಮನುಕುಲಕ್ಕೆ ಅನುಕರಣೀಯವಾದುದು. 'ಕುಳಿತು ಉಂಡರೆ ಕುಡಿಕೆ ಹೊನ್ನು ಸಾಲದು' ಎಂಬುದಕ್ಕೆ ಉತ್ತಮ ನಿದರ್ಶನದಂತಿದೆ ನುಲಿಯ ಚಂದಯ್ಯನವರ ಆರ್ಯಪ್ರೀಯ ಬದುಕು. ಆಲಸಿಗಳಾಗದೆ ದಾರಿದ್ರಕ್ಕೆ ಎಡೆಗೊಡದೆ ಸೋಮಾರಿತನದಿಂದ ಮುಕ್ತರಾಗಿರ್ವರೂ ತಮ್ಮ ಆಸಕ್ತಾನುಸಾರವಾಗಿ ಅವರವರ ಭಾವಕ್ಕೆ ತಕ್ಕಂತೆ ಅಭಿರುಚಿಗನುಗುಣವಾಗಿ ತಂತಮ್ಮ ಇಷ್ಟಾನುಸಾರವಾಗಿ ಶ್ರಮವಹಿಸಿ ಬೆವರು ಸುರಿಸಿ ಪರಿಶ್ರಮಪಟ್ಟು ದುಡಿದು ಗಳಿಸಿ ಗುರು–ಲಿಂಗ–ಜಂಗಮ ಸುತ್ತ ತ್ರಿವಿಧ ದಾಸೋಹಿಗಳಾದರೆ ಅಂಥವರ ಜೀವನವೇ ಪಾವನ, ಸದೃಶ್ಯ!.

ಭೂಲೋಕದಲ್ಲಿ ಜನಿಸಿದ ಪ್ರತಿಯೊಬ್ಬರೂ ಪರಿಶುದ್ಧ ಚೇತನಾತ್ಮರಾಗಿ ಪ್ರಾಮಾಣಿಕವಾಗಿ ದುಡಿದು ನುಲಿಯ ಚಂದಯ್ಯ ಮೊದಲಾದ ಶರಣರಂತೆ ಕಾಯಕ ನಿರತರಾಗಬೇಕು. ಅಂತಹ ಕಾಯಕದಿಂದ ಬಂದ ಸಂಪತ್ತನ್ನು ಸಮಾಜಕ್ಕೆ ಸತ್ಪಾತ್ರಕ್ಕೆ ವಿನಿಯೋಗಿಸಬೇಕು. ಅದೇ ನಿಜವಾದ ಶಿವಪೂಜೆ, ಹೀಗೆ ಮಾಡದೇ ಸುಮ್ಮನೆ ಮಾತನಾಡುವುದು ಡಾಂಭಿಕ ಬೂಟಾಟಿಕೆ ಪ್ರವೃತ್ತಿ ಪ್ರೀಯರಂತೆ ನಾಟಕೀಯ ಆಡಂಬರ ಬದುಕು ರೂಪಿಸಿಕೊಳ್ಳುವದು ಶಿವಪೂಜೆಯೇ ಆಗಲಾರದೆಂಬ ಅರಿವನ್ನು

ಸ್ಫುರಿಸಿ ಮನುಕುಲದವರನ್ನು ಜಾಗೃತರನ್ನಾಗಿಸಿರುವುದು ಚೇತೋಹಾರಿ ಅನುಭವವಾಗಿದೆ.

ಅಡಿಟಿಪ್ಪಣಿ ಮತ್ತು ಆಕರ ಗ್ರಂಥಗಳು

1. ಶಿವಶರಣರ ಚರಿತ್ರೆಗಳು – 2, ಪು.224.
2. ಬಸವೇಶ್ವರರ ಸಮಕಾಲೀನರು– 1998, ಪು.391–99.
3. ಸಂಕೀರ್ಣ ವಚನ ಸಂಪುಟ–2, ಸಮಗ್ರ ವಚನ ಸಂ.2 ಜನಪ್ರಿಯ ಆವೃತ್ತಿ. ಕರ್ನಾಟಕ ಸರಕಾರ ಕನ್ನಡ ಮತ್ತು ಸಂಸ್ಕೃತಿ ನಿರ್ದೇಶನಾಲಯ, ಬೆಂಗಳೂರು.
4. ಶಿವಶರಣರು ಬೋಧಿಸಿದ ಕಾಯಕತತ್ವ – ಪು.32

⌘

7. ಅಯ್ದಕ್ಕಿ ಮಾರಯ್ಯ

ಉಮಾ ಬಾಗಲಕೋಟ, ಧಾರವಾಡ

ಕಾಯಕಕ್ಕಿಂತ ಮಿಗಿಲಾದ ಪೂಜೆಯಿಲ್ಲ, ಕಾಯಕಕ್ಕಿಂತ ಮಹತ್ವದ ನೇಮವಿಲ್ಲ, ಕಾಯಕ ಮನುಷ್ಯನ ಘನತೆ, ಕಾಯಕ ಮನುಷ್ಯನ ಧರ್ಮ ಎನ್ನುತ್ತ ಕಾಯಕ-ದಾಸೋಹ ಕ್ರಿಯೆಗಳನ್ನೇ ಉಸಿರಾಡಿದ ನಮ್ಮ ಶರಣ ದಂಪತಿಗಳು ಆಯ್ದಕ್ಕಿ ಮಾರಯ್ಯ ಮತ್ತು ಲಕ್ಕಮ್ಮ.

ಶರಣ ಪರಂಪರೆಯು ಕಾಯಕಕ್ಕೆ ಕೊಟ್ಟ ಮಹತ್ವ ಅದ್ಭುತವಾದದ್ದು. ಅವರು ಪರಿಚಯಿಸಿದ ಕಾಯಕ-ದಾಸೋಹ ತತ್ವ ಎಲ್ಲ ಕಾಲದಲ್ಲಿಯೂ ಎಲ್ಲರಿಗೂ ಆರ್ಶಪ್ರಾಯವಾದದ್ದು. ವಾಸ್ತವವಾಗಿ ಕಾಯಕದ ಪೂರ್ಣ ಸ್ವರೂಪವನ್ನು ನಿತ್ಯ ಜೀವನದ ಆಚರಣೆಯಲ್ಲಿ ಸಾಧಿಸಿ, ಅದನ್ನು ಅನುಸರಿಸಿದವ ಮಾರಯ್ಯ. ಆತನ ಪತ್ನಿ ಲಕ್ಕಮ್ಮನಂತೂ ಕಾಯಕ ನಿಷ್ಠೆಯೇ ಮೈವೆತ್ತ ಮೂರ್ತಿ. ಒಮ್ಮೆ ಮಾರಯ್ಯ ಅಗತ್ಯಕ್ಕಿಂತ ಹೆಚ್ಚಿನ ಅಕ್ಕಿಯನ್ನು ಮನೆಗೆ ತಂದಾಗ ಆ ಹೆಚ್ಚಾದ ಅಕ್ಕಿಯ ಆಶೆ ನಮಗೆ ಬೇಡ, ಅದನ್ನು ಶಿವನು ಮೆಚ್ಚುವುದಿಲ್ಲ, ಮರಳಿ ಸುರಿದು ಬಾ ಎಂದು ಪತಿಗೆ ತಿಳಿಹೇಳಿದ ದಿಟ್ಟತನ ಆಕೆಯದು. ಅಂದಂದಿನ ಕಾಯಕವನ್ನು ಅಂದಂದೇ ಮಾಡಿ ಶುದ್ಧರಾಗಬೇಕು ಎಂಬ ನಿಷ್ಠೆಯಿಂದ ತಮ್ಮ ಸಾಧನೆಯ ಫಲವನ್ನು ಲೋಕಕ್ಕೆ ವಿನಿಯೋಗಿಸಿದ ಈ ದಂಪತಿಗಳು ಅದ್ವಿತೀಯ ವಚನಕಾರರೂ ಹೌದು.

ಹನ್ನೆರಡನೇ ಶತಮಾನದಲ್ಲಿ ಬಸವಣ್ಣನವರ ಸಮಕಾಲೀನನಾಗಿ ಕಲ್ಯಾಣದಲ್ಲಿದ್ದ ಶರಣ ಮಾರಯ್ಯ ಅನುಭವ ಮಂಟಪದ ಅನುಭಾವಿಗಳಲ್ಲಿ ಒಬ್ಬ. ಬಸವಣ್ಣನವರ ಮಹಾಮನೆಯ ಮುಂದೆ ಚೆಲ್ಲಿದ ಅಕ್ಕಿಯನ್ನು ಆಯುವುದು ಆತನ ಕೆಲಸ ಎಂದು ವಿದ್ವಾಂಸರು ಹಲವು ಕಡೆ ಉಲ್ಲೇಖಿಸಿದ್ದಾರೆ. ಆದರೆ ಆಯ್ದಕ್ಕಿ ಎಂದರೆ 'ಆಯ' ದ ಅಕ್ಕಿ. ಅಂದರೆ ಕೂಲಿಗಾಗಿ ಕಾಳು ಎಂಬ ಮಾತಿನಂತೆ ಕೂಲಿಯ ಅಕ್ಕಿಯಿಂದ ದಾಸೋಹ ನಡೆಸುತ್ತ ಆಯ್ದಕ್ಕಿ ಮಾರಯ್ಯನಾದ ಎಂಬುದು ಸೂಕ್ತ ಮತ್ತು ಸತ್ಯ ಎಂಬುದು ಹಲವು ವಿದ್ವಾಂಸರ ವಾದ.

ಮಾರಯ್ಯ ಮೂಲತ: ರಾಯಚೂರು ಜಿಲ್ಲೆ, ಲಿಂಗಸಗೂರು ತಾಲೂಕಿನ ಅಮರೇಶ್ವರ ಗ್ರಾಮದವನು ಎಂದು ಉಲ್ಲೇಖಿತವಾಗಿದೆ. "ಅಮರೇಶ್ವರಲಿಂಗ" ಎಂಬ ಅಂಕಿತದಿಂದ ಈತ ಬರೆದ ಒಟ್ಟು 32 ವಚನಗಳು ದೊರೆತಿವೆ. ಒಮ್ಮೆ ಅನುಭವ ಮಂಟಪದಲ್ಲಿ ಕಾಯಕವನ್ನು ಕುರಿತು ಶರಣ ಮಾರಯ್ಯ ಎತ್ತಿದ ಸಂದೇಹವನ್ನು, ಅದಕ್ಕೆ ಅಲ್ಲಮಪ್ರಭುಗಳು ಕೊಟ್ಟ ಉತ್ತರವನ್ನು ಶೂನ್ಯಸಂಪಾದನೆಯಲ್ಲಿ ಬಹಳ ಅರ್ಥವತ್ತಾಗಿ ಚಿತ್ರಿಸಿದೆ. "ಕಾಯಕದಲ್ಲಿ ನಿರತನಾದಡೆ ಗುರುರ್ಶನವಾದಡೂ ಮರೆಯಬೇಕು, ಲಿಂಗಪೂಜೆಯಾದರೂ ಮರೆಯಬೇಕು, ಜಂಗಮ ಮುಂದೆ ನಿಂದಿದ್ದರೂ ಹಂಗ ಹರಿಯಬೇಕು" ಎನ್ನುವ ವಚನದಲ್ಲಿ ವ್ಯಕ್ತಿಯು ತಾನು ಕೈಕೊಂಡಿರುವ ಕಾಯಕದಲ್ಲಿ ತಲ್ಲೀನತೆಯಿಂದ ತೊಡಗಿಕೊಳ್ಳಬೇಕೆಂಬುದನ್ನು ಈ ವಚನದಲ್ಲಿ ಹೇಳಲಾಗಿದೆ. ಕಾಯಕವೇ ಕೈಲಾಸವಾದುದರಿಂದ ಗುರು ಲಿಂಗ ಜಂಗಮ ಈ ತ್ರಿವಿಧ ದಾಸೋಹದ ಹಂಗಾದರೂ ಏತಕ್ಕೆ ಎಂಬ ವಾದವಿದೆ.

ವಚನ:

ಭಕ್ತರಿಗೆ ಬಡತನವುಂಟೆ? ಸತ್ಯರಿಗೆ ಕರ್ಮವುಂಟೆ?
ಚಿತ್ತಮುಟ್ಟಿ ಸೇವೆ ಮಾಡುವ ಭಕ್ತಂಗೆ ಮರ್ತ್ಯ
ಕೈಲಾಸವೆಂಬುದುಂಟೆ?
ಆತನಿದ್ದುದೆ ಸುಕ್ಷೇತ್ರ,
ಆತನಂಗವೆ ಅಮರೇಶ್ವರ ಲಿಂಗದ ಸಂಗಸುಖ..

ಶರಣರ ಹಿರಿಮೆಯನ್ನು ಈ ವಚನದಲ್ಲಿ ಹೇಳಲಾಗಿದೆ. ಭಕ್ತನಾದವನಿಗೆ ಬಡತನವೆಂದೂ ಕಾಡದು. ಆತ ಹೃದಯ ಶ್ರೀಮಂತ. ಸತ್ಯ ನಿಷ್ಠರಿಗೆ ಹಿಂದಿನ ಜನ್ಮಗಳ ವೈಫಲ್ಯಗಳು ಅನ್ವಯಿಸಲಾರವು. ಯಾರು ಅತ್ಯಂತ ನಿಷ್ಠೆಯಿಂದ ಲಿಂಗಪೂಜೆ, ಜಂಗಮ ದಾಸೋಹ ಮಾಡುವರೋ ಅಂತವರಿಗೆ ಇದು ಭುವಿ, ಇದು ಕೈಲಾಸ ಎಂಬ ಭೇದ ಕಾಣದು. ಅಂತಹ ಶರಣರು ಎಲ್ಲಿ ಇರುವರೋ ಅದೇ ಸುಕ್ಷೇತ್ರವಾಗಿರುತ್ತದೆ. ಆತನ ಕಾಯವೇ ಪರಮಾತ್ಮನಿಗೆ ಸಂಗಸುಖವಾಗುತ್ತದೆ ಎಂಬುದು ಈ ವಚನದ ಒಟ್ಟು ತಾತ್ಪರ್ಯ ಅಂದಂದಿನ ಕಾಯಕವನ್ನು ಅಂದಂದೇ. ಮಾಡಿ ಶುದ್ಧರಾಗಬೇಕು ಎಂಬ ನಿಸ್ವಾರ್ಥ ನಿಷ್ಠೆಯಿಂದ ತಮ್ಮ ಸಾಧನೆಯ ಫಲವನ್ನು ಲೋಕಕ್ಕೆ ವಿನಿಯೋಗಿಸಿದ ಮಾರಯ್ಯ ದಂಪತಿಗಳು ಶಿವಶರಣರಲ್ಲಿ ಒಂದು ಪ್ರಮುಖ ಸ್ಥಾನ ಪಡೆದಿದ್ದಾರೆ.

⌘

೮. ವಚನ ಭಂಡಾರಿ ಶಾಂತರಸ

ಪ್ರೊ. ಶಾರದಾ ಎಸ್. ಪಾಟೀಲ, ಬಾದಾಮಿ

ವಚನ ಚಳುವಳಿಯಲ್ಲಿ ಬಹಳಷ್ಟು ಅರಸರು ಪಾಲ್ಗೊಂಡಿದ್ದರು. ಬಸವರಸರು, ಚಂದಿಮರಸರು, ಸಕಲೇಶ ಮಾದರಸರು ಅಂತೆಯೇ ಆ ಸಾಲಿನಲ್ಲಿ ಬರುವ ನಮ್ಮ ಶಾಂತರಸರು ಕೂಡ ಬಹುಶಃ ಯಾವುದೋ ಪಾರುಪತ್ಯದ ಮುಖ್ಯಸ್ಥರಾಗಿದ್ದವರು. ಬಸವಣ್ಣನವರ ವಿಚಾರ ಕ್ರಾಂತಿಗೆ ಆಕರ್ಷಿತರಾಗಿ ಕಲ್ಯಾಣಕ್ಕೆ ಬಂದು ವಚನ ಚಳುವಳಿಯಲ್ಲಿ ಭಾಗವಹಿಸಿ ಕೃತಾರ್ಥರಾದರು. ವಚನ ಭಂಡಾರಿ ಎನ್ನುವ ಹೆಸರು ಅವರ ಸೇವಾ ಕಾರ್ಯದ ಸಂವಾದಿಯಾಗಿ ಬಂದದ್ದು.

'ಕಟ್ಟು' ಅಥವಾ 'ಕವಳಿಗೆ' ಎಂದರೆ ತಾಡ ಓಲೆಯ ಕಟ್ಟುಗಳು, ಇಂದಿನ ಪುಸ್ತಕ ಎಂದರ್ಥ. ಅನುಭವ ಮಂಟಪದಲ್ಲಿ ಚರ್ಚಿತವಾಗುತ್ತಿದ್ದ ವಚನ ರೂಪದಲ್ಲಿಯ ಸಂಗತಿಗಳನ್ನು ಬರಹ ರೂಪಕ್ಕೆ ಇಳಿಸುವ ಪ್ರಯತ್ನ ನಡೆಯುತ್ತಿತ್ತು. ಆ ವಚನಗಳ ವಿಮರ್ಶೆಯನ್ನು ಬಸವಣ್ಣ, ಚನ್ನಬಸವಣ್ಣ, ಅಲ್ಲಮರು, ಅಕ್ಕಮಹಾದೇವಿಯವರು ವಿಮರ್ಶಿಸುತ್ತಿದ್ದರು. ಹೀಗೆ ಚರ್ಚಿಸಲ್ಪಟ್ಟ ಪರಾಮರ್ಶಿತ ಓಲೆಗಳಿಗೆ ವಚನಗಳೆಂದು ಮುದ್ರೆ ಬೀಳುತ್ತಿತ್ತು. ಅನಂತರ ಸುಪ್ರಭಾತ ಸಮಯದಲ್ಲಿ ಆ ವಚನಗಳ ಚಿಂತನ-ಮಂಥನ ನಡೆಯುತ್ತಿತ್ತು. ಹೀಗೆ ಮಂಥನದಲ್ಲಿ ಒಪ್ಪಿಗೆ ಪಡೆದ ವಚನಗಳನ್ನು ಶಾಂತರಸರಿಗೆ ಒಪ್ಪಿಸಲಾಗುತ್ತಿತ್ತು. ಅವರು ಅವುಗಳನ್ನು ಜೋಕೆಯಿಂದ ಸಂರಕ್ಷಿಸುತ್ತಿದ್ದರು. ಅಷ್ಟೇ ಅಲ್ಲ ಅವುಗಳ ಅಧ್ಯಯನ ಮಾಡಬೇಕೆನ್ನುವವರಿಗೆ ಓದಲು ಕೊಡುತ್ತಿದ್ದರು. ಶರಣರು ತಮ್ಮ ಅವಲೋಕನಕ್ಕೆ ಬೇಕೆಂದರೆ ಶಾಂತರಸರು ಅಂತಹ ವಚನಗಳನ್ನು ಪ್ರತಿ ಮಾಡಿಸಿ ಒದಗಿಸುತ್ತಿದ್ದರು. ಅಂದರೆ ಇಂದಿನ ಮುದ್ರಣಾಲಯಗಳು ಹಾಗೂ ಗ್ರಂಥಪಾಲಕರು ನಿರ್ವಹಿಸುತ್ತಿರುವ ಕಾರ್ಯವನ್ನು ಅಂದು ವಚನ ಭಂಡಾರಿ ಶಾಂತರಸರು ತಮ್ಮ ಸಿಬ್ಬಂದಿಯೊಂದಿಗೆ ನಿರ್ವಹಿಸುತ್ತಿದ್ದರು. ಓಲೆ ಕಾಯಕದ ರಾಮಯ್ಯ ಮತ್ತು ಶಾಂತಯ್ಯ ಇವರುಗಳ ಹೆಸರುಗಳೂ ಶಾಂತರಸರೊಂದಿಗೆ ಕೇಳಿ ಬರುತ್ತವೆ.

ಈ ವಚನ ಭಂಡಾರದ ಬಗ್ಗೆ ವಚನ ಪಿತಾಮಹ ಪ.ಘು.ಹಳಕಟ್ಟಿ ಅವರು ಪ್ರಕಟಿಸಿರುವ," ಕಾಲಜ್ಞಾನದ ವಚನಗಳು" ಗ್ರಂಥದಲ್ಲಿ ಅನೇಕ ಉಲ್ಲೇಖಗಳು ಸಿಗುತ್ತವೆ. ಅವುಗಳಲ್ಲಿ ಕೆಲವೊಂದನ್ನು ಇಲ್ಲಿ ಕೊಡಲಾಗಿದೆ:

ನಮ್ಮ ಶಿವಶರಣರು ಮರ್ತ್ಯಕ್ಕೆ ಬಂದು ವಚನಗಳ

ಹಾಡಿ, ಹಾಡಿ ಕೊಂಡಾಡಿದರೈಯ್ಯ

ಪ್ರಭುದೇವರು. ಮುಖ್ಯರಾದ 220

ಅಮರ ಗಣಂಗಳು ತಮ್ಮ ವಚನ ಭಂಡಾರ ನಿಕ್ಷೇಪಿಸಿದರಯ್ಯ.

ನೀವು ಬಾಹಂದಿ ನಿಮ್ಮ ವಚನ ಭಂಡಾರದಲ್ಲಿಹ

ವಚನಗಳು ತೆಗೆದು ಅವು ಮರ್ತ್ಯದಲ್ಲಿ ಹರಿದಾವು

ದಿಕ್ಕು ದಿಕ್ಕಿನಲ್ಲಿ ಕೊಂಡಾಡಿಸಿಕೊಂಡು ಮೆರೆದಾವು.

ಪುರಾತನರ ವಚನ ಭಂಡಾರವು ತೆಗೆದೋದಿಸುವ

ಆ ಕಾಲ ಈಗಲೇ ಬಂದಿದೆ ನಮ್ಮ ಆದ್ಯರ ವಚನ

ಭಂಡಾರವನ್ನು ಪ್ರಭುದೇವರು ಮುಖ್ಯವಾದ

ಅಸಂಖ್ಯಾತ ಪುರಾತನರು ಹೇಳಿ, ಕೇಳಿ ಕೊಂಡಾಡಿದರು.

ವಚನ ಭಂಡಾರಿ ಶಾಂತರಸರು 'ಅಲೇಖನಾಥ ಶೂನ್ಯ ಕಲ್ಲಿನೊಳಗಾದ' ಎಂಬ ಅಂಕಿತದಲ್ಲಿ ಬರೆದ 65 ವಚನಗಳು ಸದ್ಯಕ್ಕೆ ಉಪಲಬ್ಧವಿವೆ. ಅವರ ವಚನಗಳಲ್ಲಿ ಹೊಸತನ ಕಂಡುಬರುವುದಿಲ್ಲ. ಕೆಲವು ವಚನಗಳಲ್ಲಿ ಖಚಿತತೆ ಇದ್ದರೂ ಅರ್ಥಕ್ಲಿಷ್ಟತೆ ಎದ್ದು ಕಾಣುತ್ತದೆ. ಇವರ ಬಹು ಪಾಲು ವಚನಗಳು ಬೆಡಗಿನ ವಚನಗಳೇ ಆಗಿವೆ.

ಹಾಗೂ ಕಲ್ಯಾಣದ ಕೊನೆಯ ವಿವರಗಳು ಇವರ ವಚನಗಳಲ್ಲಿ ಸಿಗುತ್ತವೆ.

ವಿರುದ್ಧ ಅಂಶಗಳನ್ನು ಹೋಲಿಸುತ್ತಾ ತತ್ವ ನಿರೂಪಣೆ ಮಾಡುವ ಶಾಂತರಸರ ಕೌಶಲ್ಯಕ್ಕೆ ಉದಾಹರಣೆಯಾಗಿ ಈ ವಚನವನ್ನು ನೋಡಬಹುದು.

ಮಲವ ತೊಳೆಯಬಹುದಲ್ಲದೆ

ಅಮಲವವ ತೊಳೆಯಬಹುದೇ ಅಯ್ಯಾ? ....

ರಣದ ಪಂಥವ ಹೇಳಬಹುದಲ್ಲದೆ ಕಾದಬಹುದೇ ಅಯ್ಯ?

ಶಾಂತರಸರ ಕೆಲವೇ ವಚನಗಳು ಮಾತ್ರ ಸತ್ವ ಹಾಗೂ ಕಾವ್ಯಾರ್ಥಕತೆಯಿಂದ ಕೂಡಿರುವುದನ್ನು ಗಮನಿಸಬಹುದಾಗಿದೆ.

'ಹುಟ್ಟಿಸುವವ ಪೃಥ್ವಿಗೆ ಹಂಗಾದ ಬೆಳೆಸುವವ ಅಪ್ಪುವಿಗೆ ಹಂಗಾದ.
ಕೊಯಿಸುವವ ಕಾಲಗೆ ಹಂಗಾದ
ನಿನ್ನ ನಿನ್ನನರಿತೆಹೇನಂಬವ ಶಿಲೆಗೆ ಹಂಗಾದ.
ಇವರೆಲ್ಲರ ಹಂಗಿಗೆ ಹರುವ ಕೇಳಿಹ ರಂದಂಜಿ,
ಅಲೇಕಮಯನಾದ ಶೂನ್ಯ ಕಲ್ಲಿನ ಮರೆಯಾದೆಯಾ?'

ಶೈವ ಬ್ರಾಹ್ಮಣರಾಗಿದ್ದ ಶಾಂತರಸರು ಬಸವಣ್ಣನವರ ಸೂಚನೆಯಂತೆ ಲಿಂಗವನ್ನು ಧರಿಸಿದರೂ ಜನಿವಾರವನ್ನು ತ್ಯಜಿಸಲು ಮತ್ತು ಸಂಬಂಧ ಬೆಳೆಸುವಾಗ, ಬ್ರಾಹ್ಮಣರನ್ನು ಕೈ ಬಿಡಲು ಮನಸ್ಸು ಒಪ್ಪುತ್ತಿಲ್ಲವೆಂಬ ಮನಸ್ಸಿನ ತಾಕಲಾಟವನ್ನು, ಒಳತೋಟಿಯನ್ನು ತಮ್ಮ ಒಂದು ವಚನದಲ್ಲಿ ಹೀಗೆ ಹೇಳಿಕೊಂಡಿದ್ದಾರೆ.

'ಶಿವ ಶಿವ ಎಲ್ಲರುಂಟಾದುದ ಹೇಳಿ
ಇಲ್ಲದ ಬೈಲಿಂಗೆ ಮನವನಿಕ್ಕಿದರು
ಬಸವಣ್ಣನ ಕರುಣೆಯಿಂದ ಕಟ್ಟಿದ ಲಿಂಗಕ್ಕೆ
ಹುಟ್ಟು ಮೆಟ್ಟನರಿಯೆ ಕೊಟ್ಟಾತ ಹೇಳುವುದಿಲ್ಲ
ಕಟ್ಟಿಕೋ ಎಂದಾತ ಈ ಬಟ್ಟೆಯಲ್ಲಿರೂ ಎಂದುದಿಲ್ಲ
ಕಡ್ಡಾಯಕ್ಕೆ ಕಟ್ಟುವ ಈ ಒಡ್ಡುಗಲ್ಲಿನ ಮುರಿಯೇ
ಎನಗೊಂದು ಬುದ್ಧಿಯ ಹೇಳಾ
ಅಲೇಖನಾದ ಶೂನ್ಯ ಕಲ್ಲಿನೊಳಗೆ ಏಕಾದೆಯಯ್ಯ?
ಇನ್ನೆಲ್ಲರ ಕೇಳುವುದಕ್ಕೆ ಕುಲ ಚಲ ಮಲದೇಹಿಕರು ಬಿಡರೆನ್ನ
ಎದೆಯಲ್ಲಿ ಕಟ್ಟಿದ ಎಳೆ ಆಸೆಯ ಬಿಡದು
ಕೊಡುವಲ್ಲಿ ಕೊಂಬಲ್ಲಿ ದ್ವಿಜ ರೋಡಗೂಡುವುದು ಬಿಡದು
ಎನ್ನೊಡೆಯ ಬಸವಣ್ಣ ಹೇಳಿದ ಮಾತಿಂಗೆ ಅಡಿ ಎಡಲಮ್ಮದೇ ಕಟ್ಟಿದೆ.'

ಅವರ ಇನ್ನೊಂದು ವಚನವನ್ನು ನೋಡೋಣ–

ವೃಕ್ಷ ಬೀಜದೊಳಡಗಿ
ಬೀಜ ವೃಕ್ಷದೊಳಡಗಿ
ಉಭಯವಿದ್ದು ಫಲವೇನು?
ಆದಿಧರೆ ಇದ್ದಲ್ಲಿ ಉಭಯ ನಾಮವಿಲ್ಲ.
ಅರಿವಿನ ಅರಿಕೆ, ಕುರುಹಿನ ಪೂಜೆ
ನೆರಿಗೆಯಾಗಬೇಕೆ? ಅಲೇಖನಾದ ಶೂನ್ಯ ಬಲುಗಲ್ಲಿನ
ನೆಲೆಯ ದಾಂಟಿದೆಯಲ್ಲ.

ಶಾಂತರಸರ ಅಂಕಿತನಾಮ "ಅಲೇಖನಾಥ ಶೂನ್ಯ" – ವಚನಗಳನ್ನು ಅಭ್ಯಸಿಸುವವರನ್ನು ಚಿಂತನೆಗೆ ತೊಡಗಿಸುತ್ತದೆ. ಕಲ್ಲಿನೊಳಗಾದವನೇ, ಕಲ್ಲಿನೊಳಗಾದ ಕಲ್ಲಿನಾಥ! ಕಲ್ಲಿನೊಳಗೆ ಎಲ್ಲ. – ಹೀಗೆ ಕಲ್ಲು ಅವರ ವಚನಗಳ ಅವಿಭಾಜ್ಯ ಅಂಗವಾಗಿ ಹರಿದು ಬರುತ್ತದೆ.

ಶೂನ್ಯ ನಮಗೆಲ್ಲಾ ಗೊತ್ತು, ಏನೂ ಇಲ್ಲದ ಆರಂಭದ ಸ್ಥಿತಿಯಿಂದ ಬಯಲಿನೊಳಗೆ ಬಂದು ನಿಲ್ಲುವ ಶೂನ್ಯ ಸಂಪಾದನೆಯ ಈ ಆಲೇಖದಲ್ಲಿ ಇನ್ನಷ್ಟು ಜಿಜ್ಞಾಸೆ ನಡೆಯಬೇಕು. ಶೂನ್ಯ ತತ್ವವನ್ನೇ ಪ್ರತಿಪಾದಿಸಲು ಶಾಂತರಸರು ಕಲ್ಲನ್ನು ಬಳಸಿರಬಹುದು ಎಂಬ ಶಂಕೆಯು ಮೂಡುತ್ತದೆ.

ವಚನ ಭಂಡಾರಿಯಾದ ಶಾಂತರಸರ ಮುಂದೆ ಎಲ್ಲ ವಚನಗಳು, ಶೈವ ಸಾಹಿತ್ಯವು ಅವರ ಕಣ್ಮುಂದೆ ಬರುತ್ತಿದ್ದುದರಿಂದ ಅವರು ಅವುಗಳನ್ನು ಕೂಲಂಕುಶವಾಗಿ ಪರಾಮರ್ಶಿಸುತ್ತಿದ್ದರು. ಶಾಂತರಸರು ವಚನ ಚಳುವಳಿಯ ಮಹಾಪ್ರಭೆ ಎಂದೇ ಹೇಳಬಹುದು. ಹೀಗೆ ಬಹಳಷ್ಟು ಮುನ್ನಲೆಗೆ ಬಾರದೆ ನೆಲದ ಮರೆಯ ನಿಧಾನದಂತೆ ಬದುಕಿದರು.

ವಚನ ಸಾಹಿತ್ಯ ಸಂಸ್ಕೃತಿಯ ಪ್ರಸಾರ ಹಾಗೂ ಬೆಳವಣಿಗೆಯಲ್ಲಿ ಮಹತ್ತರ ಪಾತ್ರ ನಿರ್ವಹಿಸಿದರು ಎಂದು ಹೇಳಿದರೆ ತಪ್ಪಾಗಲಾರದು.

⌘

೯. ಶರಣೆ ಸತ್ಯಕ್ಕ

ಡಾ. ಶರಣಮ್ಮ ಗೊರೇಬಾಳ, ಧಾರವಾಡ

ಹನ್ನೆರಡನೆ ಶತಮಾನದ ಶ್ರೇಷ್ಠ ವಚನಕಾರ್ತಿ, ನಿಷ್ಠುರ ಅಭಿವ್ಯಕ್ತಿಗೆ ಹೆಸರಾದವಳು ಶರಣೆ ಸತ್ಯಕ್ಕ. ಹೆಸರಿಗೆ ತಕ್ಕಂತೆ ಪ್ರಾಮಾಣಿಕ ಸತ್ಯ ಸಾಧಕಿ. ಆಧ್ಯಾತ್ಮ ಸಾಧನೆಗೈದ ಶಿವಶರಣೆ. ವಚನ ಚಳುವಳಿಯ ಆಶಯವನ್ನು ನಿರ್ದಿಷ್ಠ ಹೇಳಿಕೆಯಲ್ಲಿ ಸ್ಪಷ್ಟ ಪಡಿಸಿ ವಚನಗಳ ಮೂಲಕ ಸಮಾಜವನ್ನು ಎಚ್ಚರಿಸಿದವಳು. ನಡೆ ನುಡಿಯಲ್ಲಿ ಸಾಮರಸ್ಯ ಸಾಧಿಸಿ ಶರಣ ಚಳುವಳಿಯಲ್ಲಿ ಕ್ರಿಯಾಶೀಲವಾಗಿ ಪಾಲ್ಗೊಂಡಿದ್ದಳು.

ಸತ್ಯಕ್ಕ ಶಿವಮೊಗ್ಗ ಜಿಲ್ಲೆಯ ಶಿರಾಳಕೊಪ್ಪದ ಸಮೀಪವಿರುವ ಜಂಬೂರಿನವಳು. ಆರಾಧ್ಯ ದೈವ ಜಂಬುಕೇಶ್ವರ. ಅವಳ ಅಂಕಿತನಾಮ ಶಂಭುಜಕ್ಕೇಶ್ವರ. ಶಿವಭಕ್ತರ ಮನೆಯ ಅಂಗಳದ ಕಸ ಗೂಡಿಸುವ ಕಾಯಕ ಅವಳದಾಗಿತ್ತು. ತನ್ನ ಕಾಯಕದ ಬಗ್ಗೆ ಅಪಾರ ಗೌರವ ಮತ್ತು ಶ್ರದ್ಧೆಯನ್ನು ಹೊಂದಿದ್ದಳು. ಅವಳ ಕಾಲ 1160 ಎಂದು ಊಹಿಸಲಾಗಿದೆ. ಸತ್ಯಕ್ಕನ 27 ವಚನಗಳು ಲಭ್ಯವಾಗಿವೆ. ಸತ್ಯಕ್ಕನ ಉಲ್ಲೇಖ ಹರಿಹರನ ಲಿಂಗಾರ್ಚನೆಯ ರಗಳೆ, ಬೈರವೇಶ್ವರ ಕಾವ್ಯ ಶಿವತತ್ವ ಚಿಂತಾಮಣಿ, ಚೆನ್ನಬಸವ ಪುರಾಣ, ಪಾಲ್ಕುರಿಕೆ ಸೊಮೇಶ್ವರ ಪುರಾಣ, ಭೈರವೇಶ್ವರ ಕಾವ್ಯದ ಕಥಾಮಣಿ ಸೂತ್ರ ರತ್ನಾಕರ, ಅಲ್ಲದೇ ಜನಪದ ಗೀತೆಗಳಲ್ಲೂ ಉಲ್ಲೇಖ ದೊರೆಯುತ್ತದೆ. ಸತ್ಯಕ್ಕ ನಿಷ್ಠಾಭಕ್ತಿಗೆ ಪ್ರಸಿದ್ಧಳಾಗಿದ್ದಳೆಂದು ತಿಳಿದುಬರುತ್ತದೆ. ಶಿವನಲ್ಲದೆ ಅನ್ಯದೈವದ ಶಬ್ದವ ಕೇಳುವುದಿಲ್ಲ ಎಂಬುದು ಅವಳ ಅಚಲ ನಿರ್ಧಾರವಾಗಿತ್ತು. ಲಿಂಗ ಸಮಾನತೆಗೆ ಬೆಲೆಕೊಟ್ಟವರು ವಚನಕಾರರು ಅಂತೆಯೇ ಸತ್ಯಕ್ಕನೂ ಕೂಡ ಹೆಣ್ಣು ಗಂಡು ಎನ್ನುವದು ಜೈವಿಕ ಭಿನ್ನತೆ ಮಾತ್ರ ಎನ್ನುತ್ತಾಳೆ. ಅವಳ ಈ ವಚನ.

ಮೊಲೆ ಮುಡಿ ಇದ್ದುದೆ ಹೆಣ್ಣೆಂದು ಪ್ರಮಾಣಿಸಲಿಲ್ಲ
ಕಾಸೆ ಮೀಸೆ ಕಠಾರವಿದ್ದುದೆ ಗಂಡೆಂದು ಪ್ರಮಾಣಿಸಲಿಲ್ಲ

ಅದು ಜಗದ ದಾಹೆ ಬಲ್ಲವರ ನೀತಿಯಲ್ಲ
ಏತರ ಹಣ್ಣಾದರೂ ಮಧುರವೇ ಕಾರಣ
ಅಂದವಿಲ್ಲದ ಕುಸುಮಕ್ಕೆ ವಾಸನೆಯೆ ಕಾರಣ
ಇದರಂದವ ನೀನೇ ಬಲ್ಲೆ ಶಂಭು ಜಕ್ಕೇಶ್ವರಾ

ಹೆಣ್ಣನ್ನು ಕೀಳಾಗಿ ಕಾಣುವ ಅಗತ್ಯವಿಲ್ಲವೆಂಬುದನ್ನು ಅನೇಕ ಶಿವಶರಣರು ಹೇಳಿದ್ದರೂ, ಹಣ್ಣಿಗೆ ರುಚಿ, ಹೂವಿಗೆ ಸುವಾಸನೆ ಮುಖ್ಯವಾಗುವಂತೆ ಹೆಣ್ಣು ಗಂಡಿನ ವಿಚಾರದಲ್ಲೂ ತನ್ನದೆ ಆದ ವಿಶೇಷತೆ ಇರುತ್ತದೆ ಎಂದು ತಿಳಿಸಿದ ಸತ್ಯಕ್ಕನ ಈ ನಿಲುವು ಮತ್ತು ಚಿಂತನೆ ವಿಶೇಷವಾದದ್ದು.

ಆಸೆ ಎಂಬುದು ಎಲ್ಲರ ಮನಸ್ಸಿನಲ್ಲೂ ಉಂಟು. ಇದು ಎಲ್ಲ ಕಾಲದಲ್ಲೂ ಕಂಡು ಬರುತ್ತದೆ. ಆ ಭ್ರಷ್ಟಾಚಾರದ ಕರಾಳ ಸ್ವರೂಪವನ್ನು ನಾವು ನೋಡುತ್ತಲೆ ಬಂದಿದ್ದೇವೆ. ಆದರೆ ಹನ್ನೆರಡನೇ ಶತಮಾನದ ಶರಣರು ಇದನ್ನು ಅಲ್ಲಗಳೆದಿದ್ದಾರೆ. ಅದರಲ್ಲೂ ಸತ್ಯಕ್ಕನ ಈ ವಚನದಲ್ಲಿ ಅವಳ ಸ್ವಭಾವ ತಿಳಿದುಬರುತ್ತದೆ.

ಲಂಚ ವಂಚನಕ್ಕೆ ಕೈಯಾನದ
ಭಾಷೆ ಬಟ್ಟೆಯಲ್ಲಿ ಹೊನ್ನು ವಸ್ತ್ರ ಬಿದ್ದಿದ್ದಡೆ
ಕೈಮುಟ್ಟಿ ಎತ್ತಿದೆನಾದಡೆ ಅಯ್ಯ ನಿಮ್ಮಾಣೆ
ನಿಮ್ಮ ಪ್ರಮಥರಾಣೆ ನೀವಿಕ್ಕಿದ ಭಿಕ್ಷೆಯೊಳಗಿಪ್ಪೆನಯ್ಯಾ
ಶಂಭು ಜಕ್ಕೇಶ್ವರ ದೇವಯ್ಯಾ ನಿಮ್ಮಾಣೆ.

ಇದು 900 ವರ್ಷಗಳ ಹಿಂದೆ ಹೇಳಿದ ವಚನ. ಇಂದಿಗೂ ಅವಶ್ಯಕವಿರುವ ಮೌಲ್ಯವನ್ನು ಎತ್ತಿ ಹಿಡಿದಿದೆ. ರಾಜಕೀಯ, ಸಾಮಾಜಿಕ, ಸ್ಥಿತ್ಯಂತರಗಳು ಕಲುಷಿತಗೊಂಡ ಇಂದಿನ ದಿನಗಳಲ್ಲಿ ಈ ಉನ್ನತ ವಿಚಾರಗಳು ದಾರಿದೀಪವಾಗ ಬಲ್ಲವು. ಭ್ರಷ್ಟಾಚಾರ ಒಂದು ಸಾಮಾಜಿಕ ರೋಗವಾಗಿ ಹರಡಿರುವ ಸಂದರ್ಭದಲ್ಲಿ ಸತ್ಯಕ್ಕನ ವಚನ ನಮ್ಮನ್ನು ಎಚ್ಚರಗೊಳಿಸುತ್ತದೆ.

ಸತ್ಯಕ್ಕ ಕಸಗೂಡಿಸುವಾಗ, ಯಾರದೋ ಮನೆಗೆಲಸ ಮಾಡುವಾಗ ಎಷ್ಟೊಂದು ಪ್ರಾಮಾಣಿಕತೆಯಿಂದ ಬದುಕಿದವಳು. ದಾರಿಯಲ್ಲಿ ಏನೇ ಬಿದ್ದರೂ ಅದನ್ನು ಕೈಯಿಂದ ಮುಟ್ಟಿದರೆ ನನ್ನನ್ನು ನರಕದಲ್ಲಿ ಅದ್ದಿ ನೀನೆದ್ದು ಹೋಗು ಎನ್ನುವ ಸತ್ಯ ನಿಷ್ಠುರತೆ ಅವಳದು. ಕೊಟ್ಟ ಭಿಕ್ಷೆಯಲ್ಲಿ ತೃಪ್ತಿಯಿಂದ ಬದುಕುವೆ ಎಂಬ ಸಮಾಧಾನ ತೋರುತ್ತಾಳೆ.

ಭಕ್ತಿ ಎಂಬುದು ಅಂತರಂಗಕ್ಕೆ ಸಂಬಂಧಿಸಿದ್ದು ಬಹಿರಂಗದ ಆಡಂಬರದ ಭಕ್ತಿ ಭಕ್ತಿಯಲ್ಲ ಎನ್ನುವ ಸತ್ಯಕ್ಕ ಅರ್ಚನೆ, ಪೂಜೆ ನೇಮವಲ್ಲ ಮಂತ್ರ ತಂತ್ರ ನೇಮವಲ್ಲ. ಧೂಪ ದೀಪಾರತಿ ನೇಮವಲ್ಲ ಪರಧನ ಪರಸ್ತ್ರೀ ಪರದೈವಗಳಿಗೆ

ಆಸೆ ಪಡದೇ ಇದ್ದರೆ ಸಾಕು ಅದೇ ನೇಮ ಎನ್ನುತ್ತಾಳೆ. ಅಲ್ಲದೆ ಪೌರಾಣಿಕ ಕಥೆಗಳನ್ನು ನಂಬಲಾರಳು. ವೈಚಾರಿಕ ಪ್ರಜ್ಞೆ ಮುಖ್ಯ ಎಂಬುದನ್ನು ಸತ್ಯಕ್ಕನ ಅನೇಕ ವಚನಗಳಲ್ಲಿ ನೋಡುತ್ತೇವೆ.

ಸತ್ಯಕ್ಕ ಶಿವನೊಂದಿಗೆ ತುಂಬಾ ಸಲುಗೆಯಿಂದ ಮಾತನಾಡಬಲ್ಲಳು, ಪ್ರಶ್ನಿಸಬಲ್ಲಳು ಅವಳ ಮುಗ್ಧ ಭಕ್ತಿ, ನಿಷ್ಠುರ ಪ್ರಶ್ನೆಯನ್ನು ಎತ್ತಿ ತೋರಿಸುವ ವಚನ ಹೀಗಿದೆ.

ಏಕೆನ್ನ ಬಾರದ ಭವಂಗಳಲ್ಲಿ ಬರಿಸಿದೆ?
ಏಕೆನ್ನ ಘೋರ ಸಂಸಾರದಲ್ಲಿರಿಸಿದೆ?
ಏಕೆನಗೆ ಕರುಣಿಸಲೊಲ್ಲದೆ ಕಾಡಿಹೆ?
ಏಕೆ ಹೇಳಾ ಎನ್ನ ಲಿಂಗವೆ?
ಅನು ಮಾಡಿದ ತಪ್ಪೇನು?
ಸಾಕಲಾಗದೆಂದು ಅಕ್ಕೊತ್ತಿ ನೂಕಿದಡೆ
ಏಕೆ ನಾ ನಿಮ್ಮ ಬಿಡುವೆ ಶಂಭು ಜಕ್ಕೇಶ್ವರಾ.

ಏಕೆ ನನ್ನ ಬಾರದ ಭವಂಗಗಳಲ್ಲಿ ಏಕೆ ನನ್ನ ಘೋರ ಸಂಸಾರದಲ್ಲಿರಿಸಿದೆ ನಾ ಮಾಡಿದ ತಪ್ಪಾದರೂ ಏನು ಎಂಬ ಪ್ರಶ್ನೆ ಸತ್ಯಕ್ಕನಿಗೆ ಸಹಜವಾಗಿ ಬಂದಿದೆ. ಶುದ್ಧ ಭಕ್ತಿಗೆ ಹೆಸರಾದ ಸತ್ಯಕ್ಕ ತನ್ನ ಆರಾಧ್ಯ ದೇವರೊಂದಿಗೆ ಮಾತನಾಡುತ್ತಾ ಎಂತಹ ತೊಂದರೆ ಕೊಟ್ಟರೂ ನಿಮ್ಮನ್ನು ಬಿಡುವುದಿಲ್ಲ ಎಂಬ ಭರವಸೆ ಮತ್ತು ಸ್ವಸಾಂತ್ವನದ ನಡೆ ಇಲ್ಲಿ ಕಂಡು ಬರುತ್ತದೆ.

ಹನ್ನೆರಡನೆ ಶತಮಾನದ ಪ್ರತಿಯೊಬ್ಬ ಶಿವಶರಣರು ತಮ್ಮ ಸಮಕಾಲೀನ ಶರಣರನ್ನು ಸ್ಮರಿಸುವ ವಿನಯವನ್ನು ತೋರಿಸುತ್ತಾರೆ. ಸತ್ಯಕ್ಕನೂ ಕೂಡ ತಾನು ವಿಶ್ವಾಸದಿಂದ ನಂಬಿದ ಬಿಲ್ಲಮರಾಯ, ಗೊಲ್ಲಾಳರಾಯ, ಕೆಂಭಾವಿ ಬೋಗಣ್ಣ, ಬಳ್ಳೇಶ್ವರ ಮಲ್ಲಯ್ಯ, ದಾಸ ದುಗ್ಗಳೆಯರು, ಮರುಳ ಶಂಕರದೇವ ಹೀಗೆ ಅನೇಕ ಶರಣರ ಶ್ರೀಪಾದಕ್ಕೆ ನಮೋ ಎನ್ನುವೆ ಎಂಬ ವಿನಯ ತೋರಿದ್ದಾಳೆ. ಅವಳು ಮನೆಗೆಲಸ ಮತ್ತು ಕಸ ಗೂಡಿಸುವ ಕಾಯಕ ಮಾಡುತ್ತಿದ್ದರೂ ವಚನದಲ್ಲಿ ಬಳಸುವ ಪದಗಳು ಮತ್ತು ಭಾಷಾ ಪ್ರೌಢಿಮೆ ನೋಡಿದರೆ ಅವಳು ವಿದ್ಯಾವಂತೆಯಾಗಿದ್ದಂತೆ ತೋರುತ್ತದೆ. ವಚನಗಳು ಕಡಿಮೆಯಾಗಿದ್ದರೂ ಪರಿಣಾಮದ ದೃಷ್ಟಿಯಿಂದ ವೈಚಾರಿಕತೆಯ ದೃಷ್ಟಿಯಿಂದ ನೋಡಿದಾಗ ಅವರ ಆಧ್ಯಾತ್ಮದ ತುಡಿತ ಮತ್ತು ಸಾಮಾಜಿಕ ಕಳಕಳಿ ಎದ್ದು ಕಾಣುತ್ತದೆ.

⌘

10. ಶಿವಶರಣೆ ನಿಜ ಮುಕ್ತಿಯ ಹಡಪದ ಲಿಂಗಮ್ಮ

ಡಾ. ಶಾರದಾಮಣಿ. ಎಸ್. ಹುನಶಾಳ, ವಿಜಯಪುರ

ಶಿವಶರಣೆ ಲಿಂಗಮ್ಮ ಆಧ್ಯಾತ್ಮದ ಶಿಖರವನ್ನೆರಿದ 12 ನೆಯ ಶತಮಾನದ ನಾಡಿನ ಮಹಾಶರಣೆ. ಅವರ ಜನನ ವರ್ಷ 1160. ವಚನ ಸಾಹಿತ್ಯದಲ್ಲಿ ಬಸವಯುಗದ ವಚನ ಕಾರ್ತಿಯರಂತೆ ಕೊಡುಗೆ ಕೊಟ್ಟಂತೆ ಬಹುಶಃ ಯಾವ ಶತಮಾನವೂ ಕಂಡಿರಲಿಲ್ಲ. ಬಸವಾದಿಗಳ ಸುತ್ತಲಿದ್ದ ಶ್ರೇಷ್ಠ ಅನುಭಾವಿಗಳಲ್ಲಿ ಕಂಡು ಬರುವ ಹಡಪದ ಅಪ್ಪಣನವರ ಸಹಧರ್ಮಿಣಿಯಾದ ಲಿಂಗಮ್ಮ ಆಧ್ಯಾತ್ಮ ಸಾಧನೆಗೆ ಮನಸ್ಸನ್ನು ಹೇಗೆ ಅಣಿಗೊಳಿಸಬೇಕು ಎಂದು ತಮ್ಮ ವಚನಗಳಲ್ಲಿ ಸವಿಸ್ತಾರವಾಗಿ ತಿಳಿಸಿದ್ದಾರೆ. ಶಿವಶರಣೆ ಲಿಂಗಮ್ಮ ಅಪ್ಪಣ್ಣ ಪ್ರೀಯ ಚೆನ್ನಬಸವಣ್ಣ ಎಂಬ ಅಂಕಿತದಲ್ಲಿ ವಚನಗಳನ್ನು ರಚಿಸಿದ್ದಾರೆ. ಇದುವರೆಗೂ 114 ವಚನಗಳು ದೊರೆತಿವೆ. ವಚನಗಳ ಜೊತೆಗೆ ಒಂದು ಸ್ವರವಚನವನ್ನೂ ರಚಿಸಿ," ಮಂತ್ರಗೊಪ್ಯ ಎಂಬ ಚಿಕ್ಕ ಕೃತಿಯನ್ನೂ ಬರೆದಿದ್ದಾರೆ. ಲಿಂಗಮ್ಮರ ವಚನಗಳನ್ನು ವಿದ್ವಾಂಸರು 'ಬೋಧೆಯ ವಚನಗಳು' ಎಂದು ಕರೆದಿದ್ದಾರೆ. ಇಲ್ಲಿ ನೀತಿ ಬೋಧನೆ ಅತೀ ಪ್ರಧಾನವಾಗಿದೆ ಎಂಬುದನ್ನು ಗಮನಿಸಬೇಕು. ಸಾಮಾನ್ಯ ಸ್ತ್ರೀಯರು ಸಮಾಜ, ಮಾನವತೆ, ಕಾಯಕ ಪರಿಶುದ್ಧವಾದ ಬದುಕಿನ ಬಗ್ಗೆ ಅಧಿಕಾರವಾಣಿಯಿಂದ ಸ್ತ್ರೀ ಜಾಗೃತಗೊಡಂಥ ಕಾಲ. ಬಸವಾದಿ ಶರಣರು ತೋರಿದ ಮಹಾ ಬೆಳಕಿನಲ್ಲಿ ಅಂತರಂಗದ ಅರಿವು ಪಡೆದುಕೊಂಡು ಜ್ಯೋತಿರ್ಲಿಂಗದ ದರ್ಶನ ಪಡೆದ ಹಲವಾರು ಶರಣೆಯರಲ್ಲಿ ಶಿವಶರಣೆ ಲಿಂಗಮ್ಮ ಒಬ್ಬರು. ಶಿವಶರಣೆ ಲಿಂಗಮ್ಮ ಜೀವನ ಚರಿತ್ರೆ ಕುರಿತು ಯಾವುದೇ ವಿವರಗಳು ಅಷ್ಟೇನೂ ಲಭ್ಯವಾಗಿಲ್ಲ. ಪ್ರಾರಂಭದ ಶಾಸನಗಳಿಂದ ಹಿಡಿದು 16ನೆಯ ಶತಮಾನದವರೆಗೆ ದೊರಕಿರುವ ಶಾಸನಗಳಲ್ಲಿ 'ಹಡಪದ' ಎಂಬ ಪದಕ್ಕೆ ಪಡೆವಳ ಎಂಬುದು ಪರ್ಯಾಯ ಪದವಾಗಿದೆ. ಪಡೆವಳ ಎಂದರೆ ಶೂರರು ಸೈನಿಕರು ಎಂಬ ಅರ್ಥ. ಪಡೆ ಎಂದರೆ ಸೈನ್ಯ ಪಡೆಯಾಗಿದೆ.

ಶರಣ ಕ್ರಾಂತಿಯ ಸಂದರ್ಭದಲ್ಲಿ ಹಡಪದ ಅಪ್ಪಣ್ಣ ಬಸವಣ್ಣರಿಗೆ, ಒಬ್ಬ ಪಡೇವಳನ (ಸೈನಿಕ) ಎಂಬುದು ನಂಬಬೇಕಾಗುತ್ತದೆ.

ಶರಣೆ ಲಿಂಗಮ್ಮನ ಕುರಿತು 'ಗುರುರಾಜ ಚರಿತ್ರೆ'ಯಲ್ಲಿ ಪ್ರಸ್ತಾವನೆಗೊಂಡ ಹೇಳಿಕೆಯೊಂದನ್ನು ಬಿಟ್ಟರೆ, ಮತ್ಯಾವ ಕಾವ್ಯಗಳಲ್ಲಿ, ಪುರಾಣಗಳಲ್ಲಿ ಲಿಂಗಮ್ಮನ ಕುರಿತು ಉಲ್ಲೇಖಗಳು ದೊರೆಯುವುದಿಲ್ಲ. ಹಡಪದ ಅಪ್ಪಣ್ಣನೆ ಎನ್ನ ಕರಸ್ಥಲದಲ್ಲಿ ಲಿಂಗವಾಗಿ ನೆಲೆಗೊಂಡನು. ಚೆನ್ನಮ್ಮಲ್ಲೇಶನೆ ಎನ್ನ ಮನಸ್ಥಲಕ್ಕೆ ಪ್ರಾಣವಾಗಿ ಬಂದು ಮೂರ್ತಿಗೊಂಡನು. ಲಿಂಗಮ್ಮ ಅವರಿಗೆ ಚೆನ್ನ ಮಲ್ಲೇಶ್ವರನೆಂಬ ಗುರುವಿದ್ದನೆಂದು ಅವರ ವಚನಗಳಿಂದ ತಿಳಿದುಬರುತ್ತದೆ.

'ನಾಸಿಕದಲ್ಲಿ ಆಚಾರ ಲಿಂಗವನರಿದರ್ಪಿಸಿಗೊಂಡು
ಅನ್ಯ ವಾಸನೆಯ ನನೆದ ಮನ ಶೂನ್ಯ ಕಾಣಾ.
ಜಿಹ್ವೆಯಲ್ಲಿ ಗುರು ಲಿಂಗವನರಿದರ್ಪಿಸಿಕೊಂಡು
ಅನ್ಯರುಚಿಯ ಭಾವಿಪ ಮನ ಶೂನ್ಯ ಕಾಣಾ.
ತ್ವಕ್ಕಿನಲ್ಲಿ ಜಂಗಮಲಿಂಗ ವನರಿದರ್ಪಿಸಿ ಕೊಂಡು
ಅನ್ಯ ಸ್ಪರ್ಷನ ಕಾಸ್ಪದ ವಾದ ಮನ ನಾಸ್ತಿ ಕಾಣಾ.

ಬಸವಾದಿ ಶರಣರು ತೋರಿದ ಮಹಬೆಳಕಿನಲ್ಲಿ ಅಂತರಂಗದ ಅರಿವು ಪಡೆದುಕೊಂಡು ಜ್ಯೋತಿರ್ಲಿಂಗದ ದರ್ಶನ ಪಡೆದ ಹಲವಾರು ಶರಣೆಯರಲ್ಲಿ ಹಡಪದ ಲಿಂಗಮ್ಮ ಶ್ರೇಷ್ಠ ಶಿವಭಕ್ತೆ. ಭಾವಗೀತದಿಂದ ಕೂಡಿದ ಅನುಭವ ಗದ್ಯದಲ್ಲಿ ನಿರ್ಭಯವಾದ ಅತ್ಮನೀರಿಕ್ಷಣೆಯನ್ನು ಇವರ ವಚನಗಳಲ್ಲಿ ಕಾಣಬಹುದು.

ಮನವ ನಿರ್ಮಲವ ಮಾಡಿಹೆನೆಂದು
ತನುವ ಕರಗಿಸಿ ಬಳಲಿಸಿ ಕಳವಳಿಸಿ..
ಕಣ್ಣುಕಾಣದ ಅಂಧಕರಂತೆ ಮುಂದುಗಾಣದೆ
ಸಂದೇಹದಲ್ಲಿ ಮುಳುಗಿರುವ ಮನುಜರಿರಾ,
ನೀವು ಕೇಳಿರೋ, ಹೇಳಿಹೆನು..
ಮನವ ನಿರ್ಮಲವ ಮಾಡಿ,
ಆ ಘನವ ಕಾಂಬುದಕ್ಕೆ ಆ ಮನವೆಂತಾಗಬೇಕೆಂದಡೆ
ಗಾಳಿ ಬೀಸದ ಜಲದಂತೆ,
ಮೊಡವಿಲ್ಲದ ಸೂರ್ಯನಂತೆ,

ಬೆಳಗಿದ ದರ್ಪಣದಂತೆ ಮನ ನಿರ್ಮಲವಾದಲ್ಲದೆ
ಆ ಮಹಾಘನವ ಕಾಣಬಾರದೆಂದರು
ನಮ್ಮ ಅಪ್ಪಣ್ಣ ಪ್ರೀಯ ಚೆನ್ನಬಸವಣ್ಣ.

ಮನಸ್ಸು ಶುಚಿಗೊಳಿಸಲು ತನುವ ದಂಡಿಸುವುದು, ನೀರಲ್ಲಿ ಮುಳುಗುವುದು, ದೀರ್ಘ ದಂಡ ಪ್ರಣಾಮಗಳು, 100–200 ಮೆಟ್ಟಿಲು ಏರುವುದು, ಮರ ಸುತ್ತುವುದು, ಉರುಳುಸೇವೆ, ಮಾಡುತ್ತಾ, ನಿರಾಹಾರಿಯಾಗಿ ತನುಮನ ದಂಡಿಸಿಯೂ ಸಂದೇಹದಲ್ಲಿ ಜೀವನ ಸಾಗಿಸುವವರಿಗೆ ಅಂಧರೆಂದು ಹೇಳುತ್ತಾ, ಲಿಂಗಮ್ಮ.. ಆ ಘನಮಹಿಮ ಪರಮಾತ್ಮನನ್ನು ಕಾಣಲು ಗಾಳಿ ಬೀಸದ ಶಾಂತ ಜಲದಂತೆ..., ನಿಷ್ಕಲ್ಮಶತೆಯಿಂದ ಇರಬೇಕು, ಮನ ಪರಿಶುದ್ಧವಿರಬೇಕು. ಮನಸ್ಸು ಈ ಲೋಕದ ಇಂದ್ರಿಯಗಳ ಕಾಮನೆಗಳಿಗೆ ತುತ್ತಾಗದೆ ಅರಿಷ್ಡ್ವರ್ಗಗಳನ್ನು ಗೆಲ್ಲಬೇಕು.

ಮೋಡವಿಲ್ಲದ ಸೂರ್ಯ ಎಷ್ಟು ಪ್ರಕಾಶಮಾನನಾಗಿರುವನೋ ಹಾಗೆ ಆತ್ಮ ಸಾಕ್ಷಾತ್ಕಾರವಾಗಲು, ಮೋಡಗಳೆಂಬ ಸಾಂಸಾರಿಕ ಅಡೆತಡೆಗಳು, ಆಸೆ, ಆಕಾಂಕ್ಷೆ, ದುಃಖ, ಕ್ರೋಧ, ಸಂದಿಗ್ಧತೆಗಳು, ಜೀವನ ಜಂಜಾಟಗಳು ಇಲ್ಲದಿರುವಾಗ, ಮನಸ್ಸು ಸೂರ್ಯನಂತೆ, ನಮ್ಮ ಪ್ರತಿಬಿಂಬ ಯಥಾವಾತ್ತಾಗಿ ತೋರುವಂತಿರಬೇಕು. ಅಂತರಂಗ ಬಹಿರಂಗದಲ್ಲೊಂದು ಇರದೆ, ಮನ ಬೆಳಗಿದ ದರ್ಪಣದಂತಿರಬೇಕು. ಈ ಅಂತರಂಗ ಬಹಿರಂಗಗಳ ಶುದ್ಧೀಕರಣವೇ ಶರಣರ ಆಶಯವಾಗಿದೆ. ಆಗ ಅಲ್ಲಿ ಪರಮಾತ್ಮನ ದರ್ಶನ ಆಗುತ್ತದೆ. ಅರಿಷ್ವರ್ಗಗಳ ಗೆಲ್ಲಲು ಶರಣ – ಶರಣೆಯರು ಶ್ರೇಷ್ಠ ಮಾರ್ಗ ಕಂಡುಕೊಂಡರು.. ಸರ್ವ ಸಾಧನೆಗೆ ಮೂಲವಾದ ಮನಸ್ಸನ್ನು ಸ್ವಇಚ್ಛೆಯಿಂದ ಹರಿದಾಡಲು ಬಿಡದೆ ಬಯಲಿನೊಳಗೆ ಶರಣರ ಪಾದಕಮಲದಲ್ಲಿ ಬೆರೆಯ ಬೇಕೆಂಬ ಇಚ್ಛೆ ಉಳ್ಳವಳು.

ಕಾಣಬಾರದ ಕದಳಿಯಲೊಂದು ಮಾಣಿಕ ಹುಟ್ಟಿತ್ತು.
ಇದಾರಿಗೂ ಕಾಣಬಾರದು
ಮಾರಿಹೆನೆಂದಡೆ ಮಾನವರಿಗೆ ಸಾಧ್ಯವಾಗದು.
ಸಾವಿರಕ್ಕೆ ಬೆಲೆಯಾಯಿತ್ತು.
ಆ ಬೆಲೆಯಾದ ಮಾಣಿಕ ನಮ್ಮ ಶಿವಶರಣರಿಗೆ ಸಾಧ್ಯವಾಯಿತ್ತು.
ಅವರು ಆ ಮಾಣಿಕವ ಹೇಗೆ ಬೆಲೆಮಾಡಿದರೆಂದಡೆ
ಕಾಣಬಾರದ ಕದಳಿಯ ಹೊಕ್ಕು, ನೂನ ಕದಳಿಯ ದಾಂಟಿ,
ಜಲವ ಶೋದಿಸಿ, ಮನವ ನಿಲಿಸಿ,
ತನುವಿನೊಳಗಣ ಅನುವ ನೋಡುವನ್ನಕ್ಕ, ಮಾಣಿಕ ಸಿಕ್ಕಿತ್ತು

ಆ ಮಾಣಿಕವ ನೋಡಿದೆನೆಂದು ಜಗದ ಮನುಜರನೆ ಮರೆದು,
ತಾನುತಾನಾಗಿ ಜ್ಞಾನಜ್ಯೋತಿಯ ಬೆಳಗಿನೊಳಗೋಲಾಡಿ
ಸುಖಿಯಾದೆನಯ್ಯಾ, ಅಪ್ಪಣ್ಣಪ್ರಿಯ ಚೆನ್ನಬಸವಣ್ಣಾ

ಲಿಂಗಮ್ಮ ಶಿವಶರಣರನ್ನು ಕದಳಿ ಎಂಬ ಅರ್ಥ ನೀಡುವ ಬಾಳೆಹಣ್ಣಿನ ಗಿಡಕ್ಕೆ' ಹೋಲಿಸುತ್ತಾರೆ. ಏಕೆಂದರೆ ಆ ಹಣ್ಣು ದೇಹ ಪ್ರಕೃತಿಗೆ ಬೇಕಾದ ಸರ್ವ ಚೈತನ್ಯವನ್ನು ನೀಡುವಂತೆ ನಮ್ಮ ಶರಣರೂ ಸದಾಕಾಲ ಸ್ಫೂರ್ತಿಯ ಚಿಲುಮೆ, ನವಶಕ್ತಿ ಕಾಂತಿಯ ತೇಜಸ್ಸನ್ನು ಹೊರಸೂಸುವ ಪಾರದರ್ಶಕ ಪ್ರತಿನಿಧಿಗಳಾಗಿದ್ದಾರೆ. ಇಲ್ಲಿ ಕದಳಿ ಎಂದರೆ ಬದುಕು ಎಂಬ ಅರ್ಥವನ್ನೂ ಕಲ್ಪಿಸಿಕೊಂಡು ವಚನವನ್ನು ರಚನೆ ಮಾಡಿದ್ದಾರೆ ಲಿಂಗಮ್ಮ. ಅಪ್ಪಣ್ಣನನ್ನು ಮಾಣಿಕ್ಯ ಎಂದು ಕರೆಯುವ ಮೂಲಕ ಅವರಿಗೆ ಬೆಲೆ ಕಟ್ಟಲಾಗುವುದಿಲ್ಲ. ಅವರು ಹುಟ್ಟಿದ್ದು ಸಮಾಜದ ಉದ್ಧಾರಕ್ಕಾಗಿ ಅಂತಹ ಮಾಣಿಕ್ಯವನ್ನು ಬಸವಾದಿ ಶರಣರು ಗುರುತಿಸಿದರು. ಸಮಾಜವನ್ನು ಸುಖಿಯಾಗಿ ಕಾಣಿಸುವಲ್ಲಿ ಬಹಳ ಮಹತ್ವದ ಪಾತ್ರವಹಿಸಿದ್ದಾರೆ. ಆ ಮಾಣಿಕ ಎನ್ನುವುದು ಜಗದ ಮನುಷ್ಯರನ್ನ ಮರೆತು ಜ್ಞಾನದ ಜ್ಯೋತಿಯಾಗಿ ಜಗವನ್ನ ಜ್ಞಾನದ ಮೂಲಕ ಅಜ್ಞಾನವನ್ನೆಲ್ಲ ಹೋಗಲಾಡಿಸಲು ಸಹಾಯ ಮಾಡಿದ ಈ ಬೆಳಕಿನೊಳಗೆ ಸಂಚರಿಸಿದವನೇ ಸುಖಿಯಾಗಿ ಜೀವಿಸಬಲ್ಲ ಎಂದು ಹಡಪದ ಅಪ್ಪಣ್ಣರ ಜ್ಞಾನವನ್ನು ಕುರಿತು ಹೇಳುವಾಗ ಆ ಬೆಳಕನ್ನು ನಾನು ಅನುಭವಿಸಿ ಸುಖಿಯಾದೆ ಎಂಬ ವಚನವನ್ನು ಲಿಂಗಮ್ಮ ಬರೆದಿದ್ದಾರೆ. ಯಾರು ತಮ್ಮ ಅಂತರಂಗದಲ್ಲಿ ಅರಿಷಡ್ ವರ್ಗಗಳಿಗೆ ಬಾಗಿಲು ಮುಚ್ಚುವರೊ, ಅಂತಹವರು ಮಾತ್ರ ದೈವತ್ವ ಪಡೆಯಲು ಸಾಧ್ಯ. ಶರಣ ಮಾಣಿಕ್ಯವನ್ನು ನೋಡಿ ಇಡೀ ಜಗತ್ತೇ ಮರೆತು ದೀಪವನ್ನು ಪ್ರಜ್ವಲಿಸಲು ಎಣ್ಣೆ ಬತ್ತಿಯು ಹೇಗೆ ತಮ್ಮನ್ನು ತಾವು ಸಮರ್ಪಿಸಿ ಕೊಳ್ಳುವವೋ ಆ ರೀತಿಯೇ ಶಿವಶರಣನು ತನ್ನ ಅಂತರಾತ್ಮ ಎಂಬ ಜ್ಞಾನದ ಜ್ಯೋತಿಯ ಬೆಳಕಿನಲ್ಲಿ ಸಂಚಾರ ಮಾಡುತ್ತಾ ಲೋಕದ ಜ್ಯೋತಿಯಾಗಿ ಹೊರಹೊಮ್ಮುತ್ತ ಪರಮಾತ್ಮನಲ್ಲಿ ಅಡಗಿರುವನೇ ಅಪ್ಪಣ್ಣ ಪ್ರೀಯ ಚೆನ್ನ ಬಸವಣ್ಣ.

ನಿಜಮುಕ್ತಿಯ ಲಿಂಗಮ್ಮನೆಂದೆ ಮನ್ನಣೆ ಗಳಿಸಿದ ಶರಣೆ ಲಿಂಗಮ್ಮನವರ ಸಾಧನೆ, ಸಿದ್ಧಿ ಇಂದಿನ ಸ್ತ್ರೀ ಕುಲ ಮೈಗೂಡಿಸಿಕೊಳ್ಳುವಲ್ಲಿ ಆಸಕ್ತಿ ವಹಿಸಬೇಕು.. ಅಂದಾಗ ಸ್ತ್ರೀ ಜೀವನ ಉತ್ಕರ್ಷ ಸುಸಾಧ್ಯ.. ಇಂಥ ವಿದ್ವತ್‌ನಿಂದ ಕೂಡಿದ ಶರಣೆ ಲಿಂಗಮ್ಮರ ವಚನಗಳನ್ನು ನನಗೆ ಅಭ್ಯಸಿಸಲು ಅವಕಾಶ ಕಲ್ಪಿಸಿ ಕೊಟ್ಟ ಡಾ. ಶಶಿಕಾಂತ ಪಟ್ಟಣ ಸರ್ ಅವರಿಗೆ, ನನ್ನ ಅನಂತ ಧನ್ಯವಾದಗಳು.

⌘

11. ಶರಣೆ ದುಗ್ಗಳೆ

ಶರಣೆ ಶಾಂತಕ್ಕ ಜಯಪ್ರಕಾಶ ಲಂಬಿ, ಸೋಲಾಪುರ

ಬಂದುದನರಿದು ಬಳಸುವಳು
ಬಂದುದ ಪರಿಣಾಮಿಸುವಳು
ಬಂಧು ಬಳಗವ ಮರೆಸುವಳು
ದುಗ್ಗಳೆಯ ತಂದು ಬದುಕಿದೆನು
ಕಾಣಾ "ರಾಮನಾಥ".

ಈ ಮೇಲಿನ ವಚನಗಳ ಸಾಲುಗಳು ಧರ್ಮಪತ್ನಿ ದುಗ್ಗಳೆಯ ಕುರಿತು ಜೇಡರದಾಸಿಮಯ್ಯನ ಸ್ವಾನುಭವದ ನುಡಿಗಳು. ಬಸವಪೂರ್ವ ಯುಗದಲ್ಲಿ ಜೇಡರದಾಸಿಮಯ್ಯ ಗಮನಾರ್ಹ ಶರಣ ಮತ್ತು ವಚನಕಾರ ಗುಲಬುರ್ಗಾ ಜಿಲ್ಲೆಯ ಸುರಪುರ ತಾಲೂಕಿನ ಮುದನೂರಿನವ, ಈತನ ಧರ್ಮಪತ್ನಿಯೇ ದುಗ್ಗಳೆ.

ದುಗ್ಗಳೆ ಕಲಬುರ್ಗಿ ಜಿಲ್ಲೆಯ ಅಫಜಲ್ಪುರ ತಾಲೂಕಿನ ಗಬ್ಬೂರು ಗ್ರಾಮದ ಮಲ್ಲಿನಾಥ, ಮಹಾದೇವಿಯವರ ಮಗಳು. ದುರ್ಗವ್ವ, ದುಗ್ಗಳೆ, ದುಗ್ಗಳಾದೇವಿ ಎಂಬ ಹೆಸರಿನಿಂದ ಪ್ರಖ್ಯಾತಳಾದಳು. ಎಳೆ ವಯಸ್ಸಿನಲ್ಲಿಯೇ ಗುರುಹಿರಿಯರ ಬಗ್ಗೆ ಅಪಾರ ಶ್ರದ್ಧೆ, ಭಕ್ತಿಯಿಂದ ಗುರು, ಲಿಂಗ, ಜಂಗಮ, ಪಾದೋದಕ, ಪ್ರಸಾದ ಇಂಥಹ ಸಂಗತಿಗಳನ್ನು ತಿಳಿದುಕೊಂಡಿದ್ದಳು. ದುಗ್ಗಳೆ ರೂಪ, ಹಣದಿಂದ ಶ್ರೀಮಂತೆಯಾಗಿರದೆ ತನ್ನ ಅಂತರಿಕ ಗುಣ, ನಡವಳಿಕೆ, ಹೊಂದಾಣಿಕೆಯ ಸ್ವಭಾವದಿಂದ ತನ್ನ ಅಂತರ್ಯ ಸಿರಿಯನ್ನು ಹೆಚ್ಚಿಸಿಕೊಂಡವಳು, ಸದಾ ಶಿವಭಕ್ತಿಯಲ್ಲಿ ನಿರತಳಾದ ಶರಣೆ.

ಜೇಡರ ದಾಸಿಮಯ್ಯನವರು ತನ್ನ ಕೈಹಿಡಿದು ಬರುವ ಕನ್ನೆಯನ್ನು ಪರೀಕ್ಷಿಸಿ ಪಡೆಯಬೇಕೆಂದು ಯೋಚಿಸಿ ಮರುಳ ಮಿಶ್ರಿತ ಅಕ್ಕಿಯಿಂದ ನೀರು, ವರಲು, ಕಟ್ಟಿಗೆಯ ಸಹಾಯವಿಲ್ಲದೇ ನೆಲ ಕಬ್ಬುಗಳ ಸಹಾಯದಿಂದ ಪಾಯಸಮಾಡಿ

ಪ್ರಸಾದ ಸಿದ್ಧಪಡಿಸಬೇಕು, ಅಂಥವರನ್ನು ಮಾತ್ರ ನಾನು ಕೈ ಹಿಡಿದು ಪತ್ನಿಯನ್ನಾಗಿ ಸ್ವೀಕರಿಸುತ್ತೇನೆ ಎನ್ನುತ್ತಾರೆ. ದುಗ್ಗಳೆಯು ಅವರ ಪರೀಕ್ಷೆಯಲ್ಲಿ ಗೆದ್ದು ಜೇಡರ ದಾಸಿಮಯ್ಯನವರನ್ನು ಮದುವೆಯಾದಳು. ದುಗ್ಗಳೆ ಕೈಹಿಡಿದು ಶಿವಭಕ್ತಿಯ ಸ್ವರೂಪಿತ ಸಂಸಾರ ನಡೆಸತೊಡಗಿದನು. ಇವರ ದಾಂಪತ್ಯ ಅಮೋಘವಾದದ್ದು. ನೇಯ್ಗೆಯ ಕಾಯಕದಲ್ಲಿ ಪತಿಗೆ ಸಹಕರಿಸಿ ಸೈ ಅನಿಸಿಕೊಂಡವಳು. ಮುದನೂರಿನ ಶಾಂತನಾಥನ ಮಂದಿರದಲ್ಲಿ ಕುಳಿತು ದುಗ್ಗಳೆ ಸಂಗ್ರಹಿಸಿದ ಹತ್ತಿಯಿಂದ ನೂಲ ತಯಾರಿಸಿ, ನೂಲಿನಿಂದ ವಸ್ತ್ರ ನೇಯುತ್ತಿದ್ದ ದಾಸಿಮಯ್ಯನವರು ಆ ವಸ್ತ್ರವನ್ನು ಮಾರಿ ಬಂದ ದುಡ್ಡಿನಿಂದ ಜಂಗಮರಿಗೆ ದಾಸೋಹ, ಗಣಾರಾಧನೆ ಮಾಡಿ ಸಂತೃಪ್ತಿ ಪಡಿಸುತ್ತಿದ್ದರು. ದಾಸಿಮಯ್ಯನವರು ಮಡದಿಯ ಗುಣ, ಶೀಲವನ್ನು ಅತ್ಯಂತ ಪ್ರೀತಿಯಿಂದ ನೆನೆಯುತ್ತಿದ್ದರು. ಈ ದಂಪತಿಗಳ ಕಾಯಕ ನಿಷ್ಠೆ ವಸ್ತ್ರದಾನದ ವೈಶಿಷ್ಠೆಗಳನ್ನು ಗುರುಬಸವಣ್ಣನವರು, ಕೂಲಶಾಂತಯ್ಯ, ಸತ್ಯಕ್ಕ ಮೊದಲಾದ ಶರಣ ಶರಣೆಯರು ಕೊಂಡಾಡಿದ್ದಾರೆ. ದುಗ್ಗಳೆ ಅನೇಕ ಪವಾಡಗಳನ್ನು ಕೂಡ ಮಾಡಿದ್ದಾಳೆ.

ಬಸವಾದಿ ಶರಣರ ಜೀವನ ಶೈಲಿಗೆ ಅವರ ಆಧ್ಯಾತ್ಮ ನಿಷ್ಠೆಗೆ ಪ್ರಭಾವಿತಳಾಗಿ ಗುರು-ಲಿಂಗ-ಜಂಗಮರ ಮಹಾಪ್ರಸಾದವ ಪಡೆದು ಶರಣೆಯಾಗಿ ಬದುಕಿದೆನು ಎನ್ನುತ್ತಾಳೆ. ದುಗ್ಗಳೆ ದಾಸಯ್ಯಪ್ರಿಯ ರಾಮನಾಥ ಅಂಕಿತದಲ್ಲಿ ಎರಡು ವಚನಗಳನ್ನು ಬರೆದಿದ್ದಾಳೆ.

"ಭಕ್ತನಾದೊಡೆ ಬಸವಣ್ಣನಂತಾಗಬೇಕು
ಜಂಗಮನಾದೊಡೆ ಪ್ರಭುವಿನಂತಾಗಬೇಕು
ಯೋಗಿಯಾದೊಡೆ ಸಿದ್ಧರಾಮನಂತಾಗಬೇಕು
ಭೋಗಿಯಾದೊಡೆ ಚೆನ್ನಬಸವಣ್ಣನಂತಾಗಬೇಕು
ಐಕ್ಯನಾದೊಡೆ ಅಜಗಣ್ಣನಂತಾಗಬೇಕು
ಇಂತಿವರ ಕಾರುಣ್ಯ ಪ್ರಸಾದವಕೊಂಡು
ಸತ್ತಹಾಗಿರಬೇಕಲ್ಲದೇ
ತತ್ವದ ಮಾತು ತನಗೇಕಯ್ಯಾ ದಾಸಯಪ್ರಿಯ ರಾಮನಾಥ."

"ಭಕ್ತನಾದೊಡೆ ಬಸವಣ್ಣನಂತಾಗಬೇಕು"

ಬಸವಣ್ಣ ತನ್ನ ಕಾಯಕ, ದಾಸೋಹ, ಜಂಗಮಪ್ರೇಮಿ, ಕರ್ತವ್ಯ, ನಿಷ್ಠೆ ಕೂಡಲಸಂಗಮದೇವರ ಮೇಲಿರುವ ಭಕ್ತಿ ಅನೇಕ ವಚನಗಳ ಮೂಲಕ ಭಕ್ತಿ ಬಂಡಾರಿ ಎನ್ನಿಸಿಕೊಂಡಿದ್ದಾರೆ. ತನಗಿಂತ ಕಿರಿಯರಿಲ್ಲ, ಶಿವಭಕ್ತರಿಗಿಂತ ಹಿರಿಯರಿಲ್ಲಾ, ದಯವೇ ಧರ್ಮದ ಮೂಲವಯ್ಯ, ಜಗದಗಲ ಮುಗಿಲಗಲ, ಎತ್ತೆತ್ತ ನೋಡಿದತ್ತ

ನೀನೇ ದೇವ ಎನ್ನುವ ಮೂಲಕ ತಮ್ಮ ಭಕ್ತಿಯನ್ನು ತೋರಿಸಿಕೊಂಡಿದ್ದಾರೆ ಅಂತಹ ಭಕ್ತಿ ದುಗ್ಗಳೆಯ ಮೇಲೆ ಪ್ರಭಾವ ಬೀರಿತ್ತು.

"**ಜಂಗಮನಾದೊಡೆ ಪ್ರಭುವಿನಂತಾಗಬೇಕು**"

ಅಲ್ಲಮರ ಸಾಧನೆಯ ಘಟ್ಟಿಗೊಂಡಾಗಿದೆ. ಅವರ ಗುರು ಅನಿಮಿಷದೇವ, ಅಲ್ಲಮರು ಅನಿಮಿಷಯೋಗಿಯಿಂದ ಇಷ್ಟಲಿಂಗವನ್ನು ಪಡೆದುಕೊಂಡು ಆ ಲಿಂಗದ ಅನುಸಂಧಾನದ ಮೂಲಕ ತಮ್ಮ ನಿಜ ಸ್ವರೂಪವನ್ನು ಅರಿತು ಮಹಾನುಭಾವಿಯಾಗಿ ರೂಪಗೊಳ್ಳುತ್ತಾರೆ. ಅಲ್ಲಮರು ದೀನದುರ್ಬಲರನ್ನು ಸಂತೈಸುವ, ಅಜ್ಞಾನಿಗಳನ್ನು ಎಚ್ಚರಿಸುವ ಸಾಧಕರಿಗೆ ಮಾರ್ಗದರ್ಶನವನ್ನು ನೀಡುವ ಚರಲಿಂಗವಾಗಿ ಸಂಚರಿಸುತ್ತಿದ್ದರು. ಗೊಗ್ಗವ್ವೆ, ಮುಕ್ತಾಯಕ್ಕ, ಗೋರಕ್ಷ ಇಂತಹ ಕೆಲವರು ಅಲ್ಲಮರಿಂದ ತಮ್ಮ ಗುರುವನ್ನು ಕಂಡುಕೊಂಡರು. ಅವರಿಂದ ಉದ್ಧಾರವಾದರು. ಇಂಥಹ ನೂರಾರು ಜನರಂತೆ ದುಗ್ಗಳೆಯ ಮೇಲೆ ಪರಿಣಾಮ ಬೀರಿತು.

"**ಯೋಗಿಯಾದೊಡೆ ಸಿದ್ಧರಾಮನಂತಾಗಬೇಕು**"

ಸಿದ್ದರಾಮೇಶ್ವರರು ಕರ್ಮಯೋಗಿಗಳು ಸೊನ್ನಲಗಿಯಲ್ಲಿ ಕೆರೆ, ಗುಡಿ, ಗೋಪುರಗಳನ್ನು ಕಟ್ಟುತ್ತಾ ಲೋಕ ಸಂಗ್ರಹದ ಕಾರ್ಯದಲ್ಲಿ ತೊಡಗಿರುತ್ತಾರೆ. ಆಗ ಅಲ್ಲಮರು ಸೊನ್ನಲಗೆಗೆ ಬರುತ್ತಾರೆ. ಸಿದ್ದರಾಮರನ್ನು ಕುರಿತು ದೇಹದೊಳಗೆ ದೇವಾಲಯವಿದ್ದು ಮತ್ತೆ ಬೇರೆ ದೇವಾಲಯವೇಕೆ?

ಎರಡಕ್ಕೆ ಹೇಳಿ ಅಲ್ಲಮರು ಗುಹೇಶ್ವರ ನೀನು ಕಲ್ಲಾದಡೆ ನಾನೇನಪ್ಪನೂ ಎಂದೂ.

"**ತನುವೆಂಬ ಎರೆಗೆ ಮನವೆಂಬ ಕಟ್ಟೆಯ ಮಾಡಿ**
ಬರಿದು ಷಡ್ವಿದ ಭಕ್ತಿಯುಂಬ ಸೋಪಾನದಿಂದ
ಪರಮಾನಂದ ಜಲವ ತುಂಬಿ ಕೆರೆಯ ಕಟ್ಟಬಲ್ಲವನಾರನೂ ಕಾಣೆ.
ನಾನು ಕಟ್ಟಿದ ಕೆರೆ ಸ್ಥಿರವಾಯಿತ್ತು ಗುಹೇಶ್ವರ ನಿಮ್ಮಾಣೆ."

ಶಿವಯೋಗಿ ಕಟ್ಟಬೇಕಾದ ಕೆರೆ ಎಂಥದೆಂಬುದನ್ನು ಇಲ್ಲಿ ಮಾರ್ಮಿಕವಾಗಿ ಹೇಳಿ ಕರ್ಮಯೋಗಿಯಾದ ಸಿದ್ದರಾಮರಿಗೆ ಶಿವಯೋಗದ ಹಿರಿಮೆ ಹೇಳಿ ಕೊಡುತ್ತಾರೆ. ಜನ ಕಲ್ಯಾಣದಲ್ಲಿ ಸಿದ್ದರಾಮರ ಸಾಧನೆ ಅದ್ಭುತವಾದದ್ದು.

"**ಭೋಗಿಯಾದೊಡೆ ಚೆನ್ನಬಸವಣ್ಣನಂತಾಗಬೇಕು**"

ಅಲ್ಲಮರ ನಂತರ ಶೂನ್ಯಪೀಠದ ಅಧ್ಯಕ್ಷರಾದ ಜ್ಞಾನನಿಧಿ ಚೆನ್ನಬಸವಣ್ಣನ ಸಾಧನೆಯೂ ದುಗ್ಗಳೆಯ ಮೇಲೆ ಪ್ರಭಾವ ಬೀರಿತು.

"ಐಕ್ಯನಾದೊಡೆ ಅಜಗಣ್ಣನಂತಾಗಬೇಕು"

ಅಜಗಣ್ಣ ಮುಕ್ತಾಯಕ್ಕನ ಅಣ್ಣ ಬಹಿರಂಗ ಪೂಜೆ ಆಡಂಬರವೆಂದು ಅಷ್ಟಕ್ಕೆ ನಿಲ್ಲದೆ ಮಾತು ಆಡುವುದನ್ನು ಬಿಟ್ಟು ಮೌನವಾಗಿಯೇ ಭಕ್ತಿಯೋಗ ಮಾಡಲು ಶುರುಮಾಡಿದರು. ಒಮ್ಮೆ ಮನೆಯೊಳಗೆ ಬರುವಾಗ ಅನಿರೀಕ್ಷಿತವಾಗಿ ತಲೆಗೆ ಬಾಗಿಲ ಬಡೆಯಿತು. ವಿಪರೀತ ನೋವಿಗೆ ಅವರ ಬಾಯಿಂದ ಶಿವ, ಶಿವಾ ಅಂತ ಶಿವ ಮಂತ್ರವನ್ನು ಜಪಿಸಿದರು. ನಾನು ಮೌನಿಯಾಗಿದ್ದೆ ನನ್ನ ಬಾಯಿಂದ ಶಬ್ದ ಹೊರಬಂದಿತಲ್ಲಾ ನಾನು ಹಿಡಿದ ವ್ರತ ತನ್ನಿಂದಲೇ ಭಿನ್ನವಾಯಿತೆಂದು ಆ ಕ್ಷಣವೇ ಲಿಂಗೈಕ್ಯನಾಗುತ್ತಾನೆ ಇಂತ ಅಜಗಣ್ಣನ ಐಕ್ಯವಾದ ಘಟನೆಗೆ ದುಗ್ಗಳೆಯ ಪ್ರಭಾವಿಳಾಗುತ್ತಾಳೆ.

ಇಂತ ಬಸವಣ್ಣ, ಪ್ರಭುದೇವ, ಸಿದ್ದರಾಮ, ಚೆನ್ನಬಸವಣ್ಣ, ಅಜಗಣ್ಣನವರ ಧಾರ್ಮಿಕ ನಿಷ್ಠೆ, ಅವರ ಗುಣ, ಸ್ವಭಾವದಿಂದ ತಮ್ಮ ಬದುಕು ರೂಪಿಸಿಕೊಂಡಿದ್ದು ಇವೆರೆಲ್ಲರ ಕರುಣೆ, ಪ್ರೇರಣೆಯ ಪ್ರಭಾವದಿಂದ ಪುನೀತಳಾಗಿ ಇಲ್ಲದ ತತ್ವಗಳ ಬಗ್ಗೆ ಯೋಚಿಸದೆ, ಯೋಗಿನಿಯಂತೆ ಅಂದರೆ ಸಂಸಾರದಲ್ಲಿ ಇದ್ದು ಇರದ ಹಾಗೆ, ಇದ್ದು ಸತ್ತಂತೆ ಬದುಕಿದೆನು ಎಂದು ದುಗ್ಗಳೆ ಹೇಳುತ್ತಾಳೆ.

ಶರಣೆ ದುಗ್ಗಳೆಯ ಇನ್ನೊಂದು ವಚನ.

"ಬಸವಣ್ಣನಿಂದ ಗುರುಪ್ರಸಾದಿಯಾದೆನು.
ಚೆನ್ನಬಸವಣ್ಣನಿಂದ ಲಿಂಗಪ್ರಸಾದಿಯಾದೆನು.
ಪ್ರಭುದೇವರಿಂದ ಜಂಗಮಪ್ರಸಾದಿಯಾದೆನು.
ಮರುಳಶಂಕರದೇವರಿಂದ ಮಹಾಪ್ರಸಾದಿಯಾದೆನು.
ಇಂತೀ ಚತುರ್ವಿಧವು ಏಕೀಭವಿಸಿ ಪ್ರಾಣಲಿಂಗವಾದ
ಮಹಾಮಹಿಮಂಗೆ ಶರಣೆಂದು ಬದುಕಿದೆನಯ್ಯಾ
ದಾಸಯ್ಯಪ್ರಿಯ ರಾಮನಾಥ."

ದಾಸಿಮಯ್ಯ-ದುಗ್ಗಳೆ, ಇವರ ಜೀವನವೇ ಒಂದು ಸಂದೇಶ. ಸಂಸಾರಿ ಆಗಿದ್ದು ಲೌಕಿಕ ಮೀರಿದ ಅಲೌಕಿಕ ಸಾಧಿಸಿದ ಮಹಾತ್ಮರಿಗೆ ಅಷ್ಟೆ ಅಲ್ಲ ಜನಸಾಮಾನ್ಯರಿಗೂ ಸಾಧ್ಯವಿರುವುದನ್ನು ತೋರಿದ ಆದರ್ಶ ದಂಪತಿಗಳು. ಇವರ ದಾಸೋಹ ನಿಷ್ಠೆ ಸಂಸಾರಿಕ ಜೀವನದ ಪಾವಿತ್ರ್ಯತೆಯನ್ನು ತಮ್ಮ ನಡೆಯಿಂದ ಲೋಕಕ್ಕೆ ಪರಿಚಯಿಸಿದರು. ನಮಗೆಲ್ಲ ಆರಾಧ್ಯರು ಈ ಶರಣ ದಂಪತಿಗಳು.

⌘

12. ಷಟಸ್ಥಲ ಚಕ್ರವರ್ತಿ ಚೆನ್ನಬಸವಣ್ಣ

ಶರಣೆ ಗೌರಮ್ಮ ನಾಶಿ, ಬಾಗಲಕೋಟೆ

ಭಕ್ತಿ ಭಂಡಾರಿ ಬಸವಣ್ಣನವರ ಸಹೋದರಿ ಶರಣೆ ಅಕ್ಕನಾಗಮ್ಮ ಶಿವದೇವ (ಶಿವಸ್ವಾಮಿ)ರಿಗೆ ಪುತ್ರನಾಗಿ 1144 ರಲ್ಲಿ ಕಲ್ಯಾಣದಲ್ಲಿ ಜನಿಸಿದ ಚೆನ್ನಬಸವಣ್ಣ. ಚಿಕ್ಕವಯಸ್ಸಿನಲ್ಲಿಯೇ ಅಸಾಧಾರಣ ಕಾರ್ಯಗಳನ್ನು ಮಾಡಿದ ಪ್ರತಿಭಾ ಸಂಪನ್ನ, ಕೂಡಲ ಸಂಗಮದಲ್ಲಿ ವಿದ್ಯಾಭ್ಯಾಸವನ್ನು ಪೂರೈಸಿ ಕಲ್ಯಾಣಕ್ಕೆ ಬಂದ ನಂತರ ಬಸವಣ್ಣನವರ ಮಹಾಮನೆಯ ಕಾರ್ಯದಲ್ಲಿ ನಿರಂತರವಾಗಿ ನೆರವಾಗುವ ಧರ್ಮೋದ್ಧಾರ ಕಾರ್ಯಗಳಲ್ಲಿ ತನ್ನನ್ನು ತೊಡಗಿಸಿಕೊಂಡವನು. ಅನುಭವ ಮಂಟಪದ ಎಲ್ಲ ಕಾರ್ಯಗಳು ಚೆನ್ನಬಸವಣ್ಣನವರ ನೇತೃತ್ವದಲ್ಲಿಯೇ ನಡೆಯುತ್ತಿದ್ದವು. ಇವರು ಸುಮಾರು 1500 ಕ್ಕಿಂತಲೂ ಹೆಚ್ಚು ವಚನಗಳನ್ನು ರಚಿಸಿದ್ದು, ಇವರ ವಚನಾಂಕಿತ "ಕೂಡಲ ಚೆನ್ನಸಂಗಮದೇವಾ" ಎಂದಿದೆ. ವಚನಗಳಷ್ಟೆ ಅಲ್ಲದೆ ವಚನೇತರ ಸಾಹಿತ್ಯವನ್ನು ರಚಿಸಿದ್ದು ಅವುಗಳಲ್ಲಿ ಮಿಶ್ರಾರ್ಪಣ, ಕರಣಹಸಿಗೆ, ತೊಂಭತ್ತಾರು ಸಕೀಲಗಳು, ಹಿರಿಯ ಮಂತ್ರಗೌಪ್ಯ, ಪದಮಂತ್ರಗೌಪ್ಯ, ಘಟಚಕ್ರ, ಕಾಲಜ್ಞಾನ ಸ್ವರ ವಚನಗಳು ಬಹು ಮುಖ್ಯವಾದವುಗಳಾಗಿವೆ. ಸಿದ್ಧರಾಮ ಶಿವಯೋಗಿಗಳಿಗೆ ಲಿಂಗ ದೀಕ್ಷೆ ನೀಡಿದ ಹಿರಿಮೆ ಚೆನ್ನಬಸವಣ್ಣನವರದು.

ಚೆನ್ನಬಸವಣ್ಣ ಶಿವಪಥದಲ್ಲಿ ಆಚಾರ್ಯರಾಗಿದ್ದಂತೆ ರಾಜನೀತಿ ಶಾಸ್ತ್ರಜ್ಞರಾಗಿದ್ದು ಶೂನ್ಯಪೀಠದ ಎರಡನೇಯ ಅಧ್ಯಕ್ಷರು ಆಗಿದ್ದರು. ಅಷ್ಟಾವರಣ ಪಂಚಾಚಾರ ಷಟಸ್ಥಲ ಮುಂತಾದ ಮತ ಪ್ರಕ್ರಿಯೆಗಳನ್ನು ರೂಪಿಸಿದರು. ಅವರ ವ್ಯಕ್ತಿತ್ವದ ಬಗೆಗೆ ಷಟಸ್ಥಲ ಸಿದ್ಧಾಂತ ಮತ್ತು ಆಚರಣೆಯ ನಿರ್ಣಯದಲ್ಲಿ ಅವರು ವಹಿಸಿದ ಮಹತ್ವಪೂರ್ಣ ಪಾತ್ರವನ್ನು ತಿಳಿಯಲು ಸಾಕಷ್ಟು ಸಾಮಗ್ರಿ (ಪುರಾವೆ)ಗಳು ದೊರೆಯುತ್ತಿದ್ದು ಅವರ ಜೀವನ ಚರಿತ್ರೆಯ ಬಗ್ಗೆ ವಿರೂಪಾಕ್ಷ ಪಂಡಿತನ ಚೆನ್ನ ಬಸವ ಪುರಾಣ ಹಾಗೂ ಇತರ ಕೆಲವು ಕೃತಿಗಳಲ್ಲಿ ದೊರೆಯುತ್ತವೆ.

ಹನ್ನೆರಡನೇಯ ಶತಮಾನದ ಕಲ್ಯಾಣದ ಶರಣರಲ್ಲಿ ಅಗ್ರಗಣ್ಯನಾಗಿ ಬೆಳಗಿದ ಚೆನ್ನಬಸವಣ್ಣನು ಅವಿರಳಜ್ಞಾನಿ ಸದಮಲಜ್ಞಾನಿ ಷಟಸ್ಥಲ ಸ್ಥಾಪನಾಚಾರ್ಯ ದಿವ್ಯ ಗುಣ ಸಂಪನ್ನನೆಂದು ಪ್ರಸಿದ್ಧಿ ಪಡೆದಿದ್ದಾನೆ.

ಕಲ್ಯಾಣ ಕ್ರಾಂತಿಯ ನಂತರ ಶರಣರನ್ನು ಮತ್ತು ವಚನ ಸಂಪತ್ತನ್ನು ರಕ್ಷಿಸುವ ಹೊಣೆಹೊತ್ತು, ವಚನ ಕಟ್ಟುಗಳೊಂದಿಗೆ ಶರಣೆ ಅಕ್ಕನಾಗಲಾಂಬಿಕೆ, ಹರಳಯ್ಯ, ಮಡಿವಾಳ ಮಾಚಯ್ಯ, ಗಂಗಾಂಬಿಕೆ ಮೊದಲಾದ ಶರಣರ ದಂಡಿನೊಂದಿಗೆ ಬಿಜ್ಜಳನ ಸೈನ್ಯದೊಂದಿಗೆ ಹೋರಾಡುತ್ತ ಉಳವಿಯತ್ತ ಹೊರಟು ಪ್ರಯಾಣದುದ್ದಕ್ಕೂ ಅಲ್ಲಲ್ಲಿ ಲಿಂಗಾಯತ ಧರ್ಮ ಪ್ರಚಾರವನ್ನು ಕೈಗೊಳ್ಳುತ್ತ ಜನರಲ್ಲಿ ಲಿಂಗಾಯತ ಧರ್ಮ ಜಾಗೃತಿ ಮೂಡಿಸುತ್ತ ಮುಂದೆ ಸಾಗಿ ಉಳವಿಯನ್ನು ತಲಪುತ್ತಾರೆ. ಚಿನ್ಮಯಜ್ಞಾನಿ ಚೆನ್ನಬಸವಣ್ಣನವರು ಅಲ್ಲಿಂಯೇ ಐಕ್ಯರಾಗುತ್ತಾರೆ. ಅಕ್ಕನಾಗಲಾಂಬಿಕೆಯವರ ಗವಿಯ ಪಕ್ಕದಲ್ಲಿಯೇ ಇವರ ಸಮಾಧಿ ಇದ್ದು, ವಚನ ಸಾಹಿತ್ಯದ ಉಳುವಿಗಾಗಿ ಹೋರಾಡಿ ಮಡಿದವರ ನೆನಪಿಗಾಗಿ ಮಾಡಿದಂತ ವೀರಗಲ್ಲು ಕೂಡ ಅಲ್ಲಿದೆ.

ಅಂದು ಅನುಭವ ಮಂಟಪದಲ್ಲಿ ಪ್ರತಿಯೊಬ್ಬ ಶರಣರ ಪ್ರತಿಯೊಂದು ವಚನಗಳಿಗೆ ಅಂತಿಮವಾಗಿ ಒಪ್ಪಿಗೆಯನ್ನು ಕೊಡುವ ಜವಾಬ್ದಾರಿ ಚೆನ್ನಬಸವಣ್ಣನವರದಾಗಿತ್ತು. ಕಲ್ಯಾಣದ ಸುತ್ತಮುತ್ತಲಿನ ಪ್ರದೇಶಗಳಿಗೆ ಸಂಚರಿಸಿ ಧರ್ಮ ತತ್ವವನ್ನು ತಿಳಿಪಡಿಸುವ ಕಾರ್ಯವನ್ನು ಮಾಡುತ್ತಿದ್ದು, ಕಲ್ಯಾಣದ ಸಮಗ್ರ ಮಾಹಿತಿಯನ್ನು ವಚನಗಳಲ್ಲಿ ದಾಖಲಿಸಿದ ಕೀರ್ತಿ ಚೆನ್ನಬಸವಣ್ಣನವರಿಗೆ ಸಲ್ಲುತ್ತದೆ.

ಚೆನ್ನಬಸವಣ್ಣನವರು – ಬಸವಣ್ಣವರ ದೃಷ್ಟಿಯಲ್ಲಿ

ಜನ್ಮತಃ ಜ್ಞಾನ ಪರಿಮಳ ಭರಿತ

ಅಲ್ಲಮಪ್ರಭುಗಳ ದೃಷ್ಟಿಯಲ್ಲಿ – ಅವಿರಳಜ್ಞಾನಿ, ಸ್ವಯಂಭು ಜ್ಞಾನಿ

ಮಹದೇವಿಯಕ್ಕನ ದೃಷ್ಟಿಯಲ್ಲಿ – ಸಮ್ಯಕ್ ಜ್ಞಾನಿ

ಶರಣೆಲ್ಲರ ದೃಷ್ಟಿಯಲ್ಲಿ – ಷಟಸ್ಥಲ ಜ್ಞಾನಿ, ಚಿನ್ಮಯಜ್ಞಾನಿ.

ಶೂನ್ಯ ಸಂಪಾದನೆಯಲ್ಲಿ ಪ್ರಭುದೇವರ ಹಾಗೂ ಚೆನ್ನಬಸವಣ್ಣನವರ ಸಂವಾದದ ಒಂದು ವಚನವನ್ನಿಲ್ಲಿ ವಿಶ್ಲೇಷಣೆಗೆ ಆಯ್ದುಕೊಂಡಿದ್ದೇನೆ.

ಗುಹೇಶ್ವರ ಲಿಂಗದಲ್ಲಿ ಎನಗೂ ನಿನಗೂ ಒಂದಾದ ಪರಿ ಎಂತು ಹೇಳಾ ಚೆನ್ನಬಸವಣ್ಣ, ಎಂದು ಆನಂದದಿಂದ ಕುತೂಹಲವಾಗಿ ಕೇಳುತ್ತಾರೆ ಪ್ರಭುದೇವರು ಅದಕ್ಕೆ ಚೆನ್ನಬಸವಣ್ಣನ ಉತ್ತರ

ಅನಿಮಿಷಂಗೆ ಲಿಂಗವ ಕೊಟ್ಟಾತ ಬಸವಣ್ಣ ಆ ಲಿಂಗ ನಿನಗೆ ಸೇರಿತ್ತಾಗಿ ಬಸವಣ್ಣನ ಸಾಂಪ್ರದಾಯದ ಕಂದನು ನೋಡಾ ನೀನು,

ಭಕ್ತಿ ದಳದುಳದಿಂದ ಚೆನ್ನಸಂಗಮನಾಥನೆಂಬ

ಲಿಂಗವನವಗ್ರಹಿಸಿಕೊಂಡೆನಾಗಿ,

ಬಸವಣ್ಣನ ಸಾಂಪ್ರದಾಯದಿ ಕಂದನು ನೋಡಾ ನಾನು,

ಇಂತಿಬ್ಬರಿಗೆಯಾ ಒಂದೆ ಕುಳಸ್ಥಳವಾದ ಕಾರಣ

ಕೂಡಲ ಚೆನ್ನಸಂಗಯ್ಯನಲ್ಲಿ ಬಸವಣ್ಣನ ಮಹಾಮನೆಯ

ಪ್ರಸಾದ ಇಬ್ಬರಿಗೆಯಾ ಒಂದೇ ಕಾಣಾ ಪ್ರಭುವೇ!

'ಇಲ್ಲಿ ಪುಟ್ಟ ತಂದೆ ಚೆನ್ನಬಸವನಿಗೆ ತಾನು ಪ್ರಭುದೇವರಿಗೆ ನಾ ನಿನ್ನ ಚಿಕ್ಕ ತಮ್ಮ ಎಂದು ಹೇಳಬೇಕಾಗಿದೆ' ಈ ವಚನದ ಮೂಲಕ.

ಅನಿಮಿಷಯ್ಯನ ಕರಸ್ಥಲದ ಲಿಂಗವನ್ನು ಅಲ್ಲಮ ಪ್ರಭು ತನ್ನ ಕರಸ್ಥಲಕ್ಕೆ ಬಿಜಯಂಗೈಸಿಕೊಂಡ ದಿವ್ಯ ಸನ್ನಿವೇಶ ನಮ್ಮೆದುರು ಬರುತ್ತದೆ. ಅನಿಮಿಷಯ್ಯಂಗೆ ಬಸವಣ್ಣ ಲಿಂಗಕೊಟ್ಟ. ಅನಿಮಿಷಯ್ಯನ ಲಿಂಗ ಪ್ರಭುವಿನ ಕೈ ಸೇರಿತು ಅಂತು ಪ್ರಭುವಿನ ಗುರುವಿನ ಗುರು ಬಸವಣ್ಣ ಎಂದಾಯಿತು. ನನಗೂ ಬಸವಣ್ಣನೆ ಲಿಂಗವನ್ನು ಅನುಗ್ರಹಿಸಿಕೊಟ್ಟ ಎಂದ ಮೇಲೆ ನಮ್ಮಿಬ್ಬರ ಗುರು ಒಬ್ಬನೆ ಬಸವಣ್ಣ. ನನಗಿಂತಲೂ ಮೊದಲೆ ನೀವು ಗುರುವಿನಿಂದ ಲಿಂಗ ಪಡೆದಿರುವಿರಾಗಿ ನನಗೆ ನೀವು ಅಣ್ಣನಾದೆ, ನಾನು ನಿಮಗೆ ಚಿಕ್ಕ ತಮ್ಮ ಕೇಳಾ ಪ್ರಭುವೆ ಎಂದು ಹೇಳಲು ತನ್ನ ಪೂರ್ವದ ವೃತ್ತಾಂತ ಗುರುಶಿಷ್ಯ ಸಂಬಂಧವನ್ನು ತಿಳಿಸಿಕೊಟ್ಟ ಚೆನ್ನಬಸವಣ್ಣನಿಗೆ 'ಗುಹೇಶ್ವರ ಲಿಂಗದಲ್ಲಿ ನೀನೊಬ್ಬನೆ ಮಹಾಜ್ಞಾನಿ' ಎಂದು ಕೊಂಡಾಡಿದ್ದಾರೆ ಅಲ್ಲಮ ಪ್ರಭುದೇವರು.

⌘

13. ವೈರಾಗ್ಯ ನಿಧಿ ಮಹಾದೇವಿಯಕ್ಕ

ಶರಣೆ ಸುಧಾ ಪಾಟೀಲ್, ಬೆಳಗಾವಿ

ಮಹಾದೇವಿಯಕ್ಕ ಹುಟ್ಟಿದುದು ಕ್ರಿ.ಶ. 1150 ರ ಸುಮಾರಿಗೆ ಈಗಿನ ಶಿವಮೊಗ್ಗ ಜಿಲ್ಲೆಯ ಉಡುತಡಿಯಲ್ಲಿ. ತಂದೆ ನಿರ್ಮಲ ಶೆಟ್ಟಿ ತಾಯಿ ಸುಮತಿ. ಆಕೆ ಎಲ್ಲರಂತೆ ಜನಿಸಿದರೂ ಎಲ್ಲರಂತೆ ಬೆಳೆಯಲಿಲ್ಲ, ಎಲ್ಲರಂತೆ ಬಾಳಲಿಲ್ಲ. ಅಸಾಮಾನ್ಯಳಂತೆ ಬೆಳೆದು ಪರಿಪೂರ್ಣಳಂತೆ ಬದುಕಿದಳು. ಆಕೆ ಒಟ್ಟು ಜೀವಿಸಿದುದು ಕೇವಲ 20 ವರ್ಷ ಮಾತ್ರವಾದರೂ 2000 ವರ್ಷಗಳಲ್ಲಿ ಸಾಧಿಸಲಾರದುದನ್ನು ಸಾಧಿಸಿ ಅದೇನು ಹೆಣ್ಣೋ ಜಗದ ಕಣ್ಣೋ ಎಂಬಂತೆ ಮಿಂಚಿ –ಕೋರೈಸಿ ಕಣ್ಮರೆಯಾದಳು.

"ಆಶೆಯೇ ನೀನು ನಿಲ್ಲು ನಿಲ್ಲು, ಹಸಿವೇ ನೀನು ನಿಲ್ಲು ನಿಲ್ಲು, ತೃಷೆಯೇ ನೀನು ನಿಲ್ಲು ನಿಲ್ಲು," ಎಂದು ಮಾನವನ ಅಧಃಪತನದ ಅಂಶಗಳನ್ನೆಲ್ಲ ಹೊಸಕಿ ಹಾಕಿದ ಮಹದೇವಿಯಕ್ಕಳ ಮುಂದೆ ಶರಣಸತಿ– ಲಿಂಗಪತಿಯೆಂಬ ವೀರಶೈವ ಧರ್ಮ ದೊಡ್ಡ ಸಾಧ್ಯತೆಯನ್ನು ತೆರೆದುಕೊಟ್ಟಿತ್ತು. ಇಹಕ್ಕೊಬ್ಬ ಗಂಡ – ಪರಕ್ಕೊಬ್ಬ ಗಂಡ ಅಥವಾ ಲೌಕಿಕಕ್ಕೊಬ್ಬ ಗಂಡ, ಪಾರಮಾರ್ಥಿಕಕ್ಕೊಬ್ಬ ಗಂಡ ಎಂಬ ದ್ವಂದ್ವ ಬೇಡವೇ ಬೇಡ ಎಂದು ಗಂಡನೆಂಬುವನು ಇರಲೇಬೇಕಾಗಿದ್ದರೆ ಶಿವನೇ ಗಂಡನಾಗಿರಲಿ ಎಂದು ಆರಿಸಿಕೊಂಡಳು.

ದೇವ ಸಾಕ್ಷಾತ್ಕಾರಕ್ಕೆ ಸಂಸಾರ ಅಡ್ಡ ಬರಲಾರದೆಂಬ ಮಾತಿಗೆ ಆಕೆಯ ಸ್ಪಷ್ಟ ಉತ್ತರವೆಂದರೆ "ಬಿಲ್ವ–ಬೆಳವಲಕಾಯಿಗಳನ್ನು ಏಕಕಾಲಕ್ಕೆ ಹಿಡಿಯಲಾಗುವುದಿಲ್ಲ" ಎಂಬುದು. ವೈರಾಗ್ಯ ಜೀವನ ಹೆಣ್ಣಿಗೆ ಸಾಧ್ಯವಾಗುವುದೇ ಎಂಬ ಪ್ರಶ್ನೆಗೆ ಸಾವ, ಕೆಡುವ, ಕಾಡುವ, ಬೇಡುವ ಗಂಡನೊಡನೆ ಸಂಸಾರ ಮಾಡುವುದಕ್ಕಿಂತ ಸಾವಿಲ್ಲದ, ಕೇಡಿಲ್ಲದ, ಭಯವಿಲ್ಲದ ಸರ್ವಸಮರ್ಥ ಗಂಡನನ್ನೇ ಆರಿಸಿಕೊಳ್ಳುವುದು ವಿಹಿತವಲ್ಲವೇ? ಎಂದು ಮರುಪ್ರಶ್ನೆ ಹಾಕಿದಳು. ಹೆಣ್ಣು ಒಬ್ಬಂಟಿಯಾಗಿ ಬಾಳುವುದು ಸಾಧ್ಯವಿಲ್ಲವೆಂಬುವರ ಮಾತಿಗೆ ಅಕ್ಕನ ಉತ್ತರವೆಂದರೆ "ಗಂಡು ಬಾಳಬಹುದಾದರೆ

ಹೆಣ್ಣು ಬಾಳುವುದು ಅಸಾಧ್ಯದ ಮಾತೇ? ಹೆಣ್ಣು ಗಂಡಿಗೆ ಮಾಯೆಯಾದರೆ ಗಂಡು ಹೆಣ್ಣಿಗೆ ಮಾಯೆ. ದೇಹದಲ್ಲಿರುವ ಆತ್ಮ ಅದು ಹೆಣ್ಣೂ ಅಲ್ಲ; ಗಂಡೂ ಅಲ್ಲ"

ಕೌಶಿಕ ರಾಜನ ಬಂಧನದಿಂದ ಬಿಡಿಸಿಕೊಂಡು ಉಡುತಡಿಯನ್ನು ಬಿಟ್ಟ ಮಹಾದೇವಿಯಕ್ಕ ಸಾರ್ವಜನಿಕ ಕಷ್ಟ ಕೋಟಲೆಗಳನ್ನು ಸಹಿಸಿ ಕಲ್ಯಾಣದ ಹೊರವಲಯದಲ್ಲಿ ಕಿನ್ನರ ಬೊಮ್ಮಯ್ಯನ ಹಲವು ರೀತಿಯ ಪರೀಕ್ಷೆಯನ್ನು ಗೆದ್ದು, ತಾನೇ ಕಿನ್ನರಣ್ಣನಿಗೆ ಪರಬ್ರಹ್ಮಕ್ಕೆ ಬೆನ್ನು ಕೊಡದಿರುವ ಧೈರ್ಯವನ್ನು ತುಂಬಿ, ಅನುಭವಮಂಟಪ ಪ್ರವೇಸಿಸುತ್ತಾಳೆ. ಈಗಾಗಲೇ ಸರ್ವಶರಣರು ಮಹಾದೇವಿಯಕ್ಕನ ಆಧಾತ್ಮಿಕ ಎತ್ತರದಿಂದ ಸುಪರಿಚಿತರಿರುತ್ತಾರೆ. ಮಡಿವಾಳ ಮಾಚಯ್ಯ ನಡೆಯಲು ಹಾಸಿದ ಹಡದಿಯನ್ನು ರಕ್ಷಣೆಯ ವಸ್ತ್ರವೆಂದು ಹೊದೆದುಕೊಳ್ಳುತ್ತಾಳೆ. ಶೂನ್ಯ ಪೀಠಾಧೀಶ ಅಲ್ಲಮ ಪ್ರಭುವಿನ ಪರೀಕ್ಷಾತ್ಮಕ ತೀಕ್ಷ್ಣ ಪ್ರಶ್ನೆಗಳಿಗೆಲ್ಲ ಸಮರ್ಪಕ ಸಮಾಧಾನದ ಉತ್ತರ ನೀಡಿ "ತನು ಗುಣ ನಾಸ್ತಿಯಾಗಿ ಲಿಂಗ ಸಂಗಿಯಾದಳು, ಮನಗುಣ ನಾಸ್ತಿಯಾಗಿ ಅರಿವು ಸಂಗಿಯಾದಳು" ಎಂದು ಮನದುಂಬಿ ಹೊಗಳಿಸಿಕೊಳ್ಳುತ್ತಾಳೆ. ಬಸವಾದಿ ಪ್ರಮಥರೆಲ್ಲರೂ ಅಕ್ಕ ಸ್ವಯಂಲಿಂಗವಾದ ಪರಿ ಕಂಡು ಬೆಕ್ಕಸ ಬೆರಗಾಗುತ್ತಾರೆ. ಅಕ್ಕ ಕೆಲ ಕಾಲ ಕಲ್ಯಾಣದಲ್ಲಿ ತಂಗಿ, ಶರಣರ ಸಂಗಸುಖವನ್ನು ಅನುಭವಿಸಿ ಪ್ರಭುವಿನ ದಿವ್ಯಾದೇಶ ಪ್ರಕಾರ ತ್ರಿಕೂಟ ಗಿರಿಯೊಳಗಿನ ಕದಳಿಗೆ ತೆರಳುತ್ತಾಳೆ. ಅಲ್ಲಿ "ಲಿಂಗವನ್ನೆ, ಲಿಂಗೈಕ್ಯವನ್ನೆ, ಸಂಗವನ್ನೆ, ನಿಸ್ಸಂಗವನ್ನೆ" ಎಂದು ಲಿಂಗದಲ್ಲಿ ಒಂದಾಗುತ್ತಾಳೆ.

ಕನ್ನಡ ಸಾಹಿತ್ಯಕ್ಕೆ ಮಹಾದೇವಿಯಕ್ಕನ ಕೊಡುಗೆ ಅಪ್ರತಿಮವಾದುದಾಗಿದೆ. ಬಹಳ ಸುಂದರವಾದ ವಚನಗಳನ್ನಲ್ಲದೆ ಕೆಲವು ಸ್ವರ ವಚನಗಳನ್ನೂ ಬರೆದಿದ್ದಾಳೆ. ಇಲ್ಲಿಯವರೆಗೆ 354 ವಚನಗಳು ಲಭ್ಯವಾಗಿವೆ. ಆಕೆಯ ವಚನಾಂಕಿತ...." ಚೆನ್ನಮಲ್ಲಿಕಾರ್ಜುನ"

ವಚನ ವಿಶ್ಲೇಷಣೆ

ಈಳೆ, ನಿಂಬೆ, ಮಾವು, ಮಾದಲಕ್ಕೆ ಹುಳಿ ನೀರ ನೆರೆದವರಾರಯ್ಯ?
ಕಬ್ಬು, ಬಾಳೆ, ಹಲಸು, ನಾರಿವಾಳಕ್ಕೆ ಸಿಹಿನೀರ ನೆರೆದವರಾರಯ್ಯ?
ಕಳವೆ, ಶಾವಿ, ಜೋಳ, ನವಣೆಗೆ ಓಗರದುದಕವ ನೆರೆದವರಾರಯ್ಯ?
ಮರುಗ, ಮಲ್ಲಿಗೆ, ಪಚ್ಚೆ, ಕೇದಗೆಗೆ ಪರಿಮಳದುದಕವ ನೆರೆದವರಾರಯ್ಯ?
ಇಂತೀ ಜಲವು ಒಂದೆ, ನೆಲವು ಒಂದೆ, ವಾಯು ಒಂದೆ,
ಆಕಾಶ ಒಂದೆ, ಒಂದೇ ಜಲವು ಹಲವು ದ್ರವ್ಯಂಗಳ ಕೂಡಿ

ತನ್ನ ತನ್ನ ಪರಿಬೇರಾಗಿಹ ಹಾಗೆ ಎನ್ನ ದೇವ ಚೆನ್ನಮಲ್ಲಿಕಾರ್ಜುನಯ್ಯನು ಹಲವು ಜರ್ನಗಳ ಕೂಡಿರ್ದರೂ ತನ್ನ ಪರಿ ಬೇರಾಗಿಹನು.

ಮಹಾದೇವಿಯಕ್ಕನವರ ಈ ವಚನ ಬಹಳ ಸುಪ್ರಸಿದ್ಧವಾಗಿದೆ.

ತನ್ನ ಸುತ್ತಮುತ್ತಲಿನ ತರುಮರಗಳ ಬಗ್ಗೆ ಮತ್ತು ಬಿತ್ತು – ಬೆಳೆಗಳ ಬಗ್ಗೆ ಮಹಾದೇವಿಯಕ್ಕನವರು ಎಷ್ಟೊಂದು ಆಳವಾದ ಚಿಂತನೆಯನ್ನು ನಡೆಸಿದ್ದಾರಲ್ಲ ಎಂದು ಆಶ್ಚರ್ಯವಾಗುತ್ತದೆ. ಇಂತಹ ವಿಚಾರ ಪ್ರಖರತೆಯ ಸುಳುಹು ಹಿಂದಿನ ಯಾವ ಒಬ್ಬ ಮಹಾನ್ ಕವಿಯಲ್ಲೂ, ಮಹಾನ್ ಅನುಭಾವಿಯಲ್ಲೂ ಸುಳಿದಿಲ್ಲ, ಅಂಥದು ಕವಿ – ಸಹೃದಯದ ಮಹಾದೇವಿಯಕ್ಕನಿಗೆ ಮಾತ್ರ ಹೊಳೆದಿದೆ.

ನಿಜವಾಗಿಯೂ ಕಿತ್ತಳೆ, ನಿಂಬೆ, ಮಾವು, ಕಣ್ಣಿ ಕಾಯಿಗಳಿಗೆ ಹುಳಿ ನೀರುಗಳನ್ನು ಯಾರು ಹಾಕುತ್ತಾರೆ? ಈ ಕಾಯಿಗಳಲ್ಲಿ ಅಷ್ಟು ಹುಳಿ ಎಲ್ಲಿಂದ ಬರುತ್ತದೆ? ಅಥವಾ ಹುಣಿಸೆ ಹುಳಿ ನೀರನ್ನು ಹಾಕಿ ಯಾವುದಾದರೂ ಕಾಯಿಯನ್ನು ಹುಳಿಗೊಳಿಸಬಹುದೇ? ಯಾವ ನೀರು ಹಾಕಿದರೂ ನಿಂಬೆ ನಿಂಬೆಯೇ, ಮಾವು ಮಾವೇ?

ಇದೇ ರೀತಿ ಕಬ್ಬು ಬಾಳೆ ಗಿಡಗಳಿಗೆ ಸಿಹಿನೀರನ್ನು ಹನಿಸುವುದುಂಟೇ? ಕಬ್ಬು ಅಷ್ಟು ಸಿಹಿಯಾಗಿರಲು ದೇವರು ಸಕ್ಕರೆಯನ್ನು ಎಲ್ಲಿಂದ ತಂದಿರಬೇಕು ಎಂದು ಸೋಜಿಗವಾಗುತ್ತದೆ.

ಹೀಗೆಯೇ ಕಳವೆ, ಶಾವಿ, ನವಣೆ, ಜೋಳಗಳಿಗೆ ಯಾರೂ ಹಿಟ್ಟು ನೀರುಗಳನ್ನು ಹಾಕುವುದಿಲ್ಲ. ಅವುಗಳಿಂದ ಹಿಟ್ಟೇ ತಯಾರಾಗುತ್ತದೆ. ಪಿಷ್ಟ ದವಸ ಧಾನ್ಯಗಳೇ ಬೇರೆ, ತೈಲ ಬೀಜಕಾಳುಗಳೇ ಬೇರೆ, ಒಂದನ್ನು ಬಿತ್ತಿ ಮತ್ತೊಂದನ್ನು ಪಡೆಯಲಾಗುವುದಿಲ್ಲ. ಮರುಗ, ಮಲ್ಲಿಗೆ, ಕೇದಗೆಗಳಿಗೆ ಸುವಾಸನೆಯ ನೀರನ್ನು ಯಾರೂ ಹಾಕುವುದಿಲ್ಲ. ಮಲ್ಲಿಗೆಗೆ ಗಂಧದೆಣ್ಣೆಯನ್ನು ಸುರುವಿ ಮೈಸೂರು ಮಲ್ಲಿಗೆಯನ್ನಾಗಿ ಮಾಡಲಾಗುವುದಿಲ್ಲ. ನೆಲ ಒಂದೇ ಆಗಿದ್ದರೂ, ಜಲ ಒಂದೇ ಆಗಿದ್ದರೂ, ಆಕಾಶ ಒಂದೇ ಆಗಿದ್ದರೂ, ವಾಯು ಒಂದೇ ಆಗಿದ್ದರೂ ಪರಮಾತ್ಮ ಸೃಷ್ಟಿಯ ಆಯಾ ಬೀಜಗಳು ತಮ್ಮ ಅಸ್ತಿತ್ವವನ್ನು ಉಳಿಸಿಕೊಳ್ಳುವಂತೆ, ಪ್ರತಿಯೊಬ್ಬರೂ ಪರಮಾತ್ಮನ ಭಕ್ತರೇ ಆಗಿದ್ದರೂ ತಮ್ಮ ತಮ್ಮ ಗುಣಧರ್ಮಗಳಿಗನುಗುಣವಾಗಿಯೇ ವರ್ತನೆ ಮಾಡುವರು. ಶಿವಭಕ್ತರೆಲ್ಲರೂ ಸಮಾನರೆಂದು ಹೇಳಿಕೊಂಡರೂ ಎಲ್ಲರ ಆಚಾರ–ವಿಚಾರಗಳು ಒಂದೇ ಆಗಿರುವುದಿಲ್ಲ.

ಅನುಭಾವಿ ಕವಿಯಿತ್ರಿ ಮಹಾದೇವಿಯಕ್ಕನವರು ಹೇಳುವ ತಾತ್ಪರ್ಯವಿಷ್ಟೇ.. ದೇವರು ನೀರಿನಂತೆ ತಾನು ಪ್ರತ್ಯೇಕವಾಗಿಯೇ ಇದ್ದು, ಅಲಿಪ್ತವಾಗಿಯೇ ಇದ್ದು

ಅವರವರ ಸಂಸ್ಕಾರ, ಅವರವರ ಸಂಸ್ಕೃತಿ, ಅವರ ಪ್ರಯತ್ನ, ಪರಿಸರ, ಭಕ್ತಿಗನುಗುಣವಾಗಿ ಬೆಳೆಯಲವಕಾಶ ಕೊಟ್ಟಿರುತ್ತಾನೆ. ಒಂದೇ ನೀರು, ಒಂದು ಜಾಗದಲ್ಲಿ ಸಿಹಿಯಾಗಿರುತ್ತದೆ. ಒಂದು ಜಾಗದಲ್ಲಿ ಉಪ್ಪಾಗಿರುತ್ತದೆ. ಮತ್ತೊಂದೆಡೆ ಸೌಳಾಗಿರುತ್ತದೆ. ಇದೆಲ್ಲ ಆ ನೀರು ಕೂಡಿದ ದ್ರವ್ಯಗಳ ಪರಿಣಾಮವೇ ಹೊರತು ನೀರಿನ ದೋಷವಲ್ಲ. ಹಾಗೆ ಪರಮಾತ್ಮನು ಎಲ್ಲ ಜನಂಗಳಲ್ಲಿ ಇದ್ದರೂ ತಾನು ತನ್ನಂತೆ, ಅವರು ಅವರಂತೆ. ಕಳ್ಳರಲ್ಲಿಯೂ ಪರಮಾತ್ಮ ಇದ್ದಾನೆ, ಸುಳ್ಳರಲ್ಲಿಯೂ ಪರಮಾತ್ಮ ಇದ್ದಾನೆ., ಸತ್ಯವಂತರಲ್ಲಿಯೂ ಪರಮಾತ್ಮ ಇದ್ದಾನೆ, ಮಹಾತ್ಮರಲ್ಲಿಯೂ ಪರಮಾತ್ಮ ಇದ್ದಾನೆ; ಆದರೂ ಅವರು ಸುಳ್ಳರೇಕಾದರು? ಇವರು ಸತ್ಯವಂತರೇಕಾದರು ಎಂಬ ಪ್ರಶ್ನೆಗಳಿಗೆ ನಾವು ನಿಂಬೆ ಹುಳಿಯೇಕಾಯಿತು? ಕೇದಗೆ ಸುವಾಸಿತವೇಕಾಯಿತು ಎಂದು ಕೇಳಬೇಕಾಗುತ್ತದೆ.

ಒಟ್ಟಿನಲ್ಲಿ ಶುದ್ಧಸ್ವರೂಪಿ, ಅಗ್ನಿಸ್ವರೂಪಿ, ಜ್ಞಾನಸ್ವರೂಪಿ ಜಂಗಮದೊಡನಾಡಿ ತನ್ನ ಭವಾದಿ ಭವಗಳು ಹಿಂಗಿ ಹೋದವೆಂಬುದು ಮಹಾದೇವಿಯಕ್ಕನವರ ತಿಳುವಳಿಕೆ. ತ್ಯಾಗ –ತಪಸ್ಸುಗಳಿಂದ ಸ್ವರ್ಗ ಸುಖ ಪಡೆಯಬಹುದು, ಸಾಯುಜ್ಯ, ಸಾನಿಧ್ಯ, ಸಾಲೋಕ್ಯ ಪದವಿ ಪುರಸ್ಕಾರ ಪಡೆಯಬಹುದು, ಇವು ದೊಡ್ಡ ಮಾತಲ್ಲ. ಆದರೆ ಇಹಲೋಕದಲ್ಲಿ ಇದ್ದೂ ಇಲ್ಲದಂತೆ, ನಿರ್ದೇಹಿಯಾಗಿ, ನಿರ್ಮೋಹಿಯಾಗಿ, ಜೀವನ್ಮುಕ್ತಿ ಗಳಿಸುವುದು ಜಂಗಮದ ಅನುಗ್ರಹದಿಂದ ಮಾತ್ರ ಸಾಧ್ಯ ಎಂಬುದು ಶಿವಶರಣೆ ಮಹಾದೇವಿಯಕ್ಕನವರ ನಂಬಿಕೆ.

⌘

14. ಸಮತೆಯ ಸಾಕಾರ ಮೂರ್ತಿ ಸಿದ್ಧರಾಮೇಶ್ವರ

ಪ್ರೇಮಕ್ಕ ಅಣ್ಣಿಗೇರಿ, ಬೆಳಗಾವಿ

'ಸಮತೆಯ ಗಾರುಡಿಗ' ನೆಂದೇ ಪ್ರಸಿದ್ಧರಾದ ಸಿದ್ಧರಾಮೇಶ್ವರರ ಸಮತಾದೃಷ್ಟಿ ಅನುಪಮವಾದುದು. ಅಲ್ಲಮಪ್ರಭು ದೇವರು, ಬಸವಣ್ಣ, ಚೆನ್ನಬಸವಣ್ಣ ಅಕ್ಕಮಹಾದೇವಿಯಂತಹ ಪ್ರಮಥರ ಸಾಲಿನಲ್ಲಿಯೇ ಕಂಗೊಳಿಸುವ ಶ್ರೇಷ್ಠ ಶಿವಯೋಗಿಯೇ ಸಿದ್ಧರಾಮೇಶ್ವರರು. ಜನಸೇವೆಯೇ ತಮ್ಮ ಉಸಿರಾಗಿಸಿಕೊಂಡು 'ಕರ್ಮಯೋಗಿ'ಯೆಂದು ಪ್ರಸಿದ್ಧರಾದ ಸಿದ್ಧರಾಮರು ಶಿವಯೋಗಿಯಾಗಿದ್ದು ಒಂದು ಪವಾಡ ಸದೃಶ ಪ್ರಸಂಗವಾಯಿತು. ಈ ಪ್ರಸಂಗದಿಂದ ಅವರ ವೈಯಕ್ತಿಕ ಬದುಕು ಉನ್ನತಿಗೊಂಡಂತೆ ಹಾಗು ಲೋಕಸಂಗ್ರಹ ಕಾರ್ಯ ಎರಡೂ ಜರುಗಿದವು. ಮುಂದೆ ನಿರಂಜನ ವಂಶರತ್ನಾಕರದ ಪ್ರಕಾರ ಅವರು ಮೂರನೇಯ ಶೂನ್ಯ ಸಿಂಹಾಸನಾಧೀಶರಾದರು. ಸೊರಬ ತಾಲೂಕಿನ ಕೇರಿಸಾಲೆ ಗ್ರಾಮದಲ್ಲಿ ಬರೆಸಿದ ಶಾಸನ ಹಾಗು ಚಂಗೂರು ಗ್ರಾಮವನ್ನು ಕಪಿಲಸಿದ್ದ ಮಲ್ಲಿಕಾರ್ಜುನ ದೇವರಿಗೆ ಧಾರೆಯೆರೆದು ಬರೆಸಿದ ಶಾಸನದಲ್ಲಿ ಸಿದ್ಧರಾಮರು ಬರೆದ ಎರಡೆರಡು ವಚನಗಳನ್ನು ಉದಾಹರಿಸಿದ್ದಾರೆ. ಅಲ್ಲದೆ ಸೊನ್ನಲಿಗೆಯನ್ನು ದಕ್ಷಿಣ ವಾರಣಾಸಿಯೆಂದೂ, ಅಭಿನವ ಶ್ರೀಶೈಲವೆಂದೂ ವರ್ಣಿಸಿದ್ದಾರೆ. ಸೊನ್ನಲಿಗೆಯನ್ನು ಶ್ರೀಶೈಲವಾಗಿ ಪರಿವರ್ತಿಸಿದ ಪ್ರಮಥಪುಂಗವರು ಸಿದ್ಧರಾಮರು. ಇವರು 12ನೇ ಶತಮಾನದ ಅಗ್ರಗಣ್ಯ ವಚನಕಾರರಲ್ಲಿ ಒಬ್ಬರಾಗಿದ್ದಾರೆ. ಆ ಕಾಲದ ಕಾಯಕದ ಪ್ರತಿನಿಧಿಯಾಗಿ, ಸಮತೆಯ ಸಾಕ್ಷಾತ ರೂಪಾಗಿ ತೋರುತ್ತಾರೆ. ಸೊಲ್ಲಾಪುರದ ಸುತ್ತ ಮುತ್ತಲಿನ ಭಕ್ತರೆಲ್ಲರಿಗೆ ಇಂದಿಗೂ ಅವರೊಬ್ಬ ಪವಾಡ ಪುರುಷರೂ ಆರಾಧ್ಯ ದೈವರಾಗಿದ್ದಾರೆ.

ಇವರ ಜೀವನ ಚರಿತ್ರೆಗೆ ಸಂಬಂಧಿಸಿದ ಅನೇಕ ಆಧಾರಗಳು ರಾಘವಾಂಕ ವಾರ್ಧಕ ಷಟ್ಪದಿಯಲ್ಲಿ ಬರೆದ 'ಸಿದ್ಧರಾಮಚರಿತೆ', ವಚನ, ಕಾವ್ಯಶಾಸನ, ಸ್ವರವಚನ, ಬಸವ ಸ್ತೋತ್ರದ ತ್ರಿವಿಧಿ, ಅಷ್ಟಾವರಣ ಸ್ತೋತ್ರದ ತ್ರಿವಿಧಿ, ಸಂಕೀರ್ಣ ತ್ರಿವಿಧಿ,

ಜಯದೇವಿತಾಯಿ ಲಿಗಾಡೆಯವರು ಬರೆದ ಸಿದ್ಧರಾಮ ಚಾರಿತ್ರೆಗಳಲ್ಲಿ ದೊರೆಯುತ್ತವೆ. ಇವರ ಕಾಲ 12ನೇಶತಮಾನ (1150). ಇವರ ಜನನ ಹಾಗು ಐಕ್ಯವಾದ ಸ್ಥಳ ಸೊನ್ನಲಿಗೆ (ಇಂದಿನ ಸೊಲ್ಲಾಪುರ). ಮುದ್ದುಗೌಡ ಹಾಗು ಸುಗ್ಗವ್ವೆ ಇವರ ತಂದೆ ತಾಯಿಗಳು. ರೇವಣಸಿದ್ಧ ಗುರುಗಳು ವೃದ್ಧಾಪ್ಯಹೊಂದಿದ ಮಕ್ಕಳಿಲ್ಲದ ಈ ದಂಪತಿಗಳಿಗೆ ತೇಜೋವಂತನಾದ ಸುಪುತ್ರನನ್ನು ಪಡೆಯುವಿರೆಂದು ಆಶಿರ್ವಾದ ಮಾಡುತ್ತಾರೆ. ಗುರುಗಳ ಆಶಿರ್ವಾದದಂತೆ ವಿಲಕ್ಷಣವಾದ ಸುಪುತ್ರನನ್ನು ಪಡೆಯುತ್ತಾರೆ. ಗುರುಗಳು ಮಗುವಿಗೆ ಸಿದ್ಧರಾಮನೆಂದು ಹೆಸರಿಡಲು ಸೂಚಿಸಿದ್ದರೂ, ತಂದೆ ಮಗುವಿಗೆ 'ಧೂಳಮಾಕಾಳ' ನೆಂದು ಹೆಸರಿಡುತ್ತಾನೆ. ಆಶ್ಚರ್ಯವೆಂದರೆ ಮಗು ಸುಮಾರು 10 ವರ್ಷಗಳವರೆಗೆ ಯಾರೊಂದಿಗೂ ಮಾತನಾಡದೆ ಮೌನಿಯಾಗಿ ತನ್ನದೇ ಆದ ಬಾಲ ಲೀಲೆಗಳನ್ನಾಡುತ್ತ ದನ ಕಾಯುವ ಕೆಲಸ ಮಾಡುತ್ತಿರುತ್ತಾನೆ.

ಒಮ್ಮೆ ಓರ್ವ ಜಂಗಮರು ಈ ಬಾಲಕನ ಹತ್ತಿರ ಬಂದು ತನ್ನ ಹೆಸರು ಮಲ್ಲಯ್ಯನೆಂದೂ ತನ್ನೂರು ಶ್ರೀಶೈಲವೆಂತಲೂ ತನಗೆ ಮೊಸರಂಬಲಿ ತಂದುಕೊಡಬೇಕೆಂದು ಕೇಳುತ್ತಾರೆ. ಆನಂದಗೊಂಡ ಬಾಲಕನು ಮನೆಗೆ ಬಂದು ಎಂದೂ ಯಾರೊಂದಿಗೂ ಮಾತನಾಡದ ಆತನು ತಾಯಿಯೆದುರಿಗೆ ಎಲ್ಲ ಮಾತನಾಡಿ ಅಂಬಲಿ ಪಡೆಯುತ್ತಾನೆ. ಆದರೆ ಅಂಬಲಿ ತೆಗೆದುಕೊಂಡು ಅಡವಿಗೆ ಬಂದರೆ ಮಲ್ಲಯ್ಯ ಅಲ್ಲಿರುವದಿಲ್ಲ. ಮಲ್ಲಯ್ಯನನ್ನು ಹುಡುಕುತ್ತ ಶ್ರೀಶೈಲಕ್ಕೆ ಬಂದರೂ ಅವನನ್ನು ಕಾಣದೆ ಕಂಗಾಲಾಗಿ ಕಮರಿಕೊಳ್ಳಕ್ಕೆ ಹಾರುತ್ತಾನೆ. ಆಗ ಮಲ್ಲಯ್ಯ ಕಾಣಿಸಿಕೊಂಡು ಆಶಿರ್ವದಿಸಿ ಮತ್ತೆ ಸೊನ್ನಲಿಗೆಗೆ ಹೋಗಿ ಲೋಕಹಿತ ಕಾರ್ಯ ಮಾಡಲು ಸೂಚಿಸುತ್ತಾನೆ. ಅದರಂತೆ ಸಿದ್ಧರಾಮರು ಕೆರೆ ಕಟ್ಟೆ ಗುಡಿ ಗುಂಡಾರಗಳನ್ನು ಕಟ್ಟಿಸುತ್ತ ಸಾಮೂಹಿಕ ಮದುವೆ ಮಾಡಿಸುತ್ತ ಜನಸೇವೆಯ ಶರಣರಾಗಿರುತ್ತಾರೆ.

ಅಲ್ಲಮಪ್ರಭುಗಳು ಸೊನ್ನಲಿಗೆಗೆ ಬಂದು ಸಿದ್ಧರಾಮನ ಮನದ ಸಂಕುಚಿತತೆಯನ್ನು ಕಳೆಯುತ್ತಾರೆ. ಅನ್ನವನಿಕ್ಕಿ ನನ್ನಿಯ ನುಡಿದು, ಅರವಟ್ಟಿಗೆಯನಿಕ್ಕಿ ಕೆರೆಯ ಕಟ್ಟಿಸಿದರೆ ಮರಣದಿಂದ ಮೇಲೆ ಸ್ವರ್ಗ ಉಂಟಲ್ಲದೆ ಶಿವನ ನಿಜವು ಸಾಧ್ಯವಾಗದು.

ಗುಹೇಶ್ವರನ ಅರಿದ ಶರಣಂಗೆ ಆವ ಫಲವೂ ಇಲ್ಲ ಎಂದು ತಿಳಿ ಹೇಳುತ್ತಾರೆ.

ತನುವೆಂಬ ಏರಿಗೆ ಮನವೆಂಬ ಕಟ್ಟೆ

ಆಚಾರವೆಂಬ ಸೋಪಾನ, ಪರಮಾನಂದವೆಂಬ ಜಲವ ತುಂಬಿ

ಕೆರೆಯ ಕಟ್ಟಿದರೆ ಆ ಕೆರೆ ಸ್ಥಿರವಾಗಿ ನಿಲ್ಲುವದೆಂದು ತಿಳಿಸುತ್ತಾರೆ. ಮುಂದೆ ಸಿದ್ಧರಾಮರು ಚೆನ್ನಬಸವಣ್ಣನಿಂದ ಲಿಂಗದೀಕ್ಷೆ ಪಡೆಯುತ್ತಾರೆ.

ಶ್ರೇಷ್ಠ ವಚನಕಾರರಾದ ಸಿದ್ಧರಾಮರು,
ಅರವತ್ತೆಂಟು ಸಹಸ್ರ ವಚನಂಗಳ ಹಾಡಿ ಹಾಡಿ
ಸೋತಿತೆನ್ನ ಮನ ನೋಡಯ್ಯ

ಎಂದಿದ್ದಾರೆ. ಆದರೆ ಅವರು ಬರೆದ ವಚನಗಳಲ್ಲಿ ಕೇವಲ 1162 ವಚನಗಳು ಲಭ್ಯವಾಗಿವೆ. ಅವರು ಬರೆದ ವಚನಗಳು ಹಾಗು ಸ್ವರ ವಚನಗಳಿಗೆ 'ಕಪಿಲಸಿದ್ಧ ಮಲ್ಲಿಕಾರ್ಜುನ' ಎಂಬ ಅಂಕಿತ ನಾಮವಿದೆ. ಅಷ್ಟಾವರಣದ ಸ್ತೋತ್ರದ ತ್ರಿವಿಧಿ, ಬಸವ ಸ್ತೋತ್ರದ ತ್ರಿವಿಧಿ ಹೀಗೆ ತ್ರಿವಿಧಿಗಳಲ್ಲಿ 'ಯೋಗಿನಾಥ' ಎಂಬ ಅಂಕಿತನಾಮ ಬಳಸಿದ್ದಾರೆ. ಸಿದ್ಧರಾಮರ ಸಮತಾ ದೃಷ್ಟಿಗೆ ಈ ವಚನ ಸಾಕ್ಷಿಯಾಗಿದೆಯೆನ್ನಬಹುದು.

ಆರೇನೆಂದರೂ ಓರಂತಿಪ್ಪುದೆ ಸಮತೆ;
ಆರು ಜರಿದರೂ ಅವರೆನ್ನ ಮನದ ಕಾಳಿಕೆಯ ಕಳೆದರೆಂಬುದೇ ಸಮತೆ;
ಆರು ಸ್ತೋತ್ರ ಮಾಡಿದರೂ ಅವರೆನ್ನ ಜನ್ಮದ ಹಗೆಗಳೆಂಬುದೇ ಸಮತೆ;
ಇಂತಿದು ಗುರುಕಾರುಣ್ಯ. ಮನ ವಚನ ಕಾಯದಲ್ಲಿ ಅಹಿತವಿಲ್ಲದೆ,
ಕಪಿಲಸಿದ್ಧ ಮಲ್ಲಿಕಾರ್ಜುನಯ್ಯ ನಿಮ್ಮವರ ನೀವೆಂಬುದೇ ಸಮತೆ.

ಸಿದ್ಧರಾಮರು ಆದರ್ಶವಾಗಿರಿಸಿಕೊಂಡಿದ್ದ ಸಮತೆಯ ಸ್ವರೂಪವಿದು. ಸ್ತುತಿ ನಿಂದೆಗಳು ಏನೇ ಬಂದರೂ ನಮ್ಮ ಅಂತರಂಗದ ಮನಸ್ಸಿನ ಸ್ವಾಸ್ಥ್ಯವನ್ನು ಹಾಳುಮಾಡಿಕೊಳ್ಳದೆ ಸಮಚಿತ್ತರಾಗಿ ಬದುಕುವದೇ ನಿಜವಾದ ಸಮತಾ ಆಚರಣೆ ಎನ್ನುತ್ತಾರೆ ಸಿದ್ಧರಾಮರು. ನಮ್ಮನ್ನು ಬಯ್ದವರು, ಹೀಯಾಳಿಸಿದವರು ನಮ್ಮ ಮನದ ಅವಗುಣಗಳನ್ನು ಕಳೆದರೆಂದು ತಿಳಿಯಬೇಕೆನ್ನುತ್ತಾರೆ. ಆದರೆ ನಮ್ಮನ್ನು ಹೊಗಳಿದವರು ನಮ್ಮ ಆಜನ್ಮ ವೈರಿಗಳೆಂದು ತಿಳಿಯಬೇಕು. ಏಕೆಂದರೆ ಹೊಗಳಿಕೆ ನಮ್ಮ ಅವಗುಣಗಳನ್ನು ತೋರದೆ ನಮ್ಮನ್ನು ಅಹಂಕಾರಿಗಳನ್ನಾಗಿ ಮಾಡುವದು. ಅದಕ್ಕಾಗಿ ಹೊಗಳುಭಟ್ಟರನ್ನು ನಮ್ಮ ವೈರಿಗಳೆಂದೇ ಭಾವಿಸಬೇಕು. ಈ ಭಾವನೆಯೇ ನಿಜವಾದ ಸಮತಾ ಗುಣ. ಇದೇ ನಮ್ಮ ಅರಿವೆಂಬ ಗುರುವಿನ ಕಾರುಣ್ಯವೆನ್ನಬೇಕು. ನಮ್ಮ ದೇಹ, ಮಾತು ಹಾಗು ಮನಸ್ಸುಗಳಿಂದ ಅನ್ಯರಿಗೆ ಯಾವದೇ ಕೇಡನ್ನು ಬಯಸದೆ, ಶಿವಶರಣರನ್ನು ಶಿವನೆಂದು ಭಾವಿಸುವದೇ ಸಮತಾ ಗುಣ. ನಾವು ಎಲ್ಲರನ್ನೂ ಶಿವಾಂಶಿಕರೆಂದು ಭಾವಿಸುವುದು ಸರಳ. ಆದರೆ ಕಾಡಿಸುವವರು, ಪೀಡಿಸುವವರು, ಹಿಂಸಿಸುವವರು ಲೋಕದಲ್ಲಿ ಸದಾ ಇರುತ್ತಾರೆ. ಆಗ ನಮ್ಮ ಮನಸ್ಸು ತಳಮಳಕ್ಕೊಳಗಾಗದೆ ಸಮಚಿತ್ತ ಸಮಭಾವದಿಂದಿರುವದೇ ನಿಜವಾದ ಸಮತೆಯೆನಿಸುವದು.

ಇನ್ನೊಂದು ವಚನದಲ್ಲಿ ಇದೇ ಭಾವ ವ್ಯಕ್ತಪಡಿಸಿದ್ದಾರೆ ಸಿದ್ಧರಾಮರು.

ಸಿರಿಯಾಯಿತ್ತೆಂದು ಉಚ್ಚೃವದಿಂದುಬ್ಬದೆ
ಕೆಟ್ಟಿತೆಂದು ಮನನೊಂದು ಭಿನ್ನವಾದಂತಿರದೆ
ಮನ ವಿಸ್ಕಂದವಾಗದೊಂದೀಯಂದದಲ್ಲಿಪ್ಪಂತಪ್ಪ
ನಿಮ್ಮದೊಂದು ಸಮತಾಗುಣ ಎನ್ನನೆಂದು ಪೊರ್ದಿಪ್ಪುದು ಹೇಳಾ
ಕಪಿಲಸಿದ್ಧ ಮಲ್ಲಿಕಾರ್ಜುನಾ?"

ಸಿರಿತನ ಬಡತನ ಎರಡರಲ್ಲಿಯೂ ಹಿಗ್ಗದೆ ಕುಗ್ಗದೆ ಮನಚಂಚಲತೆಗೊಳಗಾಗದಂತೆ ಇರುವ ನಿಮ್ಮ ಸಮತಾಗುಣವನ್ನು ಕೊಟ್ಟು ನನ್ನನೆಂದು ಕಾಪಾಡುವಿರೆಂದು ಕಪಿಲಸಿದ್ಧ ಮಲ್ಲಿಕಾರ್ಜುನನ್ನೇ ಪ್ರಶ್ನಿಸುತ್ತಾರೆ ಸಿದ್ಧರಾಮರು. ಸಮತಾ ಭಾವ ಅವರಿಗೆ ಸಹಜವಾಗಿ ದೊರೆತದ್ದಲ್ಲ. ಸತತ ಸಾಧನೆಯಿಂದ ಸಿದ್ಧಿಸಿದ ಫಲವದು. ವರ್ಗ, ವರ್ಣ, ಲಿಂಗ ಯಾವ ಭೇದ ಭಾವಿಸದೆ ಸಕಲಜೀವಾತ್ಮರ ಸೇವೆಗೈಯಲು ಅವರಿಗೆ ಸಾಧ್ಯವಾದದ್ದು ಅವರ ನಿಸ್ವಾರ್ಥ ಸಮತಾ ಸ್ವಭಾವದಿಂದ. ಅದಕ್ಕಾಗಿಯೇ ಸಿದ್ಧರಾಮರು ಇಂದಿಗೂ ಜನಮಾನಸದ ಆರಾಧ್ಯ ದೈವವಾಗಿದ್ದಾರೆ.

⌘

15. ನೀಲಾಂಬಿಕೆ (ನೀಲಲೋಚನೆ)

ಜಯಶ್ರೀ ಷ. ಆಲೂರು, ಬಾದಾಮಿ

ನೀಲಾಂಬಿಕೆ, ನೀಲಮ್ಮ, ನೀಲಲೋಚನೆ, ನೀಲವ್ವ ಎಂಬ ಹೆಸರುಗಳಿಂದ ಪ್ರಸಿದ್ಧರಾದ ಇವರು ಬಸವಣ್ಣನವರ ದ್ವಿತೀಯ ಪತ್ನಿ. ಗಂಗಾಂಬಿಕೆಯೊಂದಿಗೆ 'ಮಾಯಾದೇವಿ' ಎಂಬ ಹೆಸರು ಬಳಸಿದನ್ನು ನೋಡಿದರೆ ಮಾಯಾದೇವಿ ನೀಲಾಂಬಿಕೆಯ ಇನ್ನೊಂದು ಹೆಸರಿರಬಹುದು ಎಂದು ಊಹಿಸಲಾಗುತ್ತದೆ.

ನೀಲಾಂಬಿಕೆ ಸಿದ್ದರಸ ದಣ್ಣಾಯಕ ಹಾಗೂ ಪದ್ಮಗಂಧಿಯವರ ಮಗಳು ಹಾಗೂ ಬಿಜ್ಜಳನ ಸಾಕು ತಂಗಿ ಎಂದು ತಿಳಿದು ಬರುತ್ತದೆ. ಇವರನ್ನ ನಿಜಭಕ್ತೆ ನೀಲಾಂಬಿಕೆ ಎಂದು ಗೌರವಿಸಲಾಗಿದೆ.

ನೀಲಾಂಬಿಯುವರಿಗೆ ಬಾಲಸಂಗಯ್ಯ ಎಂಬ ಮಗನಿದ್ದು ಆತ ಬಾಲ್ಯಕಾಲದಲ್ಲಿಯೇ ಮೃತನಾದನು, ಎಂಬುದು ಗಂಗಾಂಬಿಕೆಯವರ ಒಂದು ವಚನದಿಂದ ತಿಳಿದು ಬರುತ್ತದೆ

"ಅವಳ ಕಂದ ಬಾಲಸಂಗ"

ಬಸವಣ್ಣನ ಬದುಕಿನಲ್ಲಿ ನೀಲಮ್ಮನವರ ಪ್ರವೇಶ ಅತಿ ಮುಖ್ಯ ಎಂಬುದನ್ನು ವಚನ ಮತ್ತು ಕಾವ್ಯ ಸಾಹಿತ್ಯ ಸ್ಪಷ್ಟಪಡಿಸುತ್ತದೆ. ಬಸವಣ್ಣನವರ ಬದುಕಿನಲ್ಲಿ ಇವರದ್ದು ಬಹುದೊಡ್ಡ ಪಾತ್ರ.

ಸಂಗಯ್ಯ ಎಂಬ ಅಂಕಿತದಲ್ಲಿ ನೀಲಮ್ಮನವರ 288 ವಚನಗಳು ಲಭ್ಯವಾಗಿವೆ.

ಸಾಮಾನ್ಯವಾಗಿ ಎಲ್ಲ ವಚನಗಳೂ ಬಸವಣ್ಣನವರ ಸ್ತುತಿ ಮತ್ತು ಅವರ ಅಗಲಿಕೆಯನ್ನು ಧ್ವನಿಸುತ್ತವೆ.

"ಏಕೆನ್ನ ಹುಟ್ಟಿಸಿದೆಯಯ್ಯ ಹೆಣ್ಣು ಜನ್ಮದಲ್ಲಿ ಪುಣ್ಯವಿಲ್ಲದ ಪಾಪಿಯ" ಎಂಬ ಮಾತು ಅವರ ನೋವನ್ನು ವ್ಯಕ್ತಪಡಿಸುತ್ತದೆ.

"ಪರಿಣಾಮ ಮೂರ್ತಿ ಬಸವನ ರೂಪ ಎನ್ನ ಕರಸ್ಥಳದಲ್ಲಿ ಬೆಳಗಿದ ಬಳಿಕ ಸಂಗಯ್ಯನ ಹಂಗು ನಮಗೇಕಯ್ಯ"

ಎಂಬ ಮಾತುಗಳು ಬಸವಣ್ಣನವರ ಬಗ್ಗೆ ಅವರಿಗಿದ್ದ ನಿಷ್ಠೆಯನ್ನ ನೆನಪಿಸುತ್ತವೆ.

"ಬಸವನ ಅನುಭವದಿಂದ ವಿವರವ ಕಂಡು ವಿಚಾರ ಪತ್ನಿಯಾದೆನಯ್ಯ"

ಎಂಬುದು ಅವರ ಬಹುದೊಡ್ಡ ಮಾತು. ಇದು ಜಾಗತಿಕ ಸಾಹಿತ್ಯದಲ್ಲಿಯೇ ಒಂದು ಅಪರೂಪದ ಅಭಿಪ್ರಾಯ.

ಅಕ್ಕಮಹಾದೇವಿಯು ಕೂಡ ತನ್ನ ಒಂದು ವಚನದಲ್ಲಿ

'ತಾನು ಅವ್ವ ನೀಲವ್ವನ ಮೋಹದ ಮಗಳು' ಎಂದು ಹೇಳಿಕೊಂಡಿದ್ದಾರೆ.

ಬಸವಣ್ಣನವರು ಕೂಡ ತಮ್ಮ ಪತ್ನಿಯನ್ನು

"ಪೃಥ್ವಿ ದಗ್ಗಳ ಚೆಲುವೆ ನೀಲಲೋಚನೆ"

ಎಂದು ಹೇಳಿದ್ದಾರೆ.

ಇವರು ಆತ್ಮ ಸಾಕ್ಷಾತ್ಕಾರ, ಷಟಸ್ಥಲ, ಅನುಭವ ಮಂಟಪದ ದಾಸೋಹ ಮತ್ತು ಶಿವಾನುಭವದಲ್ಲಿ ವಹಿಸಿದ ಪಾತ್ರ ಮಹತ್ತರವಾದದ್ದು.

ಹೀಗೆ ನೀಲಮ್ಮ ಕಲ್ಯಾಣದ ಆಂದೋಲನದಲ್ಲಿ ಸಕ್ರಿಯವಾಗಿ ಪಾತ್ರವಹಿಸಿ ವಚನ ರಚನೆಗಳಲ್ಲಿ ನೇರವಾಗಿ ತೊಡಗಿಸಿಕೊಂಡು, ಕರ್ನಾಟಕದ ಸ್ತ್ರೀ ಪರಂಪರೆಯಲ್ಲಿಯೇ ಎದ್ದು ಕಾಣುವ ವ್ಯಕ್ತಿ ಎಂದೆನಿಸಿಕೊಂಡಿದ್ದಾರೆ.

ವಚನ 1.

ಎಲೆ ಅಯ್ಯಾ ಎಲೆ ಅಯ್ಯಾ ಏಕಾಕ್ಷರ ರೂಪ ಬಸವಾ,
ಎಲೆ ಅಯ್ಯಾ ಎಲೆ ಅಯ್ಯಾ ನಿರಕ್ಷರ ರೂಪ ಬಸವಾ,
ಎಲೆ ಅಯ್ಯಾ ಎಲೆ ಅಯ್ಯಾ ಮುನಿಮಾರ್ಗಶೀಲ ಬಸವಾ,
ಸಂಗಯ್ಯಾ, ಎಲೆಯಿಲ್ಲದ ವೃಕ್ಷವಾದ ಬಸವಯ್ಯನು.

ಪ್ರಸ್ತುತ ವಚನದಲ್ಲಿ ನೀಲಾಂಬಿಕೆಯವರು ಬಸವಣ್ಣನವರ ಅಗಲಿಕೆಯಿಂದ ಉಂಟಾದ ನೋವನ್ನು ವ್ಯಕ್ತಪಡಿಸುವುದರ ಜೊತೆಗೆ ಅವರ ಮಹಿಮೆಯನ್ನು ಕೂಡ ಹೇಳಿದ್ದಾರೆ.

"ಎಲೆ ಅಯ್ಯಾ ಎಲೆ ಅಯ್ಯಾ ಏಕಾಕ್ಷರ ರೂಪ ಬಸವಾ"

ಎಂಬಲ್ಲಿ ಏಕಾಕ್ಷರವೆಂದರೆ ಓಂಕಾರ. ಓಂಕಾರದ ಮೂಲ ರೂಪ ಅಥವಾ ಓಂಕಾರ ಬಸವಣ್ಣನವರೇ ಆಗಿದ್ದಾರೆ ಎಂಬುದು ನೀಲಮ್ಮನವರ ವಿಚಾರ.

"ಎಲೆ ಅಯ್ಯಾ ಎಲೆ ಅಯ್ಯಾ ನಿರಕ್ಷರ ರೂಪ ಬಸವಾ"

ಪ್ರಸ್ತುತ ಸಾಲುಗಳಲ್ಲಿ ನಿರಕ್ಷತೆ ರೂಪವೆಂದರೆ ಅಕ್ಷರಗಳು ಹುಟ್ಟಿಕೊಳ್ಳುವುದಕ್ಕಿಂತ ಮೊದಲಿನ ಸ್ಥಿತಿಯೇ ನಿರಕ್ಷರ ರೂಪ. ಆ ನಿರೀಕ್ಷರ ರೂಪವೇ ಬಸವಣ್ಣನವರು ಎನ್ನಲಾಗಿದೆ.

"ಎಲೆ ಅಯ್ಯಾ ಎಲೆ ಅಯ್ಯಾ ಮುನಿಮಾರ್ಗಶೀಲ ಬಸವಾ"

ಮುನಿ ಎಂದರೆ ತಪಸ್ಸನ್ನು ಆಚರಿಸುವ ಋಷಿ ಎಂದರ್ಥ.

ಮುನಿಗಳು ಯಾವಾಗಲೂ ಜ್ಞಾನವನ್ನು ಅರಸಿ, ಇಹವನ್ನು ತ್ಯಜಿಸಿ ಎಲ್ಲ ಬಂಧನಗಳನ್ನು ತೊರೆದು ಪರವನ್ನು ಕೇಂದ್ರೀಕೃತ ಮಾಡಿಕೊಂಡು ಹೋಗುವವರು. ಇಲ್ಲಿ ಬಸವಣ್ಣನವರೂ ಕೂಡ ಶರಣರು, ಸಮಾಜ, ಸಂಸಾರ, ಸತಿ ಎಲ್ಲವನ್ನು ಬಿಟ್ಟು ಏಕಮಾರ್ಗವಾಗಿ ಕಲ್ಯಾಣವನ್ನು ತೊರೆದು ಹೊರಟು ಹೋದರು. ಶರಣರನ್ನು ಅಗಲುವ ಪರಿಸ್ಥಿತಿ ಉಂಟಾದಾಗ ನೀಲಮ್ಮನವರು ಈ ರೀತಿಯಾಗಿ ಹೇಳುತ್ತಾರೆ – ಹೇ ಬಸವಣ್ಣ ನೀವೂ ಕೂಡ ತಪಸ್ಸನ್ನು ಆಚರಿಸುವ ಮುನಿಗಳಂತೆ ಏಕಾಂಗಿಯಾಗಿ ಕಾಡು ಮಾರ್ಗ ಹಿಡಿದಿರಿ' ಎಂದು ದುಃಖಿಸುತ್ತಾರೆ.

ಅಕ್ಕ, ಅಲ್ಲಮರು ವಯಕ್ತಿಕ ಸಾಧನೆಗಾಗಿ ಪ್ರಯತ್ನಿಸಿದವರು ಏಕಮುಖಿಗಳು, ಅವರದು ಏಕಮುಖಿ ಸಾಧನೆಯೆನ್ನಬಹುದು ಆದರೆ ಬಸವಣ್ಣನವರು ಹಾಗಲ್ಲ ಅವರದು ಸಮಾಜಮುಖಿ ಸಾಧನೆ, ಸಮಾಜದ ತಳವರ್ಗದ ಜನರನ್ನು ಮೇಲೆತ್ತುವ ಕೆಲಸ ಮಾಡಿದವರು. ಇಂದು ಅಂಥವರು ಕೂಡ ಕಲ್ಯಾಣವನ್ನು ತೊರೆದು ಹೋದಾಗ ದುಃಖದಿಂದ ನೀಲಮ್ಮ ದುಃಖ ತಪ್ತಳಾಗಿ ಈ ರೀತಿಯಾಗಿ ಹೇಳಿದ್ದಾರೆ.

"ಸಂಗಯ್ಯ ಎಲೆಯಿಲ್ಲದ ವೃಕ್ಷವಾದ ಬಸವಯ್ಯನು."

ಬಸವಣ್ಣನೆಂಬ ವೃಕ್ಷಕ್ಕೆ ಶರಣರೇ ಎಲೆಗಳಂತೆ. ಒಂದು ವೃಕ್ಷ ಅಂದ-ಚಂದವಾಗಿ ಕಾಣಲು ಹಸಿರು ಎಲೆಗಳು ಅತ್ಯವಶ್ಯಕ. ಹಾಗೂ ಆ ವೃಕ್ಷ ಜೀವಂತವಾಗಿದೆ ಎನ್ನುವುದಕ್ಕೆ ಹಸಿರು ಎಲೆಗಳೆ ದ್ಯೋತಕ. ಹೀಗಿರುವಾಗ ನೀವು ಕಲ್ಯಾಣದ ಶರಣರನ್ನು ಅಗಲಿ ಹೋದಿರಿ. ಈಗ ನೀವು ಎಲೆಗಳೇ ಇಲ್ಲದ ವೃಕ್ಷದಂತೆ ಆದರಿ ಎಂದು ಸಂಗಯ್ಯನಲ್ಲಿ ಮೊರೆ ಇಡುತ್ತಾರೆ.

ವಚನ 2

ಅಟ್ಟಡವಿಯಲ್ಲಿ ಬಿಟ್ಟು ಹೋದಿರಿ ಬಸವಯ್ಯಾ.
ನಟ್ಟ ನೋಡು ಗ್ರಾಮವ ಕೆಡಿಸಿ ಹೋದಿರಿ ಬಸವಯ್ಯಾ.
ಹುಟ್ಟಿಲ್ಲದ ಬಂಜೆಗೆ ಮಕ್ಕಳ ಕೊಟ್ಟರಿ ಬಸವಯ್ಯಾ.

ಆ ಮಕ್ಕಳ ಫಲವಿಲ್ಲದಂತೆ ಮಾಡಿದಿರಿ ಬಸವಯ್ಯಾ.

ಸಂಗಯ್ಯನಲ್ಲಿ ನೀನೆಂತಪ್ಪ ಮಹಿಮನಯ್ಯಾ ಬಸವಯ್ಯಾ?

ಪ್ರಸ್ತುತ ವಚನದಲ್ಲಿ ಬಸವಣ್ಣನವರು ಏಕಾಏಕಿಯಾಗಿ ಕಲ್ಯಾಣವನ್ನು ತೊರೆದು ಹೋದಾಗ ಉಂಟಾದ ಪರಿಸ್ಥಿತಿ ಮತ್ತು ನೀಲಾಂಬಿಕೆಯವರ ಮುನಿಸು ಈ ವಚನದಲ್ಲಿ ವ್ಯಕ್ತವಾಗಿದೆ.

"ಅಟ್ಟಡವಿಯಲ್ಲಿ ಬಿಟ್ಟು ಹೋದಿರಿ ಬಸವಯ್ಯಾ."

ಪ್ರಸ್ತುತ ಸಾಲಿನಲ್ಲಿ ಬಸವಣ್ಣನವರು ಹೇಳದೇ, ಕೇಳದೇ ಕಲ್ಯಾಣವನ್ನು ತೊರೆದು ಹೋದಾಗ ಆ ಸುಂದರ ಕಲ್ಯಾಣ ನಗರ ಅಡವಿಯಂತೆ ನೀಲಮ್ಮನವರಿಗೆ ಗೋಚರವಾಗುತ್ತದೆ. ಇಂತಹ ಅಟ್ಟ ಅಡವಿಯಲ್ಲಿ ನನ್ನನ್ನು ಏಕಾಂಗಿಯಾಗಿ ಬಿಟ್ಟು ಹೋದಿರಲ್ಲ? ಎಂದು ಬಸವಣ್ಣನವರನ್ನು ಪ್ರಶ್ನಿಸುತ್ತ ಆತ್ಮ ನಿವೇದನೆ ಮಾಡಿಕೊಂಡಿದ್ದಾರೆ.

"ನಟ್ಟನಡುಗ್ರಾಮವ ಕೆಡಿಸಿಹೋದಿರಿ ಬಸವಯ್ಯಾ."

ಬಸವಣ್ಣನವರು ಕಲ್ಯಾಣವನ್ನು ತೊರೆದ ತದನಂತರ ಬಸವಕಲ್ಯಾಣವು ಶಾಂತಿ ಇಲ್ಲದಂತಾಗಿ, ಗಲಭೆಗಳು ಉಂಟಾಗಿ, ಅಲ್ಲಿನ ಪರಿಸ್ಥಿತಿ ಕೈ ಮೀರಿ ಹೋಗುತ್ತದೆ. ಹೀಗಾಗುವುದಕ್ಕೆ ಕಾರಣ ಬಸವಣ್ಣನವರು ಕಲ್ಯಾಣವನ್ನ ತೊರೆದದ್ದೆ, ಎನ್ನುತ್ತಾ ನೀಲಮ್ಮ–

"ನಟ್ಟನಡುಗ್ರಾಮವ ಕೆಡಿಸಿಹೋದಿರಿ ಬಸವಯ್ಯಾ." ಎನ್ನುತ್ತಾ ಹಲಬುತ್ತಾರೆ.

"ಹುಟ್ಟಿಲ್ಲದ ಬಂಜೆಗೆ ಮಕ್ಕಳಕೊಟ್ಟಿರಿ ಬಸವಯ್ಯಾ."

ಎಂಬಲ್ಲಿ ತಮ್ಮ ವೈಚಾರಿಕ ನಿಲುವನ್ನು ಅಭಿವ್ಯಕ್ತ ಪಡಿಸುತ್ತಾರೆ ನೀಲಮ್ಮ. ಜನನ ಮರಣದಿಂದ ಮುಕ್ತವಾಗಿರುವ ಅಂಶಗಳಾದ ಮಕ್ಕಳೆಂದರೆ– ಗುರು,ಲಿಂಗ, ಜಂಗಮ, ವಿಭೂತಿ, ಮಂತ್ರ, ರುದ್ರಾಕ್ಷಿ, ಪಾದೋದಕ, ಪ್ರಸಾದ. ಇಂತಹ ಮಕ್ಕಳನ್ನ ನೀವು ನನಗೆ ದಯಪಾಲಿಸಿದಿರಿ ಎನ್ನುತ್ತಾರೆ ನೀಲಮ್ಮ.

"ಆ ಮಕ್ಕಳ ಫಲವಿಲ್ಲದಂತೆ ಮಾಡಿದಿರಿ ಬಸವಯ್ಯಾ."

ವೈಚಾರಿಕ ನಿಲುವುಗಳನ್ನು ಆಚರಿಸುವುದರಿಂದ, ಅನುಸಂಧಾನ ಗೊಳಿಸುವುದರಿಂದ ಫಲದ ಅಪೇಕ್ಷೆಯೇ ಇರುವುದಿಲ್ಲ. ಶಿವಯೋಗಕ್ಕೆ ಫಲವೇ ಇಲ್ಲ. ಬಸವಣ್ಣನವರು ಕಲ್ಯಾಣವನ್ನ ತೊರೆದ ಮೇಲೆ ಜನರಲ್ಲಿ ಬಹಳಷ್ಟು ಬದಲಾವಣೆಗಳು ಆದವು. ಅನೇಕರು ಗುರು, ಲಿಂಗ, ಜಂಗಮಕ್ಕೂ ಕೂಡ ಬೆಲೆ

ಕೊಡದೇ ಹೋದಾಗ ಮನ ನೊಂದು ಈ ರೀತಿಯಾಗಿ ಅಂದರೆ 'ಆ ಮಕ್ಕಳ ಫಲವಿಲ್ಲದಂತೆ ಮಾಡಿದಿರಿ ಬಸವಯ್ಯಾ' ಎಂದು ಹೇಳಿರಬಹುದು ನೀಲಮ್ಮ.

"ಸಂಗಯ್ಯನಲ್ಲಿ ನೀನೆಂತಪ್ಪ ಮಹಿಮನಯ್ಯ ಬಸವಯ್ಯಾ?"

ಕೊನೆ ಸಾಲಿನಲ್ಲಿ ನೀಲಮ್ಮನವರು ತಮ್ಮ ಅಳಲನ್ನು ತೋಡಿಕೊಳ್ಳುತ್ತಾರೆ. ಬಸವಣ್ಣನವರ ಪ್ರತಿ ಮುನಿಸು ತೋರಿದ್ದಾರೆ. ಅರಸನ ಸೋದರಿಯಾದ ಇವರು ದುಃಖಗಳನ್ನೇ ಅರಿಯದವರು. ಆದರೆ ಎಂತಹ ಪರಿಸ್ಥಿತಿಯನ್ನೂ ಧೈರ್ಯದಿಂದ ಎದುರಿಸುವ ಜೊತೆಗೆ ತಾತ್ವಿಕ ಚಿಂತನೆಯಲ್ಲಿಯೇ ತೊಡಗಿರುವ ವ್ಯಕ್ತಿತ್ವದವರು.

ಅದಕ್ಕಾಗಿ ಬಸವಣ್ಣನವರಿಗೆ ಬಂದ ಪರಿಸ್ಥಿತಿಯನ್ನು ಕಲ್ಯಾಣದಲ್ಲಿಯೇ ಇದ್ದು ಎದುರಿಸಬಹುದಾಗಿತ್ತು. ನೀವು ಇಲ್ಲಿಂದ ಬೇರೆ ಕಡೆಗೆ ಹೋಗುವ ಅವಶ್ಯಕತೆ ಇರಲಿಲ್ಲ. ಸಂಗಯ್ಯನ ಮುಂದೆ ನೀವೆಂತ ಮಹಿಮರು ಬಸವಯ್ಯ? ಎಂದು ಅವರನ್ನೇ ಪ್ರಶ್ನಿಸುತ್ತಾ ಪತಿಯ ಮೇಲೆ ಮುನಿಸು ತೋರುತ್ತಾರೆ.

ಒಟ್ಟಾರೆಯಾಗಿ ಮೇಲಿನ ವಚನದಲ್ಲಿ ನೀಲಮ್ಮನವರು– ಬಸವಣ್ಣನವರು ಕಲ್ಯಾಣವನ್ನು ತೊರೆದು ಹೋದಾಗ ಏಕಾಂಗಿಯಾಗಿ ಅನುಭವಿಸಿದ ನೋವು ಹಾಗೂ ಬಸವಣ್ಣನವರ ಪ್ರತಿ ಮುನಿಸು ಭಾವ ಮೇಲಿನ ವಚನದಲ್ಲಿ ವ್ಯಕ್ತಪಡಿಸಿದ್ದಾರೆ.

⌘

16. ಮಹಾ ಅನುಭಾವಿ ಆದಯ್ಯನವರ ಜೀವನ ಚರಿತ್ರೆ ಒಂದು ವೃತ್ತಾಂತ

ಡಾ. ಶಶಿಕಾಂತ ಪಟ್ಟಣ, ರಾಮದುರ್ಗ, ಪುಣೆ

ಶರಣರು ಆಂದೋಲನ, ಹೋರಾಟ, ಚಳುವಳಿ, ಪರಿವರ್ತನೆಯ ಜೊತೆಗೆ ಅನುಭಾವದ ಗರಡಿಯನ್ನೂ ನಿರ್ಮಿಸಿದರು. ವೈದಿಕ ಆಗಮಿಕರ ಮುಂದೆ ಸೊಲ್ಲೆತ್ತದೆ ಶತಮಾನದಿಂದ ದಾಸ್ಯತ್ವಕ್ಕೆ ಒಳಗಾದ ದಲಿತರು ಅಸ್ಪ್ರಶ್ಯರು ಮಹಿಳೆಯರು ಮುಕ್ತವಾಗಿ ಕನ್ನಡದಲ್ಲಿ ತಮ್ಮ ಅನುಭಾವವನ್ನು ಬರೆಯ ಹತ್ತಿದರು.

ಅಂದಿನ ಶರಣ ಚಳುವಳಿಯಲ್ಲಿ ಕನ್ನಡೇತರ ಅನೇಕ ಶರಣರು ಬಸವಣ್ಣನವರ ತತ್ವಕ್ಕೆ ಮಾರು ಹೋಗಿ ಸಕ್ರಿಯವಾಗಿ ಪಾಲ್ಗೊಂಡಿದ್ದರು. ಅವರಲ್ಲಿ ತೆಲಗು ಮಸಣೇಶ, ಮಾದಾರ ಚೆನ್ನಯ್ಯ ಬೊಂತಾದೇವಿ ಕಾಶ್ಮೀರದ ಮಹಾದೇವ ಭೂಪಾಲ ಮುಂತಾದ ನೂರಾರು ಶರಣರಲ್ಲಿ, ಆದಯ್ಯನೂ ಒಬ್ಬನು.

ಆದಯ್ಯ ವಚನ ಚಳುವಳಿಯ ಶ್ರೇಷ್ಠ ವಚನಕಾರನು ಆದಯ್ಯನ ಜೀವನ ಚರಿತ್ರೆಯನ್ನು ಹರಿಹರ ಆದಯ್ಯನ ರಗಳೆಯಲ್ಲಿ ರಸವತ್ತಾಗಿ ಹೇಳಿದ್ದಾನೆ, ರಾಘವಾಂಕನ ಸೋಮನಾಥ ಚರಿತ್ರೆ ಕೃತಿಯಲ್ಲಿ ಆದಯ್ಯನ ಭಕ್ತಿಯ ಶ್ರದ್ಧೆಯನ್ನು ಸೊಗಸಾಗಿ ವಿವರಿಸಲಾಗಿದೆ. ಆದಯ್ಯನು ಮೂಲತಃ ಗುಜರಾತದ ಸೌರಾಷ್ಟ್ರದವನು. ಬನಿಯಾ ಅಥವಾ ಬಣಜಿಗನಾದ ಈತನು ಊರಿನಿಂದ ಊರಿಗೆ ವಲಸೆಯಾಗಿ ವ್ಯಾಪಾರ ಮಾಡಲು ಹೋಗಿ ಪುಲಿಗೆರೆ ಅಂದರೆ ಇಂದಿನ ಲಕ್ಷ್ಮೇಶ್ವರಕ್ಕೆ ಬಂದು ಅಲ್ಲಿ ವಾಸ ಮಾಡಿ ತನ್ನ ವ್ಯಾಪಾರ ವಹಿವಾಟವನ್ನು ನಡೆಸುತ್ತಾನೆ. ಆಗ ಅಲ್ಲಿ ಪದ್ಮಾವತಿ ಎಂಬ ಜೈನ ಕನ್ಯೆಯನ್ನು ಪ್ರೀತಿಸಿ ಮದುವೆಯಾದನು. ಈ ಮದುವೆಗೆ ಪದ್ಮಾವತಿಯ ತಂದೆ ಒಪ್ಪದಿದ್ದಾಗ ವಾದಕ್ಕೆ ನಿಂತು ಸೌರಾಷ್ಟ್ರದಿಂದ ಸೋಮೇಶ್ವರನನ್ನು ತಂದು ಪುಲಿಗೆರೆಯ ಸುರಹೊನ್ನೆ ಬಸದಿಯಲ್ಲಿ ಸ್ಥಾಪಿಸಿ ತಾನೊಬ್ಬ ನಿಜ ಶಿವಭಕ್ತನೆಂದು ಹೇಳಿಕೊಂಡನು.

ಮುಂದೆ ಕಲ್ಯಾಣದ ಅನುಭವ ಮಂಟಪದ ವಚನಗಳ ಸುಮಧುರ ಧ್ವನಿ ಕೇಳಬರಹತ್ತಿತು. ಪರಿಮಳದ ವಾಸನೆ ಲಕ್ಷ್ಮೇಶ್ವರಕ್ಕೂ ಬರಹತ್ತಿತು. ಆದಯ್ಯ

ತನ್ನ ವ್ಯವಹಾರದಲ್ಲಿ ಆಧ್ಯಾತ್ಮಿಕ ಜೀವನಕ್ಕೆ ಅಷ್ಟೊಂದು ಆಸ್ಥೆ ವಹಿಸಿರಲಿಲ್ಲ. ಆದರೆ ಒಂದೊಮ್ಮೆ ಆದಯ್ಯನು ವ್ಯಾಪಾರಕ್ಕಾಗಿ ಕಳಚೂರ್ಯರ ಕಲ್ಯಾಣಕ್ಕೆ ಹೋಗಲು ಅಲ್ಲಿನ ಶರಣರ ಅನುಭಾವ ಚಿಂತನೆಯ ಪ್ರಭಾವಕ್ಕೆ ಒಳಗಾಗಿ ತಾನೂ ಕೂಡ ಇಂತವರ ಜೊತೆ ಅನುಭಾವ ಮಾಡಬೇಕೆಂಬ ಉತ್ಕಟ ಬಯಕೆಯಿಂದ ಅಲ್ಲಿ ಕೆಲ ಕಾಲ ನಿಂತು ಬಸವಣ್ಣನವರಿಂದ ಶರಣರಿಂದ ಲಿಂಗದ ಮಹಿಮೆ ತತ್ವ ತಿಳಿದು ತಾನು ಲಿಂಗಾಯತನಾದನು. ಬನಿಯಾ ಬಣಜಿಗನಾದ ಆದಯ್ಯ ಲಿಂಗಾಯತನಾದ ಮೇಲೆ ಸತ್ಯ ಶುದ್ಧವಾದ ಕಾಯಕ ಮಾಡುತ್ತಾ ಶರಣರ ಅನುಭಾವವನ್ನು ಜನರಿಗೆ ಪರಿಚಯಿಸುತ್ತ, ತನ್ನಂತೆ ಅನೇಕ ಬನಿಯಾ- (ಇವರು ವೈಶ್ಯರಲ್ಲ ಆದರೆ ವ್ಯಾಪಾರಿಗಳು-ಇದರಲ್ಲಿ ಬಹುತೇಕರು ಜೈನರು) ತನ್ನಂತೆ ಇದ್ದ ವ್ಯಾಪಾರಿಗಳನ್ನು ಲಿಂಗಾಯತ ಧರ್ಮಕ್ಕೆ ಸೇರಲು ಪ್ರೇರೇಪಿಸುತ್ತಾನೆ..ಇವರಲ್ಲಿ ಜೈನರೇ ಅಧಿಕರಿದ್ದ ಕಾರಣ ಅವರು ಲಿಂಗಾಯತ ಧರ್ಮವನ್ನು ಸ್ವೀಕರಿಸಿದರು. ಬಣ ಜಿನ ಅಂದರೆ ಜೈನರ ಬಣ (ಬಣಜಿಗ)ಆಗುವ ಸಾಧ್ಯತೆಯೇ ಜಾಸ್ತಿಯಾಗಿದೆ.

ಒಬ್ಬ ಶ್ರೇಷ್ಠ ಅನುಭಾವಿ ಆದ್ಯಯ್ಯ ವಚನಕಾರನ ಸಮಾಧಿಯ ಹುಡುಕುತ್ತಾ ಹೊರಟಾಗ.

ಲಕ್ಷ್ಮೇಶ್ವರ (ಪುಲಿಗೆರೆ) ಅಂದಿನ ಬಹುತೇಕ ಅನುಭವಿಗಳ ವಾಸಸ್ಥಳ. ನಮ್ಮ ತಾಯಿ ತವರು ಮುಳಗುಂದದಿಂದ ಕೇವಲ ಹದಿನೈದು ಕಿಲೋಮೀಟರು ಅಂತರದಲ್ಲಿರುವ ಊರು ಲಕ್ಷ್ಮೇಶ್ವರ. ಅಲ್ಲಿನ ಬಹು ಹಳೆಯ ಸೋಮನಾಥ ದೇವಾಲಯ ಅತ್ಯಂತ ಪುರಾತನ ಮತ್ತು ಪ್ರಾಚ್ಯ ಮಂದಿರವಾಗಿದೆ.

ಆದಯ್ಯನು ಬಣಜಿಗನಾಗಿ ಜೈನ ಕನ್ಯೆಯನ್ನು ಮದುವೆಯಾಗಿ ಮುಂದೆ ಜೈನ ಬಸದಿಯಲ್ಲಿಯೇ ಸೋಮನಾಥನ ವಿಗ್ರಹ ಸ್ಥಾಪಿಸಿ ಮುಂದೆ ಶರಣರ ಸಂಪರ್ಕದಲ್ಲಿ ಬಂದು ಬಹು ದೊಡ್ಡ ವಚನಕಾರನಾದಾಗ ಇದೇ ಸೋಮನಾಥ ದೇವಾಲಯದಲ್ಲಿ ಬಂದು ಕುಳಿತು ಕಾಯಕದ ನಂತರ ವಚನ ರಚನೆ ಮಾಡಿದ್ದು ಅನುಭಾವ ಮಾಡಿದ್ದು ಇದೇ ಬಸದಿ ಅಥವಾ ಮಂದಿರವೆಂದು ತಿಳಿಯಿತು. ಸೋಮನಾಥ ದೇವಸ್ಥಾನದ ಪಕ್ಕದಲ್ಲಿ ಒಂದು ಪುಟ್ಟ ಗುಡಿಯಿದೆ, ಅದುವೇ ಶ್ರೇಷ್ಠ ಅನುಭಾವಿ ಆದಯ್ಯನ ಸಮಾಧಿಯಾಗಿದೆ.

ಕಲ್ಯಾಣ ಕ್ರಾಂತಿಯ ಪೂರ್ವದಲ್ಲಿಯೇ ಆದಯ್ಯನು ತನ್ನ ವ್ಯಾಪಾರ ವಹಿವಾಟಿಗಾಗಿ ಲಕ್ಷ್ಮೇಶ್ವರಕ್ಕೆ ಬರುವುದು ಮತ್ತು ಕಲ್ಯಾಣಕ್ಕೆ ಹೋಗುವುದು ಸಹಜವಾಗಿತ್ತು. ಕಲ್ಯಾಣ ಕ್ರಾಂತಿಯ ವಚನ ರಕ್ಷಣಾ ಕಾರ್ಯದಲ್ಲಿ ಅಷ್ಟೊಂದು ಕಾಣಬರದ ಆದಯ್ಯನು ಪುಲಿಗೆರೆಯಲ್ಲಿ ಐಕ್ಯವಾಗಿದ್ದಾನೆ.

ಈಗಲೂ ಪುಲಿಗೆರೆಯಲ್ಲಿ ಅನೇಕ ಸಣ್ಣಪುಟ್ಟ ದೇವಾಲಯಗಳು ಬಸದಿ ಹೋಲುವ ಮಂದಿರಗಳು ಕಾಣಬರುತ್ತವೆ.

ಅನುಭವಿ ಆದಯ್ಯನು ತನ್ನ ವಚನಗಳಲ್ಲಿ "ಸೌರಾಷ್ಟ್ರ ಸೋಮೇಶ್ವರ "ಅಂಕಿತವನ್ನು ಬಳಸಿದ್ದಾನೆ ಕೆಲವು ವಚನಗಳಲ್ಲಿ ಮಲ್ಲಿಕಾರ್ಜುನ ಎಂಬ ಅಂಕಿತವನ್ನು ಕಾಣಬಹುದು. ಆದಯ್ಯನು ಬರೆದ ಒಟ್ಟು ವಚನಗಳು 403. ಇವುಗಳಲ್ಲದೆ ಅನೇಕ ಸ್ವರ ವಚನಗಳನ್ನು ಬರೆದಿರುವುದು ಗಮನಾರ್ಹವಾಗಿದೆ. ಆದಯ್ಯನು ತನ್ನ ವಚನಗಳಲ್ಲಿ ಸಾಂಸಾರಿಕ ಸಾಹಿತಿಕ ಅಂಶಗಳಿಗಿಂತ ಶರಣ ಧರ್ಮದ ತಾತ್ವಿಕ ಚಿಂತನೆಗೆ ಒತ್ತು ಕೊಟ್ಟಿದ್ದಾನೆ. ಅನುಭಾವದಲ್ಲಿ ಅಲ್ಲಮರಿಗೆ ಸರಿ ತೂಗುವ ಆದಯ್ಯ ಕಲ್ಯಾಣ ನಾಡಿನ ಅಪ್ರತಿಮ ವಚನಕಾರ. ಸುಂದರ ಭಾಷೆಯ ಬಳಕೆ, ವಿಷಯ ನಿರೂಪಣೆ, ವಚನಗಳಲ್ಲಿನ ಸಾಂಗತ್ಯ ಶೈಲಿ ಅದ್ಭುತವಾಗಿವೆ. ಆದಯ್ಯ ತನ್ನ ವಚನಗಳಲ್ಲಿ ರೇವಣ ಸಿದ್ಧಯ್ಯ, ಮರುಳ ಸಿದ್ಧಯ್ಯ, ಏಕೋರಾಮಯ್ಯ, ಪಂಡಿತಾರಾಧ್ಯರ ಹೆಸರುಗಳನ್ನೂ ವ್ಯಕ್ತಗೊಳಿಸಿರುವದರಿಂದ ಈತ ನೇರವಾಗಿ ಕಲ್ಯಾಣದ ಅನುಭಾವ ಮಂಟಪದಲ್ಲಿ ಪಾಲ್ಗೊಳ್ಳದಿರುವುದು ಕಾರಣ. ಅಷ್ಟೇ ಅಲ್ಲ ಆದಯ್ಯನ ನಿಲುವನ್ನು ಪ್ರಶಂಸಿಸಿ ಇತರ ವಚನಕಾರರ ವಚನಗಳು ಹೆಚ್ಚಾಗಿ ಕಂಡು ಬರುವದಿಲ್ಲ. ಈ ಕಾರಣದಿಂದ ಈತ ತನ್ನ ಕಾಯಕ ಭೂಮಿಯಲ್ಲಿ ತನ್ನ ಐಕ್ಯವನ್ನು ಕಂಡನು ಎಂದೆನ್ನಬಹುದು.

ಆದಯ್ಯನ ತಾತ್ವಿಕ ನಿಲುವು

ಆದಯ್ಯನು ಅತ್ಯಂತ ಉಗ್ರವಾಗಿ ವೇದ ಆಗಮ ಶಾಸ್ತ್ರಗಳನ್ನು ವಿರೋಧಿಸಿದನು.ವೈದಿಕ ಕರ್ಮಕಾಂಡಗಳ ಬೆನ್ನು ಹತ್ತಿದವನ ಕಂಡು ಮುಮ್ಮಲ ಮರುಗುವ ಆದಯ್ಯ ಈ ರೀತಿ ತನ್ನ ವಚನಗಳಲ್ಲಿ ಹೇಳಿದ್ದಾನೆ.

ವೇದಂಗಳ ಹಿಂದೆ ಹರಿಯದಿರು ಹರಿಯದಿರು.
ಶಾಸ್ತ್ರಂಗಳ ಹಿಂದೆ ಸುಳಿಯದಿರು ಸುಳಿಯದಿರು.
ಪುರಾಣಂಗಳ ಹಿಂದೆ ಬಳಸದಿರು ಬಳಸದಿರು.
ಆಗಮಂಗಳ ಹಿಂದೆ ತೊಳಲದಿರು ತೊಳಲದಿರು.
ಸೌರಾಷ್ಟ್ರ ಸೋಮೇಶ್ವರನ ಕೈವಿಡಿದು
ಶಬ್ದಜಾಲಂಗಳಿಗೆ ಬಳಲದಿರು, ಬಳಲದಿರು.

ವೇದಗಳ ಹಿಂದೆ ಹರಿಯದಿರು ಹರಿಯದಿರು ಮತ್ತೆ ಮತ್ತೆ ಅರ್ಥವಿಲ್ಲದ ವೇದಗಳ ಹೋಗುವ ಕಾರಣವನ್ನು ಕೇಳುತ್ತಾನೆ ಆದಯ್ಯ. ಸುಳ್ಳು ಹೇಳುವ

ಶಾಸ್ತ್ರದ ಹಿಂದೆ ಸುಳಿಯದಿರು ಎಂದಿದ್ದಾನೆ. ಶಾಸ್ತ್ರಂಗಳ ಹಿಂದೆ ಸುಳಿಯದಿರು ಸುಳಿಯದಿರು ಎಂದು ಹೇಳುತ್ತಾ ಶಾಸ್ತ್ರಗಳ ಬಳಕೆಯನ್ನು ಖಂಡಿಸುತ್ತಾನೆ.

ಪುರಾಣಂಗಳ ಹಿಂದೆ ಬಳಸದಿರು ಬಳಸದಿರು. – ಜೊಳ್ಳು ಕಥೆ ಹೇಳುವ ಪುರಾಣಗಳಿಗೆ ಅಂಟಿ ಬೀಳದಿರು ಎಂದಿದ್ದಾನೆ. ಆಗಮಂಗಳ ಹಿಂದೆ ತೊಳಲದಿರು ತೊಳಲದಿರು.–ಅನವರತ ಚಿಂತನೆಗಳ ಅನುಭಾವವಿರುವಾಗ ಆಗಮಗಳ ಹಿಂದೆ ಹೋಗಿ ತೊಳಲುವ ಕಾರಣವೇನು ಎಂದು ಪ್ರಶ್ನಿಸಿದ್ದಾನೆ.

ಸೌರಾಷ್ಟ್ರ ಸೋಮೇಶ್ವರನ ಕೈವಿಡಿದು ಶಬ್ದಜಾಲಂಗಳಿಗೆ ಬಳಲದಿರು, ಬಳಲದಿರು.

ಸೃಷ್ಟಿಯ ಸಂಕೇತ ಜೈವಿಕ ಚಿತ್ಕಳೆ ಸಮಷ್ಟಿಯಾದ ಇಷ್ಟಲಿಂಗಾಕಾರದ ಕುರುಹು. ಕೈಯಲ್ಲಿರುವಾಗ ವೇದ ಶಾಸ್ತ್ರ ಪುರಾಣ ಆಗಮಗಳ ಹಿಂದೆ ಹೋಗಿ ಹೋಗಿ ಶಬ್ದಕ್ಕೆ ಬಳಲಿದಂತೆ ಎಂದಿದ್ದಾರೆ ಆದಯ್ಯನವರು. ಇಂತಹ ಗಟ್ಟಿತನವನ್ನು ವಚನಗಳಲ್ಲಿ ಕಾಣಬಹುದು.

ಇದೇ ರೀತಿಯಲ್ಲಿ ಇನ್ನೊಂದು ವಚನದಲ್ಲಿ ಈ ರೀತಿಯಾಗಿ ಹೇಳಿದ್ದಾನೆ.

ವೇದಾಗಮಂಗಳು ಹೋದ ಸರಣಿಯಲ್ಲಿ ಹೋದರಲ್ಲದೆ
ದ್ವೈತಾದ್ವೈತಕ್ಕೆ ನಿಲುಕದ ನಿಜವ ಕಂಡವರಾರನೂ ಕಾಣೆ.
ವಾಣಿಯ ಹಂಗಿನಲ್ಲಿ ಉಲಿದುಲಿದು ಹೋದರಲ್ಲದೆ
ಉಲುಹಡಗಿದ ನಿಲವ ಕಂಡವರಾರನೂ ಕಾಣೆ.
ತನು ಕರಣ ಭುವನ ಭೋಗಂಗಳ ಕಂಡಲ್ಲದೆ
ಸೌರಾಷ್ಟ್ರ ಸೋಮೇಶ್ವರಲಿಂಗದುಳುಮೆಯ ಕಂಡು
ಸುಖಿಯಾದವರಾರನೂ ಕಾಣೆ.

ವೇದಾಗಮಂಗಳು ಹೋದ ಸರಣಿಯಲ್ಲಿ ಹೋದರಲ್ಲದೆ ದ್ವೈತಾದ್ವೈತಕ್ಕೆ ನಿಲುಕದ ನಿಜವ ಕಂಡವರಾರನೂ ಕಾಣೆ.

ವೇದ ಆಗಮಗಳು ಹೋದ ದಾರಿಯಲ್ಲಿ ಹೋದರಲ್ಲದೆ ದ್ವೈತಾದ್ವೈತಕ್ಕೆ ನಿಲುಕದ ನಿಜದ ಪರಿಯನ್ನು ಕಂಡವರನ್ನು ಯಾರನ್ನೂ ಕಾಣೆನು. ಅಂದರೆ ವೇದ ಆಗಮಗಳು ಬೋಧೆಗೆ ಮಾತ್ರ ಸೀಮಿತವಾಗಿವೆ. ಅವುಗಳಲ್ಲಿನ ಅಂತಃಶಕ್ತಿಯ ಅರಿವನ್ನು ಅದರ ನಿಜದ ನಿಲುವನ್ನು ಅಥವಾ ಆ ಆಳದ ಎತ್ತರಕ್ಕೆ ನಿಲುಕಿದವರನ್ನು ಕಾಣೆನು ಎಂದಿದ್ದಾನೆ.

ವಾಣಿಯ ಹಂಗಿನಲ್ಲಿ ಉಲಿದುಲಿದು ಹೋದರಲ್ಲದೆ ಉಲುಹಡಗಿದ ನಿಲವ ಕಂಡವರಾರನೂ ಕಾಣೆ.

ಶಬ್ದಗಳ ವಾಣಿಯ ಹಂಗಿನಲ್ಲಿ ಪ್ರವಚನ ಪುರಾಣ ಕೇಳಿ ಉನ್ಮಾದದಲ್ಲಿ ಉಲಿದುಲಿದು ಹೋಗುವ ಜನ ಆ ಉಲುಹಿನಲಿ ಅಡಗಿದ ನಿಜದ ನಿಲುವ ಕಂಡವರನ್ನು ಕಾಣೆನು ಎಂದಿದ್ದಾನೆ.

ತನು ಕರಣ ಭುವನ ಭೋಗಂಗಳ ಕಂಡಲ್ಲದೆ, ಸೌರಾಷ್ಟ್ರ ಸೋಮೇಶ್ವರಲಿಂಗ ದುಳುಮೆಯ ಕಂಡು ಸುಖಿಯಾದವರಾರನೂ ಕಾಣೆ.

ವ್ಯಕ್ತಿ ತನ್ನ ತಾನು ಸುಖಕ್ಕಾಗಿ ತನ್ನ ಪಂಚೇಂದ್ರಿಗಳ ಸುಖಕ್ಕಾಗಿ ಭುವನ ಮನೆ ಸಂಸಾರಗಳ ಭೋಗಗಳಿಗೆ ಮಿಡಿಯುವರಲ್ಲದೆ ಸೌರಾಷ್ಟ್ರ ಸೋಮೇಶ್ವರ ಲಿಂಗದಲ್ಲಿ ಆ ತತ್ವಗಳನ್ನು ಉಳುಮೆಯ ಕಂಡು ಸುಖಿಯಾದವರನ್ನು ಯಾರನ್ನೂ ಕಾಣೆನು ಎಂದಿದ್ದಾನೆ ಆದಯ್ಯ.

ಶಬ್ದ ಸ್ಪರ್ಶ ರೂಪ ರಸ ಗಂಧಗಳಿಗೆ ಬೆರಗಾಗುವ ಮನುಷ್ಯ ತನ್ನೊಳಗಿನ ಅಂತರಂಗದ ಅನುಭಾವಕ್ಕೆ ಮಿಡಿಯುವದಿಲ್ಲ ಎಂದು ಮರುಗುವ ಆದಯ್ಯನು

ಸಮಾಜದಲ್ಲಿ ತನ್ನಲ್ಲಿ ಉತ್ತಮ ಗುಣಗಳ ಉಳುಮೆ ಮಾಡಿ ಆ ಫಲವನ್ನು ಅನುಭವಿಸುವ ಸುಖವನ್ನು ಉಣ್ಣುವ ಸಾಧಕರನ್ನು ಭಕ್ತರನ್ನು ಕಾಣೆನು ಎಂದಿದ್ದಾರೆ.

ಸುಂದರ ಲಿಂಗಾನುಸಂಧಾನದ ಪರಾಕಾಷ್ಠತೆ ಇದಾಗಿದೆ.

ಅಂಗವು ಲಿಂಗವೇಧೆಯಾದ ಬಳಿಕ

ಅಂಗವೆಲ್ಲವೂ ನಷ್ಟವಾಗಿ ಲಿಂಗತನ್ಮಯವಾಗಿಪ್ಪುದಾಗಿ

ದಿಟದಿಂದಿಪ್ಪ ಸಜ್ಜನಕ್ಕೆ ಬೇರೆ ಅಂಗವುಂಟೆ ಲಿಂಗವಲ್ಲದೆ?

ಇದು ಕಾರಣ ಸೌರಾಷ್ಟ್ರ ಸೋಮೇಶ್ವರನ ಶರಣರು ನಿರ್ದೇಹಿಗಳು.

ಶರಣರು ತಮ್ಮನ್ನು ಲಿಂಗ ಸಮಾಜಕ್ಕೆ ಅರ್ಪಿಸಿಕೊಂಡಮೇಲೆ ಭಕ್ತ ತನಗೆ ಮತ್ತೆ ಬೇರೆ ದೇಹವನ್ನು ಕಾಣನು ತತ್ವ ದಿಟಗೊಂಡದ್ದಲ್ಲದೆ ಸಜ್ಜನಕ್ಕೆ ಮೌಲ್ಯಕ್ಕೆ ಅಂಗವುಂಟೆ ಲಿಂಗವಲ್ಲದೆ? ಕಾರಣ ಭಕ್ತನೆಂಬುವವನು ಶರಣನಿಂಗೆ ವ್ಯಕ್ತಿ ದೇಹವಿರದು ಅವನು ನಿರ್ದೇಹಿ.

ಆದಯ್ಯ ಒಬ್ಬ ಶ್ರೇಷ್ಠ ಮಟ್ಟದ ಅನುಭಾವಿ ವಚನಕಾರ. ತನ್ನ ವಚನಗಳಲ್ಲಿ ಕೆಲ ಬೆಡಗುಗಳನ್ನು ಬಳಸಿ ವಚನಗಳ ಮೌಲ್ಯ ಅರ್ಥವನ್ನು ವಿಸ್ತರಿಸುವ ಮತ್ತು ಆಧ್ಯಾತ್ಮಿಕ ಅನುಭವನ್ನು ಪುಟ್ಟ ವಚನಗಳಲ್ಲಿ ಅಡಗಿಸುವ ಕಲಾ ಕೌಶಲ್ಯವನ್ನು ಹೊಂದಿದ್ದಾನೆ.

ಒಬ್ಬನಿಗೆ ರೂಹಿಲ್ಲ, ಒಬ್ಬನಿಗೆ ರೂಹುಂಟು,

ಒಬ್ಬನ ರೂಹು ಹೋಗುತ್ತ ಬರುತ್ತದೆ.

ಮೂವರನೊಂದೆಡೆಗೆ ತಂದಡೆ ಏನಹರೆಂಬುದ ನೋಡಿಕೊಳ್ಳಿರಣ್ಣಾ.
ಕಂಡಡೆ ಉಣಲಿಲ್ಲ, ಕಾಣದಿರ್ದಡೆ ಉಣದಿರಲಿಲ್ಲ.
ಇದೇನು ಸೋಜಿಗವಯ್ಯಾ ಸೌರಾಷ್ಟ್ರ ಸೋಮೇಶ್ವರಾ.

ಒಬ್ಬನಿಗೆ ರೂಹಿಲ್ಲ, ಒಬ್ಬನಿಗೆ ರೂಹುಂಟು, ಒಬ್ಬನ ರೂಹು ಹೋಗುತ್ತ ಬರುತ್ತದೆ.

ಪ್ರಸಕ್ತ ಈ ವಚನದಲ್ಲಿ ನಿರಾಕಾರ ಸಾಕಾರದ ರೂಪಗಳ ಮಧ್ಯ ಲಿಂಗವೆಂಬ ಆಕಾರವು ನಿರಾಕಾರವಾಗುತ್ತ ತನ್ನ ರೂಪದ ಹಂಗು ಹರಿದುಕೊಳ್ಳುತ್ತಾ ಮತ್ತೆ ಮತ್ತೆ ಆಕಾರವಾಗಿ ಕರಸ್ಥಲಕ್ಕೆ ಬಂದು ನಿರಾಕಾರದ ತತ್ವಕ್ಕೆ ಸಾಗುವ ಸುಂದರ ಪಯಣವು ಅದ್ಭುತವಾಗಿದೆ ಎಂದಿದ್ದಾನೆ ಆದಯ್ಯ.

ಮೂವರನೊಂದೆಡೆಗೆ ತಂದಡೆ ಏನಹರೆಂಬುದ ನೋಡಿಕೊಳ್ಳಿರಣ್ಣಾ.

ಇಂತಹ ಆಕಾರ ಸಾಕಾರ ಮತ್ತು ನಿರಾಕಾರ ರೂಪದಲ್ಲಿ ಕಂಡು ಕಾಣದರಿಯದೇ ಕೂಡುವ ಮೂರು ಸ್ಥಿತಿಗಳನ್ನು ಒಂದೆಡೆ ತಂದರೆ ಅವರ ಆಗು ಹೋಗು ಅವರು ಎಂತವರು ಎಂಬುದನ್ನು ನೀವೇ ನೋಡಿಕೊಳ್ಳಿ ಎಂದು ಸಲಹೆ ನೀಡುತ್ತಾನೆ.

ಕಂಡಡೆ ಉಣಲಿಲ್ಲ, ಕಾಣದಿರ್ದಡೆ ಉಣದಿರಲಿಲ್ಲ.ಇದೇನು ಸೋಜಿಗವಯ್ಯಾ ಸೌರಾಷ್ಟ್ರ ಸೋಮೇಶ್ವರಾ.

ಸಾಕಾರ ರೂಪವು ತನ್ನ ಮುಂದಿನ ಪ್ರಸಾದವನ್ನು ಉಣಲಾಗದು. ಆದರೆ ರೂಪವಿಲ್ಲದ ಆತ್ಮದ ಪ್ರಾಣಲಿಂಗವು ಹೊರಗಿನ ಪದಾರ್ಥವನ್ನು ಉಣದೆ ಇರದು. ಆಕಾರವು ಬಯಸುವದಿಲ್ಲ ನಿರಾಕಾರದ ಜ್ಞಾನ ಆತ್ಮ ಜ್ಯೋತಿಯು ಪ್ರಾಣಲಿಂಗವು ಲಿಂಗ ಸಮಾಜವು ಜಂಗಮ ಸಮಾಜವು ಉಣದೆ ಇರಲಾರದು. ಇದು ಎಂತಹ ಸೋಜಿಗ ಸೌರಾಷ್ಟ್ರ ಸೋಮೇಶ್ವರಾ ಎಂದು ಪ್ರಶ್ನಿಸಿಕೊಂಡಿದ್ದಾನೆ ಆದಯ್ಯನು.

ಸಮಷ್ಟಿಯ ಉಳಿವು ಹುಟ್ಟು ಚರಾಚರ ಪಕ್ಷಿ ಪ್ರಾಣಿಗಳ ಬಗ್ಗೆ ಚಿಂತಿಸುವ ಆದಯ್ಯನು ತನ್ನೊಂದು ವಚನದಲ್ಲಿ ಹೀಗೆ ಹೇಳಿದ್ದಾನೆ.

ಬ್ರಹ್ಮವೆಂಬ ವೃಕ್ಷದಲ್ಲಿ ಫಲಪತ್ರಕುಸುಮಂಗಳೆಂಬ
ಸಚರಾಚರಂಗಳಷ್ಟಮೂರ್ತಿಗಳಾಗಿ
ಆಗಿ ಆಗಿ ಅಳಿವುತ್ತಿಪ್ಪವಯ್ಯಾ.

ಇದಕ್ಕೆ ಶ್ರುತಿ:
ಬ್ರಹ್ಮಣೋ ವೃಕ್ಷಾನ್ಮಹತೋ ಪತ್ರಂ ಕುಸುಮಿತಂ ಫಲಂ

ಚರಾಚರಾಷ್ಟಮೂರ್ತಿಂ ಚ ಫಲಿತಂ ಫಲಶೂನ್ಯವತ್
ಇಂತೆಂದುದಾಗಿ,
ಅಷ್ಟಮೂರ್ತಿಗಳು ನಷ್ಟವಾದಲ್ಲಿ
ಸೌರಾಷ್ಟ್ರ ಸೋಮೇಶ್ವರಲಿಂಗ ನಷ್ಟವಾಯಿತ್ತೆಂಬ
ಮಿಟ್ಟಿಯ ಭಂಡರನೇನೆಂಬೆನಯ್ಯಾ..

ಬ್ರಹ್ಮವೆಂಬ ವೃಕ್ಷದಲ್ಲಿ ಫಲಪತ್ರಕುಸುಮಂಗಳೆಂಬ, ಸಚರಾಚರಂಗಳಷ್ಟ ಮೂರ್ತಿಗಳಾಗಿ ಆಗಿ ಆಗಿ ಅಳಿವುತ್ತಿಪ್ಪವಯ್ಯಾ.

ಸೃಷ್ಟಿ ಹುಟ್ಟು ಎಂಬ ಮರದಲ್ಲಿ ಫಲ ಪತ್ರ ಕುಸುಮಗಳೆಂಬ ಸಸ್ಯಗಳು, ಸಚರಾಚರ ಅಷ್ಟ ಮೂರ್ತಿಗಳು ಮಾನವ ಪ್ರಾಣಿ ಕೀಟಗಳು ಜಲಚರ ಭೂಚರ ವಾಯು ಸಂಚಾರಿ ಪಕ್ಷಿಗಳು, ಸರಿಸೃಪಗಳು, ಅಂಡಜಗಳು ಮುಂತಾದ ಅಷ್ಟ ತರದ ಜೀವಗಳು ಆಗಿ ಆಗಿ ಅಳಿವು ಕಾಣುತ್ತವೆ.

ಇದಕ್ಕೆ ಶ್ರುತಿ:

ಬ್ರಹ್ಮಣೋ ವೃಕ್ಷಾನ್ಮಹತೋ ಪತ್ರಂ ಕುಸುಮಿತಂ ಫಲಂ, ಚರಾಚರಾಷ್ಟಮೂರ್ತಿಂ ಚ ಫಲಿತಂ ಫಲಶೂನ್ಯವತ್" ಇಂತೆಂದುದಾಗಿ,

ಶ್ರುತಿಯು ಹೇಳುವಂತೆ ಬ್ರಹ್ಮವೆಂಬ ವೃಕ್ಷದಲ್ಲಿ ಪತ್ರಂ ಕುಸುಮಿತಂ ಫಲಂ ಹುಟ್ಟುತ್ತವೆ ಜನ್ಮ ತಾಳುತ್ತವೆ. ಚರಾಚರ ಅಷ್ಟ ಬಗೆಯ ಜೀವಿಗಳು ಹುಟ್ಟಿ ಶೂನ್ಯವಾಗುತ್ತವೆ.

ಅಷ್ಟಮೂರ್ತಿಗಳು ನಷ್ಟವಾದಲ್ಲಿ, ಸೌರಾಷ್ಟ್ರ ಸೋಮೇಶ್ವರಲಿಂಗ ನಷ್ಟವಾಯಿತ್ತೆಂಬ, ಮಿಟ್ಟಿಯ ಭಂಡರನೇನೆಂಬೆನಯ್ಯಾ..

ಸೃಷ್ಟಿಯೊಳಗಿನ ಜೈವಿಕ ಸಸ್ಯಗಳು ಪುಷ್ಪ ಕುಸುಮಗಳು ಪತ್ರಗಳು, ಚರಾಚರ ಜೀವಿಗಳು ನಾಶವಾದ ಮಾತ್ರಕ್ಕೆ ಅಥವಾ ಅಳಿವುಗೊಂಡ ಮಾತ್ರಕ್ಕೆ ಸೌರಾಷ್ಟ್ರ ಸೋಮೇಶ್ವರಲಿಂಗ ನಷ್ಟವಾಯಿತ್ತೆಂದು ಹೇಳುವ ಮಿಟ್ಟಿಯ ಭಂಡರನ್ನು ನಾನು ನಂಬೆನು ಎಂದು ಟೀಕಿಸಿದ್ದಾನೆ.

ಸೃಷ್ಟಿ ಸ್ಥಿತಿ ಲಯಗಳ ತತ್ವಗಳನ್ನಾಧರಿಸಿ, ಲಯವು ಮತ್ತೆ ಆರಂಭಕ್ಕೆ ಮೂಲವಾಗುತ್ತದೆ ಎಂದು ಸೂಚಿಸುತ್ತಾ ಸೃಷ್ಟಿ ಸಮಷ್ಟಿಗೆ ಸಾವಿಲ್ಲ ಅದು ನಿರಂತರ ವಿಕಸನ ಗೊಳ್ಳುವುದು ಅದುವೇ ಚೈತನ್ಯ ಕರಸ್ಥಲದೊಳಗಿನ ಲಿಂಗ ಜಂಗಮವೆಂದಿದ್ದಾನೆ.

ಇಂತಹ ಅಪೂರ್ವ ವಚನಕಾರ ಆದಯ್ಯ ಗುಜರಾತದಿಂದ ಕನ್ನಡ ನೆಲಕ್ಕೆ ಬಂದು ಇಲ್ಲಿನ ಶರಣ ಚಳುವಳಿಯಲ್ಲಿ ಪಾಲ್ಗೊಂಡು ಅಂಗ ಲಿಂಗ ಅಭೇದ್ಯದ

ಅರಿವನ್ನು ನೀಡಿ ವ್ಯಷ್ಟಿ ಸಮಷ್ಟಿಯ ಬಂಧನದ ಜೊತೆಗೆ ಪ್ರಗತಿ ವಿಕಸನ ಕಾಣುವ ಹಂಬಲ ಚಿಂತನೆ ಶ್ಲಾಘನೀಯವಾಗಿದೆ. ಆಗಾಗ ಗುರು ಡಾ ವೀರಣ್ಣ ರಾಜೂರ ಅವರಿಗೆ ಫೋನಾಯಿಸಿ ನನ್ನ ಕೆಲ ಸಣ್ಣ ಪುಟ್ಟ ಸಂದೇಶಗಳನ್ನು ಪರಿಹರಿಸಿಕೊಂಡು ಅವರಿಂದಲೂ ಬೆನ್ನು ತಟ್ಟಿಸಿಕೊಳ್ಳುವ ಭಾಗ್ಯ ನನ್ನದಾಗಿದೆ. ಇಂತಹ ಶ್ರೇಷ್ಠ ಸಂಶೋಧಕರಿಗೆ ಅನಂತ ಶರಣಾರ್ಥಿಗಳು.

ಶರಣರ ಸಮಾಧಿಯ ನೆಪದಲ್ಲಿ ಶರಣರ ಆಗಾಧ ಜ್ಞಾನ ಕ್ರಿಯೆಯನ್ನು ನೆನಪಿಸಿಕೊಂಡು ನಾವು ಬಸವಾದಿ ಪ್ರಮಥರಿಗೆ ಕೃತಾರ್ಥರಾಗೋಣ.

⌘

17. ಶರಣ ಮಾದಾರ ಚೆನ್ನಯ್ಯ

ಅಳಗುಂಡಿ ಅಂದಾನಯ್ಯ, ಬೆಳಗಾವಿ

ಚಕ್ರಿಯ ಕುಲವಾಸದ ಮೃತ್ತಿಕೆಯಂತೆ,
ಏನ ನೆನೆದಡೂ ಅಪ್ಪುವಾರುವುದಕ್ಕೆ ಮುನ್ನವೆ,
ಚಿತ್ತದಲ್ಲಿ ತೋರುವ ತೋರಿಕೆ.
ಚಿತ್ರಕುಂಭಂಗಳ ಒಪ್ಪೊಪ್ಪದಲ್ಲಿ ಅಹ ತೆರನಂತೆ,
ವಸ್ತು ತನ್ನಯ ಭಾವದಲ್ಲಿ ನಿಶ್ಚಯವಾಗಿ ನಿಂದಲ್ಲಿ,
ಕೃತ್ಯ ಅಕೃತ್ಯವೆಂಬ ಹೆಚ್ಚುಕುಂದಿಲ್ಲ.
ಕರ್ಮವಿಲ್ಲದ ಪೂಜೆ, ನಿರ್ಮಲವೆಂಬುದು ತೋರದ ಆ ಜಡ,
ಉಮ್ಮಳ ದುಮ್ಮಳವೆಂಬ
ಉಭಯವಳಿದ ಸುಮ್ಮಾನ ಸುಖಿಗೆ
ಕರ್ಮ ನಿರ್ಮಲವೆಂಬುದೊಂದೂ ಇಲ್ಲ.
ಕೈಯುಳಿ ಕತ್ತಿ ಅಡಿಗೂಂಟಕ್ಕಡಿಯಾಗಬೇಡ,
ಅರಿ ನಿಜಾ[ತ್ಮಾ] ರಾಮರಾಮನಾ.
ಶರಣ ಮಾದಾರ ಚೆನ್ನಯ್ಯ

ವಚನ ಅನುಸಂಧಾನ

ಶರಣರ ವಚನಗಳು ರಚನೆಗೊಂಡ ಕಾರಣವೇ ಅನುಪಮವಾದದ್ದು. ಅದೇನೆಂದರೆ; ಭಕ್ತಜನರು ತಮ್ಮ ತನುಮನಗಳ ಹದ ಮಾಡಿಕೊಳ್ಳಲೆಂದು ಹಾಗೂ ತಮ್ಮ ಒಳ ಹೊರಗಿನ ಬದುಕನ್ನು ಬೆಳಗಿಕೊಂಡು, ಲೋಕಹಿತಕ್ಕಾಗಿ ಬಾಳಿ ಬೆಳಗಲೆಂದು. ಇಂತಹ ಇಹಪರ ದಾರಿಯ ಹಿತಕಾರಿಯಾಗಿರುವ ಶರಣರ ವಚನಗಳು;

ಸ್ಫಟಿಕದ ಶಲಾಕೆಯಂತೆ, ಹಚ್ಚಿಟ್ಟ ಹಣತೆಗಳ ಹಾಗೆ ಕಾಲದ ಕಗ್ಗತ್ತಲೆಯನ್ನು ಕಳೆದು ಬೆಳಗುತ್ತಿರುವಾಗ, ಈಗ ನಾವುಗಳು ಇಲ್ಲಿ ಕಣ್ಣು ಮುಚ್ಚಿ ಕುಳಿತು ಕೊಳ್ಳುವುದು ವಿಹಿತವಲ್ಲ.

ಬೆಚ್ಚಗಿನ ಈ ಎಚ್ಚರವನ್ನು ಅರಿವಿಲ್ಲಿಟ್ಟುಕೊಂಡು ಹಿರಿಯಶರಣ ಮಾದಾರ ಚೆನ್ನಯ್ಯರ ಪ್ರಸ್ತುತ ಈ ಮೇಲಿನ ವಚನದ ಅನುಸಂಧಾನ ಮಾಡೋಣ.

ಚಕ್ರಿಯ ಕುಲವಾಸದ ಮೃತ್ತಿಕೆಯಂತೆ,

ಏನ ನೆನೆದಡೂ ಅಪ್ಪುವಾರುವುದಕ್ಕೆ ಮುನ್ನವೆ,

ಚಿತ್ತದಲ್ಲಿ ತೋರುವ ತೋರಿಕೆ.

'ಚಕ್ರಿಯ ಕುಲವಾಸದ ಮೃತ್ತಿಕೆಯಂತೆ,' ಅಂದರೆ,

ಕುಂಬಾರನ ಚಕ್ರದ (ತಿಗರಿಯ) ಮೇಲಿನ ಹದವಾದ ಹಸಿ ಮಣ್ಣಿನ (ಮೃತ್ತಿಕೆಯ) ಕುಂಭದಂತೆ ಅದರಲ್ಲಿನ ನೀರು ಆರುವ ಮುಂಚೆಯೇ ಚಿತ್ತದಲ್ಲಿರುವ ಚಿತ್ರವನ್ನು ರೂಪಿಸಬೇಕು. ಹಸಿ ಆರಿದರೆ ಮತ್ತೆ ಏನನ್ನೂ ಮಾಡಲಾಗುವುದಿಲ್ಲ. ಅದರಂತೆ ಮೃತ್ಯಕ್ಕೆ ಅಂದರೆ ಭೂಮಿಗೆ ಬಂದ ಮನುಷ್ಯನು ತನ್ನ ಆಯುಷ್ಯ ತೀರುವ ಮೊದಲೇ ತಾ ತಿಳಿದು, ಅರಿವಿನ ಪುತ್ಥಳಿ ಆಗಬೇಕು.

'ಚಿತ್ರಕುಂಭಂಗಳ ಒಪ್ಪೊಪ್ಪದಲ್ಲಿ ಅಹ ತೆರನಂತೆ ವಸ್ತು ತನ್ನಯ ಭಾವದಲ್ಲಿ ನಿಶ್ಚಯವಾಗಿ ನಿಂದಲ್ಲಿ, ಕೃತ್ಯ ಅಕೃತ್ಯವೆಂಬ ಹೆಚ್ಚುಕುಂದಿಲ್ಲ.

ಹೇಗೆ ಕುಂಬಾರನ ಚಿತ್ತದಲ್ಲಿರುವ ಕುಂಭಗಳು ಒಪ್ಪ ಓರಣವಾಗಿ ತೋರುವ ತೆರನಂತೆ, ವಸ್ತು ಅಂದರೆ ಚಿನ್ಮಯಚೈತನ್ಯವು ತನ್ನ ಚಿದ್ಭಾವದಲ್ಲಿ ನಿಶ್ಚಯವಾಗಿ ನೆಲೆನಿಂತಲ್ಲಿ ಆಗ ಯಾವುದೇ ಕೃತ್ಯ ಅಕೃತ್ಯವೆಂಬ ಹೆಚ್ಚು ಕುಂದಿಲ್ಲ. ಅಂದ್ರೆ ಇಲ್ಲಿ ತಲುಪಬೇಕಾದ ಗಮ್ಯ(ಮುಕ್ತಿ ಸ್ಥಾನ)ವನ್ನೇ ತಾ ತಲುಪಿಯಾದ ಮೇಲೆ ಆ ಈ ಮಾತಿಗೆ ಬೆಲೆ ಇಲ್ಲ.

ಕರ್ಮವಿಲ್ಲದ ಪೂಜೆ, ನಿರ್ಮಲವೆಂಬುದು ತೋರದ ಆ ಜಡ, ಉಮ್ಮಳ ದುಮ್ಮಳವೆಂಬ

ಉಭಯವಳಿದ ಸುಮ್ಮಾನ ಸುಖಿಗೆ

ಕರ್ಮ ನಿರ್ಮಲವೆಂಬುದೊಂದೂ ಇಲ್ಲ.

ಕೈಯುಳಿ ಕತ್ತಿ ಅಡಿಗೂಂಟಕ್ಕಡಿಯಾಗಬೇಡ,

ಅರಿ ನಿಜಾ[ತ್ಮಾ] ರಾಮರಾಮನಾ.

ಮನದಲ್ಲಿ ಮಹಾದೇವನೇ ನೆಲೆಸಿಯಾದ ಮೇಲೆ ಅದನ್ನು ಮಾಡಬೇಕಿತ್ತು ಇದನ್ನು ಮಾಡಬೇಕಿತ್ತು, ಅಶುದ್ಧವಾಗಿತ್ತು ಇದು ಶುದ್ಧವಾಗಬೇಕಿತ್ತು ಎಂಬ ಮಾತು; ಮನದಲ್ಲಿನ ವ್ಯಾಕುಲದ ಕಳವಳ ಕಸಿವಿಸಿಯ ಕಳೆದು, ನಿಜ ಸುಖಿಯಾದವನಿಗೆ ಯಾವ ಕರ್ಮ, ನಿರ್ಮಲವೂ ಇಲ್ಲ. ಕೈಯುಳಿ ಕತ್ತಿ ಅಡಿ ಗೂಂಟಕ್ಕಡಿಯಾಗಬೇಡ, ಅರಿ ನಿಜಾ[ತ್ಮಾ] ರಾಮ ರಾಮನಾ ಎನ್ನುವ ಮೂಲಕ ಮಾದಾರ ಚೆನ್ನಯ್ಯ ಶರಣರು, ಸಾಧನೆ ಮಾಡುವ ಮೂಲಕ ಚಿತ್ತವು ಚಿನ್ಮಯವೇ ಆಗುವುದನ್ನು ನಿಷ್ಕಲ್ಮಶ ಮನದಲ್ಲಿ ನಿಶ್ಚಯಿಸಿ ಗಟ್ಟಿ ಮಾಡಿಕೊಂಡಲ್ಲಿ ಅದಕ್ಕೆ ಯಾವ ಕುಂಟು ನೆಪಗಳು ಹಾನಿಯನ್ನಷ್ಟೇ ಅಲ್ಲ ಏನನ್ನೂ ಮಾಡವು! ಎಂಬ ದೃಢವಾದ ಮನದ ಘನತೆಯ ತಾದಾತ್ಮ್ಯವನ್ನ ಈ ವಚನದಲ್ಲಿ ಅರ್ಥಪೂರ್ಣವಾಗಿ ಎತ್ತಿ ತೋರಿದ್ದಾರೆ ಎಂದು ಹೇಳಬಹುದಾಗಿದೆ.

⌘

18. ಮಹಾದೇವಿ ಅಕ್ಕ

ಗೌರಾ ಹಾಲಭಾವಿ, ಬೆಳಗಾವಿ

ಕಿಲುಬು ಕಾಸಿನ ಬೆಲೆ ಇಲ್ಲ! ಅವಳು ಜೀವನವನ್ನು ಹತ್ತಿರದಿಂದ ನೋಡಿದ್ದಾಳೆ. ಅವಳ ಅನುಭವದ ಆಳ ನಿಜಕ್ಕೂ ಅದ್ಭುತ. ಮನುಷ್ಯನ ಮನಸ್ಥಿತಿಯ, ಸಮಾಜದ ಆಗು ಹೋಗುಗಳು, ಅವಳ ವಚನಗಳಲ್ಲಿ ಸಾಕಷ್ಟು ವಿಮರ್ಶೆಗೆ ಒಳಗಾಗಿವೆ.

ಅಂತರಂಗ ಬಹಿರಂಗ ಶುದ್ಧವಿದ್ದಾತಗೆ ಯಾರ ಹಂಗೇಕೆ? ದೇವರ ಹಂಗೂ ಇಲ್ಲ, ಎನ್ನುವ ಶರಣವಾಣಿ.....ಮೊದಲು ತನ್ನನ್ನು ತಾನು ಗೆಲ್ಲಬೇಕು.

ಹಸಿವೆ, ತೃಷೆ, ನಿದ್ರೆ, ಕಾಮ, ಕ್ರೋಧ, ಮದ, ಮತ್ಸರವೆಂಬವು ದೇಹಕ್ಕೆ, ಮನಸ್ಸಿಗೆ ಅಂಟಿದ ವಿಕಾರಗಳು. ಹಸಿವು ತೃಷೆಗಳಿಗಾಗಿ ಜೀವಿಗಳು ಪಡುವ ಪಾಡು ಅಷ್ಟಿಷ್ಟಲ್ಲ.

ಇವನ್ನೆಲ್ಲ ಗೆದ್ದು ಅವನ್ನೆಲ್ಲ ದೂರ ನಿಲ್ಲಿಸಿದವಳು ಮಹಾದೇವಿ.

ಹಸಿವೆ ನಿಲ್ಲು ನಿಲ್ಲು, ತೃಷೆಯೇ ನಿಲ್ಲು ನಿಲ್ಲು.........ಕಾಮ, ಕ್ರೋಧ, ಮದ, ಮತ್ಸರ ಎಲ್ಲ ಪ್ರಲೋಭನೆಗಳನ್ನು ಹಿಂದಿಕ್ಕಿದ್ದಲ್ಲದೆ, 'ಸಚರಾಚರವೇ ನಿಲ್ಲು' ಎಂದು ಪ್ರಕೃತಿಯನ್ನೇ ನಿಲ್ಲಿಸಿ, ಭಾವವನು ನಿರ್ಭಾವನಾಗಿಸಿ, ಒಮ್ಮನದಿಂದ ಚೆನ್ನಮಲ್ಲಿಕಾರ್ಜುನಗೆ ಪ್ರೇಮದ ಓಲೆಯನ್ನು ಒಯ್ದು ಮುಟ್ಟಿಸಿದವಳು ಮಹಾದೇವಿ!

ಅವಳು ಈ ಒಂದು ವಚನ –

ಸಂತೆಯಲೊಂದು ಮನೆಯ ಮಾಡಿ ಶಬ್ದಕೆ ನಾಚಿದೊಡೆಂತಯ್ಯ?
ಸಮುದ್ರದ ತಡಿಯಲಿ ಮನೆಯ ಮಾಡಿ
ನೊರೆ ತೊರೆಗಳಿಗಳಿಗೆ ಅಂಜಿದೊಡೆಂತಯ್ಯ?
ಅಡವಿಯಲೊಂದು ಮನೆಯ ಮಾಡಿ ಖಗ, ಮೃಗಗಳಿಗಂಜಿದೊಡೆಂತಯ್ಯ?
ಅದ್ಭುತ, ಅಷ್ಟೇ ಸಂವಹನಶೀಲ ವಚನ! ಮನಕ್ಕೆಕಿಲುಬು ಕಾಸಿನ ಬೆಲೆಇಲ್ಲ!

ಅವಳು ಜೀವನವನ್ನು ಹತ್ತಿರದಿಂದ ನೋಡಿದ್ದಾಳೆ. ಅವಳ ಅನುಭವದ ಆಳ ನಿಜಕ್ಕೂ ಅದ್ಭುತ. ಮನುಷ್ಯನ ಮನಸ್ಥಿತಿಯ, ಸಮಾಜದ ಆಗು ಹೋಗುಗಳು, ಅವಳ ವಚನಗಳಲ್ಲಿ ಸಾಕಷ್ಟು ವಿಮರ್ಶೆಗೆ ಒಳಗಾಗಿವೆ.

ಅಂತರಂಗ ಬಹಿರಂಗ ಶುದ್ಧವಿದ್ದಾತಗೆ ಯಾರ ಹಂಗೇಕೆ? ದೇವರ ಹಂಗೂ ಇಲ್ಲ, ಎನ್ನುವ ಶರಣವಾಣಿ.....ಮೊದಲು ತನ್ನನ್ನು ತಾನು ಗೆಲ್ಲಬೇಕು.

ಹಸಿವೆ, ತೃಷೆ, ನಿದ್ರೆ, ಕಾಮ, ಕ್ರೋಧ, ಮದ, ಮತ್ಸರವೆಂಬವು ದೇಹಕ್ಕೆ, ಮನಸ್ಸಿಗೆ ಅಂಟಿದ ವಿಕಾರಗಳು. ಹಸಿವು ತೃಷೆಗಳಿಗಾಗಿ ಜೀವಿಗಳು ಪಡುವ ಪಾಡು ಅಷ್ಟಿಷ್ಟಲ್ಲ.

ಇವನ್ನೆಲ್ಲ ಗೆದ್ದು ಅವನ್ನೆಲ್ಲ ದೂರ ನಿಲ್ಲಿಸಿದವಳು ಮಹಾದೇವಿ.

ಹಸಿವೆ ನಿಲ್ಲು ನಿಲ್ಲು, ತೃಷೆಯೇ ನಿಲ್ಲು ನಿಲ್ಲು.........ಕಾಮ, ಕ್ರೋಧ, ಮದ, ಮತ್ಸರ ಎಲ್ಲ ಪ್ರಲೋಭನೆಗಳನ್ನು ಹಿಂದಿಕ್ಕಿದ್ದಲ್ಲದೆ, 'ಸಚರಾಚರವೇ ನಿಲ್ಲು' ಎಂದು ಪ್ರಕೃತಿಯನ್ನೇ ನಿಲ್ಲಿಸಿ, ಭಾವವನು ನಿರ್ಭಾವನಾಗಿಸಿ, ಒಮ್ಮನದಿಂದ ಚೆನ್ನಮಲ್ಲಿಕಾರ್ಜುನಗೆ ಪ್ರೇಮದ ಓಲೆಯನ್ನು ಒಯ್ದು ಮುಟ್ಟಿಸಿದವಳು ಮಹಾದೇವಿ!

ಸಂಸಾರವೆಂಬುದೊಂದು ಸಂತೆ. ಅಲ್ಲಿಯೇ ಮನೆ ಮಾಡಿದ ಮೇಲೆ ಸ್ತುತಿ, ನಿಂದೆಗಳು, ಸಮುದ್ರದ ತೆರೆಗಳಂತೆ ಸುಖ ದುಃಖ ಬರುವವು, ಹೋಗುವವು. ಬದುಕೆಂಬ ಘೋರಾರಣ್ಯದಲ್ಲಿ ದುಷ್ಟ ಪ್ರಾಣಿಗಳು ಇರುವವೇ. ಅದು ಸಾಮಾನ್ಯ ಮತ್ತು ಸಹಜ. ಏನೇ ಬಂದರೂ, ಕ್ರೋಧವನ್ನು ಬಿಟ್ಟು ಸಮಾಧಾನಿಯಾಗಿರಬೇಕೆಂದು, ಜೀವನದಲ್ಲಿ ಸಮತೆಯನ್ನು ಭೋಧಿಸಿ, ಸಾಂತ್ವನ ನೀಡಿ ಬದುಕಿನಲ್ಲಿ ತನ್ನ ಗುರಿಯತ್ತ ಸಾಗುವಾಗ, ಜಗತ್ತಿಗೆ, ಜಗದ ಜನರ ಮಾತಿಗೆ ಮಹತ್ವ ಕೊಡಬಾರದು ಎಂಬ ಅವಳ ಮಾತು ನಮ್ಮನ್ನು ಹುರಿದುಂಬಿಸಿ, ಧೈರ್ಯ ನೀಡುತ್ತವೆ.

ಹಸಿವಾದೊಡೆ ಭಿಕ್ಷಾನ್ನಗಳುಂಟು
ತೃಷೆಯಾದಡೆ ಕೆರೆ ಹಳ್ಳ ಭಾವಿಗಳುಂಟು
ಆತ್ಮಸಂಗಾತಕ್ಕೆ ಚೆನ್ನಮಲ್ಲಿಕಾರ್ಜುನನೆನಗುಂಟು

ಎಂದು ಸಂಸಾರದಿಂದ ಮುಕ್ತಳಾಗಿ ಹೊರಟ ಮಹಾದೇವಿಗೆ ಪ್ರಕೃತಿಯೆ ಮಡಿಲು, ಪ್ರಾಣಿ ಪಕ್ಷಿಗಳು ಅವಳಿಗೆ ದೈವವಾಗಿ ತೋರುತ್ತವೆ. ಗಿಡಮರಗಳು ಅವಳಿಗೆ ಭಕ್ತರಾಗಿ ತೋರುತ್ತವೆ. ಅವು ನೀಡುವವು. ಬೇಡುವದಿಲ್ಲ! ಅದರಂತೆ ಭಕ್ತನು ಕೂಡ ತನ್ನನ್ನು ಭಗವಂತನಿಗೆ ಸಮರ್ಪಿಸಿಕೊಳ್ಳಬೇಕು. ನೀಡುವವನು ಭಕ್ತ, ಬೇಡುವವನು ಭವಿ! ಯಾರಿಂದಲೂ, ಗಿಡ ಮರಗಳಿಂದಲೂ ಬೇಡುವದಿಲ್ಲ ಎಂದು ಪ್ರತಿಜ್ಞೆ ಮಾಡುತ್ತಾಳೆ.

ಮನೆ ಮನೆ ಬೇಡುವಂತೆ ಮಾಡು, ಬೇಡಿದರೆ ನೀಡದಂತೆ ಮಾಡು, ನೀಡಿದರೆ ನೆಲಕ್ಕೆ ಬೇಳುವಂತೆ ಮಾಡು, ನಾ ಎತ್ತಿಕೊಳ್ಳುವ ಮುನ್ನ ಶುನಿ ಎತ್ತಿಕೊಳ್ಳುವಂತೆ ಮಾಡು ಎಂಬುದನರುಹುತ್ತ ಅಹಂಕಾರ ಖಂಡನೆ ಮತ್ತೆ ಮತ್ತೆ ಆಗಬೇಕೆಂದು ಕೇಳುತ್ತಾಳೆ.

ಪುರುಷನ ಮುಂದೆ ಸ್ತ್ರೀ ಮಾಯೆ ಯಾಗಿರುವಂತೆ, ಸ್ತ್ರೀಯ ಮುಂದೆ ಪುರುಷನು ಮಾಯೆ ಎಂದು ಹೇಳುವ ದಿಟ್ಟತನ ಮಹಾದೇವಿಯದು. ಆತ್ಮಕ್ಕೆ ಸ್ತ್ರೀ, ಪುರುಷ ಎಂಬ ಭೇದವಿಲ್ಲದ ಕಾರಣ ಇಬ್ಬರ ಮನಸ್ಥಿತಿಯು ಒಂದೇ. ಹೆಣ್ಣಿಗೆ ಗಂಡು, ಗಂಡಿಗೆ ಹೆಣ್ಣು ಮಾಯೆ.

'ನಿನ್ನ ಮಾಯೆಗೆ ನಾನಂಜುವಳಲ್ಲ' ಎಂದು ಮಾಯೆಗೆ ಸವಾಲು ಹಾಕಿದ ಕೆಚ್ಚು ಯಾರಿಗಿದೆ?

ಒಬ್ಬ ಸ್ತ್ರೀಗಿರುವ ಮಾನಸಿಕ ಮತ್ತು ದೈಹಿಕ ಬಂಧನಗಳನ್ನು ಒಬ್ಬ ಸ್ತ್ರೀ ಮಾತ್ರ ತಿಳಿಯಬಲ್ಲಳು. ಅವುಗಳನ್ನು ಕಳಚಿ ಪುರುಷನಿಗೂ ಅಸಾಧ್ಯವಾದ ಆಧ್ಯಾತ್ಮದ ತಾಳುವದು ಅಕ್ಕ ಮಹಾದೇವಿಯಂತಹ 'ವೀರ ವಿರಾಗಿಣಿ'ಗೆ ಮಾತ್ರ ಸಾಧ್ಯ! ಮುಟ್ಟುವಂತಹದ್ದು.

ದಿಗಂಬರವೇ ದಿವ್ಯಾಂಬರವಾದ ಮಹಾದೇವಿ!
ಕೇಶರಾಶಿಯೇ ವೇಶಭೂಷಣವಾಗಿ,
ವಿಭೂತಿಯೇ ಅರಿಸಿಣ,
ರುದ್ರಾಕ್ಷಿಯೇ ಮೈದೊಡುಗೆಯಾದ ಮಹಾದೇವಿ,
ಸಂಸಾರವೆಂಬುದು ಹಗೆಯಯ್ಯ,
ಸಂಸಾರಯೆಂಬುದು ಎನ್ನ ವಂಶ,ವಂಶ ತಪ್ಪದೆ
ಅರಸಿಕೊಂಡು ಬರುತ್ತಿದೆಯಯ್ಯ!
ನಿಮ್ಮ ಮೊರೆ ಹೊಕ್ಕೆ ಕಾಯಯ್ಯ.
ಎಂದು ವಿಚಾರಿಸುತ್ತ, ಸಾಧನೆಗೈಯುತ್ತ–

ಒಂದಲ್ಲ ಎರಡಲ್ಲ ಎಂಬತ್ತು ನಾಲ್ಕು ಯೋನಿಗಳಲ್ಲಿ ಬಂದೆ ಬಂದೆ! ಶುಭಾ ಶುಭಂಗಳ ಕಂಡೆ!

ಹಿಂದಣ ಜನ್ಮ ಏನಾದರಾಗಲಿ ಮುಂದೆ ನೀ ಕರುಣಿಸಾ.

ಹಿಂದೆ ಏನಾಯಿತು? ನೋಡದ್ದು ಕಾಣದ್ದು ಅದರ ಚಿಂತೆಯಲ್ಲಿ ಕಾಲಕಳೆಯಬಾರದು. ನಮ್ಮ ಮುಂದೆ ಕಾಣುವ ನಿರ್ಧರಿಸಿಕೊಳ್ಳುವ ವಿಶಾಲ

ಬದುಕಿದೆ. ಅದನ್ನು ಧನ್ಯ ಮಾಡಿಕೊಳ್ಳುವ, ಸಾರ್ಥಕ ಮಾಡಿಕೊಳ್ಳುವ ದಾರಿಯನ್ನು ಹುಡುಕಿಕೊಳ್ಳಬೇಕು. ಅಂತಹ ಮನಸ್ಥಿತಿಯನ್ನು ಸಾಧಿಸಿ, ಜೀವನ ಸಾರ್ಥಕ ಮಾಡಿಕೊಳ್ಳಬೇಕು. ಅನ್ನುವ ಸತ್ಯ ಮಾತು ಆಕೆಯದು. ಅವಳ ಪಯಣ ಆ ಕಡೆಗೆ. ಅರಸಿಬಂದ ರಾಣಿ ಪದವಿ, ಎಲ್ಲ ಸುಖ ಭೋಗಗಳು ಅವಳ ದಾರಿಯಲ್ಲಿ ಗೌಣ!

ಈ ಎಲ್ಲ ಸಾಧನೆಯ ಹಿಂದೆ ಗುರುವೆಂಬ ಹರಶಕ್ತಿ ಬೇಕು. ತನ್ನ ಗುರುವನ್ನು ಮಹಾದೇವಿ ಪರಮಗುರು, ಸದ್ಗುರು,

'ಸಂಸಾರ ನಿಸ್ಸಾರವೆಂದು ತೋರಿದನೆನಗೆ ಗುರು'

'ಹುಟ್ಟಿದೆ ಶ್ರೀಗುರುವಿನ ಹಸ್ತದಲ್ಲಿ'

'ಗುರುವೆ ತೆತ್ತಿಗನಾದ, ಲಿಂಗವೇ ಮದುವಣಿಗನಾದ, ನಾನು ಮದುವಣಿಗಳಾದೆ

ಹೀಗೆ ಎಲ್ಲ ತನ್ನ ಸಾಧನೆಯ ಶ್ರೇಯಸ್ಸನ್ನು ಗುರುವಿಗೆ ನೀಡಿದ್ದಾಳೆ. ಗುರುಭಕ್ತಿ ಪರಾಕಾಷ್ಠೆಯ ಪ್ರಾಮಾಣಿಕ ಅರ್ಪಣೆ ಅವಳದ್ದು.

ಹರನೇ ಗುರು ರೂಪಾಗಿ ಬಂದು ಸಾಧನೆಯ ಪಥದಲ್ಲಿ ಮುನ್ನಡೆಸುವ. ಗುರು ಮಾರ್ಗದರ್ಶನವಿಲ್ಲದೆ ಗುರಿ ಮುಟ್ಟಲು ಸಾಧ್ಯವಿಲ್ಲ. ಅವನು ತಾಯಿಯಂತೆ ತಿದ್ದಿ ತೀಡಿ ಹರನಿಗೆ ಯೋಗ್ಯವಾದ ಉಡುಗೆಯಾಗಿಸುವನು.

ಮಹಾದೇವಿಗೆ ಕನಸಿನಲ್ಲಿ, ಮನಸ್ಸಿನಲ್ಲಿ, ನೆನೆದಲ್ಲೆಲ್ಲ ಚೆನ್ನಮಲ್ಲಿಕಾರ್ಜುನಲ್ಲದೆ ಮತ್ತೊಂದಿಲ್ಲ.

ಅಕ್ಕನಿಗೆ–ಚೆನ್ನಮಲ್ಲಿಕಾರ್ಜುನ ಒಮ್ಮೆ ಸಾಕಾರನಾದರೆ, ಒಮ್ಮೆ ನಿರಾಕಾರ.

ಕನಸಿನಲ್ಲಿ ಸುಂದರ, ಸುಲಿಪಲ್ಲ ,ಚಿಕ್ಕ ಚಿಕ್ಕ ಜಡೆಗಳ ಗೊರವ'ನಾಗಿ ಸಾಕಾರ ರೂಪದಲ್ಲಿ ತೋರವನು.

ತನು ನಿಮ್ಮದಾದ ಬಳಿಕ ಯಾರಿಗೆ ಮಾಡುವೆ?
ಮನ ನಿಮ್ಮದಾದ ಬಳಿಕ ಯಾರ ನೆನೆವೆ ?
ಪ್ರಾಣ ನಿಮ್ಮದಾದ ಬಳಿಕ ಯಾರ ಆರಾಧಿಸುವೆ?
ಅರಿವು ಸ್ವಯವಾದ ಬಳಿಕ ನಾನಾರನರಿವೆ?
ನಿಮ್ಮಲ್ಲಿ ನೀವಾಗಿ ನಿಮ್ಮ ನೆನೆವೆನಯ್ಯಾ
ಎಂದು

ನಿರಾಕಾರ, ನಿರ್ಗುಣ ಬ್ರಹ್ಮಾನುಭವ ಹೊಂದಿ, ನಿರ್ಮಲ ನಿಜೈಕ್ಯ ಪದವಗೇರಿದಳು ಮಹಾದೇವಿ.

ಶರಣರು ಜಗತ್ತನ್ನು ತಿರಸ್ಕರಿಸಲಿಲ್ಲ. 'ಈ ಎಲ್ಲ ಸೃಷ್ಟಿ ಪರಮಾತ್ಮ ಸ್ವರೂಪ. ನೆಲ, ನೀರು, ಗಾಳಿ, ಬೆಂಕಿ, ಆಕಾಶ ಎಲ್ಲವು ಪರಮಾತ್ಮ ನೀಡಿದ ವರ. ಜೀವ ಸಂಕುಲಕ್ಕೆ ಮಾಡಿದ ಕೃಪೆ ಎಂದರಿತವರು. ಮಹಾದೇವಿಗೆ ಸಕಲ ಸೃಷ್ಟಿ ಪರಮಾತ್ಮ ಸ್ವರೂಪ.

ವನನವೆಲ್ಲ ನೀವೆ, ವನದೊಳಗಣ ದೇವ ತರುವೆಲ್ಲ ನೀವೆ, ತರುವಿನೊಳಗಾಡುವ ಖಗ ಮೃಗಗಳೆಲ್ಲ ನೀವೆ.

ಚೆನ್ನಮಲ್ಲಿಕಾರ್ಜುನ

ಸರ್ವಭರಿತನಾಗಿ ನನಗೇಕೆ ಮುಖತೋರೆ?

ಎಲ್ಲೆಲ್ಲಿಯೂ ಸರ್ವಭರಿತನಾಗಿ ನೀನಿರುವೆ, ಎಂದು ಸೃಷ್ಟಿಯ ಒಳ ಹೊರಗೆ ಪರಮಾತ್ಮನನ್ನು ಕಾಣುತ್ತಾಳೆ. ಅವಳ ಗುರಿ ಒಂದೇ ಪರಮಾತ್ಮನನ್ನು ಕಾಣುವದು. ಅನೇಕಾನೇಕ ಕಷ್ಟಗಳು ಬಂದರೂ ಧೃತಿಗೆಡದೇ ಭಕ್ತಿಯ ಬಲ ಮತ್ತು ಛಲದಿಂದ ಪರಮಾತ್ಮನಲ್ಲಿ ಸೇರಿ ಒಂದಾಗುತ್ತಾಳೆ. ಪರಮಪದವಿಯು ಅವಳದಾಗುವದು

ಮಹಾದೇವಿ ಮಹಾಯೋಗಿನಿ ! ದಿವ್ಯ ಚೇತನ!

'ಯೋಗಾಂಗ ತ್ರಿವಿಧಿ' 'ಸ್ವರ ವಚನಗಳು' ಅಕ್ಕ ರಚಿಸಿದ ಇನ್ನಿತರ ಸಾಹಿತ್ಯ ಕೃತಿಗಳು.

'ಯೋಗಾಂಗ ತ್ರಿವಿಧಿ'ಯಲ್ಲಿ ಯೋಗತತ್ವದ ವಿಚಾರವನ್ನು ಆಡುಭಾಷೆಯ ಬೆಡಗಿನ ವಚನಗಳ ರೂಪದಲ್ಲಿ, 67 ನುಡಿಗಳಲ್ಲಿ ನಿರೂಪಿಸಿದ್ದಾಳೆ. ಯೋಗದಲ್ಲಿ ಶಿವಯೋಗ ಶ್ರೇಷ್ಠ ಎಂದು ಪ್ರತಿಪಾದಿಸಿದ್ದಾಳೆ. ಇದು ಯೋಗಸಾಧಕರಿಗೆ ದಾರಿದೀಪವಾಗಿದೆ.

ಮೂಲಾಧಾರ ಬೇರ ಹಿಡಿದು ಭೂಮಂಡಲವನೇರಿದೆ,

ಆಚಾರದ ಬೇರ ಹಿಡಿದು ಐಕ್ಯದ ತುದಿಯನೇರಿದೆ,

ವೈರಾಗ್ಯದ ಸೋಪಾನಹವಿಡಿದು ಶ್ರೀಗಿರಿಯನೇರಿದೆ.

ಕೈಹಿಡಿದು ಕರೆದುಕೊಳ್ಳಾ ಚೆನ್ನಮಲ್ಲಿಕಾರ್ಜುನಾ.

ಹೀಗೆ ಯೋಗದ ತುದಿಯನೇರಿ ಶ್ರೀಗಿರಿಯ

ಜ್ಯೋತಿಯಾಗಿ ಬೆಳಗಿದಳು ಮಹಾದೇವಿ!

ಅವಳೊಬ್ಬ 'ಅನುಭಾವಿ' ದಾರ್ಶನಿಕ ಕವಿ! ದೇಶ, ಭಾಷೆ, ಸೀಮೆಯನ್ನು ಮೀರಿದ ಚೈತನ್ಯ ಅವಳದು! ಕನ್ನಡದ ಮೊದಲ ಕವಯಿತ್ರಿ ಎಂಬ ಸ್ಥಾನ ಪಡೆದಿರುವ ಆಕೆ ನಮ್ಮೆಲ್ಲರ ಹೆಮ್ಮೆಯ ಪ್ರತಿನಿಧಿ!

ಅವಳ ನಿಲುವಿಗೆ ಶರಣಕುಲವೇ ತಲೆಬಾಗಿತು, ಶರಣೆಂದಿತು. ಅವಳು ಶರಣರಿಗೆಲ್ಲ ಆದರ್ಶದ ಪ್ರಭೆಯಾಗಿ, ಮೇಲ್ಪಂಕ್ತಿಯಾದಳು.

ಎಲ್ಲರಿಗು 'ಅಕ್ಕ' ನಾಗುವ ಹಿರಿಯತನ ಅವಳಿಗಾಯಿತು!
ಅಜಕೋಟಿ ವರ್ಷದವರೆಲ್ಲಹಿರಿಯರೇ?
'ಅನುವ ಬೆರೆಸಿ ಬೇರಿಲ್ಲದಿಪ್ಪ ಹಿರಿಯತನ ನಮ್ಮ ಅಕ್ಕಂಗಾಯಿತ್ತು'

ಎನ್ನುವದು ಚೆನ್ನಬಸವಣ್ಣನ ನಿರ್ಣಯದ ನುಡಿ.

ಸಿದ್ಧರಾಮರು,

ಮರಹಿಂಗೆ ಹಿರಿದು ಕಿರಿದುಂಟಲ್ಲದೆ
ಅರುಹಿಂಗೆ ಹಿರಿದು ಕಿರಿದುಂಟೆ ಹೇಳಯ್ಯಾ?
ಸಾವಂಗೆ ಭಯವಲ್ಲದೆ ಅಜಾಂತಂಗೆ ಭಯ ಉಂಟೇ ಹೇಳಯ್ಯ?
ಕಪಿಲಸಿದ್ಧಮಲ್ಲಿಕಾರ್ಜುನನಲ್ಲಿ ಮಹಾದೇವಿಅಕ್ಕನ ನಿಲವಿಂಗೆ
ಶರಣೆಂದು ಶುದ್ಧನಾದೆನು ಕಾಣಾ, ಚೆನ್ನಬಸವಣ್ಣಾ.

ಎಂದು ಕೀರ್ತಿಸಿದರು.

ಬಸವಣ್ಣನವರ ವಾತ್ಸಲ್ಯದ ನುಡಿಗಳನ್ನು ನೋಡಿ, ಅತ್ಯಂತ ಅನುಪಮ. ಮೃದು, ಮಧುರ ತಂದೆಯ ಕಾಳಜಿ ಮತ್ತು ಜವಾಬ್ದಾರಿಯುತವಾದವು.

ಹೆಂಗಸಿನ ಅಂಗ ನೋಡಿರೆ ಪುರಾತನರು
ಬಾಲತನದಂಗವ ನೋಡಿರೆ ಪುರಾತನರು
ಬ್ರಹ್ಮನಾಚಾರಿಸಿದ ತನ್ನ ಮರೆದಿಪ್ಪುದ ನೋಡಿರೆ ಲಿಂಗವಂತರು
ತನ್ನ ತಾನು ನಿಶ್ಚಯವಾಗಿ, ಬೀಸರಹೋಗದೆ ಇಪ್ಪ ಇರುವು,
ನಮ್ಮ ಕೂಡಲಸಂಗಯ್ಯನಲ್ಲಿ ನಮ್ಮ ಮಹಾದೇವಿಂಗಾಯಿತ್ತು.!

ಅವಳ ಕೋಮಲ ಮನಸ್ಸು ಮತ್ತು ನಿಶ್ಚಯದ ನಿಲುವನ್ನು ಇನ್ನು ಯಾವ ಶಬ್ದಗಳಲ್ಲಿ ಹೇಳಬಹುದು?

'ಅನುಭವ ಮಂಟಪ'ದ ಅಧ್ಯಕ್ಷ ಮಹಾಮೇರು ಅಲ್ಲಮಪ್ರಭುವಿನ ನುಡಿಗಳು ಅವಳ ಮಹಾನಿಲುವಿನ ವ್ಯಕ್ತಿತ್ವಕ್ಕೆ ಶರಣರು ಒತ್ತಿದ ಲಿಂಗಮುದ್ರೆ!

ತನುಗುಣನಾಸ್ತಿಯಾಗಿ ಲಿಂಗಸಂಗಿಯಾದಳು
ಮನಗುಣನಾಸ್ತಿಯಾಗಿ ಅರಿವುಸಂಗಿಯಾದಳು
ಭಾವಗುಣನಾಸ್ತಿಯಾಗಿ ಮಹಾಪ್ರಭೆ ತಾನಾದಳು,

ತಾನಿದಿರೆಂಬರಡಳಿದು ನಮ್ಮ ಗುಹೇಶ್ವರಲಿಂಗದಲ್ಲಿ ಸ್ವಯಲಿಂಗವಾದ ಮಹಾದೇವಿ ಅಕ್ಕನ ನಿಲವಿಂಗೆ ಶರಣೆನುತಿರ್ದೆನು.

ಹೀಗೆ ಶರಣರ ಕಣ್ಮಣಿಯಾಗಿ, ಮಹಾದೇವಿ ಎಲ್ಲರಿಗು ಅಕ್ಕನಾದಳು.
'ಮಹಾದೇವಿಅಕ್ಕ'ನಾಗಿ ಎಲ್ಲರ ಮನಸ್ಸಿನಲ್ಲಿ ನಿಲ್ಲುತ್ತಾಳೆ.!
ಎಲ್ಲರನ್ನು ಚಿಂತನೆಗೆ ಹಚ್ಚುತ್ತಾಳೆ!
ಅವಳಿಗೆ ಅವಳೇ ಸಾಟಿ!
ಎಲ್ಲರ ಅಕ್ಕ 'ಮಹಾದೇವಿ ಅಕ್ಕ' ನಿನಗೆ ಅನಂತ ಶರಣು ಶರಣಾರ್ಥಿಗಳು.

⌘

19. ದಿಟ್ಟ ಗಣಾಚಾರಿ ಮಡಿವಾಳ ಮಾಚಿದೇವ

ಡಾ ದಾನಮ್ಮ ಚ ಝಳಕಿ, ಬೆಳಗಾವಿ

12ನೇ ಶತಮಾನ ಜಗತ್ತಿನಲ್ಲಿಯೇ ಸಮಾನತೆಯನ್ನು ಬಿತ್ತಿಬೆಳೆದ ಹಾಗೂ ನುಡಿದಂತೆ ನಡೆ ಎಂಬ ಸಂದೇಶವನ್ನು ತತ್ವಶಃ ಪಾಲಿಸಿದ ಕಾಲ. ಅಂದು ಶರಣರು. ಜಾತಿ, ವರ್ಗ ಹಾಗೂ ಲಿಂಗಭೇದ ಅಳಿಸಿ, ದೀನದಲಿತರ, ಬಡವರ, ಮಹಿಳೆಯರ, ನಿರ್ಗತಿಕರ, ದಮನಿತರ ಹಾಗೂ ಶೋಷಿತರ ಪರವಾಗಿ ಗಟ್ಟಿಯಾಗಿ ಧ್ವನಿ ಎತ್ತಿದರು. ಮಾನವೀಯತೆಯ ತತ್ವದ ತಳಹದಿಯಲ್ಲಿ ವಿಶ್ವದಲ್ಲಿಯೇ ಅವೈದಿಕ ಮತ್ತು ಸಾಂಸ್ಥೀಕರಣಲ್ಲದ ಧರ್ಮ ಸ್ಥಾಪನೆ ಪ್ರಯತ್ನ ಇದಾಗಿತ್ತು. ಈ ಸಾಮಾಜಿಕ ಚಳುವಳಿಗೆ ಅನೇಕ ಶರಣ ಶರಣೆಯರು ಜಗತ್ತಿನ ವಿವಿಧೆಡೆಯಿಂದ ಕಲ್ಯಾಣಕ್ಕೆ ಆಗಮಿಸಿ, ಇದಕ್ಕೆ ಸಾಕ್ಷಿಯಾಗಿದ್ದಾರೆ. ಕೆಲವರು ತಮ್ಮ ದಿಟ್ಟ ನಡೆ, ನುಡಿ ಆಚಾರಗಳಿಂದ ಗಣಾಚಾರಿಗಳೆಂದೇ ಪ್ರಸಿದ್ಧಿಯಾಗಿದ್ದರು ಅಂತವರಲ್ಲಿ ಪ್ರಮುಖರಾದವರೆಂದರೆ, ಮಡಿವಾಳ ಮಾಚಿದೇವ, ಅಕ್ಕನಾಗಮ್ಮ ಮತ್ತು ಅಂಬಿಗರ ಚೌಡಯ್ಯ ಎನ್ನಬಹುದು.

ಮಡಿವಾಳ ಮಾಚಿದೇವರು ಮನದ ಮೈಲಿಗೆ ಕಳೆದ ಸರ್ವ ಶ್ರೇಷ್ಠ ದಿಟ್ಟ ಗಣಾಚಾರಿ ಶರಣರು. ಅನುಭವ ಮಂಟಪ ಕಟ್ಟುವಲ್ಲಿ ಮಡಿವಾಳ ಮಾಚಿದೇವರ ಕಾಯಕ ಅತಿ ಮಹತ್ವದ್ದು. ಶಿವಶರಣರ ಬಟ್ಟೆಗಳನ್ನು ಶುಚಿಯಾಗಿಸುವ ಕಾಯಕದೊಂದಿಗೆ, ಅನುಭಾವದ ನುಡಿಗಳ ಮೂಲಕ ಸಮಾಜದ ಕಳೆಕಿತ್ತಿ, ಶುಚಿಗೊಳಿಸುವ ಕಾರ್ಯದಲ್ಲಿ ನಿರತರಾದ ದಿಟ್ಟ ಗಣಾಚಾರಿಗಳಾಗಿದ್ದರು. ದೇಶದ ನಾನಾ ಭಾಗಗಳಿಂದ ಕಲ್ಯಾಣಕ್ಕೆ ಬರುವವರಿಗೆ ಪರೀಕ್ಷಿಸಿ, 'ಮಡಿ' ಹಾಸಿ ಸ್ವಾಗತಿಸುವ ಕೆಲಸ ಅವರದಾಗಿತ್ತು. ಮಾಚಿದೇವರ ಪರೀಕ್ಷೆಗೊಳಪಡದ ಹೊರತು ಕಲ್ಯಾಣಪುರ ಪ್ರವೇಶದ ಪ್ರಮಾಣ ಪತ್ರ ಹೊರಗಿನಿಂದ ಬರುವವರಿಗೆ ಸಿಗುತ್ತಿರಲಿಲ್ಲವೆಂಬುದು ಮಾಚಯ್ಯನ ಮಹಾ ಘನತೆಗೆ ಸಾಕ್ಷಿಯಾಗಿದೆ. ಕಲ್ಯಾಣಕ್ರಾಂತಿಯ ಕೊನೆಯ ಘಟ್ಟದ ಹೋರಾಟದಲ್ಲಿ ವಚನ ಸಾಹಿತ್ಯ ಉಳಿಸುವಲ್ಲಿ ಮಡಿವಾಳ ಮಾಚಿದೇವರು ಅತ್ಯಂತ ಪ್ರಮುಖ ಪಾತ್ರವಹಿಸಿದ್ದಾರೆ.

ಶ್ರೀ ಮಾಚಿದೇವರು ಕಲ್ಯಾಣಕ್ಕೆ ಎಲ್ಲಿಂದ ಬಂದರು ಎಂಬುದನ್ನು ಮಹಾಕವಿ ಷಡಕ್ಷರದೇವರು ತಮ್ಮ ವೃಷಭೇಂದ್ರ ವಿಜಯದಲ್ಲಿ 'ಆತ್ಮಪುರದಿಂ ಕಲ್ಯಾಣಕೇಳ್ತಂದು' ಎಂದಿದ್ದಾರೆ. ಅವರು ಎಲ್ಲಿಂದಲೇ ಬಂದಿರಲಿ ಕಲ್ಯಾಣಕ್ಕೆ ಬಂದ ಮೇಲೆಯಂತೂ ಅವರ ದಿನಚರಿಯ ಕಾರ್ಯಕಲಾಪ ಜೀವನ ವಿಧಾನಗಳಿಂದ ಸಮಸ್ತ ಶರಣರ ಭಕ್ತಿ, ಗೌರವ ಅಭಿಮಾನಗಳಿಗೆ ಪಾತ್ರರಾಗಿ ಬಾಳಿದ್ದಾರೆ.

ಗೋರಕ್ಷಾದಿ ಸಿದ್ಧರುಗಳಿಂದ ಪೂಜಿತರೂ ಸಮಸ್ತ ಶರಣಸಂಕುಳಕ್ಕೆ ಪೂಜ್ಯರೂ ಶೂನ್ಯಸಿಂಹಾಸನದ ಆದಯಜಗದ್ಗುರುಗಳೂ ಆದ ಅಲ್ಲಮಪ್ರಭುಗಳೂ ಸಹ ಮಾಚಿದೇವರನ್ನು

ಕತ್ತಲೆಯೊಳಗೆ ಬೆಳಕು ಹೊಕ್ಕಂತಾಯಿತ್ತು

ಗುಹೇಶ್ವರನ ಶರಣ ಮಡಿವಾಳ ಮಾಚಿತಂದೆಯ ಕೃಪೆಯಿಂದ.. ಎಂದಿದ್ದಾರೆ.

ಪಲ್ಕುರಿಕೆ ಸೋಮನಾಥ, ಭೀಮಕವಿ, ವಿರೂಪಾಕ್ಷಪಂಡಿತ,ಸಿಂಗಿರಾಜ, ಚೆನ್ನಪ್ಪ ಕವಿ ಮುಂತಾದ ಕವಿಗಳೆಲ್ಲರೂ ಶ್ರೀ ಮಾಚಿದೇಚರನ್ನು ಸ್ತುತಿಸಿದ್ದಾರೆ. ಇತ್ತೀಚಿನ ಮಡಿವಾಳಯ್ಯನ ಚರಿತ್ರೆ, ಮಡಿವಾಳಯ್ಯನ ತಾರಾವಳಿ, ಮಡಿವಾಳಯ್ಯನ ಸಾಂಗತ್ಯ ಎಂಬುವೆಲ್ಲ ಮಾಚಿದೇವರನ್ನು ಸ್ತುತಿಸುತ್ತಿವೆ. 1955 ರಲ್ಲಿ ರಚಿತವಾದ 'ಮಾಚಿದೇವ ಚರಿತಾಮೃತ' ಎಂಬ ಪುಸ್ತಕ ಪ್ರಚಲಿತವಿದೆ. 'ಮಾಚಿದೇವ ಮನೋವಿಲಾಸ' ಎಂಬುದೊಂದು ಪ್ರಾಚೀನ ಗ್ರಂಥ ಸಹ ಅನೇಕ ಮಾಹಿತಿಗಳನ್ನು ಒದಗಿಸುತ್ತಿದೆ. ಆದಾಗ್ಯೂ ಮಡಿವಾಳ ಮಾಚಯ್ಯನ ಬಗ್ಗೆ, ಸಂಸಾರದ ಬಗ್ಗೆ ಜನಪದ ಸಾಹಿತ್ಯ ಬಿಟ್ಟರೆ ಬೇರೆಡೆ ಉಲ್ಲೇಖಗಳಿಲ್ಲ.

ಹಿಪ್ಪರಗಿ ಮೆರೆಯುತಲಿ ಉಪ್ಪರಿಗೆ ಆಗೆಂದು

ತುಪ್ಪದ ಹೊಳೆಯಾಗಿ ಹರಿಯುತಲಿ

ಊರೊಳು ಅಪ್ಪ ಮಾಚಣ್ಣ ಜನಿಸಿದನು

ಎಂದು ಮಾಚಯ್ಯ ಹಿಪ್ಪರಿಗೆಯಲ್ಲಿ ಜನಿಸಿದ ಬಗ್ಗೆ ಜನಪದ ಸಾಹಿತ್ಯದಲ್ಲಿ ಉಲ್ಲೇಖವಿದೆ. 'ಶೂನ್ಯ ಸಂಪಾದನೆ'ಯಲ್ಲಿ 'ಮಡಿವಾಳಯ್ಯಗಳ ಸಂಪಾದನೆ' ಎಂಬ ಒಂದು ಅಧ್ಯಾಯವೇ ಇದೆ.

ಜನಪದ ಸಾಹಿತ್ಯದಲ್ಲಿ ಮಾಚಯ್ಯನ ಮಡದಿ ಮಲ್ಲಿಗಮ್ಮ ಎಂದೂ, ತನ್ನ ಪತಿಯ ಮಡಿ ಕಾಯಕದಲ್ಲಿ ನೆರವಾಗುವಲ್ಲಿ ತನ್ನನ್ನೇ ಅರ್ಪಿಸಿಕೊಂಡಳೆಂದೂ ಹೇಳಿದೆ.

ಮಡಿವಾಳ ಮಾಚಯ್ಯನವರು ಕರ್ನಾಟಕದ ಬಿಜಾಪುರ ಜಿಲೆಯ ಸಿಂಧಗಿ ತಾಲೂಕಿನ 'ದೇವರ ಹಿಪ್ಪರಗಿಯಲ್ಲಿ' ಪರುವತಯ್ಯ –ಸುಜ್ಞಾನವ್ವ ದಂಪತಿಗಳ ಪುತ್ರ. ರತ್ನ–ಶರಣ ಕಿರಣ ಮಡಿವಾಳ ಮಾಚಿದೇವರು ಕ್ರಿ.ಶ 1120–1130 ರ ನಡುವೆ ಜನಿಸಿದರು. ಮಾಚಿದೇವರ ವ್ಯಾಸಂಗ– ಅಪಾರ ಜ್ಞಾನವನ್ನು ಅವಲೋಕಿಸಿದಾಗ ಉತ್ತಮ ಗುರುಗಳ ಬೋಧನೆ ಸಿಕ್ಕಿದ್ದು ಮನವರಿಕೆಯಾಗುತ್ತದೆ. ಶೂದ್ರರಿಗೆ ಶಿಕ್ಷಣ ನಿಷೇಧಿಸಲ್ಪಟ್ಟ ಕಾಲದಲ್ಲಿ ಅಕ್ಷರ ಜ್ಞಾನ –ಸಕಲ ಶಾಸ್ತ್ರಗಳನ್ನು ಹೇಳಿಕೊಟ್ಟ ಗುರು 'ಮಲ್ಲಿಕಾರ್ಜುನಯ್ಯ ಸ್ವಾಮಿಗಳು' ನಿಜಕ್ಕೂ ಒಬ್ಬ ಕ್ರಾಂತಿಕಾರಿ ಗುರುಗಳೆಂಬುದು ಸ್ಪಷ್ಟವಾಗುತ್ತದೆ. ಮಡಿವಾಳ ಮಾಚಿದೇವರ ಪೂರ್ವಾಶ್ರಮದ ದೈವವು ಕಲ್ಲಿನಾಥ. ಹೀಗಾಗಿ ಇವರ ವಚನಗಳಲ್ಲಿ ಕಲಿದೇವರ ದೇವಾ ಎಂಬ ಅಂಕಿತವನ್ನು ಕಾಣುತ್ತೇವೆ. ಮಡಿವಾಳ ಮಾಚಿದೇವರ ಒಟ್ಟು 346 ವಚನಗಳು ದೊರತಿವೆ. ಎಲ್ಲ ವಚನಗಳೂ ನೇರ, ನಿಷ್ಠುರ ಹಾಗೂ ಸಮಾಜದ ಕಳಕಳಿಯನ್ನು ಹೊಂದಿರುವ ಅನುಭಾವದ ನುಡಿಗಳಾಗಿವೆ.

ಒಂದು ಐತಿಹ್ಯದ ಪ್ರಕಾರ ಹಿಪ್ಪರಿಗೆಯಿಂದ ಕಲ್ಯಾಣಕ್ಕೆ ನಡೆದು ಬರುವಾಗ ಭೀಮರತಿ ಹೊಳೆ ಪ್ರವಾಹದಿಂದ ಕಟ್ಟಿರಲು, ಹರಿಗೋಲ ಹಂಗಿಲ್ಲದೆ ಶಿವನನ್ನು ನೆನೆಯಲು ನದಿ ಇಬ್ಭಾಗವಾಯಿತು. ಆ ಮಾರ್ಗ ಮಧ್ಯದಿಂದ ಮಾಚಿ ತಂದೆ ನಡೆದುಕೊಂಡು ಬರುತ್ತಾನೆ ಎಂಬ ಪೌರಾಣಿಕ ಕಥೆ ಇರುವದನ್ನು ಇಲ್ಲಿ ನೆನಪಿಸಿಕೊಳ್ಳಬಹುದು. ಅಷ್ಟೇ ಅಲ್ಲದೇ ಪೌರಾಣಿಕವಾಗಿ 3 ಪ್ರಸಂಗಗಳ ಉಲ್ಲೇಖಗಳೂ ಸಹ ಕಾಣಬಹುದಾಗಿದೆ ಅವುಗಳೆಂದರೆ,

ಮೊದಲನೆಯ ಪ್ರಸಂಗ:

ನುಲಿಯ ಚಂದಯ್ಯ ತನ್ನ ಕಾಯಕಕ್ಕೆ ಬೇಕಾದ ಹುಲ್ಲನ್ನು ಕೆರೆಯಲ್ಲಿ ಕುಯ್ಯುತ್ತಿದ್ದಾಗ ಧರಿಸಿದ 'ಇಷ್ಟ ಲಿಂಗ' ಜಾರಿ ಕೆರೆಯೊಳಗೆ ಬೀಳುತ್ತದೆ. ಜಾರಿ ಬಿದ್ದ ಲಿಂಗ ಮತ್ತೇಕೆ? ಭಾವ ಲಿಂಗವೊಂದನ್ನೇ ಪೂಜಿಸಿದರೆ ಸಾಕೆಂದು ಹುಲ್ಲಿನ ಹೊರೆ ಹೊತ್ತು ಮನೆಗೆ ಮರಳುವರು. ಆಗ ಲಿಂಗದೇವ, ಮಾಚಿದೇವರ ಮೊರೆ ಹೋಗುತ್ತಾರೆ. ಮಾಚಿ ತಂದೆಗಳು 'ಸವಿ ಬೇಕು– ಹಣ್ಣು ಬೇಡವೆಂದರೆ' ಹೇಗೆ? ಗುರು ಪೂಜೆ ಅರಿದೊಡೆ ಲಿಂಗ ಪೂಜೆ ಬಿಡಲಾಗದೆಂದು ಚಂದ್ರಯ್ಯನವರ ತಪ್ಪನ್ನು ಅರಿವನ್ನುಂಟುಮಾಡುವರು. ಅದೊಂದು ದಿವ್ಯ ಪ್ರಸಂಗ.

ಎರಡನೆಯ ಪ್ರಸಂಗ:

'ಬೇಡುವ ಭಕ್ತರಿಲ್ಲದೆ ಬಡವನಾದೆನೆಂಬ' ಬಸವಣ್ಣನವರು 'ಅಹಂ' ಭಾವನೆಯಿಂದ ಮಾತನಾಡಿರುತ್ತಾರೆ, ಆಗ ಮಾಚಿದೇವರು ಬಸವಣ್ಣನವರಿಗೆ

ನೀವೊಬ್ಬರೇ ದಾನ ಮಾಡಲು ಹುಟ್ಟಿದ ದಾನಿಗಳು, ಉಳಿದೆಲ್ಲ ಭಕ್ತರು ಭಿಕಾರಿಗಳು, ದರಿದ್ರರೆ? ಎಂದು ಪ್ರಶ್ನಿಸುತ್ತಾರೆ. ಮುಂದೆ ಎನ್ನ ಮಹಾನುಭಾವರ ಬಡತನದರಿವ ನಿನಗೆ ತೋರುವೆನೆಂದು ಪಾದದಿಂದ ನೀರನ್ನು ಚಿಮ್ಮಲು ಆ ನೀರು ಹನಿಗಳೆಲ್ಲ ಮುತ್ತು ರತ್ನಗಳಾದವು. ಹೀಗೆ ವಿನಯ, ಇಂದ್ರಿಯ ನಿಗ್ರಹ, ನಿರಹಂಕಾರಗಳು ಭಕ್ತಿಯ ಕುರುಹು ಎಂದು ತಿಳಿಸುತ್ತ ಅಹಂಕಾರ ನಿರ್ಮೂಲನೆಗೊಳಿಸಿದರು.

ಮೂರನೆಯ ಪ್ರಸಂಗ:

ಮತ್ತೊಂದು ಸಂದರ್ಭದಲ್ಲಿ ಮೇದರ ಕೇತಯ್ಯ ಬಿದಿರು ಕಡಿಯುವಾಗ ಕೆಳಗೆ ಬೀಳುತ್ತಾನೆ. ಎದೆಗೆ ಬಿದಿರು ಮೊಳೆ ಚುಚ್ಚಿ ಕೇತಯ್ಯ ಶಿವ ಸನ್ನಿಧಿ ಸೇರುತ್ತಾರೆ. ಆಗ ಬಸವಣ್ಣ ಮಾಚಯ್ಯನನ್ನು ಕರೆಸುವರು, ಮಾಚಯ್ಯ ಬಂದು ಶಿವಶರಣರ ಪ್ರಾಣವೇ ತನ್ನ ಪ್ರಾಣವೆಂದು ನಂಬಿದ ಬಸವಣ್ಣ ಇನ್ನೂ ಜೀವಂತವಾಗಿದ್ದು ತನ್ನ ವಚನ ಪಾಲಿಸಿಲ್ಲವೆಂದರು. ಇದನ್ನರಿತ ಬಸವಣ್ಣ ಪ್ರಾಣ ಬಿಡುವರು. ಆ ಪ್ರಾಣ ಕೇತಯ್ಯನನ್ನು ಹಿಂಬಾಲಿಸುತ್ತದೆ. ಬಸವಣ್ಣನವರ ನಿಷ್ಠೆ ಮೆಚ್ಚಿದ ಮಾಚಯ್ಯ, ಶಿವನನ್ನು ಕುರಿತು ಕೆರಳಿ ನುಡಿದು 'ಇಬ್ಬರ' ಪ್ರಾಣಗಳನ್ನು ಶಿವನಿಂದ ಮರಳಿ ಪಡೆದನೆಂದು ತಿಳಿದು ಬರುತ್ತದೆ. ಇವೆಲ್ಲ ಪೌರಾಣಿಕ ಕಥೆಗಳು. ಅದೇನೇ ಇರಲಿ ಮಡಿವಾಳ ಮಾಚಿದೇವರು ಅತ್ಯಂತ ನಿಷ್ಠುರ ಹಾಗೂ ಧೀರರು ಎಂಬುವದರಲ್ಲಿ ಸಂಶಯವಿಲ್ಲ.

ಮಾಚಯ್ಯನವರು ಹುಟ್ಟಿನಿಂದಲೂ ಮಡಿವಾಳರಾಗಿದ್ದು, ಅಚಲ ಕಾಯಕ ನಿಷ್ಠನಾಗಿದ್ದರು, ಹಿಮಾಲಯದಷ್ಟು ಧೃಢನಾಗಿದ್ದು, ತನ್ನ ಕಾಯಕವೇ ಭಕ್ತಿ, ಜೀವನದುಸಿರು ಎಂದು ನಂಬಿದ್ದವರು. ಜಂಗಮ ವೇಷದಲ್ಲಿ ಬಂದ ಶಿವನ ಬಟ್ಟೆಗಳನ್ನು ಆತನ ಷರತ್ತಿನ ಮೇರೆಗೆ ತನ್ನ ಹೆಂಡತಿ 'ಮಲ್ಲಿಗೆಮ್ಮಳ' ಎದೆ ಬಗೆದ ರಕ್ತದಲ್ಲಿ ಒಗೆದು ಒಣಗಿಸಿಕೊಂಡು ಬಂದ ಸಂದರ್ಭದಂತ ಕಥೆ ಹಿಮಾಚಲಕ್ಕಿಂತಲೂ ಗಟ್ಟಿ ಕಾಯಕದ ಹಿರಿಯಾಳು ಮಾಚಿದೇವನಾಗಿದ್ದ ಎಂಬುದನ್ನು ತಿಳಿಸುತ್ತದೆ. ಕಾಯಕ ಮಾಡದ –ಸೋಮಾರಿಗಳ–ಬಡವರನ್ನು ಶೋಷಿಸುವ –ಸೋಮಾರಿಗಳ– ದುರ್ಗುಣವುಳ್ಳವರ ಬಟ್ಟೆಗಳನ್ನೆಂದು ಆತ ಮುಟ್ಟುತ್ತಿರಲಿಲ್ಲ. 'ಅರಸುತನ ಮೇಲಲ್ಲ– ಅಗಸತನ ಕೀಳಲ್ಲ' ಎಂಬುದನ್ನು ಜನಕ್ಕೆ ಸಾರಿ ಹೇಳುತ್ತಿದ್ದ.

ಬಿಜ್ಜಳ ತನ್ನ ಬಟ್ಟೆಯನ್ನು ಮಾಚಯ್ಯನಿಂದ ಮಡಿ ಮಾಡಿಸಿಕೊಡಲು ಬಸವಣ್ಣನಿಗೆ ದುಂಬಾಲು ಬಿದ್ದ. ಮಡಿವಾಳಯ್ಯ ಪರಮ ಭಕ್ತ, ಅವನನ್ನು ಅಗಸನೆಂದು ಭಾವಿಸದಿರಲು ಬಸವಣ್ಣ ತಿಳಿ ಹೇಳಿದ, ಅದನ್ನು ಲೆಕ್ಕಿಸದೆ ಮಾಸಿದ ಬಟ್ಟೆಗಳ ಗಂಟನ್ನು ಮಡಿ ಮಾಡಲು ಕಳಿಸಿದ. ಭವಿ ಬಿಜ್ಜಳನ ಮೈಲಿಗೆ ಬಟ್ಟೆಯ ಗಂಟನ್ನು

ಕಂಡ ಮಡಿವಾಳಯ್ಯ ಕೋಪಗೊಂಡು, ತಾನು ಕೇವಲ ಸತ್ಯ ಶುದ್ಧ ಕಾಯಕ ಮಾಡುವ ಶರಣರ ಬಟ್ಟೆಯನ್ನು ಮಾತ್ರ ಮಡಿ ಮಾಡುವದಾಗಿ ಹೇಳಿ, ಅದನ್ನು ಸಿಟ್ಟಿನಿಂದ ತಿರಸ್ಕರಿಸುತ್ತಾನೆ. ಇದು ಮಡಿವಾಳಯ್ಯನ 'ಅಹಂಕಾರವೆಂದು' ಭಾವಿಸಿದ ಬಿಜ್ಜಳ, ಇದರಿಂದ ಉರಿದೆದ್ದು 'ಮದೋನ್ಮತ್ತ' ಆನೆಯನ್ನ ಮಾಚಯ್ಯನವರ ಮೇಲೆ ಹರಿ ಹಾಯಲು ಬಿಟ್ಟ, ಸೈನಿಕರ ತುಕಡಿಯೊಂದನ್ನೂ ಕಳುಹಿಸಿದ. ಮಡಿವಾಳಯ್ಯ ಆನೆ ಹಾಗೂ ಅವರನ್ನೆಲ್ಲ ಸದೆ ಬಡಿದು ಜಯ ಶಾಲಿಯಾದ. (ಬಹುತೇಕ ಮಡಿವಾಳ ಬಂಧುಗಳ ಮನೆಯಲ್ಲಿ ಈ ಸನ್ನಿವೇಶದ ಫೋಟೋ ಇರುವುದು – ಆದ್ರೆ ಬಹು ಜನರಿಗೆ ಅದರ ಹಿನ್ನೆಲೆ ಗೊತ್ತಿಲ್ಲ..) ಕಾಲಾಂತರದಲ್ಲಿ ಬಿಜ್ಜಳನಿಗೆ ಮಾಚಿದೇವರ ಉನ್ನತ ಮಹಿಮೆ ತಿಳಿದು ತನ್ನ ತಪ್ಪಿನ ಅರಿವಾಗಿ ಬಿಜ್ಜಳ ಶರಣಾಗತನಾಗುವನು...ಎಂಬ ಪೌರಾಣಿಕ ವಿಷಯವನ್ನು ಇತಿಹಾಸದ ಪುಟಗಳನ್ನು ಕಾಣಸಿಗುತ್ತದೆ. ಅದು ಏನೇ ಇರಲಿ ಇದು ವರ್ಗ ಸಂಘರ್ಷದ ಕ್ರಾಂತಿಯ ಕಹಳೆ ಎನ್ನುವದರಲ್ಲಿ ಸಂಶಯವಿಲ್ಲ.

ಮುಂದೆ 'ಕಲ್ಯಾಣ ಕ್ರಾಂತಿ'ಯ ಸಂದರ್ಭದಲ್ಲಿ ಮಾಚಿದೇವರು ಹೊತ್ತ 'ಜವಾಬ್ದಾರಿ' ಗುರುತರವಾದುದು. ಶರಣ ಧರ್ಮ ಸಂರಕ್ಷಣೆ– ವಚನ ಸಾಹಿತ್ಯದ ರಕ್ಷಣೆಯ ದಂಡ ನಾಯಕತ್ವ ಜವಾಬ್ದಾರಿ ಹೊತ್ತು, ಚನ್ನ ಬಸವಣ್ಣ, ಅಕ್ಕ ನಾಗಮ್ಮ, ಕಿನ್ನರಿ ಬೊಮ್ಮಣ್ಣ ಮೊದಲಾದವರೊಂದಿಗೆ ಮಾಚಿದೇವ ಶರಣ ಸಮೂಹದ 'ಭೀಮ ರಕ್ಷೆಯಾಗಿ' ನಿಂತರು. ಬಸವಣ್ಣನವರ ಗಡಿಪಾರಿನ ನಂತರ ಕಲ್ಯಾಣ ಕ್ರಾಂತಿಯ ಹೋರಾಟದಲ್ಲಿ ಚೆನ್ನಬಸವಣ್ಣನವರ ನೇತೃತ್ವದಲ್ಲಿ ಮಡಿವಾಳ ಮಾಚಿದೇವರು ಶರಣ ಸೇನೆಯನ್ನು ಹುರುದುಂಬಿಸಿ ಶರಣರ ವಚನಗಳ ಕಟ್ಟನ್ನು ವ್ಯವಸ್ಥಿತವಾಗಿ ಸಂಗ್ರಹಿಸಿ ಸೋವಿದೇವನ ಸೈನಿಕರಿಗೆ ಪ್ರತಿರೋಧ ತೋರಿಸುತ್ತಾ ಮುನ್ನಡೆಯುತ್ತಾರೆ. ಮಾದನ ಹಿಪ್ಪರಗಿ, ಬೆಳಗಾವಿ, ಕಾದ್ರೊಳ್ಳಿ, ಹುಣಶೀಕಟ್ಟಿ, ಮೂಗಬಸವ, ಮುರಗೋಡ, ತಲ್ಲೂರು, ಕಾರಿಮನಿ, ಕಟಕೋಳ, ಚಂದರಗಿ ಮಾರ್ಗವಾಗಿ ಬಂದು ಅಲ್ಲಲ್ಲಿ ಕಾಳಗ ನಡೆಸಿದರು. ತಮ್ಮ ಧೈರ್ಯ, ಅನುಪಮ ಬಲದಿಂದ ಶರಣರನ್ನು, ವಚನ ಸಾಹಿತ್ಯವನ್ನು ರಕ್ಷಿಸಿ ಉಳಿವಿಗೆ ತಲುಪಿಸಿದ ಸಾಹಸಿ ಮಾಚಯ್ಯನವರು. ನಂತರ ಗೊಡಚಿಯಲ್ಲಿ ಮಾಚಿದೇವರು ಐಕ್ಯರಾಗುತ್ತಾರೆ. ಇದು ಬೆಳಗಾವಿ ಜಿಲ್ಲೆಯ ರಾಮದುರ್ಗ ತಾಲೂಕಿನಿಂದ 15 ಕಿಲೋ ಮೀಟರ್ ದೂರದಲ್ಲಿದೆ. ಇಲ್ಲಿರುವ ಮುದಿ ವೀರಣ್ಣನ ಗುಡಿಯೇ ಶರಣ ಮಡಿವಾಳ ಮಾಚಿದೇವರ ಐಕ್ಯಸ್ಥಳ. ಮುದಿ ವೀರಣ್ಣನ ಕೈಯಲ್ಲಿ ಖಡ್ಗ ಮತ್ತು ಎದೆಯ ಮೇಲೆ ಇಷ್ಟಲಿಂಗದ ಕರಡಗಿ ಇದೆ. ಮಡಿವಾಳ ಮಾಚಿದೇವನನ್ನು ಪುರಾಣಗಳಲ್ಲಿ

ವೀರಭದ್ರನ ಅವತಾರವೆಂದು ಬಿಂಬಿಸುತ್ತಾರೆ. ಹೀಗಾಗಿ ಜಾನಪದ ಸಾಹಿತಿಗಳು, ಅನೇಕ ಸಂಶೋಧಕರು, ತಜ್ಞರು ಮಡಿವಾಳ ಮಾಚಿದೇವರ ಐಕ್ಯಸ್ಥಳವನ್ನು ಗೊಡಚಿಯ ಮುದಿ ವೀರಣ್ಣನ ಗುಡಿಯೆಂದು ಅಭಿಮತಕ್ಕೆ ಬಂದಿದ್ದಾರೆ. ಮಡಿವಾಳ ಮಾಚಿದೇವರ ಶಿಲ್ಪ ಕಲೆಯ ಮೂರ್ತಿಗಳನ್ನು ಗದಗ, ಮುಳಗುಂದ, ಶಿಂಗಟಾಲೂರು ಮುಂತಾದ ಪ್ರದೇಶಗಳಲ್ಲಿ ಕಾಣುತ್ತೇವೆ.

ಶರಣರ ಒಂದು ತಂಡ ತೊರಗಲ್ಲ, ಮುನವಳ್ಳಿ, ಸವದತ್ತಿ, ಧಾರವಾಡ ಮಾರ್ಗದಲ್ಲಿ ಉಳವಿಗೆ ಹೋಯಿತು. ಇನ್ನೊಂದು ತಂಡದ ಶರಣರು ಉಣಕಲ್, ಹುಬ್ಬಳ್ಳಿ, ಎಣ್ಣೆ ಹೊಳೆ, ನುಲಿಗನೂರು ಮುಂತಾದ ಪ್ರದೇಶಗಳಲ್ಲಿ ಚದುರಿದರು. ವೀರಭದ್ರ ದೇವರ ಗುಗ್ಗಳದಲ್ಲಿಯೂ ಅಂಬಿಗರ ಚೌಡಯ್ಯನವರ ವಚನ, ಮಡಿವಾಳ ಮಾಚಿದೇವರ ವಚನ, ಅಲ್ಲಮರ ಬೆಡಗಿನ ವಚನಗಳು ಹೇಳಲ್ಪಡುತ್ತವೆ. ಗುಗ್ಗಳದಲ್ಲಿನ ಪುರವಂತರ ಉಡುಪು, ಅಲ್ಲಿರುವ ಸಂಬಾಳ ವಾದ್ಯಗಳು ಕಲ್ಯಾಣದ ಚಾಲುಕ್ಯ ಕಳಚೂರ್ಯರ ಸೈನಿಕ ಸೇನೆಯ ವಾದ್ಯ ಪೋಷಾಕುಗಳಾಗಿವೆ.

ಮಾಚಯ್ಯನನ್ನು ಕುರಿತು ಬಸವಣ್ಣ 'ಎನ್ನ ಕಾಯವ ಶುದ್ಧ ಮಾಡಿದಾತ ಮಡಿವಾಳ, ಎನ್ನ ಮನವ ಶುದ್ಧ ಮಾಡಿದಾತ ಮಡಿವಾಳ' ಎಂದು ಬಣ್ಣಿಸಿದ್ದಾನೆ. ಆಧುನಿಕ ಜಗತ್ತಿನಲ್ಲಿ ಮಾಲಿನ್ಯಗಳೇ ಹೆಚ್ಚಾಗಿರುವ ಸಂದರ್ಭದಲ್ಲಿ ಮಾಚಯ್ಯನ ನೆನಪು ಔಷಧಿಯಂತೆ ಕಾಣಿಸುತ್ತದೆ. ಮಾಚೀದೇವರ ವಚನಗಳಲ್ಲಿ ನಿಷ್ಠುರತೆ, ಗಣಾಚಾರ, ಕಲಿತನ, ಸಾಮಾಜಿಕ ಕಳಕಳಿ, ವಿಡಂಬನೆ ಮತ್ತು ಟೀಕೆಗಳನ್ನು ಕಾಣುತ್ತೇವೆ. ಅವರ ಕೆಲವು ವಚನಗಳನ್ನು ಉದಾಹರಿಸಬೇಕೆಂದರೆ,

1. **ಮಧುರದ ಗುಣವ ಇರುಹೆ ಬಲ್ಲುದು.**
ವಾಯುವಿನ ಗುಣವ ಸರ್ಪ ಬಲ್ಲುದು.
ಗೋತ್ರದ ಗುಣವ ಕಾಗೆ ಬಲ್ಲುದು.
ವೇಳೆಯ ಗುಣವ ಕೋಳಿ ಬಲ್ಲುದು.
ಇದು ಕಾರಣ, ಮನುಷ್ಯಜನ್ಮದಲ್ಲಿ ಬಂದು,
ಶಿವಜ್ಞಾನಾನುಭವವನರಿಯದಿರ್ದಡೆ,
ಆ ಕಾಗೆ ಕೋಳಿಗಿಂದ ಕರಕಷ್ಟ ಕಾಣಾ, ಕಲಿದೇವರದೇವ

ಆಹಾರ, ನಿದ್ರೆ, ಭಯ ಇತ್ಯಾದಿಗಳು ಮನುಷ್ಯ, ಪಶು, ಪಕ್ಷಿ ಮುಂತಾದ ಪ್ರಾಣಿಗಳಲ್ಲಿ ಸಮಾನವಾಗಿದ್ದರೂ, ಜಗತ್ತಿನ ಒಂದೊಂದು ಪ್ರಾಣಿಯಲ್ಲಿ ಒಂದೊಂದು ವಿಶೇಷ ಗುಣವಿರುವುದನ್ನು ಕಾಣಬಹುದಾಗಿದೆ. ಹಾಗೆಯೇ ಮನುಷ್ಯನಲ್ಲಿಯೂ

'ಶಿವಜ್ಞಾನ' ವಿಶೇಷಗುಣ ಇರಲೇಬೇಕೆಂಬ ಆಶಯದ ಈ ವಚನ ರಜಕರತ್ನ ಮಡಿವಾಳ ಮಾಚಿತಂದೆಯದು.

ಜಗತ್ತಿನ ಜೀವಜಂತುಗಳಲ್ಲಿ ಇರುವೆ ಅತ್ಯಂತ ಚಿಕ್ಕದಾಗಿರುವ ಪ್ರಾಣಿ. ಕೆಲವು ಜಾತಿಯ ಇರುವೆಗಳು ಬರಿಗಣ್ಣಿಗೆ ಕಾಣದಷ್ಟು ಚಿಕ್ಕದಾಗಿರುವುದುಂಟು. ಅಷ್ಟು ಚಿಕ್ಕಗಾತ್ರದ ಇರುವೆಯೂ ಸಿಹಿ ಪದಾರ್ಥವನ್ನು ಗುರುತಿಸುವ ವಿಶೇಷ ಗುಣವನ್ನು ಹೊಂದಿದೆ. ನಾವು ಸಿಹಿ ಪದಾರ್ಥವನ್ನು ಎಷ್ಟೇ ಸುರಕ್ಷಿತವಾಗಿಟ್ಟಿದ್ದರೂ ಈ ಚಿಕ್ಕ ಇರುವೆಗಳು ಮಾತ್ರ ಅಲ್ಲಿ ಬಂದೇ ತೀರುತ್ತವೆ. ನಮ್ಮ ಬರಿಗಣ್ಣಿಗೆ ಕಾಣದ ಈ ಇರುವೆಗಳು ತಮ್ಮ ಕಣ್ಣು, ಮೂಗುಗಳ ಮೂಲಕ ವಸ್ತುಗಳನ್ನು ನೋಡುವ, ವಾಸನೆಯನ್ನು ಅಘ್ರಾಣಿಸುವ, ನಾಲಿಗೆಯಿಂದ ಆ ವಸ್ತುವಿನ ಸವಿಯನ್ನು ಸವಿಯುವ ಕ್ರಿಯೆಯನ್ನು ಗಮನಿಸಿದಾಗ ನಮಗೆ ಆಶ್ಚರ್ಯವಾಗದೇ ಇರದು. ಹಾಗೆಯೇ ಸರಿಸೃಪಗಳಾದ ಸರ್ಪಗಳಲ್ಲಿಯೂ ವಾಯುವಿನ ಕುರಿತಾದ ವಿಶೇಷ ಜ್ಞಾನವಿರುವದನ್ನು ಸರ್ಪ ತಜ್ಞರು ಗುರುತಿಸಿದ್ದಾರೆ. ಬದಲಾದ ಹವಾಮಾನಕ್ಕನುಗುಣವಾಗಿ ಹೊಂದಿಕೊಳ್ಳುವ, ಪೊರೆ ಕಳಚಿಕೊಳ್ಳುವ ಅನೇಕ ದಿನಗಳವರೆಗೆ ಆಹಾರವಿಲ್ಲದೇ ಕೇವಲ ಉಸಿರಾಟದ ಬಲದಿಂದಲೇ ಬದುಕಬಲ್ಲ ವಿಶೇಷತೆ ಸರ್ಪಗಳದು. ಅವುಗಳ ಘ್ರಾಣಶಕ್ತಿ ಅತ್ಯಂತ ಸಂವೇದನಾಶೀಲವಾದುದು.

ವೈದಿಕ ಧರ್ಮದ ಪರಂಪರೆಯಲ್ಲಿ ಗೋತ್ರ ಸೂತ್ರಗಳ ಪ್ರಾಮುಖ್ಯತೆಯ ವಿಶೇಷವಾದುದು. ಭಾರದ್ವಜ, ಕಶ್ಯಪ, ವಶಿಷ್ಟ ಮುಂತಾದ ಋಷಿ-ಮುನಿಗಳ ಹೆಸರಿನಲ್ಲಿ ಅನೇಕ ಗೋತ್ರಗಳಿರುವುದನ್ನು ಕಾಣುತ್ತೇವೆ. ಆಯಾ ಗೋತ್ರಗಳಿಗೆ ಸಂಬಂಧಪಟ್ಟ ವೈದಿಕ ಧರ್ಮಾಚರಣೆಯುಳ್ಳ ಜನರು ತಮ್ಮ ಸಂಬಂಧಿಗಳ ಮರಣಾನಂತರ ನಡೆಸುವ ಶ್ರಾದ್ಧ ಕರ್ಮದಲ್ಲಿ ಅನ್ನದಿಂದ ಪಿಂಡವನ್ನು ಮಾಡಿ ನದಿ-ತೀರ್ಥಗಳ ದಡದ ಎತ್ತರವಾದ ಸ್ಥಳದಲ್ಲಿ ಇಡುವುದುಂಟು. ಆಯಾ ಗೋತ್ರಕ್ಕೆ ಸಂಬಂಧಿಸಿದ ಕಾಗೆಗಳು ಅದನ್ನು ಸ್ವೀಕರಿಸುತ್ತವೆಯೆಂದೂ ಅದರಿಂದ ಮೃತ ವ್ಯಕ್ತಿಗಳ ಆತ್ಮ ಸಂತೃಪ್ತಗೊಳ್ಳುವುದೆಂದೂ ಅನೇಕ ವೈದಿಕ ಧರ್ಮಾನುಯಾಯಿಗಳ ನಂಬಿಕೆ. ಇದರ ಸತ್ಯಾಸತ್ಯತೆ ಏನೇ ಇರಲಿ ಕಾಗೆ ಮಾತ್ರ ಒಂದು ವಿಶಿಷ್ಟ ಪಕ್ಷಿ ಎನ್ನುವುದನ್ನು ಮರೆಯಲಾಗದು. ಏನಾದರೂ ಆಹಾರ ಪದಾರ್ಥಗಳು ಕಂಡಾಗ ತನ್ನ ಕುಲ ಬಂಧುಗಳನ್ನೆಲ್ಲ ಕರೆದು ತಿನ್ನುವ ಇದು ಬಸವಣ್ಣನವರ ದೃಷ್ಟಿಯಲ್ಲಿ ದಾಸೋಹ ಪಕ್ಷಿ ಹಾಗೆಯೇ ವೇಳೆಯನ್ನು ಅರಿಯುವ ವಿಶೇಷ ಗುಣ ಕೋಳಿಗುಂಟು. ಎಲ್ಲ ದೇಶ, ಎಲ್ಲ ಕಾಲಗಳಲ್ಲಿ ಕೋಳಿ ಮಾತ್ರ ನಿಗದಿತ ಸಮಯಕ್ಕೆ ಕೂಗುವದನ್ನು ಕಂಡು ಆಶ್ಚರ್ಯವೆನಿಸದೇ ಇರದು.

ಹೀಗೆ ಇರುವೆ, ಸರ್ಪ, ಕಾಗೆ, ಕೋಳಿಗಳಲ್ಲಿ ತಮ್ಮ ಬದುಕಿನ ನಿರ್ವಹಣೆಯ ಜೊತೆಗೆ ಒಂದೊಂದು ವಿಶೇಷ ಗುಣ ಇರುವದನ್ನು ಗಮನಿಸಿದ ಮಡಿವಾಳ ಮಾಚಿದೇವರು ಮನುಷ್ಯನಲ್ಲಿಯೂ ಶಿವಜ್ಞಾನವನ್ನು ಅರಿಯುವ ವಿಶೇಷ ಗುಣವಿರಬೇಕೆಂದು ಬಯಸುತ್ತಾರೆ. ಜ್ಞಾನವೊಂದೇ ಮನುಷ್ಯನನ್ನು ಇತರ ಪ್ರಾಣಿಗಳಿಗಿಂತ ಭಿನ್ನವೆಂಬುದನ್ನು ತೋರಿಸುವ ಸಾಧನ. ಆ ಜ್ಞಾನವೇ ಇಲ್ಲದಿದ್ದರೆ ಮನುಷ್ಯನಿಗೂ ಪ್ರಾಣಿಗಳಿಗೂ ವ್ಯತ್ಯಾಸವೇ ಉಳಿಯದು. ಆದ್ದರಿಂದ ಜ್ಞಾನವನ್ನು ಅದರಲ್ಲಿಯೂ ಶಿವಜ್ಞಾನವನ್ನು ಮನುಷ್ಯ ಪಡೆಯಬೇಕಾದುದು ಅತ್ಯವಶ್ಯಕ. ಇಲ್ಲಿ ಶಿವಜ್ಞಾನ ಎಂದರೆ ಅರಿವು, ಅನುಭಾವ ಎಂದರ್ಥ, ಚೈತನ್ಯದ ಅರಿವು ಮಾಡಿಕೊಳ್ಳಬೇಕು ಎಂಬ ಸಂದೇಶವನ್ನು ಈ ವಚನ ನೀಡುತ್ತದೆ.

ಜ್ಞಾನ ಅತ್ಯಂತ ಶ್ರೇಷ್ಠ ಹಾಗೂ ಪವಿತ್ರವಾದುದು. ಅದರಿಂದ ನಮ್ಮ ಅಜ್ಞಾನ ನಿವಾರಣೆಯಾಗುತ್ತದೆ. ಜ್ಞಾನದ ಬಲದಿಂದ ಅಜ್ಞಾನದ ಕೇಡು ಎಂಬುದು ಬಸವಣ್ಣನವರ ಸ್ಪಷ್ಟ ನುಡಿ. ಜ್ಞಾನ ನಮ್ಮ ಮುಕ್ತಿಗೆ ಸಾಧನ. ಇಲ್ಲಿ ಮುಕ್ತಿ ಎಂದರೆ ಬಯಲಲ್ಲಿ ಬಯಕಾಗುವಿಕೆ ಅಥವಾ ಚೈತನ್ಯದಲ್ಲಿ ಲೀನವಾಗುವಿಕೆ ಎಂದರ್ಥ . ಜ್ಞಾನದ ಅನುಭವ ನಮ್ಮ ಸ್ವರೂಪವನ್ನು ನಮಗೆ ತಿಳಿಸುವಲ್ಲಿ ಸಮರ್ಥವಾದುದು. ಅದನ್ನು ಪಡೆಯುವಲ್ಲಿಯೇ ಮನುಷ್ಯ ಜನ್ಮದ ಸಾರ್ಥಕತೆ ಇರುವುದು. ಶಿವಜ್ಞಾನವನ್ನು ಸಂಪಾದಿಸುವುದು ಅನುಭಾವವನ್ನು ಮಾಡುವುದು ಅರಿವಿನ ಜನ್ಮವಾದ ಈ ಮನುಷ್ಯ ಜನ್ಮದಲ್ಲಿ ಮಾತ್ರ ಸಾಧ್ಯ. ಆದ್ದರಿಂದ ಕಾಗೆ ಕೋಳಿಗಳಿಗಿಂತ ಕೀಳಾಗದೇ ಅಮೂಲ್ಯವಾದ ಮನುಷ್ಯ ಜನ್ಮವನ್ನು, ಶಿವಜ್ಞಾನವನ್ನು ಸಂಪಾದಿಸುವದರ ಮೂಲಕ ಸಾರ್ಥಕ ಪಡಿಸಿಕೊಳ್ಳಬೇಕೆಂಬ ಆಶಯ ಈ ವಚನದಲ್ಲಿರುವದನ್ನು ನಾವು ಕಾಣಬಹುದಾಗಿದೆ.

2. **ಆಶಾಪಾಶವ ಬಿಟ್ಟಡೇನಯ್ಯಾ**
ರೋಷಪಾಶವ ಬಿಡದನ್ನಕ್ಕರ
ರೋಷಪಾಶವ ಬಿಟ್ಟಡೇನಯ್ಯಾ
ಮಾಯಾಪಾಶವ ಬಿಡದನ್ನಕ್ಕರ
ಇಂತೀ ತ್ರಿವಿಧಪಾಶವ ಹರಿದು
ನಿಜನಿಂದ ಲಿಂಗೈಕ್ಯರ ತೋರಾ ಕಲಿದೇವರದೇವಾ.

ವ್ಯಕ್ತಿಯು ತನ್ನ ಮನದಲ್ಲಿ ಮೂಡುವ ಆಸೆ/ಕೋಪ/ಮೋಹದ ಒಳಮಿಡಿತಗಳೆಲ್ಲವನ್ನೂ ಒಟ್ಟಾಗಿ ಹತೋಟಿಯಲ್ಲಿಟ್ಟುಕೊಂಡಾಗ ಮಾತ್ರ ಜೀವನದಲ್ಲಿ ಒಳ್ಳೆಯ ನಡೆನುಡಿಗಳನ್ನು ರೂಪಿಸಿಕೊಳ್ಳಲು ಆಗುತ್ತದೆ ಎಂಬ ಸಂಗತಿಯನ್ನು ಈ ವಚನದಲ್ಲಿ ಹೇಳಲಾಗಿದೆ.

ಆಶೆಯೆಂಬ ಬಲೆ. ವ್ಯಕ್ತಿಯ ಮನದಲ್ಲಿ ಮೂಡುವ ಆಸೆಗಳಲ್ಲಿ 'ಒಳ್ಳೆಯ ಆಸೆ' ಮತ್ತು 'ಕೆಟ್ಟ ಆಸೆ'ಗಳೆಂಬ ಎರಡು ಬಗೆಗಳಿವೆ. 'ಒಳ್ಳೆಯ ಆಸೆ' ಎಂಬುದು ವ್ಯಕ್ತಿಗೆ ಒಲವು ನಲಿವನ್ನು ತಂದುಕೊಡುವುದರ ಜತೆಗೆ ಇತರರಿಗೂ ಒಳಿತನ್ನು ಉಂಟುಮಾಡುವಂತೆ ಇರುತ್ತದೆ.

'ಕೆಟ್ಟ ಆಸೆ' ಎಂಬುದು ವ್ಯಕ್ತಿಯ ಮನದ ಹಂಬಲವನ್ನು ಈಡೇರಿಸಿದರೂ, ಅದರಿಂದ ಇತರರಿಗೆ ಕೇಡು/ಹಾನಿ/ನೋವು ತಟ್ಟುತ್ತದೆ.ಆದ್ದರಿಂದ ವ್ಯಕ್ತಿಯು ಕೆಟ್ಟ ಆಸೆಯ ಬಲೆಗೆ ಬೀಳಬಾರದು

ಆಶಾಪಾಶವ ಬಿಟ್ಟಡೇನಯ್ಯಾ ರೋಷಪಾಶವ ಬಿಡದನ್ನಕ್ಕರ ವ್ಯಕ್ತಿಯು ಕೆಟ್ಟ ಆಸೆಗಳನ್ನು/ಕಾಮನೆಗಳನ್ನು ಬಿಡುವುದರ ಜತೆಗೆ, ಮನದಲ್ಲಿ ಕೆರಳುವ ಕೋಪತಾಪದ ನಡೆನುಡಿಗಳನ್ನು ಹತ್ತಿಕ್ಕಿಕೊಂಡು/ಹತೋಟಿಯಲ್ಲಿಟ್ಟುಕೊಂಡು ಬಾಳಬೇಕು. ಕೆಟ್ಟ ಆಸೆಗಳ ಜತೆಗೆ ಕೆಟ್ಟ ಕೋಪವನ್ನು ಬಿಡದಿದ್ದರೆ ಜೀವನದಲ್ಲಿ ಒಳಿತನ್ನು ಪಡೆಯಲಾಗುವುದಿಲ್ಲ

ವ್ಯಕ್ತಿಯು ತಾನು ಪಡೆಯಲು ಹಂಬಲಿಸುತ್ತಿರುವ ವಸ್ತು/ಜೀವಿ/ವ್ಯಕ್ತಿಯನ್ನು ತನ್ನದನ್ನಾಗಿಸಿಕೊಳ್ಳಲು ಹೆಣಗುತ್ತಿರುವುದು/ಸೆಣಸುತ್ತಿರುವುದು;

ರೋಷಪಾಶವ ಬಿಟ್ಟಡೇನಯ್ಯಾ ಮಾಯಾಪಾಶವ ಬಿಡದನ್ನಕ್ಕರ ವ್ಯಕ್ತಿಯು ತನ್ನನ್ನು ತೀವ್ರವಾಗಿ ಕಾಡುತ್ತಿರುವ/ಸೆಳೆಯುತ್ತಿರುವ ವಸ್ತು/ಜೀವಿ/ವ್ಯಕ್ತಿಗಳನ್ನು ಮನಸ್ಸಿನಿಂದ ಹೊರಹಾಕದೆ, ಕೇವಲ ಕೋಪವನ್ನು ತ್ಯಜಿಸಿದ ಮಾತ್ರದಿಂದಲೇ ಒಳಿತಿನ ನಡೆನುಡಿಗಳನ್ನು ರೂಪಿಸಿಕೊಳ್ಳಲು ಆಗುವುದಿಲ್ಲ;

ಈ ತ್ರಿವಿಧ ಪಾಶ 1) ಕೆಟ್ಟ ಆಸೆ. 2) ಕೋಪದ ನಡೆನುಡಿ. 3) ವಸ್ತು/ಜೀವಿ/ವ್ಯಕ್ತಿಗಳ ಬಗೆಗಿನ ಮೋಹ/ಸೆಳೆತ, ಇಂತೀ ತ್ರಿವಿಧಪಾಶವ ಹರಿದು ನಿಜನಿಂದ ಲಿಂಗೈಕ್ಯರ ತೋರಾ, ಅಂದರೆ ತಮ್ಮ ನಿಜ ಜೀವನದಲ್ಲಿ ಕೆಟ್ಟ ಆಸೆಗಳನ್ನು ತೊರೆದು/ಕೋಪತಾಪಗಳನ್ನು ಹತೋಟಿಯಲ್ಲಿಟ್ಟುಕೊಂಡು/ಮನದಲ್ಲಿ ಮೂಡುವ ಮೋಹದ ಒಳಮಿಡಿತಗಳನ್ನು ತೊರೆದು ಬಾಳುತ್ತಿರುವ ಗುಣವಂತರನ್ನು ನನಗೆ ತೋರಿಸು ಎಂದು ವಚನಕಾರನು ದೇವರಲ್ಲಿ ಮೊರೆಯಿಡುತ್ತಿದ್ದಾನೆ.

3. **ಉಡಿಯ ಲಿಂಗವ ಬಿಟ್ಟು,**
ಗುಡಿಯ ಲಿಂಗಕ್ಕೆ ಶರಣೆಂಬ
ಮತಿಭ್ರಷ್ಟರನೇನೆಂಬೆನಯ್ಯಾ
ಕಲಿದೇವರದೇವ.

ಉಡಿಯಲ್ಲಿ ಕಟ್ಟಿಕೊಂಡಿರುವ ಲಿಂಗವನ್ನು ಬಿಟ್ಟು, ಗುಡಿಯಲ್ಲಿ ನೆಲೆಗೊಂಡಿರುವ ಲಿಂಗವನ್ನು ಪೂಜಿಸುವ ವ್ಯಕ್ತಿಗಳನ್ನು 'ತಿಳುವಳಿಕೆ ಇಲ್ಲದವರು' ಎಂದು ಈ ವಚನದಲ್ಲಿ ಟೀಕಿಸಲಾಗಿದೆ. ಗುಡಿಯ ಲಿಂಗ ಎಂದರೆ ಸ್ಥಾವರ ಲಿಂಗ, ಶಿವನ ಸಂಕೇತವಾದ ವಿಗ್ರಹ ಉಡಿಯ ಲಿಂಗ ಎಂದರೆ, ವ್ಯಕ್ತಿಯು ತನ್ನ ಕೊರಳಿನಲ್ಲಿ ಕಟ್ಟಿಕೊಳ್ಳುವ ಲಿಂಗ, ಇಷ್ಟಲಿಂಗ. ದೇವರಾದ ಶಿವನನ್ನು ಪ್ರತಿ ನಿತ್ಯ ಪೂಜಿಸುವಾಗ ಅಂದರೆ ಚೈತನ್ಯವನ್ನು ಆರಾಧಿಸುವಾಗ, ಉಡಿಯಲ್ಲಿರುವ ಲಿಂಗವನ್ನು ಅಂದರೆ ಇಷ್ಟಲಿಂಗವನ್ನು ತನ್ನ ಅಂಗೈ ಮೇಲೆ ಇಟ್ಟುಕೊಂಡು, ವ್ಯಕ್ತಿಯು ತಾನೇ ಪೂಜಿಸುತ್ತಾನೆ. ಈ ಬಗೆಯ ಪೂಜೆಯಲ್ಲಿ ತನ್ನ ಮತ್ತು ನಿರಾಕಾರ ಶಿವನ ಅಥವಾ ಚೈತನ್ಯದ ನಡುವೆ ಪೂಜಾರಿಯ ಅಗತ್ಯವಿರುವುದಿಲ್ಲ. ಇದನ್ನು 'ಇಷ್ಟ ಲಿಂಗ'ವೆಂದು ಕರೆಯುತ್ತಾರೆ

ಗುಡಿಯ ಲಿಂಗ ಎಂದರೆ ಗುಡಿಯಲ್ಲಿ ನೆಲೆಗೊಂಡಿರುವ ದೊಡ್ಡ ಆಕಾರದ ಲಿಂಗ. ಇದನ್ನು 'ಸ್ಥಾವರ ಲಿಂಗ'ವೆಂದು ಕರೆಯುತ್ತಾರೆ. ಸ್ಥಾವರ ಎಂದರೆ ಒಂದು ಜಾಗದಲ್ಲಿ ನೆಲೆಗೊಂಡಿರುವುದು;

ಮತಿಭ್ರಷ್ಟರು ಎಂದರೆ ತಿಳುವಳಿಕೆ ಇಲ್ಲದವರು; 'ತಿಳುವಳಿಕೆ ಇಲ್ಲದವರು' ಎಂದರೆ ಜೀವನದಲ್ಲಿ 'ಯಾವುದು ಸರಿ-ಯಾವುದು ತಪ್ಪು; ಯಾವುದು ವಾಸ್ತವ-ಯಾವುದು ಕಲ್ಪಿತ; ಯಾವುದನ್ನು ಮಾಡಬೇಕು-ಯಾವುದನ್ನು ಮಾಡಬಾರದು' ಎಂಬ ಅರಿವು ಮತ್ತು ಎಚ್ಚರವಿಲ್ಲದವರು;

ಏನೆಂಬೆನಯ್ಯಾ ಇಂತಹ ತಿಳಿಗೇಡಿಗಳನ್ನು ಕುರಿತು ಏನೆಂದು ತಾನೇ ಹೇಳಲಿ. ಇಂತಹ ವ್ಯಕ್ತಿಗಳಿಗೆ ದೇವರು ಕೇವಲ ಜಡರೂಪಿಯಾಗಿ ಕಾಣುತ್ತಾನೆಯೇ ಹೊರತು, ಜೀವನದಲ್ಲಿ ಒಳಿತಿನ ನಡೆನುಡಿಗಳತ್ತ ಕರೆದೊಯ್ಯುವ ಚೇತನರೂಪಿಯಾಗಿ ಕಂಡುಬರುವುದಿಲ್ಲ ಎಂಬ ತಿರುಳಿನಲ್ಲಿ ಈ ನುಡಿಗಳು ಒಳಗೊಂಡಿವೆ.

ಹನ್ನೆರಡನೆಯ ಶತಮಾನದ ಶಿವಶರಣಶರಣೆಯರು ಗುಡಿಯಲ್ಲಿನ ಸ್ತಾವರಲಿಂಗದ ಪೂಜೆಯನ್ನು ನಿರಾಕರಿಸುತ್ತಾರೆ. ಇಂತಹ ನಿಲುವನ್ನು ತಳೆಯಲು ಅನೇಕ ಕಾರಣಗಳಿವೆ.

ಶಿವಶರಣಶರಣೆಯರು ತಮ್ಮ ಅಂಗೈ ಮೇಲೆ ಇಟ್ಟುಕೊಂಡು ಪೂಜಿಸುತ್ತಿದ್ದ ಇಷ್ಟಲಿಂಗವು, ಅವರ ಪಾಲಿಗೆ ಜೀವನದ ಉದ್ದಕ್ಕೂ ಪ್ರತಿಗಳಿಗೆಯಲ್ಲಿಯೂ ಒಳಿತಿನ ನಡೆನುಡಿಗಳ ಕಡೆಗೆ ದಾರಿ ತೋರುವ ಸಾಂಕೇತಿಕ ದೇವರಾಗಿತ್ತು. ನಿಜ ಜೀವನದಲ್ಲಿ ಅವರ ಪಾಲಿನ ದೇವರು ಕಲ್ಲು, ಮಣ್ಣು, ಲೋಹ, ಮರದಿಂದ ಮಾಡಿದ ಜಡರೂಪಿಯಾದ ವಿಗ್ರಹವಾಗಿರಲಿಲ್ಲ. ಜನಸಮುದಾಯಕ್ಕೆ ಮತ್ತು ಸಮಾಜಕ್ಕೆ ಒಳಿತನ್ನು ಉಂಟುಮಾಡುವ ನಡೆನುಡಿಗಳನ್ನು ದೇವರೆಂದು ನಂಬಿದ್ದರು. ವಿಗ್ರಹ

ರೂಪದಲ್ಲಿ ದೊಡ್ಡದಾಗಿ ಕಡೆದಿರುವ ಲಿಂಗವನ್ನು ದೇಗುಲದ ಒಳಗುಡಿಯಲ್ಲಿ ನೆಲೆಗೊಳಿಸುತ್ತಿದ್ದಂತೆಯೇ, ವಿಗ್ರಹದ ಹತ್ತಿರಕ್ಕೆ ಹೋಗಿ ಪೂಜಿಸಲು ಪೂಜಾರಿಯು ಮಾತ್ರ ತಕ್ಕವನಾಗುತ್ತಾನೆ. ಇನ್ನುಳಿದವರು ಒಳಗುಡಿಯಿಂದ ಹೊರನಿಲ್ಲಬೇಕಾಗುತ್ತದೆ. ಇಲ್ಲಿಂದಲೇ ಮಾನವ ಸಮುದಾಯದಲ್ಲಿ ಮೇಲು-ಕೀಳಿನ ವಿಂಗಡಣೆಯು ಮೊದಲಾಗುತ್ತದೆ. ಮೇಲು-ಕೀಳಿನ ಜಾತಿಗಳ ಮೆಟ್ಟಿಲುಗಳಿಂದ ಕೂಡಿರುವ ನಮ್ಮ ಸಮಾಜದ ಜಾತಿರಚನೆಯ ಕಟ್ಟುಪಾಡುಗಳನ್ನು ದೇವರಗುಡಿಯಲ್ಲಿ ನಡೆಯುವ ಆಚರಣೆಗಳು ಮುಂದುವರೆಸಿಕೊಂಡು ಬರುತ್ತಿವೆ. ಮೇಲು ಜಾತಿಯವರಿಗೆ, ಸಿರಿವಂತರಿಗೆ ಹಾಗೂ ರಾಜಕೀಯವಾಗಿ ದೊಡ್ಡ ದೊಡ್ಡ ಗದ್ದುಗೆಯಲ್ಲಿರುವವರಿಗೆ ಮೊದಲ ಮನ್ನಣೆಯನ್ನು ನೀಡುವ ದೇಗುಲದ ಆಚರಣೆಗಳು, ಕೆಳ ಜಾತಿ ಮತ್ತು ದುಡಿಯುವ ಶ್ರಮಜೀವಿಗಳಾದ ಬಡವರನ್ನು ಕಡೆಗಣಿಸಿವೆ. ಈ ರೀತಿ ಮೇಲು-ಕೀಳಿನ ತಾರತಮ್ಯ ಮುಂದುವರೆಸಿಕೊಂಡು ಹೋಗಲು ಕಾರಣವಾಗಿರುವ ಮತ್ತು ನೆರವಾಗುತ್ತಿರುವ ಗುಡಿಯ ಆಚರಣೆಗಳ ನೆಲೆಯಿಂದ ಶಿವಶರಣಶರಣೆಯರು ದೂರಸರಿದಿದ್ದರು.

ಹೀಗೆ ಮಡಿವಾಳ ಮಾಚಿದೇವರ ಎಲ್ಲ ವಚನಗಳು ಸಮಾಜದ ಓರೆಕೋರೆಗಳನ್ನು ತಿದ್ದಿ ಹೇಳುವ ಅನುಭಾವದ ಆಚರಣೆಗಳಾಗಿದ್ದವು. ಒಟ್ಟಾರೆಯಾಗಿ ಮಡಿವಾಳ ಮಾಚಿದೇವರು ಮನದ ಮೈಲಿಗೆ ಕಳೆದ ಸರ್ವ ಶ್ರೇಷ್ಠ ಶರಣ, ದಿಟ್ಟ ಗಣಾಚಾರಿಯಾಗಿದ್ದರು.

ಆಧಾರ ಗ್ರಂಥಗಳು

1. ಬಸವೇಶ್ವರರ ಸಮಕಾಲೀನರು - ಬಸವ ಸಮಿತಿ
2. ಎತ್ತ ಹೋದರು ಶರಣರು - ಡಾ ಶಶಿಕಾಂತ ಪಟ್ಟಣ
3. ಸಂಕೀರ್ಣ ವಚನ ಸಂಪುಟ, (ಸಮಗ್ರ ವಚನ ಸಂಪುಟ 8) - ಡಾ ಬಿ ಆರ್ ಹಿರೇಮಠ
4. ವಚನಾರ್ಥ ಚಿಂತನ - ಸಿದ್ಧರಾಮ ಸ್ವಾಮಿಗಳು
5. https://lingayatreligion.com/K/Sharanaru/Madivaala_Maachideva
6. ಚಿತ್ರದುರ್ಗದ ಶ್ರೀ ಮಾಚಿದೇವ ಮಹಾ ಸಂಸ್ಥಾನ ಮಠದಿಂದ ಪ್ರಕಾಶಿತ "ಶ್ರೀ ಮಾಚಿದೇವ ಪ್ರಕಾಶ" ಕಿರುಗ್ರಂಥ, ಪ್ರಕಟಣೆ ವರ್ಷ : 2009, ಸಂಪಾದಕರು : ಶ್ರೀ ಬಸವ ಮಾಚಿದೇವ ಸ್ವಾಮೀಜಿಗಳು ಮತ್ತು ಡಾ ಸಂಗಮೇಶ ಮ. ಕಲಹಾಳ.

⌘

20. ಸತ್ಯ ಶರಣೆ ಸತ್ಯಕ್ಕ

ಪ್ರೊ. ದೀಪಾ ಜಿಗಬಡ್ಡಿ, ಬಾದಾಮಿ

12ನೇಯ ಶತಮಾನದಲ್ಲಿಯೇ ಹಿಂದೆಂದೂ ಕಾಣದ ಅಧಿಕ ಸಂಖ್ಯೆಯ ಶರಣೆಯರಲ್ಲಿ ವಚನ ರಚನೆ ಮಾಡಿ ಜಾಗತಿಕ ಇತಿಹಾಸದಲ್ಲಿಯೇ ಅಪೂರ್ವವಾದ ಕೀರ್ತಿಗೆ ಭಾಜನರಾದವರೇ ನಮ್ಮ ಈ ಶರಣೆಸತ್ಯಕ್ಕ.ಸತ್ಯ ಶರಣೆ ಸತ್ಯಕ್ಕ ಏಕ ದೇವತಾ ನಿಷ್ಠೆಯಲ್ಲಿ ಬದುಕಿದವಳು.

ಕಾಲ ಹನ್ನೆರಡನೆಯ ಶತಮಾನದ ಎಂದು ಉಲ್ಲೇಖಿಸಲಾಗಿದೆ.

ಹುಟ್ಟಿದ ಸ್ಥಳ ಶಿವಮೊಗ್ಗ ಜಿಲ್ಲೆಯ ಶಿರಾಳಕೊಪ್ಪ ಸಮೀಪದ ಹಿರೇಜಂಬೂರು.

ಕಾಯಕ ಶಿವಭಕ್ತರ ಮನೆಯ ಅಂಗಳ ಕಸಗೂಡಿಸುವುದು ಮತ್ತು ಶಿವ ಭಕ್ತಿಯನ್ನು ಆಚರಿಸುವುದು.

ವಚನಗಳು 27 ದೊರಕಿವೆ.

ಸತ್ಯಕ್ಕನ ಆರಾಧ್ಯ ದೈವ ಜಂಬೂರಿನ ಜಂಬುಕೆಶ್ವರ.

ವಚನದ ಅಂಕಿತನಾಮ ಶಂಭುಜಕ್ಕೇಶ್ವರ.

ನಿಷ್ಠಾಭಕ್ತಿಗೆ ಹೆಸರಾದ ಸತ್ಯಕ್ಕ ಡಾಂಭಿಕ ಆಚರಣೆಯನ್ನು ಟೀಕಿಸುತ್ತಾ, ಬಹಿರಂಗದ ಶುದ್ದಿಗೆ ಪ್ರಾಮುಖ್ಯತೆ ನೀಡದೆ ಅಂತರಂಗದ ಶುದ್ಧಿಗೆ, ಆಚರಣೆಗಳಿಗೆ ಬಹಳಷ್ಟು ಪ್ರಾಮುಖ್ಯತೆ ನೀಡಿರುವುದನ್ನು ಅರಿಯಬಹುದು. ಉಳಿದೆಲ್ಲ ಶರಣರಂತೆ ಸತ್ಯಕ್ಕನ ವಚನದಲ್ಲಿಯೂ ಕೂಡ ಇದನ್ನೇ ಕಾಣುತ್ತೇವೆ.

ಅರ್ಚನೆ ಪೂಜನೆ ನೇಮವಲ್ಲ
ಮಂತ್ರ ತಂತ್ರ ನೇಮವಲ್ಲ
ಧೂಪದಾರತಿ ನೇಮವಲ್ಲ
ಪರಧನ ಪರಸ್ತ್ರೀ ಪರ ದೈವಗಳಿಗೆರಗದಿಪ್ಪುದೆ ನೇಮ

ಶಂಭುಜಕ್ಕೇಶ್ವರನಲ್ಲಿ ಇವು ಕಾಣಿರಣ್ಣಾ ನಿತ್ಯನೇಮ.

ಅರ್ಚನೆ ಪೂಜನೆ ನೇಮವಲ್ಲ

ಅಕ್ಕಮಹಾದೇವಿ ಹೇಳುವಂತೆ ಹಸಿವಾದೊಡೆ ಮೃಷ್ಟಾನ್ನಾಗಳುಂಟು, ತೃಷೆಯಾದೊಡೆ ನದಿ ಕೆರೆಗಳುಂಟು ಎನ್ನುವ ಹಾಗೆ ನಾವು ಸ್ನಾನ ಮಾಡಿಯೇ ಮಡಿಯಿಂದ ದೇವರ ಕೋಣೆಗೆ ಹೋಗಿ ಪೂಜೆ, ಪುರಸ್ಕಾರವನ್ನು ಮಾಡುವುದಾಗಲಿ, ದೇವರಿಗೆ ನೈವೇದ್ಯ ಹಿಡಿಯುವದಾಗಲಿ ಅಲ್ಲ, ಇವು ಯಾವವೂ ನನಗೆ ಬೇಕಾಗಿಲ್ಲ ಇವೆಲ್ಲ ದೇಹಕ್ಕೆ ಇರುವ ನೇಮಗಳು.

ಇಲ್ಲಿ ನೇಮ ಎಂದರೆ ದೈವತ್ವದ ಹಾದಿಯನ್ನು ಹಿಡಿಯಲು ನಾವು ಯಾವುದನ್ನು ಪಾಲಿಸಬೇಕು, ಅನುಸರಿಸಬೇಕು ಎಂಬುದೇ ನೇಮ. ಇದನ್ನು ನಾವು ಪಾಲಿಸಬೇಕಾಗಿಲ್ಲ, ಯಾರು ಭಗವಂತನನ್ನು ಅಪ್ಪಿಕೊಳ್ಳಲು ಬಯಸುತ್ತಾರೋ ಅವರಲ್ಲಿ ಸಮರ್ಪಣಾಭಾವ ನೇಮ ಇರಬೇಕು. ಸಮರ್ಪಣೆಯ ಮನೋಭಾವನೆಯ ನೇಮ ಇಲ್ಲದೆ ಬಾಹ್ಯಾಡಂಬರಕ್ಕೆ ಬಿದ್ದು ಬಾಹ್ಯದ ಆಚರಣೆಯಲ್ಲಿಯೇ ತಮ್ಮ ನೇಮ, ಸಮಯವನ್ನು ವ್ಯರ್ಥ ಮಾಡಿದರೆ ನಿಮಗೆ ಶಿವಪಥವೇ ಗೊತ್ತಿಲ್ಲ ಎಂದರ್ಥ.

ಮಂತ್ರ ತಂತ್ರನೇಮವಲ್ಲ

ಇವೆಲ್ಲ ಹೊರಗಡೆಯ ವಾತಾವರಣವನ್ನು ಶುದ್ಧ ಮಾಡುವಂತಹವುಗಳು. ಮಂತ್ರಗಳು ಆತ್ಮೋದ್ಧಾರವನ್ನು ಮಾಡುವುದಿಲ್ಲ ಹಾಗಾದರೆ ನಮ್ಮ ಆತ್ಮೋದ್ಧಾರವನ್ನು ಯಾರು ಮಾಡಬೇಕು? ಮಂತ್ರ ತಂತ್ರಗಳಿಂದ ಆಗತದಾ? ಇಲ್ಲ, ನಮ್ಮ ಆತ್ಮೋದ್ಧಾರವನ್ನು ಚೈತನ್ಯ ಸ್ವರೂಪ ಭಗವಂತ, ಪರಮಾತ್ಮನೇ ಮಾಡಬೇಕು.

ಧೂಪದಾರತಿ ನೇಮವಲ್ಲ

ಇಲ್ಲಿ ಆಡಂಬರದ ಜೋಡಣೆಗಾಗಿ ಯೇಸು ಒಡದದೇನು ಶಿವಂಗೆ ಅರ್ಪಿತವಾಗದಬಲ್ಲುದೆ? ನಾವು ಸ್ಪರ್ಧೆಗಾಗಿ ಧೂಪ, ದೀಪ ಅಂತ ತುಪ್ಪದ ದೀಪ, ಜೋಡುದೀಪ ಹಂಗ ಬೆಳಗ್ತಾ ಇದ್ದೀವಿ ಆರತಿಯನ್ನು ಆಡಂಬರಕ್ಕಾಗಿ ಬೆಳಗ್ತಾ ಇದ್ದೀವಿ ಆದರೆ ಇವೆಲ್ಲ ನಿಷ್ಪ್ರಯೋಜಕ. ನಾವೆಲ್ಲರೂ ಹೀಗೆ ಬೆಳಗ್ತಾ ಇರೋದು ಕೇವಲ ಬಾಹ್ಯ ಆಡಂಬರಕ್ಕೆ, ಆದರೆ ಅದು ನಮ್ಮೊಳಗಿನ ಕತ್ತಲೆಯನ್ನು, ಅಂಧಕಾರವನ್ನು, ಮೂಢನಂಬಿಕೆಯನ್ನು ಹೋಗಲಾಡಿಸಿ ಅಂತ:ಶಕ್ತಿಯಲ್ಲಿ ಚಿದ್ಬೆಳಕು ಮೂಡಿಸುವ ದೂಪದಾರತಿ ಆಗಬೇಕು.

ಪರಧನ ಪರಸ್ತ್ರೀ ಪರದೈವಂಗಳಿಗೆರಗದಿಪ್ಪುದೇ ನೇಮ ಶಂಬುಜಕ್ಕೇಶ್ವರನಲ್ಲಿ ಇವು ಕಾಣಿರಣ್ಣಾ ನಿತ್ಯ ನೇಮ.

ಪರಧನ ಎಂದರೆ ವಿಶ್ವದಲ್ಲಿರುವ ಹೊರಗಿನ ವಸ್ತುಸ್ಥಿತಿಯೆ ಪರಧನ. ಹೊನ್ನು, ಹೆಣ್ಣು, ಮಣ್ಣು ಇವು ಯಾವವೂ ನನ್ನದಲ್ಲ. ನಾನು ಗಳಿಸದೆ ಇರುವುದು ಕೂಡ ಪರಧನವಲ್ಲ, ಗಂಡ, ಮನೆ, ಮಕ್ಕಳು ಇವೆಲ್ಲ ಲೋಕಿಕವಾದವು. ವಸ್ತುನಿಷ್ಠ ಪರಧನ, ಯಾವುದು ನನ್ನ ಆತ್ಮೋದ್ಧಾರಕ್ಕೆ ಸಹಾಯ ಮಾಡುವುದಿಲ್ಲವೋ ಅದೆಲ್ಲ ಪರಧನ, ನನ್ನ ದೇಹ, ನನ್ನ ಮನಸ್ಸು, ನನ್ನ ಆತ್ಮ ಇವು ನನ್ನ ನಿಜವಾದ ಆತ್ಮಜ್ಞಾನವನ್ನು ಪಡೆಯಲಿಕ್ಕಿರುವುದೇ ನನ್ನ ಧನ ಎಂದು ಹೇಳುತ್ತಾಳೆ. ಶರಣರು ದಿವ್ಯತೆಗೆ ಅನುಭೂತಿ ಕೊಟ್ಟಿದ್ದರಿಂದ ಅವರ ಜೀವನ ಸರಳವಾಗಿತ್ತು.

ಪರಸ್ತ್ರೀ ಎಂದರೆ ಬೇರೆಯವರ ಹೆಣ್ಣುಮಗಳು ಅಥವಾ ಹೆಂಡತಿ ಅಲ್ಲ, ಇಲ್ಲಿ ಸ್ತ್ರೀ ಎಂದರೆ ಪ್ರಕೃತಿ ತತ್ವಗಳು, ನೇಮಗಳು, ಪಂಚೇಂದ್ರಿಯಗಳ ತಿಳುವಳಿಕೆ.

ಪುರುಷ ಎಂದರೆ ಭಗವಂತನ ತತ್ವಗಳು.

ನಾವು ಯಾವಾಗಲೂ ನಮ್ಮ ವೈಭೋಗಕ್ಕಾಗಿ ಪಂಚೇಂದ್ರಿಯಗಳ ಜೊತೆ ಇದ್ದರೆ ಅದು ಪರಸ್ತ್ರೀ ಎಂದರ್ಥ, ನಾವು ಯಾವಾಗಲೂ ಪುರುಷನೊಂದಿಗೆ ಇರುವುದು ಅಕ್ಕಮಹಾದೇವಿಯಂತೆ.

ಸತಿಪತಿಗಳೊಂದಾದ ಭಕ್ತಿ ಹಿತವಪ್ಪುದು ಶಿವಂಗೆ ಎನ್ನುವಂತೆ ನಮ್ಮ ಒಳಗಡೆ ಇರುವ ಆತ್ಮ ಜ್ಞಾನ ಮತ್ತು ದೇಹ ಜ್ಞಾನ ಎರಡೂ ಏಕಾಗ್ರತಗೂಂಡಾಗ ಮಾತ್ರ ಪರತತ್ವ ಸಿಗುತ್ತದೆ ಎಂದು ಹೇಳುತ್ತಾಳೆ.

ಪರ ದೈವಂಗಳಿಗೆರಗಪ್ಪುದೇ ನೇಮ

ನಮಗೆ ನಮ್ಮ ನಿಜವಾದ ದೈವವೆಂಬುದೇ ಗೊತ್ತಿಲ್ಲ, ಸ್ಥಾವರ ಲಿಂಗವು ಕೂಡ ದೈವವಲ್ಲ, ಪಂಚಭೂತಗಳು ಕೂಡ ದೈವವಲ್ಲ. ಇಲ್ಲಿ ದೈವವೆಂದರೆ ಯಾವುದು ಎಲ್ಲವನ್ನು ನಡೆಸಿಕೊಂಡು ಹೋಗುವುದು ಅದೇ ದೈವ, ದೈವವೆಂದರೆ ಪರಮಾತ್ಮ. ಇದಕ್ಕೆ ನಾವು ಶರಣಾಗತರಾಗದೇ ಇರುವುದು. ನಾವೆಲ್ಲರೂ ಮಾಡುತ್ತಿರುವುದು ಹೊರ ಜಗತ್ತಿಗೆ ಪೂಜೆ, ಪುನಸ್ಕಾರ, ಅರ್ಚನೆ, ಮಂತ್ರ, ಹೋಮ, ಹವನ, ಯಜ್ಞ ಯಾಗಾದಿಗಳಿಗೆ ಆರತಿ ಮಾಡುವುದು ನೇಮ ಅಲ್ಲ. ಇವು ಕೆಳಹಂತಗಳು. ಯಾರು ಭಗವಂತನಲ್ಲಿ ನೇರ ಸಂಪರ್ಕವನ್ನು ಹೊಂದಿರುತ್ತಾರೆಯೋ ಅದುವೇ ನೇಮ.

ಪರ ದೈವವೆಂದರೆ ಸಂಪೂರ್ಣವಾಗಿ ಶ್ರೇಷ್ಠವಾದಂತಹ ಎಲ್ಲದಕ್ಕೂ ಕಾರಣಿಭೂತವಾದಂತಹ ಆದಿ, ಅಂತ್ಯ ಇಲ್ಲದಂತಹ ಆ ಪುರುಷ ಮಾತ್ರ ನಿಜವಾದ ದೈವ ಎಂದು ಹೇಳುತ್ತಾಳೆ.

ಅಕ್ಕಮಹಾದೇವಿ ಹೇಳುವಂತಹ ಚೆನ್ನಮಲ್ಲಿಕಾರ್ಜುನನೂ ಕೂಡ ಆದಿ, ಅಂತ್ಯ ಇಲ್ಲದವನು, ಬಸವಣ್ಣನೂ ಹೇಳುವಂತಹ ಕೂಡಲಸಂಗಮದೇವನೂ ಅಂತ್ಯಇಲ್ಲದಂತವರು.

ಶಂಬುಜಕ್ಕೇಶ್ವರನಲ್ಲಿ ಇವು ಕಾಣಿರಣ್ಣಾ ನಿತ್ಯ ನೇಮ.

ಶಂಭು ಎಂದರೆ ಭಗವಂತ

ಜ ಎಂದರೆ ಹುಟ್ಟು

ಯಾರು ಭಗವಂತನಲ್ಲಿ ನೇರ ಸಂಪರ್ಕವನ್ನು ಹೊಂದಿರುತ್ತಾರೆಯೋ, ಯಾರಲ್ಲಿ ಅವರ ಅಂತರಾತ್ಮ ಒಳಗಡೆ ಇರುವ ಆ ಶಂಭುವಿಗೆ ದಿನನಿತ್ಯ ಸಮರ್ಪಣಭಾವನೆಯನ್ನು ಅರ್ಪಿಸುತ್ತಾರೋ ಅದೇ ನೇಮ. ಆದರ ಅನುಭವ ನಿತ್ಯ ನೇಮ ಕಾಣಿರಣ್ಣಾ ಎಂದು ಹೇಳುತ್ತಾಳೆ. ಇಲ್ಲಿನ ಪದ ಪ್ರಯೋಗಗಳು ಅತಿ ಎತ್ತರ ಮಟ್ಟದಲ್ಲಿನ ಪದಗಳಾಗಿವೆ.

ಇಲ್ಲಿ ಭಾಷೆ ಎಂಬುದು ಅಸತ್ಯವನ್ನು ತೋರ್ಪಡಿಸುವುದಕ್ಕೆ ಇರುವ ಒಂದು ಸಾಧನ. ಎಲ್ಲವನ್ನು ನಮ್ಮ ಭಾಷೆಯಲ್ಲಿ ತೋರ್ಪಡಿಸುವುದು ಅಸತ್ಯದ ದರ್ಶನ ಎಂದು ಹೇಳಬಹುದು. ಹೇಗಂದರೆ ನಾವು ಯಾವಾಗ ನಮ್ಮ ಜೀವನದಲ್ಲಿ ಅಳವಡಿಸಿಕೊಳ್ಳುತ್ತಾ ಹೋಗುತ್ತೇವೆಯೊ ಆವಾಗ ನಮಗೆ ಸತ್ಯದರ್ಶನವಾಗುತ್ತದೆ ಎಂದು ಕಾಯಕದ ವೃತ್ತಿಯನ್ನು ಮಾಡ್ತಾ ಮಾಡ್ತಾ ಕಾಯದ ಘನತೆಯನ್ನು ಎತ್ತಿ ಹಿಡಿದ ದೃಢ ನಿಲುವಿನ ಶರಣೆ ಸತ್ಯಕ್ಕ.

ನಾವು ಕೂಡ ನಮ್ಮ ಕಾಯಕದಲ್ಲಿ ನಮ್ಮ ಕಾಯದ ಘನತೆಯನ್ನು ಕಂಡುಕೊಳ್ಳಬೇಕು ಎಂಬ ಸತ್ಯದ ಅನುಭವ ಮೂಡಿಸಿದ ಬಸವ ಡಾ. ಶಶಿಕಾಂತ್ ಪಟ್ಟಣ ಸರ್ ಅವರಿಗೆ ಅನಂತ ಅನಂತ ಶರಣು ಶರಣಾರ್ಥಿಗಳು.

⌘

21. ಮುಕ್ತಾಯಕ್ಕ

ಪ್ರೊ. ಶಕುಂತಲಾ ಸಿಂಧೂರ, ಗದಗ

12ನೇ ಶತಮಾನದ ವಚನಕಾರ್ತಿ ಮುಕ್ತಾಯಕ್ಕ ಅನುಭಾವಿಜ್ಞಾನಿ. ಜನಪದರಿಗೆ ಮುಕ್ತಾಯಕ ಅಣ್ಣನ ಪ್ರೀತಿಗೆ ತಾತ್ವಿಕ ವಿಚಾರಕ್ಕೆ ಸ್ಪಂದಿಸುವ ತಂಗಿಯಾಗಿರುತ್ತಾಳೆ. ತತ್ವಕ್ಕೆ ಅಕ್ಕಳಾಗಿ ಜ್ಞಾನಿಯಾಗಿ ಕಾಣುತ್ತಾಳೆ. ರಕ್ತ ಸಂಬಂಧದ ನೆಲೆಯಲ್ಲಿದ್ದ ಇವರ ಅಣ್ಣ ತಂಗಿಯ ಸಂಬಂಧವು ಮುಂದೆ ಗುರು-ಶಿಷ್ಯ ಸಂಬಂಧಕ್ಕೆ ಬೆಳೆದು ನಿಲ್ಲುತ್ತದೆ. ಮುಕ್ತಾಯಕ್ಕ ತನ್ನ ವಚನಗಳಲ್ಲಿ ಅಜಗಣ್ಣನ ಅಗಲುವಿಕೆಯ ನೋವನ್ನು ವ್ಯಕ್ತಪಡಿಸಿದ್ದಾಳೆ. ಅರಿವು ಜ್ಞಾನದ ಬಗ್ಗೆ ಅಲ್ಲಮಪ್ರಭುವಿನೊಂದಿಗೆ ತರ್ಕಬದ್ಧವಾಗಿ ಚರ್ಚೆ ಮಾಡಿದ್ದಾಳೆ. ಅಜಗಣ್ಣ ಮುಕ್ತಾಯಕ್ಕನಿಗೆ ಪ್ರೀತಿಯ ಅಣ್ಣನಾಗುವುದರೊಂದಿಗೆ ವಾತ್ಸಲ್ಯಮಯ ಗುರುವೂ ಆಗಿದ್ದನು. ಈ ರೀತಿಯ ಅಣ್ಣ ತಂಗಿಯರ ಸಂಬಂಧಗಳು ತುಂಬಾ ಅಪರೂಪವೆಂದು ಹೇಳಬಹುದು. ಅಜಗಣ್ಣ ತೀರಿಕೊಂಡಾಗ ಮುಕ್ತಾಯಕ್ಕ ದುಃಖಿತಳಾಗಿ ಪ್ರಲಾಪಿಸುತ್ತಾಳೆ. ಈ ಸನ್ನಿವೇಶದಲ್ಲಿ ಆಕೆ ಒಬ್ಬ ಸಾಮಾನ್ಯ ಸ್ತ್ರೀಯಂತೆ ಕಾಣುತ್ತಾಳೆ. ಆದರೆ ಮಹಾಜ್ಞಾನಿ ಪ್ರಭುವಿನೊಂದಿಗೆ ಅನುಭಾವಿಕ ನೆಲೆಯಲ್ಲಿ ತಾತ್ವಿಕವಾಗಿ ಚರ್ಚೆ ಮಾಡುವಾಗ ಮೇಧಾವಿಯಂತೆ ಕಾಣುತ್ತಾಳೆ. ಹೀಗಾಗಿ ಮುಕ್ತಾಯಕ್ಕನ ನಿಲುವು ಶಿವಶರಣೆಯರಲ್ಲಿ ವಿಶಿಷ್ಟಮಯವಾಗಿರುತ್ತದೆ. ಲಕ್ಕುಂಡಿಯಲ್ಲಿ ಜನಿಸಿದ ಮುಕ್ತಾಯಕ್ಕ ಗುಪ್ತ ಭಕ್ತ ಅಜಗಣ್ಣನ ಅಚ್ಚುಮೆಚ್ಚಿನ ತಂಗಿ. ಕೆಲವು ಕನ್ನಡ ಕಾವ್ಯಗಳಲ್ಲಿ ಚನ್ನಬಸವ ಪುರಾಣ ಭೈರವೇಶ್ವರಕಾವ್ಯ ಕಥಾಮಣಿಸೂತ್ರ ರತ್ನಾಕರಗಳಲ್ಲಿ ಅಜಗಣ್ಣ ಮುಕ್ತಾಯಕ್ಕರ ಜೀವನಕ್ಕೆ ಸಂಬಂಧಿಸಿರುವ ಸನ್ನಿವೇಶ ಒಂದು ಚಿತ್ರವಾಗಿದೆ. ಸಹೋದರನಾಗಿರುವ ಅಜಗಣ್ಣ ಮುಕ್ತಾಯಕ್ಕನ ಆಧ್ಯಾತ್ಮ ಸಾಧನೆಯ ಪರಮ ಗುರು. ಈ ಗುಪ್ತ ಭಕ್ತನಿಗೆ ಪರಮಜ್ಞಾನಿಗೆ ಸರಿಸಾಟಿಯಾದ ಸಹೋದರಿ ಮುಕ್ತಾಯಕ್ಕನ ಜ್ಞಾನನಿಧಿಯೇ ಸರಿ. ಮುಕ್ತಾಯಕ್ಕ ಅಜಗಣ್ಣ ಲಕ್ಕುಂಡಿಯವರು ಎಂಬುದಕ್ಕೆ ನಿದರ್ಶನ ಒಂದು ಹೀಗಿದೆ. ಉದಾಹರಣೆಗೆ

ಲಕ್ಕುಂಡಿ ಹೊಲ ಬೆಳಕು ಮುಕ್ತಾಯಿ ಜಗಣ್ಣ
ಮಿಕ್ಕ ಶರಣರಿಗೆ ಕಿವಿಮಾತು /ಪ್ರಭುದೇವ
ಹೊಕ್ಕಲ್ಲಿ ಹೊನ್ನುಗ್ಗಿ

ಲಕ್ಕುಂಡಿ ಗ್ರಾಮದಲ್ಲಿ 800 ವರ್ಷಗಳ ಹಿಂದೆ ಭಕ್ತಿಯ ಬೆಳೆ ಭಾರಿ ಬೆಳೆದಿತ್ತು. ಪ್ರಥಮ ಬಾರಿಗೆ ಪತಿಯ ಮನೆಗೆ ಅಣ್ಣನ ಅಗಲಿ ಹೋಗುವಾಗ ತಿರು ತಿರುಗಿ ತನ್ನ ಅಣ್ಣನ ಮುಖವನ್ನು ನೋಡುತ್ತಾ ಕಣ್ಣೀರು ಹರಿಸುತ್ತಿರುವ ಆತ್ಮೀಯ ತಂಗಿ ಮುಕ್ತಾಯಕ್ಕ ಅತೀವ ದುಃಖದಲ್ಲಿ ಹೋಗಿ ಬರುವೆನಣ್ಣ ಏನಾದರೂ ಒಂದು ಕುರುಹು ಕೊಡು ಎಂದು ಕೇಳುತ್ತಾಳೆ. "ತಂಗಿ ಮೂರು ಕುರುಹು ಹೇಳುವೆ ಕೇಳು", ನೀನುಟ್ಟ ಸೀರೆಯ ನೀರಿಗೆ ಕಳಚುವುದು, ತೋರಮುಡಿಗಟ್ಟು ಬಿಚ್ಚುವುದು, ಕಡೆಯುತ್ತಿರುವ ಮೊಸರು ಕಲ್ಲಾಗುವುದು, ಆಗ ನಾನು ಲಿಂಗೈಕ್ಯನಾದೆನೆಂದು ತಿಳಿ ಎಂದು ನೊಂದ ನುಡಿಯಿಂದ ಹೇಳಿ ಹೋಗಿ ಬಾ ತಂಗಿ ಎಂದು ಕಣ್ಣೀರು ಹರಿಸುತ್ತ ಕಳಿಸಿದನು. ಅಪಾರ ನೋವಿನಿಂದ ಪತಿಯ ಊರು ಮಸಳಿಕಲ್ಲಿನತ್ತ ಭಾರವಾದ ಹೆಜ್ಜೆ ಇಡುತ್ತಾ ತೆರಳಲು ಸಹೋದರಿಯ ಪ್ರೇಮದಿಂದ ದೂರವಾದ ಅಜಗಣ್ಣ ದುಃಖ ಉಮ್ಮಳಿಸಿ ಕಣ್ಣೀರು ಕೋಡಿ ಆಗುವ ದೃಶ್ಯ ಮನ ಕರಗುವಂತಿದೆ.

ಕೆಲ ಕಾಲದ ನಂತರ ಅಜಗಣ್ಣ ಶಿವಪುರಕ್ಕೆ ತೆರಳಲು ಬಾರದ ದಾರಿ ಸೇರಲು ತಾನು ಬಯಲಾಗುವ ಸಂದರ್ಭದಲ್ಲಿ ಉಂಟಾಗುವ ಈಗಾಗಲೇ ನೀಡಿದ ಸೂಚನೆಗಳು ಗತಿಸುತ್ತವೆ. ಪತಿಯ ಮನೆಯಲ್ಲಿದ್ದ ಮುಕ್ತಾಯಕ್ಕ ಅಹರ್ ನಿಶ ಮನೋವಾಕಾಯ ಶರಣ ತ್ರಯಂಗಳು ಜಗಣ್ಣನ ತಂದು ನೆಲೆಗೊಳಿಸಿ ದಾಸೋಹ ಮಾಡುತ್ತಿರಲು ಆ ಸೂಚನೆಗಳು ವಿಷಯ ಹಾಗೆ ಅರಿವಿಗೆ ಬರುತ್ತದೆ. ತಕ್ಷಣವೇ ಕಣ್ಣೀರು ಹರಿಸುತ್ತ ಅಣ್ಣ ನನ್ನಣ್ಣ ಎಂದು ಮೊರೆ ಇಡುತ್ತಾ ಪತಿಯ ಮನೆಯಿಂದ ಹೊರ ಬಂದು ಅಣ್ಣನ ಶೋಧನೆಯಲ್ಲಿ ತೊಡಗುತ್ತಾಳೆ. ಚೆನ್ನಮಲ್ಲಿಕಾರ್ಜುನನ್ನು ಶೋಧಿಸ ಹೊರಟ ಅಕ್ಕಮಹಾದೇವಿಯಂತೆ ಕೊರಗಿ ಕೊರಗಿ ಕರಗಿ ಅರಸುತ್ತಾಳೆ ಸಜೀವ ನಿರ್ಜೀವಗಳೆಲ್ಲವಕ್ಕೂ ನೀವು ಅಜಗಣ್ಣನನ್ನು ನೋಡಿದಿರಾ ಎಂದು ಪ್ರಶ್ನಿಸುವ ಚಿತ್ರಣ ಮನಕರಗುವಂತಿದೆ ಮನದ ಸಂದೇಹವನ್ನು ಅಣ್ಣ ಪರಮ ಗುರುವನ್ನು ಕಳೆದುಕೊಂಡು ಆಕೆ ತೀರಾ ವ್ಯತಿತಳಾದಾಗ ಅಲ್ಲಮ ಪ್ರಭುದೇವರು ಅಲ್ಲಿಗೆ ಬಂದು ಮುಕ್ತಾಯಕ್ಕರ ಮನದ ಸಂದೇಹವನ್ನು ದೂರ ಮಾಡುತ್ತಾರೆ. ನಂತರ ಆಕೆಯೂ ಕೂಡ ಅಲ್ಲಿ ನಿರ್ವಯಲಾಗುತ್ತಾಳೆ.

ಲಕ್ಕುಂಡಿ ಮತ್ತು ಮಸಳಿಕಲ್ಲು ಎಲ್ಲಿದೆ ಎಂಬ ಬಗ್ಗೆ ವಿದ್ವಾಂಸರಲ್ಲಿ ಭಿನ್ನಾಭಿಪ್ರಾಯಗಳು ಕೇಳಿ ಬರುತ್ತದೆ ತಾಳಿಕೋಟೆಯ ಸಮೀಪದಲ್ಲಿರುವ ಲಕ್ಕುಂಡಿ

ಅದರಿಂದ ಸುಮಾರು 45 ಮೈಲುಗಳ ಅಂತರದಲ್ಲಿರಬಹುದು ಎಂಬ ಅಭಿಪ್ರಾಯ ಡಾ. ಫ.ಗು.ಹಳಕಟ್ಟಿಯವರದಾಗಿರುತ್ತದೆ.

ಮುಕ್ತಾಯಕ್ಕನು ಪ್ರಸಾದ ಲಿಂಗವೇ ಬಸವಣ್ಣನಂದರಿದು ತನ್ನ ಪ್ರಸಾದ ಲಿಂಗದಲ್ಲಿ ನೀರವಯಲವನ್ನಾಗಿದಳು ಎಂದು ನೀಲಾಂಬಿಕೆ ಹೇಳಿದರೆ ಪುರಾತನ ದೇವಿಯರ ತ್ರಿವಿಧಿಯಲ್ಲಿ ಭಕ್ತಿ ಸಾಗರ ಮೇಲ್ವಿರಕ್ತೀಯ ನೆಲೆವನೆಯು ಮುಕ್ತಿಯ ಕೊಳ ಇವನಂದದೊಳು ತಾಳುವ ಮುಕ್ತಾಯಕ್ಕ ಎಂಬ ಸ್ತುತಿ ಪದ್ಯವು ಇದೆ. ಅಲ್ಲದೆ ಮುಕ್ತಾಯಕ್ಕಗಳ ಸಂಪಾದನೆ ಎಂಬ ಪ್ರತ್ಯೇಕ ಅಧ್ಯಾಯ ಶೂನ್ಯ ಸಂಪಾದನೆಗಳಲ್ಲಿ ಸೃಷ್ಟಿಯಾಗಿದ್ದು ಅಲ್ಲಿ ಅಲ್ಲಮ ಪ್ರಭುದೇವರು ಹಾಗೂ ಮುಕ್ತಾಯಕ್ಕ ಇವರ ಮಧ್ಯೆ ನಡೆದಿರಬಹುದು ಎಂಬ ಸುಂದರ ಸನ್ನಿವೇಶ ಒಂದು ವಚನಗಳ ರೂಪದಲ್ಲಿ ಆಕಾರ ಪಡೆದಿದೆ.

ಪೊಡವಿಯಲಿ ನೆರೆಗುಪ್ತ ಭಕ್ತಿಯ
ಲಡರಿ ದೈಕ್ಯ ಸ್ಥಳ ಸಮಾಧಿಯ
ನೊಡರಿಸದಜಗಣ್ಣನೆಂಬ ಮಹಾತ್ಮನಾತಂಗೆ
ಒಡನೆ ಹುಟ್ಟಿದ ಸ್ತ್ರೀ ರತ್ನ ಮುಕ್ತಾಯಕ್ಕ

ಮುಕ್ತಾಯಕ್ಕ ಅಜಗಣ್ಣನ ಒಡಹುಟ್ಟಿದ ಸಹೋದರಿ ಎಂಬುದಕ್ಕೆ ಈ ಪದ್ಯ ಉದಾಹರಣೆ ಆಗಿರುತ್ತದೆ.

ಅಜಗಣ್ಣ ತಂದೆ ಅಜಗಣ್ಣ ದೇವ ಎಂಬ ಅಂಕಿತದಿಂದ ಪ್ರಕಟವಾಗಿರುವ ಮುಕ್ತಾಯಕ್ಕನ 38 ವಚನಗಳಲ್ಲಿ ಸಾಮಾಜಿಕ ವಿಷಯಗಳಿಗಿಂತ ಬೌದ್ಧಿಕ ತಾತ್ವಿಕ ವಿಚಾರ ಪ್ರತಿಪಾದನೆ ಅಧಿಕವಾಗಿದೆ. ನುಡಿದಂತೆ ನಡೆಯುವುದೇ ಮಹಾಜ್ಞಾನದ ಆಚರಣೆ ಎಂದು ಮುಕ್ತಾಯಕ್ಕ ಹೇಳಿದ್ದಾಳೆ ಉದಾಹರಣೆ

ನುಡಿಯಲು ಬಾರದು ಕೆಟ್ಟ ನುಡಿಗಳ
ನಡೆಯಲು ಬಾರದು ಕೆಟ್ಟ ನಡೆಗಳ
ನುಡಿದಡೇನು ನುಡಿಯದಿರ್ದಡೇನು
ಹಿಡಿದ ವೃತ ಬಿಡದಿರಲು ಅದೇ ಮಹಾಜ್ಞಾನದಾಚರಣೆ
ಎಂಬೆನು ಅಜಗಣ್ಣ ತಂದೆ

ನುಡಿ ನಡೆಗಳನ್ನು ಹಿಡಿತದಲ್ಲಿಟ್ಟುಕೊಂಡು ಬಾಳಬೇಕು. ಸಾಧಕನು ತನ್ನ ಮನಬಂದಂತೆ ನುಡಿಯುವುದು ಮನಬಂದಂತೆ ನಡೆಯುವುದು ಸಾಧಕನಿಗಿರಲಿ ಯಾರಿಗೂ ಇರಲಿ ತರವಲ್ಲ ಉತ್ತಮ ನುಡಿ ನಡೆಯುಳ್ಳವನಾಗಿ ಬಾಳಬೇಕು.

ಹಿಡಿದ ಸತ್ಪಪಥ ಬಿಡದೆ ಸಾಗಬೇಕು.ಇದುವೇ ಸಾಧಕನ ಲಕ್ಷಣ ಎನ್ನುತ್ತಾಳೆ. ಮತ್ತು ಕೆಟ್ಟ ನುಡಿಗಳು ಕೆಟ್ಟ ನಡೆಗಳು ನನಗೂ ಒಳ್ಳೆಯದಲ್ಲ ತನ್ನೊಂದಿಗೆ ಇರುವವರೆಗೂ ಒಳ್ಳೆಯದಲ್ಲ ಕೆಟ್ಟ ನುಡಿ ನಡೆಗಳು ತನ್ನನ್ನು ಹಿಂಸಿಸುತ್ತವೆ. ಮತ್ತು ಪರರನ್ನು ಹಿಂತಿಸುತ್ತವೆ. ದುಃಖಕ್ಕೆ ಕಾರಣವಾಗುತ್ತದೆ. ಕೆಟ್ಟ ನುಡಿ ನಡೆಗಳಿಂದ ಅಂತರಂಗ ಬಹಿರಂಗ ಕಲುಷಿತಗೊಳ್ಳುತ್ತವೆ .ಹೀಗಾಗಿ ಕೆಟ್ಟ ನುಡಿಗಳನ್ನು ನುಡಿಯಬಾರದು ಮತ್ತು ಕೆಟ್ಟ ನಡೆಗಳನ್ನು ನಡೆಯಬಾರದು ಎನ್ನುತ್ತಾಳೆ ಮುಕ್ತಾಯಕ್ಕ. ಉತ್ತಮ ನಡೆ ನುಡಿಗಳನ್ನು ನುಡಿಯಿರಿ ನಡೆಯಿರಿ ಎಂಬ ಸಂದೇಶವನ್ನು ಮುಕ್ತಾಯಕ್ಕ ತನ್ನ ವಚನದ ಸಾಲಿನ ಮೂಲಕ ಉಪದೇಶಿಸಿದ್ದಾಳೆ. ಉತ್ತಮ ನಡೆ ನುಡಿಗಳಿಂದ ಪ್ರೇಮವು ಜ್ಞಾನವು ಭಕ್ತಿಯು ಮುಕ್ತಿಯು. ಅಧಮ ನಡೆ–ನುಡಿಯಿಂದ ದ್ವೇಷವು ಅಜ್ಞಾನವು ಬಂಧನವು ಆಗುತ್ತದೆ. ಆದ್ದರಿಂದ ಕೆಟ್ಟ ನಡೆ–ನುಡಿಗಳಿಂದ ದೂರವಿದ್ದು ಉತ್ತಮ ನಡೆನುಡಿಗಳಿಂದ ಸಾಧಕರಾಗಬೇಕೆಂದು ಎಚ್ಚರಿಸಿದ್ದಾರೆ.

ಒಳ್ಳೆಯ ಮಾತುಗಳನ್ನಾಡುವವರು ಇಲ್ಲಿದ್ದಾರೆ. ಸವಿನುಡಿಗಳನ್ನು ಆಡುವವರು ಇದ್ದಾರೆ. ಸವಿ ಸವಿ ನುಡಿಗಳು ಆಡಿದರೇನು? ಆಡದಿದ್ದರೇನು ? ಆಡಿದ ನುಡಿ ನಡೆಯಲ್ಲಿ ಬಾರದಿದ್ದರೆ ಆ ನುಡಿಯಿಂದೇನು ಪ್ರಯೋಜನ? ಆ ನುಡಿಯಿಂದ ಯಾರು ಉದ್ಧಾರವಾಗುವರು? ತನ್ನದೊ? ಇಲ್ಲ ಪರರದೊ? ಮೊದಲು ತನ್ನ ಉದ್ಧಾರ ! ನಂತರ ತನ್ನೊಂದಿಗಿರುವವರ ಉದ್ಧಾರ ! ನುಡಿ ನಡೆಯಲ್ಲಿ ಬರಬೇಕು. ಸಾಧನೆ ಮಾತಿನೊಳಗಿರದೆ ಕಾರ್ಯದಲ್ಲಿರಬೇಕು. ಕಾಯಕದಲ್ಲಿ ಬರಬೇಕು. ಆಗ ಮಾತ್ರ ಕಾರ್ಯಸಿದ್ಧಿಯಾಗುವುದು. ಹಿಡಿದ ವೃತ ಬಿಡಬಾರದು. ಆ ವೃತದಂತೆ ಕೊನೆಯವರೆಗೂ ನಡೆದು ತೋರಿಸಬೇಕು. ಆರಂಭದಲ್ಲಿ ಶೂರರಾಗದೆ ಆಡುವ ಮಾತಿನಲ್ಲಿ ಶೂರತನ ತೋರಿಸದೆ ಮಾಡುವ ಕಾರ್ಯದಲ್ಲಿಯೂ ಶೂರತನ ತೋರಿಸಬೇಕು ಮತ್ತು ಅರ್ಧಕ್ಕೆ ಬಿಟ್ಟು ಓಡುವ ಹೇಡಿಯು ತಾನಾಗಬಾರದು. ಹಿಡಿದ ವ್ರತಗಳನ್ನು ಆಚರಿಸಬೇಕು. ಅರ್ಚನೆ ಅರ್ಪಣ ಅನುಭವಗಳಿಂದ ಮತ್ತು ಷಟಸ್ಥಲಯುಕ್ತವಾದ ಸಾಧನೆಗಳನ್ನು ಮಾಡಬೇಕು. ಅಂದಾಗ ಮಾತ್ರ ಮಹಾಜ್ಞಾನದ ಸಿದ್ಧಿಯು ಲಭಿಸುತ್ತದೆ. ಕೆಟ್ಟ ನಡೆ–ನುಡಿಗಳಿಂದ ತುಂಬಿಕೊಂಡವರಿಗೆ ಮತ್ತು ಕೇವಲ ನುಡಿ ಜಾಣರಿಗೆ ಆರಂಭ ಶೂರರಿಗೆ ಅರ್ಧಕ್ಕೆ ನಿಲ್ಲುವವರೆಗೆ ಪೂರ್ಣ ಜ್ಞಾನವಾಗದು. ಪೂರ್ಣ ಜ್ಞಾನವಾಗಬೇಕಾದರೆ ಹಿಡಿದ ವ್ರತವನ್ನು ಬಿಡದೆ ಮುಂದೆ ಮುನ್ನುಗ್ಗಿ ಸಾಗಬೇಕು. ಪೂರ್ಣವಾಗುವವರೆಗೂ ನಿಲ್ಲಬಾರದೆಂಬುದೇ ಮುಕ್ತಾಯಕ್ಕನ ಸದಾಶಯ.

ತೊರೆಯ ಕಟ್ಟೆಯ ಕಟ್ಟಿ ನಿಲ್ಲಿಸಲುಬಹುದೇ?
ನೆರೆಯ ಮರುಳಿಗೆ ಬುದ್ಧಿಯ ಹೇಳಲು ಬಹುದೇ?
ತರಿಸಲಹೋದವನಿಧಿರಿಚಯನರಿಯದೆ
ಮರೆಯದಿದ್ದಡೆಹಗೆ ಇರಿವುದ ಮಾಣ್ಬನೆ ?
ದೂರದಲ್ಲಿ ಹೋದವ ಊರಸುದ್ದಿಯನರಿಯ
ಹೇಳದೆ ಬಯಲಾದ ಕಾಣಾ ಎನ್ನ ಅಜಗಣ್ಣ ತಂದೆ.

ಈ ಲೋಕದ ಜನರಲ್ಲಿ ಮರುಳರೆ ಹೆಚ್ಚಾಗಿದ್ದಾರೆ. ಅವರನ್ನು ತಿದ್ದಬೇಕೆಂದು ಸರಿಪಡಿಸಬೇಕೆಂದು ಇಚ್ಛೆಯುಳ್ಳವರು ಕೆಲವರಿದ್ದಾರೆ. ಬುದ್ಧಿಯ ಹೇಳಿ ಉದ್ದಾರ ಮಾಡಬೇಕೆಂದು ನಿಶ್ಚಯಿಸಿಕೊಂಡು ಇನ್ನೊಬ್ಬರಿಗೆ ಸರಿ ಯಾವುದು ತಪ್ಪು ಯಾವುದು ಎಂದು ಹೇಳಲು ಹೋದವರನ್ನು ವಿರೋಧಿಸಿ ಅವರ ಮೇಲೆ ಹಗೆ ಕೆಟ್ಟತನವನ್ನು ಸಾಧಿಸುವವರಿದ್ದಾರೆ. ಮತ್ತು ಉದ್ಧಾರ ಮಾಡಲು ಬಂದ ಗುರುಗಳನ್ನೆ ಹೊಡೆಯಲು ಮುಂದಾಗುವ ಜನರಿವರು. ಇಂತಹ ಜನರಿಗೆ ಬುದ್ಧಿ ಹೇಳಿ ಮಾಡುವುದೇನು? ನಮ್ಮ ಅಣ್ಣ ಅಜಗಣ್ಣನು ಯಾರಿಗೂ ಹೇಳದೆ ತಾನೇ ಬಯಲಾಗಿ ಹೋದನೆನ್ನುತ್ತಾಳೆ ಮುಕ್ತಾಯಕ್ಕ. ಹರಿಯುವ ನೀರನ್ನು ತಡೆಯಬಹುದು. ಆ ನೀರಿನೊಳಗೆ ಎದ್ದು ಅರ್ಭಟಿಸಿ ಬರುವ ನೀರ ತೊರೆಯನ್ನು ತಡೆಯುವುದು ಕಷ್ಟ ಆ ನೀರ ತೊರೆಯನ್ನು ತಡೆಯಬೇಕೆಂಬ ಭಾವದಿಂದ ಅದಕ್ಕೊಂದು ಕಟ್ಟೆಯನ್ನು ಕಟ್ಟಿ ನಿಲ್ಲಿಸಬಹುದೆ? ಅದು ತುಂಬಾ ಕಷ್ಟಕರವಾದ ಕೆಲಸ. ಹುಚ್ಚರಿಗೆ ಬುದ್ಧಿ ಮಾತುಗಳನ್ನು ಹೇಳಿ ತಿದ್ದಬಹುದೇ? ಪೂರ್ಣ ಹುಚ್ಚರು ಒಂದು ರೀತಿಯಲ್ಲಿ ಅರ್ಭಟಿಸಿ ಬರುವ ನೀರು ತೊರೆಗಳೇ. ಹುಚ್ಚಿ ಹುಚ್ಚ ಇಬ್ಬರೂ ಒಂದೇ. ನೆರೆ ಮರುಳರನ್ನು ತಿದ್ದುವದು ಬಹಳ ಕಷ್ಟಕರವಾದ ಕೆಲಸ. ತೊರೆ ಬರುವ ಸ್ಥಳದಲ್ಲಿ ನಿಂತರೆ ಆ ತೊರೆಯು ಆ ವ್ಯಕ್ತಿಯನ್ನು ತಳ್ಳಿ ಅವನ ಮೇಲೆ ಹರಿದು ಹೋಗುತ್ತದೆ. ನೆರೆ ಮರುಳನು ಹಾಗೆಯೆ.

ನೆರೆ ಮರುಳಿಯ ಸರಿ ತಪ್ಪುಗಳನ್ನು ನಿಶ್ಚಯಿಸಲು ಹೊರಟರೆ ಆ ನೆರೆ ಮರಳಿಯಿಂದ ತೊಂದರೆಯಾಗುವುದಲ್ಲದೆ ನೆರೆಮರುಳಿ ಸರಿಹೋಗುವುದೇ? ತಿದ್ದಿಕೊಳ್ಳುವುದೇ? ಆ ನೆರೆ ಮರಳಿಯ ಇರುವ ಅರಿಯದೆ ಅದನ್ನು ತಿದ್ದುವೆನೆಂದು ಹೋದವನು ಕ್ಷೇಮವಾಗಿರುವನೆ? ಇರಲಾರ. ಆ ನೆರೆ ಮರಳಿದರೂ ಹೋದ ತಿಳುವಳಿಕೆ ಉಳ್ಳವನಿಗೆ ಮರಳಿ ಹಗೆಯನ್ನು ಸಾಧಿಸುವುದು ಮತ್ತು ತಿಳಿಸಲು ಬಂದವನನ್ನು ಇರಿವುದಕ್ಕೆ ಬರುತ್ತದೆ. ಮರೆಯಬಾರದು ತಿಳಿದವರು ತಿಳಿವು ಕಡಿಮೆ ಇದ್ದವರಿಗೆ ತಿಳಿಸಬೇಕು. ಅವರು ತಿಳಿದುಕೊಳ್ಳುತ್ತಾರೆ. ತಿಳಿವೇ ಇಲ್ಲದವರಿಗೆ ತಿಳಿಸಲು

ಹೋದರೆ ತಿಳಿವಿಲ್ಲದವರು ತಿಳಿಯುಳ್ಳವರನ್ನು ತಿಳಿಯದೆ ಬಿಡಲಾರೆನೆನ್ನುತ್ತಾಳೆ ಮುಕ್ತಾಯಕ್ಕ.

ನೆರೆ ಮರುಳತನವಿರುವ ಜನರಿಂದ ದೂರವಿದ್ದವರಿಗೆ ಊರ ಸುದ್ದಿಯು ಗೊತ್ತಿರದು. ಅವರು ನಿಶ್ಚಿಂತರು. ಯಾರ ಸುದ್ದಿ ಯಾರಿಗೆ ಬೇಕು. ತನ್ನ ಸುದ್ದಿ ತನಗೆ ಇದ್ದರೆ ಸಾಕು. ಊರಿಂದ ದೂರವಿದ್ದು ದೂರದಲ್ಲಿ ತಿರುಗಾಡುವವನಿಗೆ ಊರಿನ ಸುದ್ದಿಯು ತಿಳಿಯದು. ಊರು, ಊರ ಜನಗಳ ವಿಚಾರ, ಉದ್ಧಾರವು ತೀರ ಕಷ್ಟದ ಕೆಲಸ. ಜನರು ಯಾವಾಗ ಹೇಗಿರುತ್ತಾರೋ ತಿಳಿಯದು. ಯಾರಿಗೂ ಏನೂ ಹೇಳದೆ ಯಾರನ್ನು ಏನು ಕೇಳದೆ ಊರಿಂದ ದೂರವಿದ್ದು ಊರಿನವರ ಮರುಳರಿಂದ ದೂರವಿದ್ದು ಯಾರಿಗೂ ಹೇಳದೆ ಕೇಳದೆ ಬಯಲಾದನು ಅಜಗಣ್ಣನು ಊರಿನ ಮರಳಿಗರ ಕಡೆಗೆ ನೋಡದೆ ಅವರೊಂದಿಗೆ ನುಡಿಯಾಡದೆ ತಾನಾರೊಂದಿಗೂ ಮಾತನಾಡದೆ ತನ್ನೊಳಗೆ ತಾನಿದ್ದ ಯಾರಿಗೂ ಹೇಳದೆ ಬಯಲಾದ.

ಹೀಗೆ ಮುಕ್ತಾಯಕ್ಕನ ವಚನಗಳಲ್ಲಿ ತಾತ್ವಿಕ ವಿವೇಚನೆ ಅಧಿಕವಾಗಿದ್ದರು ಅದಕ್ಕೆ ಪೂರಕವಾಗಿ ಬಂದ ಸಾದೃಶಯಗಳು ಅರ್ಥಪೂರ್ಣ ಮಾತುಗಳು ಪ್ರಾಸನು ಪ್ರಾಸ ಪುನರುತ್ತಿಗಳು ಸಾಹಿತ್ಯಕ ಆವರಣವನ್ನು ಕಟ್ಟಿಕೊಡುತ್ತವೆ ಶಿವಶರಣರ ಮಹಿಮೆ ಕಬ್ಬುನಗೊಂಡ ನೀರಿನಂತೆ ಕಬ್ಬಿಸಿಕೊಂಡ ಅರಿಶಿನದಂತೆ ಬಯಲನಪ್ಪಿದ ವಾಯುವಿನಂತೆ ಇತ್ಯಾದಿ ಅಲಂಕಾರಗಳು ಅಮೂರ್ತ ಭಾವಗಳನ್ನು ಸ್ಪಷ್ಟ ಗೊಳಿಸುವಲ್ಲಿ ತೀರಾ ಸಹಜವಾಗಿ ಮೂಡಿಬಂದಿದೆ. ತನ್ನಂತರಂಗವನ್ನು ಅರಳಿಸಿದ ತನ್ನಣ್ಣ ಗುರು ಅಜಗಣ್ಣನ ಬಗ್ಗೆ ಅಪಾರ ಗೌರವ ತಾನರಿತ ತತ್ವ ನಂಬಿಕೆಗಳ ಬಗ್ಗೆ. ದೃಢವಾದ ನಿಲುವು ಮೇರು ಸದೃಶ ವ್ಯಕ್ತಿತ್ವದ ಮಹಾಜ್ಞಾನಿ ಅಲ್ಲಮರ ಮಾತುಗಳನ್ನು ಹೊರಗೆ ಹಚ್ಚಿಟ್ಟ ಮನೋಭಾವದ ಈ ಗುಣಗಳಿಂದಾಗಿ ಮುಕ್ತಾಯಕ್ಕನ ಬಹುಮುಖ ವ್ಯಕ್ತಿತ್ವವನ್ನು ಗುರುತಿಸಿ ಮುಕ್ತಾಯಕ್ಕನ ವ್ಯಕ್ತಿತ್ವ ಮಹಿಳಾ ಸಾಧಕೀಯರ ಅಗ್ರಪಂಕ್ತಿಯಲ್ಲಿ ಚಿರಸ್ಥಾಯಿಯಾಗಿ ಉಳಿಯುವಂತಿದೆ ಎಂದು ಡಾಕ್ಟರ್ ಎಚ್‌ಜೆ ತಿಪ್ಪೇರುದ್ರ ಸ್ವಾಮಿಯವರು ಅಭಿಪ್ರಾಯಪಟ್ಟಿದ್ದಾರೆ. ಮುಕ್ತಾಯಕ್ಕ ಅಂಗನೆಯರ ಇತಿಹಾಸದಲ್ಲಿ ಅಪೂರ್ವ ವ್ಯಕ್ತಿ ಗಾರ್ಗಿಯ ಸಂವಾದ ಶಕ್ತಿ ಮಹಾದೇವಿಯ ವಿರಕ್ತಿ ದ್ರೌಪದಿಯ ಅಗ್ರಜಾನುರಾಕಿ ಮೈತ್ರಿಯ ಆತ್ಮ ದರ್ಶನ ಶಕ್ತಿ ಇವೆಲ್ಲವೂ ಸೇರಿ ಮುಕ್ತಾಯಯಾಗಿ ಮೂರ್ತಿ ಭವಿಸಿದಂತಿದೆ ಎಂದು ಡಾಕ್ಟರ್ ಸಿದ್ದಯ್ಯ ಪುರಾಣಿಕರು ಹೇಳಿದ್ದಾರೆ. ಅಕ್ಕಮಹಾದೇವಿಯು ವೈರಾಗ್ಯ ನಿಧಿ ಮುಕ್ತಾಯಕ್ಕ ಜ್ಞಾನ ನಿಧಿ ಅವಳ ಸಮಕ್ಕೆ ಬರುವ ಮತ್ತೊಬ್ಬ ವಚನಕಾರ್ತಿ ಪ್ರಾಯಶ ಸಿಗಲಾರಳು ಅವಳೊಬ್ಬ ಪ್ರತ್ಯುತ್ತನ್ನಮತಿ

ಅವಳ ಚಟುವಲ ಮನಸ್ಸು ಅದ್ಭುತವಾದದ್ದು ವಿದ್ವಾಂಸರ ಇಂತಹ ಪ್ರಶಂಸೆಗೆ ಅರ್ಹಳೆನಿಸಿದ್ದಾಳೆ. ಶೂನ್ಯ ಸಂಪಾದನೆಯಲ್ಲಿ ಎದ್ದು ಕಾಣುವ ವ್ಯಕ್ತಿತ್ವವುಳ್ಳ ಮುಕ್ತಾಯಕ್ಕರಂತಹ ಶರಣೆ ಶರಣರು ವಚನ ಸಾಹಿತ್ಯ ತವನಿಧಿಯಲ್ಲಿ ಎಲೆಯ ಮರೆಯ ಕಾಯಿಯಂತೆ ಹುದುಗಿರುತ್ತಾರೆ. ಈ ದಿಶೆಯಲ್ಲಿ ಆಸಕ್ತರು ಸಂಶೋಧಕರು ಇಂತಹ ಎಲ್ಲ ಶಿವಶರಣರ ವ್ಯಕ್ತಿತ್ವದ ಮೇಲೆ ಬೆಳಕು ಬೀರುವಂತಾದರೆ ಲೇಸಲ್ಲವೇ? ಸಂಶೋಧಕರು ಇನ್ನು ಈ ವಿಷಯ ಕುರಿತು ಹೆಚ್ಚಿನ ಅಧ್ಯಯನ ಅಧ್ಯಾಪನ ಸಂಶೋಧನೆ ಕೈಗೊಳ್ಳಬೇಕಾದ ಅವಶ್ಯಕತೆ ಇದೆ ತಾನೇ !

⌘

22. ನುಲಿಯ ಚಂದಯ್ಯನವರು

ಡಾ. ಪ್ರಿಯಂವದಾ ಮ ಅಣೆಪ್ಪನವರ (ಹುಲಗಬಾಳಿ)

ಕಾಯಕ ತತ್ವವನ್ನು ಜಗತ್ತಿಗೆ ಸಾರಿದ ಬಸವಣ್ಣನವರನ್ನು ನಂಬಿ ಕಲ್ಯಾಣಕ್ಕೆ ಬಂದ ಶರಣಗಣದಲ್ಲಿ ಒಬ್ಬರು ನುಲಿಯ ಚಂದಯ್ಯನವರು. ವಿಜಯಪುರ ಜಿಲ್ಲೆಯ ಶಿವಣಗಿ ನುಲಿಯ ಚಂದಯ್ಯನವರ ಜನ್ಮಸ್ಥಳ ಎಂದು ವಿದ್ವಾಂಸರು ಗುರುತಿಸಿದ್ದಾರೆ. ಹುಟ್ಟೂರಿನಲ್ಲಿ ಹಗ್ಗ ಹೊಸಯುವ ಕಾಯಕ ಮಾಡುತ್ತಿದ್ದ ಚಂದಯ್ಯನವರು ಕಲ್ಯಾಣ ಶರಣರ ಮಹಿಮೆ ಕೇಳಿ ಕಲ್ಯಾಣಕ್ಕೆ ಬಂದು ಅಲ್ಲಿಯೂ ಅದೇ ಕಾಯಕವನ್ನು ಮುಂದುವರಿಸುತ್ತಾರೆ. ಶರಣ ಚಂದಯ್ಯನವರು ಕಲ್ಯಾಣದ ಹೊರವಲಯದ ಕೆರೆಯ ಹಿನ್ನೀರ ದಡದಲ್ಲಿ ಸಂಪಾಗಿ ಬೆಳೆದ ಹಸಿರು ಹುಲ್ಲನ್ನು ತಂದು ಹದಗೊಳಿಸಿ, ಹುರಿಗೊಳಿಸಿ ಹಗ್ಗ ಹೊಸೆಯುತ್ತಿದ್ದರು. ಹಗ್ಗ ನುಲಿವ ಕಾಯಕ ಮಾಡುತಿದ್ದ ಚಂದಯ್ಯನವರನ್ನು ನುಲಿಯ ಚಂದಯ್ಯ ಎಂದು ಶರಣರು ಕರೆದರು. ತಾವು ಹೊಸೆದ ಹಗ್ಗವನ್ನು ಕಲ್ಯಾಣದಪೇಟೆಯಲ್ಲಿ ಮಾರುತ್ತಿದ್ದರು. ಅದರಿಂದ ಬಂದ ಹಣದಿಂದ ಜಂಗಮ ದಾಸೋಹವನ್ನು ನೆರವೇರಿಸಿಕೊಂಡು ಬಂದವರು ಇವರೊಬ್ಬ ಶ್ರೇಷ್ಠ ಕಾಯಕ ಯೋಗಿ. ಇವರ 48 ವಚನಗಳು ನಮಗೆ ದೊರೆತಿವೆ. ಇವರ ವಚನಗಳ ಅಂಕಿತ ಚಂದೇಶ್ವರಲಿಂಗ. ಬಸವಾದಿ ಶಿವಶರಣರ ಕಾಲದಲ್ಲಿ ಕಲ್ಯಾಣದಲ್ಲಿ ಕಾಯಕ, ದಾಸೋಹ, ಜಂಗಮ ಸೇವೆ ಮಾಡುತ್ತಾ ಬಂದ ಶರಣ ಚಂದಯ್ಯನವರು ಲಿಂಗ ಪೂಜೆಗಿಂತ ಜಂಗಮ ಸೇವೆ ಶ್ರೇಷ್ಠ ಎಂದವರು. ಅವರಿಗೆ ಲಿಂಗದ ಮಹಿಮೆಯನ್ನು ಪ್ರಭುದೇವರಾದಿಯಾಗಿ ಬಸವಣ್ಣ, ಮಡಿವಾಳ ಮಾಚಿದೇವ ತಿಳಿಸಿಕೊಡುತ್ತಾರೆ. ಕಲ್ಯಾಣದ ಕ್ರಾಂತಿಯ ನಂತರ ಅಕ್ಕನಾಗಮ್ಮನಿರುವ ಉಳುವಿಗೆ ಬಂದ ಚಂದಯ್ಯನವರು ಪುತ್ರಶೋಕದಲ್ಲಿದ್ದ ಶಿವಶರಣೆ ಅಕ್ಕನಾಗಮ್ಮನವರಿಗೆ ಧೈರ್ಯ ತುಂಬುತ್ತಾರೆ. ಅವರ ಯೋಗಕ್ಷೇಮದ ಜವಾಬ್ದಾರಿಯನ್ನು ವಹಿಸಿಕೊಳ್ಳುತ್ತಾರೆ ವಚನ ಕಟ್ಟುಗಳ ರಕ್ಷಣೆಗೆ ಟೊಂಕ ಕಟ್ಟಿ ನಿಲ್ಲುತ್ತಾರೆ. ಮಲೆನಾಡನ್ನೆಲ್ಲ ಸುತ್ತಿ ಎಣ್ಣೆ ಹೊಳೆ ಎಂಬಲ್ಲಿಗೆ ಬಂದ ಶರಣ ನುಲಿಯ ಚಂದಯ್ಯನವರು ಅಲ್ಲಿ ಶ್ರೀಸಿದ್ದವೀರ

ಸ್ವಾಮಿಗಳು ಅಕ್ಕ ನಾಗಮ್ಮನ ಮಠ ಒಂದನ್ನು ಕಟ್ಟಿಸಿ ಕೊಟ್ಟಿರುತ್ತಾರೆ, ಅಲ್ಲಿ ಕೆಲಕಾಲ ಇದ್ದು ಅಕ್ಕನಾಗಮ್ಮನವರು ಲಿಂಗೈಕ್ಯರಾದ ನಂತರ ಹೊರಡುತ್ತಾರೆ. ಎಣ್ಣೆ ಹೊಳೆಯ ಸಿದ್ದವೀರ ಸ್ವಾಮಿಗಳ ಮಠದಿಂದ ಶಿವಮೊಗ್ಗ ಜಿಲ್ಲೆಯ ನಂದಿ ಎಂಬ ಗ್ರಾಮಕ್ಕೆ ಬರುತ್ತಾರೆ. ಹಲ ದಿನಗಳ ಕಾಲ ಅಲ್ಲಿದ್ದು ನುಲೆನೂರು ಎಂಬ ಊರಿಗೆ ಬರುತ್ತಾರೆ. ನುಲೆನೂರು ಅಥವಾ ನುಲಿಯ್ಯನೂರು ಅಲ್ಲಿಯೇ ಲಿಂಗೈಕ್ಯರಾದರು. ವಚನ ಚಳವಳಿಯ ನಂತರ ವಚನ ಸಾಹಿತ್ಯದ ಉಳುವಿಗೆ ಶ್ರಮಿಸಿದ ನುಲಿಯ ಚಂದಯ್ಯನವರು ಲಿಂಗೈಕ್ಯರಾದ ಊರಿಗೆ ನುಲಿಯಯ್ಯನೂರು ಎಂದು ಕರೆಯುತ್ತಾರೆ.

ವಚನ 1

"ಕೈದ ಹಿಡಿದಾಡುವರೆಲ್ಲ ಇರಿವರೇ?
ಸಾಧನೆಯ ಮಾಡುವರೆಲ್ಲ ಕಾದಬಲ್ಲರೆ?
ಅರ್ಥಿಗೆ ಮಾಡುವ ಕೃತ್ಯವಂತರೆಲ್ಲ ಭಕ್ತರಪ್ಪರೆ?
ಅದು ಚಂದೇಶ್ವರ ಲಿಂಗಕ್ಕೆ ಮುಟ್ಟದ ಮಾತು"

ಶರಣ ನುಲಿಯ ಚಂದಯ್ಯನವರು ನೀರಿನಲ್ಲಿ ಬಿದ್ದ ಇಷ್ಟ ಲಿಂಗವನ್ನು ಅಲ್ಲಿಯೇ ಬಿಟ್ಟು ಹುಲ್ಲುಹೊರೆಯ ಹೊತ್ತು ಕಾಯಕಕ್ಕೆ ಮುಖ ಮಾಡಿ ನಡೆಯುತ್ತಾರೆ ಕಾಯಕನಿಷ್ಠನಾದ ಚಂದಯ್ಯ ತನ್ನನ್ನು ನೀರಿನಲ್ಲಿ ಬಿಟ್ಟು ಹೊರಟದ್ದನ್ನು ಸಹಿಸದೆ ಇಷ್ಟಲಿಂಗವು ಅವನನ್ನ ಬೆನ್ನು ಹತ್ತಿ ಹೊಡುತ್ತದೆ. ಮಡಿವಾಳಯ್ಯನವರು ಇಷ್ಟಲಿಂಗ ಧರಿಸಿಕೊಳ್ಳಿ ಎಂದಾಗ ನಾನು ಹೋಗು ಎನ್ನದೆ ನನ್ನ ಬಿಟ್ಟು ಹೋಗಿರುವ ಇಷ್ಟಲಿಂಗ ನನ್ನ ಕಾಯಕದಲ್ಲಿ ಸಹಾಯ ಮಾಡುವುದಾದರೆ ನನ್ನೊಂದಿಗೆ ಬರಲಿ ಎಂದು ಹೇಳುತ್ತಾರೆ. ಹೀಗೆ ಕಟ್ಟಿಕೊಂಡ ಲಿಂಗ ತನ್ನ ಬಿಟ್ಟು ಹೋದಾಗ ಅದಕ್ಕೂ ಕಾಯಕದ ಮಹತ್ವ ತಿಳಿಸಿದ ಮಹಾನ್ ಕಾಯಕಯೋಗಿ ನುಲಿಯ ಚಂದಯ್ಯನವರು. ಚೆನ್ನಬಸವಣ್ಣನವರ ಲಿಂಗದ ಮಹತ್ವ ನುಡಿಗಳನ್ನು ಅರಿತು ಮತ್ತೆ ಲಿಂಗ ಧರಿಸಿದ ಲಿಂಗಾಂಗಿ ನುಲಿಯ ಚಂದಯ್ಯನವರು.

ಕೈಯಲ್ಲಿ ಖಡ್ಗವನ್ನು ಹಿಡಿದವರೆಲ್ಲರೂ ಕೊಲೆಯನ್ನ ಮಾಡುವರೆ? ಹರಿತವಾದ ಆಯುಧ ಒಂದು ಕೈಯಲ್ಲಿದ್ದ ಅವರೆಲ್ಲ ಕ್ರೂರಿಗಳಲ್ಲ. ಆಯುಧವನ್ನು ಇನ್ನೊಬ್ಬರ ರಕ್ಷಣೆಗಾಗಿ ದೇಶ ರಕ್ಷಣೆಗಾಗಿ ಸ್ವಯಂ ರಕ್ಷಣೆಗಾಗಿ ಹಿಡಿಯುವವರು. ಅನೇಕರು ಒಬ್ಬರ ಜೀವ ಹರಣ ಮಾಡಿ ಸ್ವಾರ್ಥದಿಂದ ಬದುಕುವವರ ಕೈಯಲ್ಲಷ್ಟೇ ಖಡ್ಗ ವಿರುವುದಿಲ್ಲ ಜನಸೇವೆಯನ್ನು ಜನರಕ್ಷಣೆಯನ್ನು ಜನೋಪಕಾರವನ್ನು ಮಾಡುವವರು ಜಗತ್ತಿನಲ್ಲಿರುವ ದುರುಳರನ್ನು ಎದುರಿಸುವವರು ಕೈದುವನ್ನು ಅಂದರೆ ಆಯುಧವನ್ನು

ಹೊಂದಿರುತ್ತಾರೆ. ಸಾಧನೆಯನ್ನ ಮಾಡುವಂಥವರು ಶ್ರೇಷ್ಠತೆಯ ಸ್ಥಾನಕ್ಕೆ ಇರಬಲ್ಲಂತವರು ಎಲ್ಲರೂ ಬಡಿದಾಡಿ ಜಗಳಾಡಿ ಮುಂದೆ ಬಂದಿರುವುದಿಲ್ಲ. ಅವರು ತಮ್ಮ ಸ್ವಸಾಮರ್ಥ್ಯದಿಂದ ಮೇಲೆ ಬಂದಿರುತ್ತಾರೆ ಎಂಬ ಅರಿವು ನಮಗಿರಬೇಕು. ಹಣಗಳಿಕೆಯೊಂದನ್ನೇ ಗುರಿಯಾಗಿಟ್ಟುಕೊಂಡು ಕಾಯಕ ಮಾಡುವವರು ಭಕ್ತರಲ್ಲ. ಹಾಗೆ ಆರ್ಥಿಕ ಬಲಕ್ಕಾಗಿ ಕಾಯಕ ಮಾಡುವ ಭಕ್ತರ ಭಕ್ತಿ ಚಂದೇಶ್ವರ ಲಿಂಗಕ್ಕೆ ಮುಟ್ಟದಭಕ್ತಿ.

ಕಾಯಕ ಆಧಾರಿತ ಸಮಸಮಾಜ ನಿರ್ಮಾತೃಗಳು ನಮ್ಮ ಬಸವಾದಿ ಶಿವಶರಣರು. ಬಸವಕಲ್ಯಾಣವೆಂಬ ಪುಣ್ಯ ಹೊಳೆಯಲ್ಲಿ ಮಿಂದು ಪಾವನರಾದವರು ಅನೇಕ ಶಿವಶರಣ ಶರಣೆಯರು ತಮ್ಮ ಕಾಯಕದಿಂದ ಇಡೀ ಮನುಕುಲದ ಹೃದಯಗಳಲ್ಲಿ ಶಾಶ್ವತವಾಗಿ ನೆಲೆಸಿದವರು. ಅಂತಹ ಕಾಯಕ ನಿಷ್ಠರಲ್ಲಿ ಅಸಾಧಾರಣ ಕಾಯಕಯೋಗಿ ನುಲಿಯ ಚಂದಯ್ಯನವರು ಒಬ್ಬರು. ನುಲಿ ಕಣ್ಣಿ ಹೊಸೆದು ಹಗ್ಗವ ಮಾಡಿ ಅದನ್ನ ಮಾರಿ ಶರಣವನ್ನು ನಡೆಸಿದ ಶ್ರೇಷ್ಠ ಶರಣ ಇವರು. ಬರಿ ಹಗ್ಗ ಹೊಸಯುವ ಕಾಯಕವನಷ್ಟೇ ಮಾಡದೆ ತತ್ವಮಯವಾದ ಬದುಕನ್ನ ಸಾಗಿಸಿದವರು ನುಲಿಯ ಚಂದಯ್ಯ ನಂತರ ಸಿದ್ದಪುರುಷರು.

"**ಕಾಯಕದಲ್ಲಿ ನಿರತನಾದಡೆ**
ಗುರುದರ್ಶನವಾದಡೂ ಮರೆಯಬೇಕು
ಲಿಂಗಪೂಜೆಯಾದಡೂ ಮರೆಯಬೇಕು
ಜಂಗಮ ಮುಂದೆ ನಿಂದಿದ್ದಡೂ ಹಂಗ ಹರಿಯಬೇಕು
ಕಾಯಕವೆ ಕೈಲಾಸವಾದ ಕಾರಣ
ಅಮರೇಶ್ವರಲಿಂಗವಾಯಿತ್ತಾದಡೂ ಕಾಯಕದೊಳಗು."

ಎಂಬ ವಚನದಂತೆ ಕಾಯಕದಲ್ಲಿ ನಿರತನಾದಾಗ ಸುತ್ತಲಿನ ಪ್ರಪಂಚವ ಮರೆತವರು ಚಂದಯ್ಯನವರು.

ಕಲ್ಯಾಣದ ಕೇರಿಯೊಂದರಲ್ಲಿ ಹುಲ್ಲಿನಿಂದ ಹಗ್ಗ ಹೊಸೆದು ಬದುಕುತ್ತಿದ್ದ. ಇವರು ಕಾಯಕದಲ್ಲಿ ಪ್ರಾಣ ಇಟ್ಟುಕೊಂಡವರು. ಕಾಯಕಕ್ಕಾಗಿ ಸರ್ವಸ್ವವನ್ನು ತ್ಯಾಗ ಮಾಡಲು ಸಿದ್ಧರಾದವರು. ಹುಲ್ಲನ್ನು ಕೊಯ್ದು ಹುರಿಹೊಡೆದು ಹಗ್ಗವ ಹೊಸೆವ ಇವರು ತಮ್ಮ ಕಾಯಕದಿಂದ ಬದುಕನ್ನು ಹುರಿಗೊಳಿಸಿದವರು.

"ಗುರುವಿಂದ ಲಿಂಗಕ್ಕೆ ಮಾಡಿ ಹಿಂದಣ ಮುಂದಣ ಸಂದೇಹಕ್ಕೀಡಾಗದೆ ಜಂಗಮ ಲಿಂಗಕ್ಕೆ ಮನಸಂದು ಧನವ ಕೊಟ್ಟು, ಸರ್ವ ಪದಾರ್ಥವ ಅರ್ಪಿತವ ಮಾಡಲಾಗಿ ಚಂದೇಶ್ವರಲಿಂಗಕ್ಕೆ ಹಿಂದುಮುಂದೆಂಬುದಿಲ್ಲ"

ಗುರು ಲಿಂಗ ಜಂಗಮ ಈ ತ್ರಿವಿಧಗಳಿಗೆ ನಮ್ಮ ಶರಣ ಪರಂಪರೆಯಲ್ಲಿ ವಚನಕಾರರಲ್ಲಿ ವಿಶೇಷವಾದ ಗೌರವವನ್ನು ಕಾಣುತ್ತೇವೆ. ಶರಣರು ತಾವು ಏನೇ ಮಾಡಿದರು ಗುರುಲಿಂಗ ಜಂಗಮಕ್ಕೆ ಸಮರ್ಪಿತವಾಗಬೇಕು ಎಂಬ ಭಾವದಿಂದ ಮಾಡಿದರು. ಗುರುವಿನ ಮಾರ್ಗದರ್ಶನದಲ್ಲಿ ಇಷ್ಟ ಲಿಂಗದ ಆರಾಧನೆಯಲ್ಲಿ ಜಂಗಮ ಸೇವೆಯಲ್ಲಿ ತಮ್ಮ ಜೀವನದ ಸಾರ್ಥಕತೆಯನ್ನು ಕಂಡುಕೊಂಡ ಶಿವ ಶರಣರು ತಮ್ಮ ಸರ್ವಸ್ವವನ್ನು ಗುರುಲಿಂಗ ಜಂಗಮಕರ್ಪಿತ ಎಂದವರು. ಹಾಗೆ ಯೇ ನುಲಿ ಅಂದರೆ ಹಗ್ಗದ ಕಾಯಕವನ್ನ ಮಾಡುವ ಒಬ್ಬ ಸಾಮಾನ್ಯ ವ್ಯಕ್ತಿ ಚಂದಯ್ಯನೂ ಕೂಡ ಗುರುಲಿಂಗ ಜಂಗಮಕ್ಕೆ ಸರ್ವಸ್ವವನ್ನು ಅರ್ಪಿಸುವೆ ಎನ್ನುತ್ತಾನೆ. ಒಬ್ಬ ಸಾಮಾನ್ಯನ ಮನಸ್ಸಿನಲ್ಲೂ ಗುರುಲಿಂಗ ಜಂಗಮದ ಮಹತ್ವವನ್ನ ಬಿತ್ತಿದ ಶರಣರ ಆಶಯ ದೊಡ್ಡದು ಶರಣರ ಆಶಯವನ್ನು ಗೌರವಿಸಿ ಗುರುಲಿಂಗ ಜಂಗಮದ ಮಹತ್ವ ಅರಿತು ವಚನ ರಚನೆಯಂತ ಮಹಾನ್ ಕಾರ್ಯದಲ್ಲಿ ತನ್ನನ್ನು ತೊಡಗಿಸಿದ ಶಿವಶರಣ ನುಲಿಯ ಚಂದಯ್ಯ ಒಬ್ಬ ಮಹಾ ಶರಣ ಎನ್ನುವುದರಲ್ಲಿ ಎರಡು ಮಾತಿಲ್ಲ. ಗುರುವಿರಲಾರದೆ ಲಿಂಗವನ್ನು ಅರಿಯಲು ಸಾಧ್ಯವಿಲ್ಲ. ಗುರು ತೋರಿದ ಮಾರ್ಗದಲ್ಲಿ ಮುಂದೆ ಸಾಗಬೇಕು.

ಮನಸ್ಸಿನಲ್ಲಿ ಯಾವ ಸಂಶಯವು ಇಟ್ಟುಕೊಳ್ಳಲಾರದೆ ನಾವು ಜಂಗಮ ಲಿಂಗಕ್ಕೆ ತನು ಮನ ಧನವನರ್ಪಿಸಬೇಕಾದರೆ ಗುರು ಬೇಕೇ ಬೇಕು ಗುರು ಲಿಂಗ ಜಂಗಮಕ್ಕೆ ಸರ್ವಸ್ವವನ್ನು ಅರ್ಪಿಸಿದ ಮೇಲೆ ಚಂದೀಶ್ವರ ಲಿಂಗಕ್ಕೆ ಯಾವ ಭೇದವೂ ಇಲ್ಲ ಎಂಬ ಭಾವ ಈ ವಚನದಲ್ಲಿದೆ. ಅನುಭಾವದಿಂದ ಹುಟ್ಟಿದ ಲಿಂಗ ಜಂಗಮ ಹುಟ್ಟಲು ಮೂಲಕನಾದವರು ಗುರು. ಗುರು ಲಿಂಗ ಜಂಗಮಕ್ಕೆ ನಿಷ್ಠರಾಗಿರಬೇಕು ಎಂಬ ಅನುಭವದ ನುಡಿಯನ್ನು ಶರಣಯ್ಯನವರು ಹೇಳುತ್ತಾರೆ.

ವಚನ 2

ಸತ್ಯ ಶುದ್ಧ ಕಾಯಕದಿಂದ ಬಂದ ದ್ರವ್ಯದಲ್ಲಿ ಚಿತ್ತ
ವೀಚ್ಛಂದವಾಗದಿರಬೇಕು
ನೇಮದ ಕೂಲಿಯಂದಿನ ನಿತ್ಯ ನೇಮದಲ್ಲಿ ಸಂದಿಲ್ಲದಿರಬೇಕು.
ನೇಮದ ಕೂಲಿಯ ಬಿಟ್ಟು
ಹೇಮದಾಸೆಗೆ ಕಾಮಿಸಿ ದ್ರವ್ಯವ ಹಿಡಿದರೆ
ತಾಮಾಡುವ ಸೇವೆ ನಷ್ಟವಯ್ಯ
ನಿನ್ನಾಸೆಯ ವೇಷದ ಪಾಶಕ್ಕೆ ನೀನೇ ಹೋಗು
ಚಂದೇಶ್ವರ ಲಿಂಗಕ್ಕೆ ಪ್ರಾಣವಯ್ಯಾ.

ಕಾಯಕಕ್ಕೆ ನಿಜಭಾಷ್ಯ ಬರೆದವರು ನುಲಿಯ ಚಂದಯ್ಯನವರು ಎಂತಹ ಕಾಯಕವನ್ನ ನಾವು ಮಾಡಬೇಕು ನಾವು ಮಾಡುವ ಕಾಯಕ ಲಿಂಗಕ್ಕೆ ಅರ್ಪಿತವಾಗಬೇಕಾದರೆ ಆ ಕಾಯಕದ ಹಿಂದಿನ ಮನಸ್ಸು ಹೇಗಿರಬೇಕು ಎಂಬುದನ್ನು ಬಹು ಸುಂದರವಾಗಿ ಈ ವಚನದಲ್ಲಿ ಹೇಳಿದ್ದಾರೆ. ಕಳೆದ ಕಾಯಕ ಎಂದರೆ ಹೊಟ್ಟೆ ಹೊರೆಯುವುದಕ್ಕಾಗಿ ಸ್ವಾರ್ಥದಿಂದ ಮಾಡುವ ಕೆಲಸ ಅಲ್ಲ ಅದು ಬರೀ ಉಪಜೀವನ ಅಲ್ಲ ಕಾಯಕ ಎಂಬುದು ಸ್ವಚ್ಛ ಮನಸ್ಸಿನಿಂದ ಮಾಡುವ ಕೆಲಸ. ಅದು ದೊಡ್ಡ ಲಾಭವನ್ನ ಕೊಡುವಂತದ್ದು ಇರಲಿ, ಚಿಕ್ಕ ಲಾಭವನ್ನು ಕೊಡುವಂತದ್ದು ಇರಲಿ. ಕಾಯಕ ಮಾಡುವ ಮನಸ್ಸಿನಲ್ಲಿ ಸ್ವಾರ್ಥ ತುಂಬಿರಬಾರದು. ಅಂತಹ ಮನಸ್ಸಿನಿಂದ ಕಾಯಕ ಮಾಡಿದರೆ ಅದು ಲಿಂಗಕ್ಕೆ ಅರ್ಪಿತವಾಗಲಾರದು. ಅಂತಹ ಕಾಯಕ ವ್ಯರ್ಥ ನಾವು ಮಾಡುವ ಕಾಯಕದಿಂದ ಲಾಭ ಕಡಿಮೆ ಬಂದರೂ ಬಂದುದರಲ್ಲಿಯೇ ನಾವು ದಾಸೋಹ ಮಾಡಿದರೆ ಅದು ಲಿಂಗಾರ್ಪಿತವಾಗಲು ಯೋಗ್ಯ ಕಾಯಕ. ಶಿವಶರಣ ನುಲಿಯ ಚಂದಯ್ಯನವರು ಬಸವಾದಿ ಶಿವಶರಣರ ಸಂಘದಲ್ಲಿದ್ದು ಕಾಯಕದ ಮಹತ್ವವನ್ನು ತಿಳಿದವರಾದ್ದರಿಂದ ಅಹಂಕಾರದಿಂದ ಸೊಕ್ಕಿನಿಂದ ನೀವು ಭಕ್ತಿಯನ್ನು ಮಾಡಹೊರಟರೆ ಅದು ಶಿವಾರ್ಪಿತವಾಗಲಾರದು. ನೈವೇದ್ಯ ಅನ್ನುವುದು ಸತ್ಯ ಶುದ್ಧ ಕಾಯಕದಿಂದ ಬಂದ ಪ್ರತಿಫಲವಾಗಿರಬೇಕು ಅಂದಾಗ ಮಾತ್ರ ಅದು ಪವಿತ್ರ ಹೀಗೆ ಬಂದ ಪ್ರತಿಫಲದಿಂದ ಜಂಗಮಾರಾಧನೆಯನ್ನು ಮಾಡಬೇಕು.

ಜಂಗಮ ಆರಾಧನೆಯನ್ನ ಮಾಡುವುದಕ್ಕೋಸ್ಕರ ನಾವು ನಿತ್ಯ ನೇಮದ ಕೂಲಿಯನ್ನು ಬಿಟ್ಟು ಹೇಮದ ಆಸೆಗಾಗಿ ಹೆಚ್ಚಿನ ಗಳಿಕೆಗಾಗಿ ಸ್ವಾರ್ಥದ ಕೆಲಸ ಮಾಡಿದರೆ ಜಂಗಮರ ಆರಾಧನೆಯ ಪುಣ್ಯ ನಮಗೆ ಲಭಿಸಲಾರದು. ನಿಸ್ವಾರ್ಥಮನೋಭಾವನೆಯ ಕಾಯಕ ನಿಷ್ಕಲ್ಮಶಮನದ ಭಕ್ತಿ ಇದು ಚಂದಯ್ಯನವರ ಜೀವನದ ಆದರ್ಶವಾಗಿತ್ತು

ನಿಜ ಕಾಯಕ ನಿಷ್ಠೆಯಿಂದ ನಿರ್ಭೀತ ವಿಚಾರ ಸರಣಿಯಿಂದ, ನಿರ್ಮಲವಾದ ನಡೆನುಡಿಯಿಂದ, ನಿರಹಂಕಾರ ವೃತ್ತಿಯಿಂದ, ನಿಷ್ಕಲ್ಮಶ ಜೀವನದಿಂದ,ನಿಜದ ರೂಪಾಗಿ ಶಾಶ್ವತ ಕೀರ್ತಿಯನ್ನು ಗಳಿಸಿದವರು, ಕೀರ್ತಿ ಕಾಯದಲ್ಲಿ ನಿಂತವರು ಚಂದಯ್ಯನವರು.

ಅನುಭವ ಮಂಟಪದಲ್ಲಿ ಪ್ರಭುದೇವರು ಬಸವಣ್ಣ ಚೆನ್ನಬಸವಣ್ಣ ಮಡಿವಾಳ ಮಾಚಿದೇವ ಇವರೆಲ್ಲರ ವಿಚಾರಧಾರೆಗಳನ್ನು ಒಪ್ಪಿಕೊಂಡ ಮಹಾಕಾಯಕ ಯೋಗಿ ನುಲಿಯ ಚಂದಯ್ಯನವರು.

ಬಸವಣ್ಣನವರನ್ನು ಅಂಗದ ಸತ್ಕ್ರೀ ಎಂದು ಪೂಜಿಸಿದವರು ಚಂದಯ್ಯನವರು. ಕಾಯಕ ಪ್ರತಿಯೊಬ್ಬನ ಅವಶ್ಯಕತೆ ಅದರಲ್ಲಿ ಮೇಲು ಕೀಳುಗಳಿಲ್ಲ. ಅದು ವ್ಯಕ್ತಿತ್ವವನ್ನು ನಿರ್ಧರಿಸುವುದಿಲ್ಲ. ಆದರೆ ಕಾಯಕದಲ್ಲಿರುವ ನಿಷ್ಠೆ ವ್ಯಕ್ತಿತ್ವವನ್ನು ನಿರ್ಧರಿಸುತ್ತದೆ. ನಿಷ್ಠೆ ಸರಿಯಾಗಿದ್ದರೆ ಮಾತ್ರ ಕಾಯಕಕ್ಕೆ ಬೆಲೆ ಜೀವನ್ ಮುಕ್ತಿಗೆ ಕಾಯಕವೇ ತಪಸ್ಸು ದುಡಿಮೆ ಕಾಯಕವಾಗಬೇಕಾದರೆ ಅದರ ಫಲವನ್ನು ಹಂಚಿ ತಿನ್ನಬೇಕು. ಅದಕ್ಕೆ ಈ ಸಾಲುಗಳು ಸಾಕ್ಷಿ "ಗುರುವಾದರೂ ಕಾಯಕದಿಂದಲೇ ಜೀವನ ಮುಕ್ತಿ ಲಿಂಗವಾದರೂ ಕಾಯಕದಿಂದಲೇ ಶಿಲೆಯ ಕುಲಹರಿಯುವುದು ಜಂಗಮವಾದರೂ ಕಾಯಕದಿಂದಲೇ ವೇಷದ ಪಾಶ ಹರಿಯುವುದು" ಯಾವ ಕಾಯಕವೂ ಕೀಳಲ್ಲ ಸಮಸಮಾಜ ನಿರ್ಮಾಣಕ್ಕೆ ನಿಸ್ವಾರ್ಥದ ಕಾಯಕವೇ ಅವಶ್ಯಕತೆ ಇದೆ ಎಂದು ಸಾರಿದವರು, ಚಂದಯ್ಯನವರು.

⌘

23. ಅಂಬಿಗರ ಚೌಡಯ್ಯ

ಸರಸ್ವತಿ ಬಿರಾದಾರ, ಪುಣೆ

12ನೇ ಶತಮಾನವು ಕ್ರಾಂತಿಯುಗ ಬಸವಯುಗ ಎಂದು ಕರೆಯಲ್ಪಟ್ಟ ಶತಮಾನವು. ಇಲ್ಲಿ ಪಂಚಧಾರೆಗಳಾಗಿ ಬಸವಣ್ಣ ಅಲ್ಲಮಪ್ರಭು ಅಕ್ಕ ಮಹಾದೇವಿ ಸಿದ್ಧರಾಮ ಚನ್ನಬಸವಣ್ಣ ಮತ್ತು 770 ಶರಣರು ನಕ್ಷತ್ರಪುಂಜದಂತೆ ಇದ್ದರು. ಇವರಲ್ಲಿ ಅಂಬಿಗರ ಚೌಡಯ್ಯನು ಒಬ್ಬ. ಉಳಿದಲ್ಲಾ ವಚನಕಾರರಿಗಿಂತ ಭಿನ್ನವಾಗಿರುವ ಹಾಗೂ ಶ್ರೇಷ್ಠ ವ್ಯಕ್ತಿತ್ವ ಹೊಂದಿರುವ ವೃತ್ತಿಯಲ್ಲಿ ಅಂಬಿಗ, ಪ್ರವೃತ್ತಿಯಲ್ಲಿ ಅನುಭವಿಕ ಶರಣನು.

ಅಂಬಿಗರ ಚೌಡಯ್ಯನು 1160ರಲ್ಲಿ ಹಾವೇರಿ ಜಿಲ್ಲೆಯ ರಾಣಿಬೆನ್ನೂರಿನ ಚೌಡದಾನಪುರ (ಶಿವಪುರ)ದಲ್ಲಿ ಜನಿಸಿದರು. ತಂದೆ ವಿರೂಪಾಕ್ಷ ತಾಯಿ ಪಂಪಾದೇವಿ. ಇವರ ಮೂಲ ಹೆಸರು ಚೌಡೇಶ. ಅಂಬಿಗ ವೃತ್ತಿ.

ತಾನು ಕೇವಲ ತುಂಬಿದ ಹೊಳೆಯಲ್ಲಿ ದೋಣಿ ಹುಟ್ಟು ಹಾಕುವ ಅಂಬಿಗ ಮಾತ್ರವಲ್ಲ ಭವಸಾಗರದಲ್ಲೂ ಹುಟ್ಟು ಹಾಕುವ ಕೌಶಲ್ಯವುಳ್ಳವರೆಂದು ಹೇಳಿಕೊಂಡಿದ್ದಾರೆ. ಇವರದು ಶಿವಾನುಭವ ಪರವಾದ ವಚನಗಳಿದ್ದು ಸಮಾಜದ ವಿಡಂಬನೆಯಿಂದ ಕೂಡಿದ ವಚನಗಳಾಗಿವೆ ಅವರು ಕೆಚ್ಚೆದೆಯ ನ್ಯಾಯ ನಿಷ್ಠುರ, ದಯಾ ದಾಕ್ಷಿಣ್ಯಪರವಿಲ್ಲದೆ ಅನ್ಯಾಯವಿದ್ದಲ್ಲಿ ಯಾರನ್ನೇ ಆಗಲಿ ಟೀಕಿಸಿ ನೇರ ನುಡಿಯ ಇದ್ಧದನ್ನು ಇದ್ದ ಹಾಗೆ ಹೇಳುವ ಅಂದಿನ ಲೋಪ ದೋಷ ನಿರ್ಧಾಕ್ಷಿಣ್ಯವಾಗಿ ಎತ್ತಿ ತೋರಿಸುವ ವಚನಕಾರರು. ಒಟ್ಟಾರೆ ಇವರ ವಚನಗಳಲ್ಲಿ ಗಣಾಚಾರ ನಿಷ್ಠೂರತೆ ಕಲಿತನಾ ಸಾಮಾಜಿಕ ಕಳಕಳಿ ವಿಡಂಬನೆ ಟೀಕೆಗಳು ಕಾಣಬರುತ್ತವೆ. ಇವರು ವೃತ್ತಿ ಕಾಯಕವನ್ನೇ ಅಂಕಿತನಾಮವನ್ನಾಗಿ ಇಟ್ಟುಕೊಂಡಿದ್ದಾರೆ.

ಇವರ ಒಂದು ವಚನ ನೋಡೋಣ

ಅರ್ಚನೆಯ ಮಾಡುವಲ್ಲಿ ವೇಷವ
ಅರಿತಿರಬೇಕು
ಪೂಜೆಯ ಮಾಡುವಲ್ಲಿ ಪುಣ್ಯ ಮೂರ್ತಿ ಆಗಿರಬೇಕು
ಕೊಳು ಕೊಡುವಲ್ಲಿ ಭೂತಹಿತ ವಾಗಿರಬೇಕು.
ಇಂತಿ ಸಡಗರಿಸಿ ಕೊಂಡಿಪ್ಪಾತನ ಅಡಿಗೆ
ಎರಗುವೆ ಎಂದಾತ ಅಂಬಿಗರ ಚೌಡಯ್ಯ.

ಈ ವಚನದಲ್ಲಿ ಶರಣರು ಅರ್ಚನೆ ಪೂಜೆ ಹೇಗೆ ಮಾಡಬೇಕು ಎಂಬುದು ವಿವರಿಸಿದ್ದಾರೆ.

ಅರ್ಚನೆಯ ಮಾಡುವಲ್ಲಿ ವೇಷವ ಅರಿತಿರಬೇಕು ಪೂಜೆಯ ಮಾಡುವಲ್ಲಿ ಪುಣ್ಯ ಮೂರ್ತಿ ಆಗಿರಬೇಕು.

ಅರ್ಚನೆ ಎಂದೊಡನೆ ಆರಾಧ್ಯ ದೈವ ಮತ್ತು ಗುರುವನ್ನು ಮನಪೂರ್ವಕವಾಗಿ ಆರಾಧಿಸುವುದು, ಆಗ ನಮ್ಮ ವೇಷ ಅಂದರೆ ಸ್ಥಿತಿಗತಿಗಳನ್ನು ಸಂಪೂರ್ಣವಾಗಿ ಅರೆತು ಪುಣ್ಯ ಮೂರ್ತಿಯಾಗಿ ಅಂದರೆ ಅರಿ ಷಟ್ವರ್ಗಗಳನ್ನು ಅಳಿದು ಸದಾಚಾರಿಯಾಗಿ ಅಹಂಕಾರವನ್ನು ತೊರೆದು ಕಿಂಕರನಾಗಿ ಸದ್ಗುಣವಾಗಿ (ಅಂತರಂಗದಲ್ಲಿ ಅರಿವಾದಡೇನು ಬಹಿರಂಗದಲ್ಲಿ ಕ್ರಿಯೆ ಇಲ್ಲದ ನ್ನಕ್ಕ) ಒಳಗೂ ಹೊರಗೂ ನಿರ್ಮಲರಾಗಿ ಪೂಜಿಸಬೇಕು ಕೊಳು ಕೊಡುವಲ್ಲಿ ಬೂತಹಿತವಾಗಿರಬೇಕು. ಎಂದರೆ ವ್ಯವಹಾರದಲ್ಲಿ ಪ್ರಾಮಾಣಿಕರಾಗಿ ಬೇರೆಯವರ ದ್ರವ್ಯಕ್ಕೆ ಆಸೆಪಡದೆ ಕಾಯಕದಿಂದ ಬಂದ ದ್ರವ್ಯವನ್ನು ತಾವು ಸೇವಿಸಿ ದಾಸೋಹಕ್ಕೆ ಸಮಾಜಕ್ಕೆ ಬಳಸುತ್ತಾ ಎಲ್ಲರಿಗೂ ಒಳ್ಳೆಯದನ್ನೇ ಬಯಸುವ ವ್ಯಕ್ತಿಯಾದರೆ ಅಂಥವರ ಅಡಿಗಳಿಗೆ ಎರಗುವೆ ಎಂದಿದ್ದಾರೆ ಅಂಬಿಗರ ಚೌಡಯ್ಯನವರು.

ಅವರ ಇನ್ನೊಂದು ವಚನ ಎಲ್ಲರಿಗೂ ಪರಿಚಿತವಾದ ವಚನವಿದು.

ಬಡತನಕ್ಕೆ ಉಂಬುವಚಿಂತೆ ಉಣಲಾದರೆ
ಉಡುವ ಚಿಂತೆ, ಇಡಲಾದರೆ
ಹೆಂಡಿರ ಚಿಂತೆ, ಹೆಂಡಿರಾರಾದರೆ
ಮಕ್ಕಳ ಚಿಂತೆ, ಮಕ್ಕಳಾದರೆ ಬದುಕಿನ ಚಿಂತೆ
ಬದುಕಾದರೆ ಕೇಡಿನ ಚಿಂತೆ ಇಂತಿ ಹಲವು

ಚಿಂತೆಗಳಲ್ಲಿ ಇದ್ದವ ರನು ಕಂಡೆನು,

ಶಿವ ಚಿಂತೆ ಯಲ್ಲಿರುವ ವರನು ಒಬ್ಬರನ್ನು

ಕಾಣೆ ಎಂದಾತ ಅಂಬಿಗರ ಚೌಡಯ್ಯ

ಇದು ಸರಳವಾದ ಎಲ್ಲರಿಗೂ ಅರ್ಥವಾಗುವ ವಚನ

ದೇವರು ಮಾನವನಿಗೆ ಉಳಿದ ಜೀವ ರಾಶಿಗಳಿಗೆಲ್ಲ ಇಲ್ಲದ ವಿಶೇಷ ಜ್ಞಾನ ಬುದ್ಧಿ ಕೊಟ್ಟಿದ್ದಾನೆ. ಆದರೆ ಮನುಷ್ಯನ ಆಸೆ ಒಂದರ ನಂತರ ಮತ್ತೊಂದು ಹೇಗೆ ಮೂಡುತ್ತಿವೆ ನೋಡಿ. ಉಂಬುವ, ಉಡುವ ಇಡುವ ಹೆಂಡಿರ ಮಕ್ಕಳ ಕೇಡಿನ ಚಿಂತೆಯನ್ನೇ ಯಾವಾಗಲೂ ಮಾಡುತ್ತಾನೆ ಹೊರತಾಗಿ ದೇವ ಸಾಕ್ಷಾತ್ಕಾರ ಶಿವ ಚಿಂತೆ ಮಾಡುವುದಿಲ್ಲ (84 ಲಕ್ಷ ಜನ್ಮಗಳಲ್ಲಿ ಮಾನವ ಜನ್ಮ ಅರಿವಿನ ಜನ್ಮ ಇದನ್ನು ವ್ಯರ್ಥವಾಗಿ ಕಳೆದುಕೊಳ್ಳದೆ ತಾನಾರು? ಎಂದು ಅರಿದುಕೊಂಡು ಮಾನವ ಜನ್ಮದ ಸಾಫಲ್ಯತೆಯ ಬಗ್ಗೆ ಯೋಚಿಸದೆ ಲೌಕಿಕ ಆಸೆಗಳ ಬೆನ್ನತ್ತಿ ನೋವುಗಳ ಸರಮಾಲೆಯನ್ನೇ ಪಡೆಯುತ್ತೇವೆ). ಎಂದಿದ್ದಾರೆ

ಚೌಡಯ್ಯನವರ ಇನ್ನೊಂದು ವಚನ

ಕಟ್ಟಿದ ಲಿಂಗವ ಬಿಟ್ಟು ಬೆಟ್ಟದ ಲಿಂಗಕ್ಕೆ ಹೋಗಿ

ಅಡಿ ಮೇಲಾಗಿ ಬೀಳುವ ಲೊಟ್ಟೆಮೂಳರ

ಲಟಲಟನೆ ಹೊಡೆಯಂದಾತ ಅಂಬಿಗರ ಚೌಡಯ್ಯ.

ಶರಣರು ಗಣಾಚಾರಿಗಳಾಗಿ ಅಡಿಮೇಲಾಗಿ ಎರಗುವವರ ತಿದ್ದಲಿಕ್ಕಾಗಿಯೇ ಅರಿವನ್ನು ಮೂಡಿಸುವುದಕ್ಕಾಗಿಯೇ ಈ ವಚನ ಬರೆದಿದ್ದಾರೆ ಎಂದೆನಿಸುತ್ತದೆ.

ಇಷ್ಟ ಲಿಂಗದಲ್ಲಿಯೇ ಸಂಪೂರ್ಣ ನಿಷ್ಠೆ ಇಟ್ಟು ಪೂಜಿಸಲು ಹೇಳಿದ್ದಾರೆ ಬಸವಣ್ಣ ಮತ್ತು ಅವರು ಕೊಟ್ಟ ಇಷ್ಟಲಿಂಗದಲ್ಲಿ ಸರ್ವವು ನಾವು ಬಯಸಿದ್ದೆಲ್ಲಾ ಸಿಗುವಾಗ ಸ್ಥಾವರ ಲಿಂಗಗಳಿಗೆ ಹೋಗಿ ಅಲ್ಲಿ ಅಡ್ಡಬಿದ್ದು ನಮಸ್ಕರಿಸುವವರನ್ನು ತಿರಸ್ಕರಿಸಿದ್ದಾರೆ. ಲಿಂಗವಂತ ಧರ್ಮವೇ ಆಗರದ ಖಣಿಯಾಗಿರುವಾಗ ಅನ್ಯ ದೈವಗಳಿಗೆ ಹೋಗಿ ಅವರು ಎತ್ತಿ ಹಾಕುವ ತೀರ್ಥ ಪ್ರಸಾದಗಳನ್ನು ಪಡೆಯುವ ಮೂಢಭಕ್ತರಿಗೆ ತಿರಸ್ಕರಿಸಿದ್ದಾರೆ (ಎಡಪಾದದ ರಕ್ಷೆ ತೆಗೆದುಕೊಂಡು ಲಟಲಟನೆ ಹೊಡೆ ಎಂದಿದ್ದಾರೆ ಅಂಬಿಗರ ಚೌಡಯ್ಯನವರು.)

ಅವರ ಕಲ್ಲು ನಾಗರ ಕಂಡರೆ ಹಾಲನರೆ, ಎಂಬರು

ಅರಿಯದ ಗುರು ಅರಿಯದ ಶಿಷ್ಯನಿಗೆ, ಬೊದೆ,

ಕಲ್ಲು ದೇವರ ಪೂಜೆ ಮಾಡಿ ಕಲಿಯುಗದ ಕತ್ತೆ

ಇನ್ನು ಅನೇಕ ಗಣಾಚಾರ ವಚನಗಳಿವೆ

ಚೌಡಯ್ಯನಂತ ಶರಣರು ಈಗಿನ ಕಾಲಕ್ಕೆ ಬೇಕೇ ಬೇಕು. ಈಗಿನ ಮಠದ ಗುರುಗಳೆ ಮೂಢತನದ ಸಂಪ್ರದಾಯಗಳನ್ನು ಹೇಳಿ ಜನರನ್ನು ಅಧಃಪತನಕ್ಕೆ ಸಾಗಿಸುವಾಗ ಗಣಾಚಾರಿತತ್ವದ ಸತ್ಯದ ಅರಿವನ್ನು ಮೂಡಿಸುವ ಶರಣರ ಅವಶ್ಯಕತೆ ಬಹಳವಿದೆ ಎಂದೆನಿಸುತ್ತದೆ.

⌘

24 ಸಕಲೇಶ ಮಾದರಸ

ಶರಣೆ ನೀಲವಿಜಯ ಮಹಾಂತಮ್ಮ

12ನೇ ಶತಮಾನವು ಯಾವ ವೈಜ್ಞಾನಿಕ ಸೌಲಭ್ಯಗಳು ಇಲ್ಲದ ಕಾಲವಾಗಿತ್ತು. ಇಂತಹ ಸಂದರ್ಭದಲ್ಲಿ ಕಾಶ್ಮೀರದಿಂದ ಕನ್ಯಾಕುಮಾರಿವರೆಗೆ ಅಫಘಾನಿಸ್ಥಾನದಿಂದ ಬೆಂಗಲಾದವರೆಗಿನಜನ ಬಸವಕಲ್ಯಾಣಕ್ಕೆ ಧಾವಿಸಿ ಬಂದರು. ಕಾರಣವೆಂದರೆ ಬಸವಣ್ಣನವರಲ್ಲಿ ಎಲ್ಲರನ್ನು ಆಕರ್ಷಿಸುವ ಶಕ್ತಿ ಇತ್ತು. ಎಂತಹ ಕಳ್ಳನಿರಲಿ ಕೊಲೆಗಾರನಿರಲಿ ಅವರನ್ನು ಪರಿವರ್ತನೆ ಮಾಡುವ ಶಕ್ತಿ ಬಸವಣ್ಣನವರಲ್ಲಿ ಇತ್ತು. ಹೀಗಾಗಿ ಬಸವಣ್ಣನವರ ಕಲ್ಯಾಣವನ್ನು ಹುಡುಕಿಕೊಂಡು ಜನ ತಂಡೋಪ ತಂಡವಾಗಿ ಬಂದರು ಏತಕ್ಕಾಗಿ ಬಂದರು. ಎಂದರೆ ಮಾನವ ಜೀವನದ ಸಾರ್ಥಕತೆಯನ್ನು ಸಾಧಿಸುವ ಗುರಿಯನ್ನು ಹೊತ್ತುಕೊಂಡು ಬಂದರು.

ಕೇವಲ ಜನಸಾಮಾನ್ಯರು ಮಾತ್ರವಲ್ಲದೆ ರಾಜ ಮಹಾರಾಜರು ತಮ್ಮ ಅರಸೊತ್ತಿಗೆಯನ್ನು ಬಿಟ್ಟು ಕಲ್ಯಾಣಕ್ಕೆ ಬಂದು ಕಾಯಕ ದಾಸೋಹದಲ್ಲಿ ನೆಮ್ಮದಿಯನ್ನು ಕಂಡರು. ಕಾಶ್ಮೀರದ ಮಹಾದೇವಭೂಪಾಲ, ಚಂದಿಮರಸ, ಶಾಂತರಸ ಅಂತಹ ಸಾಲಿನಲ್ಲಿ ಬರುವ ಸಕಲೇಶ ಮಾದರಸ ತಮ್ಮ ರಾಜ್ಯವೈಭೋಗವನ್ನು ತೊರೆದು ಜೀವನದ ಸಾರ್ಥಕತೆಯನ್ನು ಪಡೆದುಕೊಳ್ಳಲು ಕಲ್ಯಾಣಕ್ಕೆ ಬಂದರು.

ಮಾದರಸರ ತಂದೆ ಮಲ್ಲರಸರು ಮರಾಠವಾಡದ ಈಗಿನ ನಾಂದೇಡ ಸಮೀಪದ ಕಲ್ಲಗುರ್ಕಿಯಲ್ಲಿ ರಾಜ್ಯಭಾರ ಮಾಡುತ್ತಿದ್ದರು. ಅವರು ಜೀವನದಲ್ಲಿ ವೈರಾಗ್ಯ ತಾಳಿ ಪಟ್ಟವನ್ನು ತ್ಯೆಜಿಸಿ ತನ್ನ ಮಗನಾದ ಸಕಲೇಶನಿಗೆ ರಾಜ್ಯವನ್ನು ಒಪ್ಪಿಸಿ ಶ್ರೀ ಶೈಲ ಪರ್ವತದ ಕಡೆ ತೆರಳಿದನು. ಮಾದರಸನು ಜ್ಞಾನಿಯಾಗಿದ್ದನು ಅವರು ಸಹ ತಮ್ಮ ರಾಜ್ಯಭಾರವನ್ನು ತನ್ನ ಮಗ ಮಾಯಿದೇವನಿಗೆ ವಹಿಸಿ ತನ್ನ ತಂದೆಯಂತೆ ದೇಶಾಂತರ ಹೊರಟರು.

ವೈರಾಗ್ಯಪರನಾಗಿ ಅರಸೊತ್ತಿಗೆಯನ್ನು ಬಿಟ್ಟು ಹೊರಟ ಮಾದರಸ ಅಂಬೆ ಎಂಬಲ್ಲಿಗೆ ಬರುತ್ತಾನೆ. ಇವರ ವಾಕ್ ಚತುರ್ಯ, ಸಂಗೀತ ಕಲೆಯಿಂದ ಅಂಬಿಯ ಜನರ ಮನಸ್ಸನ್ನು ಗೆದ್ದನು ಆತನೊಬ್ಬ ಬಹು ದೊಡ್ಡ ಸಂಗೀತಗಾರನಾಗಿದ್ದ. ಹೀಗಾಗಿ ಅಂಬಿಯ ಜನ ಮಾದರಸನನ್ನು ಅಲ್ಲಿಯೇ ಉಳಿಸಿಕೊಂಡರು.

ರಾಜ್ಯ ಶ್ರೀಮಂತಿಕೆಯನ್ನು ತೊರೆದು ಬಂದರೂ ಮಾದರಸನ ರಾಜವೈಭವದ ಇಷ್ಟಲಿಂಗ ಪೂಜೆಗೆ ಚ್ಯುತಿ ಬಂದಿರಲಿಲ್ಲ. ಪೂಜೆಗೆ ಬೇಕಾದ ನಿಚ್ಚ ಹನ್ನೆರಡು ಹೊನ್ನುಗಳನ್ನ ಅಂಬಾನಗರದ ಭಕ್ತರು ಪಾಳಿಯಿಂದ ಪೂರೈಸುತ್ತಿದ್ದರು. ಒಂದು ದಿನ ಆ ಪಾಳಿ ಒಬ್ಬ ಬಡವನದಾಗಿತ್ತು. ಆತ ತನ್ನ ಮಗಳನ್ನು ಒತ್ತೆ ಇಟ್ಟು ಹನ್ನೆರಡು ಹೊನ್ನುಗಳನ್ನು ತಂದು ಕೊಟ್ಟನು. ಇದು ಇಷ್ಟಲಿಂಗ ಪೂಜೆಯ ಸಮಯದಲ್ಲಿ ತಿಳಿಯಿತು. ಆಗ ಮಾದರಸನಿಗೆ ಪಶ್ಚಾತಾಪವಾಯಿತು ಆ ಸಂದರ್ಭದಲ್ಲಿ ಸರ್ವಸಂಗವ ಪರಿತ್ಯಾಗವ ಮಾಡಿ ಲಿಂಗಗೂಡಾಗಿ ತನುಪರಿಣಾಮವನೈದಿ ಪೇರತನರಿಯದೆ ಹೋದೆ ಎಂದು ಹೇಳಿ ಅಂಬಿಯಿಂದ ನಿರ್ಗಮಿಸಿ ಶ್ರೀ ಶೈಲಕ್ಕೆ ತೆರಳುತ್ತಾನೆ.

ಶ್ರೀ ಶೈಲದಲ್ಲಿ ತನ್ನ ತಂದೆ ಮಲ್ಲರಸನನ್ನು ಹುಡುಕಿ ತನಗೆ ಗುರುಸ್ಥಾನದಲ್ಲಿದ್ದು ಸನ್ಯಾಸ ದೀಕ್ಷೆಯನ್ನು ಕೊಡು ಎಂದು ಕೇಳುತ್ತಾನೆ. ಆದರೆ ಮಾದರಸನು ಇನ್ನು ಪಕ್ವವಾಗಿಲ್ಲದ್ದನ್ನು ಕಂಡು ಈಗ ಬೇಡ ಇನ್ನೂ ಕೆಲವು ದಿನಗಳು ಕಳಿಯಲಿ ಎಂದು ಹೇಳುತ್ತಾನೆ. ಆದರೆ ಮಾದರಸ ಪಟ್ಟುಹಿಡಿಯುತ್ತಾನೆ. ಆಗ ಮಲ್ಲರಸರು ಒಂದು ಮರದ ನೆರಳನ್ನು ತೋರಿಸಿ ಅಲ್ಲಿ ಅನುಷ್ಠಾನ ಮಾಡಲು ಹೇಳಿ ದೂರ ಹೊರಟು ಹೋಗುತ್ತಾನೆ.

ಮಾದರಸರು ದೃಢ ಮನಸ್ಸಿನಿಂದ ಎರಡು, ಮೂರು ದಿನಗಳವರೆಗೆ ತಪಸ್ಸು ಮಾಡುತ್ತಾರೆ. ಆಗ ತಾನು ತಪಸ್ಸು ಮಾಡುತ್ತಿದ್ದ ಮರವನ್ನು ಒಬ್ಬ ಕುರುಬ ಕಡಿಯಲು ಬರುತ್ತಾನೆ. ಮರ ಕಡಿಯಲು ಬಂದ ಕುರುಬನನ್ನು ನೋಡಿ ಅತಿಯಾಗಿ ಕೆರಳುತ್ತಾನೆ. ಎಲೆ ಕಾಡು ಮನುಷ್ಯನೇ ನಿನ್ನ ಆಡುಗಳಿಗೆ ಈ ಗಿಡದ ತೊಪ್ಪಲೆ ಬೇಕಿತ್ತಾ? ಎಂದು ಕೇಳುತ್ತಾನೆ. ಆ ಕುರುಬನು ಶಾಂತಮನಸ್ಸಿನಿಂದ ಕೇಳುತ್ತಾನೆ ಎಲೆ ತಪಸ್ವಿಯೇ ನಿನಗೆ ಆಡು, ಕುರಿ ಮೇಯುವ ಜಾಗದಲ್ಲಲ್ಲದೆ ದಟ್ಟಅರಣ್ಯದಲ್ಲಿ ದೇವನೊಲಿಯುವದಿಲ್ಲವೇ? ಈ ಒರಟುತನದ ಉತ್ತರದಿಂದ ಮತ್ತಷ್ಟು ಸಿಟ್ಟಿಗೆದ್ದ ಮಾದರಸ ಆ ಕುರುಬನನ್ನು ಬಡಿದುಬಿಡುತ್ತಾರೆ. ಆತ ಬೇರೆ ಯಾರೂ ಆಗಿರದೆ ಆತನ ತಂದೆ ಮಲ್ಲರಸನಾಗಿದ್ದಾನು. ಮಗನ ಚಿತ್ತ ಸಮತೆಯನ್ನು ಪರೀಕ್ಷಿಸಲು ಮಾರು ವೇಷದಲ್ಲಿ ಬಂದಿದ್ದನು. ಇದನ್ನು ತಿಳಿದ ಮಾದರಸ ಪಶ್ಚಾತಾಪ ಪಟ್ಟನು ಆ ಸಂದರ್ಭದಲ್ಲಿ ಹೇಳಿದ ವಚನ ಹೀಗಿದೆ

ಅಡವಿಗೆ ಹೋಗಿ ಇವೆನು?
ಮನದ ರಜ, ತಮ ಬಿಡದು
ಆಡ ಕಾಯುವವನ ದೂರಿ
ಗಿಡ ಕಡಿಯುವವನ ಬಡಿದು
ಆಶ್ರಮವ ಕೆಡಿಸಿತ್ತಲ್ಲ ಸಕಲೇಶ್ವರ
ನಿನ್ನ ಮಾಯೆ ಎತ್ತ ಹೋದರು ಬೆನ್ನಬಿಡದು.

ಪಶ್ಚಾತಾಪದಿಂದ ಬೇಯುವ ಮಗನಿಗೆ ಮಲ್ಲರಸ ಸಮಾಧಾನ ಮಾಡಿ ಹೇಳಿದರು ನಿನ್ನ ಚಿತ್ತ ಸಮತೆಯಲ್ಲಿ ಬರಬೇಕಾದರೆ ನಿನಗೆ ಸಮಾಧಾನ ಶಾಂತಿ ಸಿಗಬೇಕಾದರೆ ಕಲ್ಯಾಣಕ್ಕೆ ಹೋಗಿ ಬಸವಣ್ಣನವರ ಸಾಮಿಪ್ಯದಲ್ಲಿ ಕೆಲಕಾಲ ಕಳೆದು ಮರಳಿ ಶ್ರೀ ಶೈಲಕ್ಕೆ ಬರಬೇಕೆಂದು ಆದೇಶಿಸಿ ಕಳಿಸುತ್ತಾನೆ.

ಸಕಲೇಶ ಮಾದರಸರು ಬಹುಶಃ ಕಲ್ಯಾಣದ ಕೊನೆಯ ದಿನಗಳಲ್ಲಿ ಬಂದಂತೆ ತೋರುತ್ತದೆ. ಆತನ ವಚನಗಳಲ್ಲಿ ಬಸವಣ್ಣ, ಚನ್ನಬಸವಣ್ಣ, ಅಲ್ಲಮಪ್ರಭು, ಜೇಡರದಾಸಿಮಯ್ಯ ಮೊದಲಾದವರ ಹೆಸರುಗಳು ಉಲ್ಲೇಖಿಸಲ್ಪಟ್ಟಿವೆ.

ಬಸವಣ್ಣನವರನ್ನು ಬಲವಾಗಿ ನಂಬಿದ ಸಕಲೇಶ ಮಾದರಸರು ಆತನ ಜತೆಯೇ ಕೂಡಲಸಂಗಮಕ್ಕೆ ಬಂದರೆಂದು ಅಲ್ಲಿಂದ ತಂದೆಯ ಅಂತಿಮ ಇಚ್ಛೆಯಂತೆ ಶ್ರೀ ಶೈಲಕ್ಕೆ ತೆರಳಿ ಅಲ್ಲಿಯೇ ಬಯಲಾದರೆಂದು ಹೇಳಲಾಗಿದೆ.

ಮಾದರಸರ ಆರಾಧ್ಯದೇವರು ಸಕಲೇಶ್ವರ. ವಚನದ ಅಂಕಿತನಾಮ "ಸಕಲೇಶ್ವರ" ತಂದೆ ಮಲ್ಲರಸರಾಗಲಿ ಮುಂದಿನವರಾದ ಮಾಯಿದೇವ – ಪದ್ಮರಸರಾಗಲಿ ಯಾರೂ ವಚನಗಳನ್ನು ಬರೆಯಲಿಲ್ಲ. ಹೀಗಾಗಿ ಸಕಲೇಶ ಎಂಬ ವಿಶೇಷಣ ಇವರಿಗೆ ಸಲ್ಲುತ್ತದೆ. ಇವರ ಒಟ್ಟು 134 ವಚನಗಳು ದೊರತಿವೆ.

ಸಕಲೇಶ ಮಾದರಸರ ವಚನಗಳ ವೈಶಿಷ್ಟೇವೆಂದರೆ ಅವು ಆತ್ಮ ಚರಿತ್ರೆ ನಿರೂಪನಾತ್ಮಕವಾಗಿವೆ ಆತನ ಚರಿತ್ರೆಗೆ ಆತನ ವಚನಗಳೇ ಸಾಕ್ಷಿಯಾಗಿವೆ

ವಚನ ವಿಶ್ಲೇಷಣೆ

ಅದು ಬೇಕು ಇದು ಬೇಕು ಎಂಬ ಎದೆಗುದಿಹತನಬೇಡ.
ಹದುಳಿಗನಾಗಿದ್ದರೆ ಸಾಕು ಪಡಿಪದಾರ್ಥ ತನ್ನಿದ್ದಡಿಗೆ ಬಹುದು
ನಿಧಿ –ನಿಕ್ಷೇಪ ತನ್ನಿದ್ದಡಿಗೆ ಬಹುದು, ಸಕಲೇಶ್ವರ ದೇವನು
ಹೃದಯಶುದ್ಧನಾಗಿ ಶರಣೆಂದರೆ ನಿಜ ಪದವಿಯನೀವನು

ಸಕಲೇಶ ಮಾದರಸ ಈ ವಚನದ ಮೂಲಕ ಮನುಷ್ಯನ ಆಸೆಗೆ ಮಿತಿ ಇರಬೇಕು ಎಂದು ಹೇಳುತ್ತಾನೆ. ಆಸೆಯೇ ದುಃಖಕ್ಕೆ ಮೂಲ ಎಂಬ ಬುದ್ಧನ ಮಾತಿನಂತೆ ಮನುಷ್ಯನ ಎಲ್ಲ ದುಃಖಕ್ಕೆ ಕಾರಣ ಆಸೆ. ಆಸೆ ಇರಬೇಕು ಆದರೆ ದುರಾಸೆ ಇರಬಾರದು ಚನ್ನಬಸವಣ್ಣನವರು ಹೇಳುವ ಹಾಗೆ ಬೇಕೆಂಬುದು ಕಾಯ ಗುಣ ಬೇಡೆಂಬುದು ವೈರಾಗ್ಯ. ಶರಣರೆನಿಸಿಕೊಂಡವರಿಗೆ ಬೇಕು ಬೇಡ ಎಂಬುದು ಇರಬಾರದು.

ಶರಣರಿಗೆ ಕೂಡಿಡುವದು ಗೊತ್ತಿರಲಿಲ್ಲ ಅಂದಿನ ಕಾಯಕದಿಂದ ಬಂದದ್ದನ್ನು ಅಂದೇ ಬಳಸಿ ಸಂತೃಪ್ತಿಯಿಂದ ಇದ್ದರು. ಅವರಿಗೆ ಇಂದಿಂಗೆ ನಾಳಿಂಗೆ ಬೇಕೆಂಬ ಹಂಬಲವಿರಲಿಲ್ಲ. ಆದ್ದರಿಂದ ಅವರು ಸದಾ ಸುಖಿಗಳಾಗಿದ್ದರು. ಆಯ್ದಕ್ಕಿ ಲಕ್ಕಮ್ಮ ಹೇಳುವ ಹಾಗೆ ಅಸೆ ಎಂಬುದು ಅರಸಂಗಲ್ಲದೆ ಶಿವಭಕ್ತರಿಗೆ ಉಂಟೆ ಅಯ್ಯಾ? ಎಂದು. ನಾವು ಸತ್ಯ ಶುದ್ಧ ಕಾಯಕವ ಮಾಡಿದರೆ ಸಂಪತ್ತು ತಾನಾಗಿಯೇ ಬರುತ್ತದೆ. ಇನ್ನೊಬ್ಬರಿಗೆ ಒಳ್ಳೆಯದನ್ನು ಬಯಸುವ ಶುದ್ಧ ಹೃದಯವಂತನಿಗೆ ಭಗವಂತ ನಿಜ ಪದವಿಯನ್ನು ನೀಡುವನು ಎಂಬುದು ಸಕಲೇಶ ಮಾದರಸರ ಸಂದೇಶ.

⌘

25. ಮನವೇ ಲಿಂಗವೆಂದ ಷಟಸ್ಥಲ ಜ್ಞಾನಿ ಕಿನ್ನರಿ ಬ್ರಹ್ಮಯ್ಯ

ಡಾ. ನಿರ್ಮಲಾ ಬಟ್ಟಲ, ಬೆಳಗಾವಿ

ಕರ್ನಾಟಕದ ಇತಿಹಾಸದಲ್ಲಿ 12ನೇ ಶತಮಾನಕ್ಕೆ ತನ್ನದೇ ಆದ ವಿಶೇಷತೆ ಇದೆ. ಜಾತಿ, ವರ್ಗ, ಲಿಂಗ ಬೇಧವಿಲ್ಲದ ಸಮ ಸಮಾಜವನ್ನು ಕಟ್ಟಿ ಪ್ರಗತಿಪರ ಆಲೋಚನೆಗಳನ್ನು ತಮ್ಮ ವಚನಗಳಲ್ಲಿ ದಾಖಲಿಸಿ, ಕನ್ನಡ ಭಾಷೆಯನ್ನು ಹುಲುಸಾಗಿ ಬೆಳೆಸಿದರು ಶರಣರು. ಬಸವಣ್ಣನವರ ಕಾಯಕ ದಾಸೋಹ ತತ್ವಕ್ಕೆ ಮನಸೋತು ಕಾಶ್ಮೀರದಿಂದ ಕನ್ಯಾಕುಮಾರಿಯವರೆಗೆ ಗುಜರಾತಿನಿಂದ ಬಂಗಾಳಕೊಲ್ಲಿಯವರೆಗಿನ ಜನರೆಲ್ಲ ಕಲ್ಯಾಣಕ್ಕೆ ಬಂದು ಶರಣತತ್ವವನ್ನು ಸ್ವೀಕರಿಸಿದರು. ನುಡಿದಂತೆ ನಡೆದರು ಕಾಯಕ ದಾಸೋಹದಲ್ಲಿ ಆತ್ಮ ಸಾಕ್ಷಾತ್ಕಾರವನ್ನು ಮಾಡಿಕೊಂಡರು.

ಬಸವಣ್ಣನವರು ಕಟ್ಟಬಯಸಿದ ವರ್ಗಬೇಧ, ಜಾತಿಬೇಧವಿಲ್ಲದ ಶರಣ ಸಮಾಜಕ್ಕೆ ಆಕರ್ಷಿತನಾಗಿ ಬಂದವನು ಆಂಧ್ರದ ಕಿನ್ನರಿ ಬ್ರಹ್ಮಯ್ಯ. ಕಿನ್ನರಿ ಬ್ರಹ್ಮಯ್ಯ ಆಂಧ್ರಪ್ರದೇಶದ ಪೂಡುರು ಎಂಬ ಗ್ರಾಮದವನು. ಬಸವಣ್ಣನವರ ಸಮಕಾಲೀನನವನು. ಇವನ ತಾಯಿಯ ಹೆಸರು ಕಲಿದೇವಿ. ತಂದೆಯ ಹೆಸರು ತಿಳಿದುಬಂದಿಲ್ಲ. ವೃತ್ತಿಯಿಂದ ಅಕ್ಕಸಾಲಿಗನಾದ ಬ್ರಹ್ಮಯ್ಯನು, ಪ್ರವೃತ್ತಿಯಿಂದ ಕಿನ್ನರಿ ವಾದ್ಯವನ್ನು ನುಡಿಸುವವನಾಗಿದ್ದನು. ತ್ರಿಪುರಾಂತಕ ಲಿಂಗ ಎನ್ನುವ ಅಂಕಿತನಾಮದಲ್ಲಿ ರಚಿಸಿರುವ 18 ವಚನಗಳು ದೊರೆತಿವೆ.

ಷಟ್‌ಸ್ಥಲ ಜ್ಞಾನಿ : ಬಸವಣ್ಣ, ಚೆನ್ನಬಸವಣ್ಣ, ಮಡಿವಾಳ ಮಾಚೀದೇವ, ಮೇದಾರ ಕೇತಯ್ಯ ಮತ್ತು ಕಿನ್ನರಿ ಬ್ರಹ್ಮಯ್ಯ ಈ ಐದು ಜನರು ಷಟ್‌ಸ್ಥಲ ಜ್ಞಾನಿಗಳಾಗಿದ್ದಾರೆ. ಕಿನ್ನರಿ ನುಡಿಸಿ ದೇವರಿಂದ ಕಾಣಿಕೆಯನ್ನು ಪಡೆಯುತ್ತಿದ್ದ ಎನ್ನುವ ಕಾರಣದಿಂದಾಗಿ ಕಿನ್ನರಿ ಬ್ರಹ್ಮಯ್ಯ ಎಂದು ಪ್ರಸಿದ್ಧರಾಗಿದ್ದಾರೆ.

ತನು ಸೆಜ್ಜೆ ಮನ ಲಿಂಗವಾದ ಬಳಿಕ
ಆನು ಮತ್ತೆ ಬೇರೆ ಅರಸಲುಂಟೆ?

ತನುವೆ ಬಸವಣ್ಣ ಮನವೇ ಪ್ರಭುದೇವರೆಂಬ
ಮಹಾ ಘನವನೊಳಕೊಂಡಿರ್ದ ಬಳಿಕ
ಗುಣಾವಗುಣವ ಸಂಪಾದಿಸುವರೇ?
ಮಹಾಲಿಂಗ ತ್ರಿಪುರಾಂತಕದೇವ, ಸಂಗನ ಬಸವಣ್ಣನಲ್ಲಿ
ನಿಮ್ಮಡಿಗಳಲ್ಲಿ ಸಂದು ಸಂಶಯವುಂಟೆ?
ಬಿಜಯಂಗ್ಯವುದಯ್ಯಾ ಪ್ರಭುವೆ.
ತನು ಸೆಜ್ಜೆ ಮನ ಲಿಂಗವಾದ ಬಳಿಕ
ಆನು ಮತ್ತೆ ಬೇರೆ ಅರಸಲುಂಟೆ?

ಕಿನ್ನರಿ ಬ್ರಹ್ಮಯ್ಯನು ತನ್ನ ದೇಹವು ಲಿಂಗವನ್ನಿಡುವ ಕರಡಿಗೆಯಾಗಿದೆ. ಮನವೇ ಲಿಂಗವಾಗಿದೆ. ಮನ ಲಿಂಗವಾಗುವುದೆಂದರೆ ಮನದ ವಿಕಾರಗಳು ಕಳೆದು ಮನ ಪರಿಶುದ್ಧವಾಗುವುದು. ಮನವನ್ನು ಶುದ್ಧಗೊಳಿಸಿ ಪರಿಶುದ್ಧವಾಗುವ ಪ್ರಕ್ರಿಯೆಗೆ ತನ್ನನ್ನು ಒಡ್ಡಿಕೊಳ್ಳುವುದು ಸಾಮಾನ್ಯವಾದುದಲ್ಲ. ಆದರೆ ಶರಣರ ಸಂಗದಿಂದ ಇದನ್ನು ಸಾಧ್ಯಮಾಡಿಕೊಂಡಿರುವ ತಾನು ಬಾಹ್ಯವಾದ ಭೌತಿಕ ಕುರುವಾದ ಲಿಂಗವನ್ನು ಆರಾಧಿಸುವುದಿಲ್ಲವೆಂದು ಹೇಳುತ್ತಾನೆ.

ತನುವೇ ಬಸವಣ್ಣ, ಮನವೇ ಪ್ರಭುದೇವರೆಂಬ ಮಹಾಘನವನೊಳಕೊಂಡಿರ್ದ ಬಳಿಕ ಗುಣಾಗುಣವ ಸಂಪಾದಿಸುವರೇ?

ತನ್ನ ದೇಹವು ಬಸವಣ್ಣನ ಕಾಯಕ ಮತ್ತು ದಾಸೋಹದ ತತ್ವಗಳನ್ನು ಅಳವಡಿಸಿಕೊಂಡಿರುವುದರಿಂದ ತನುವೇ ಬಸವಣ್ಣನಲ್ಲಿ ಅಧೀನವಾಗಿದೆ. ಮನದ ಎಲ್ಲ ವ್ಯಾಪಾರಗಳನ್ನು ಜಯಿಸಿದ ಪ್ರಭುದೇವರ ತತ್ವ ವಿಚಾರಗಳು ತನ್ನ ಮನಸ್ಸನ್ನು ಪ್ರಭಾವಿಸಿರುವುದರಿಂದ ಪ್ರಭುದೇವರು ಮಹಾಘನ ಅವರನ್ನು ತಾನು ಸೇರಿರುವುದರಿಂದ, ತನುಮನದಲ್ಲಿ ನನ್ನದೆನ್ನುವ ಅಸ್ತಿತ್ವವು ಅಳಿದು ಹೋಗಿರವವನು ತಾನು. ತನ್ನಲ್ಲಿ ಗುಣ ಅವಗುಣಗಳು ಎಣಿಸುವುದು ಸರಿಯೇ ಎಂದು ಪ್ರಶ್ನಿಸುತ್ತಾನೆ.

ಮಹಾಲಿಂಗ ತ್ರಿಪುರಾಂತಕ ದೇವಾ, ಸಂಗನಬಸವಣ್ಣನಲ್ಲಿ ನಿಮ್ಮಡಿಗಳಲ್ಲಿ ಸಂದು ಸಂಶಯವುಂಟೆ?

ಬಿಜಯಂಗೈವುದಯ್ಯ ಪ್ರಭುವೇ

ಮಹಾಲಿಂಗ ತ್ರಿಪುರಾಂತಕ ದೇವಾ ನೀನು ಕೃಪೆ ತೋರಲು ಯಾತಕ್ಕೆ ಸಂಶಯಪಡುತ್ತಿರುವೆ. ಪ್ರಭುವೇ ನಾನು ನಿನ್ನಲ್ಲಿ ಸಂಗನ ಬಸವಣ್ಣನಲ್ಲಿ ಶರಣಾದವನು. ತನ್ನ ಮೇಲೆ ದಯೆ ತೋರಿಸು ಸಂಶಯ ಪಡುವ ಅಗತ್ಯವಿಲ್ಲ. ನಾನು ನಿನ್ನ

ಕೃಪೆಗೆ ಪಾತ್ರನಾಗಲು ಯೋಗ್ಯನಾದವನೆಂದು ಪರಿಗಣಿಸು ಎಂದು ನಿವೇದನೆ ಮಾಡಿಕೊಳ್ಳುತ್ತಾನೆ.

ಇದೊಂದು ವಿಶಿಷ್ಠ ವಚನ.

ಭಕ್ತನೊಬ್ಬ ತನ್ನ ಆರಾಧ್ಯ ದೈವಕ್ಕೆ, ತನಗೆ ಕೃಪೆ ತೋರಲು ತನ್ನನ್ನು ತಾನು ಪ್ರಮಾಣೀಕರಿಸಿಕೊಳ್ಳುವ ವಚನ. ಅದಕ್ಕೆ ಬಸವಣ್ಣ ಮತ್ತೆ ಪ್ರಭುದೇವರಂತ ಘನಮಹಿಮರ ಆಧಾರಗಳನ್ನು ನೀಡುತ್ತಾನೆ.

ಕಾಯದಲ್ಲಿ ಕಳವಳವಿರಲು
ಪ್ರಾಣದಲ್ಲಿ ಮಾಯೆಯಿರಲು
ಏತರ ಗಮನ ಏತರ ನಿರ್ವಾಣ
ಮಹಾಲಿಂಗ ತ್ರಿಪುರಾಂತಕ ನಿನ್ನ ಸಂಹಾರಿ ಎಂಬನಲ್ಲದೆ
ಸಜ್ಜೆನೆಯೆಂದು ಕೈವಿಡಿವನಲ್ಲ.

ಈ ವಚನದಲ್ಲಿ ಕಿನ್ನರಿ ಬ್ರಹ್ಮಯ್ಯನವರು ಅಕ್ಕಮಹಾದೇವಿಯ ಕುರಿತಾಗಿ ಹೇಳಿರುವಂತೆ ಕಂಡುಬರುತ್ತದೆ. ಕಾಯದ ಕಳವಳವೆಂದರೆ, ಮನಸ್ಸಿನಲ್ಲಾಗಲಿ ದೇಹದಲ್ಲಾಗಲಿ ನೆಮ್ಮದಿ ಇಲ್ಲದ ಭಾವ. ವಿಷಯಾದಿ ಸುಖಗಳಾದ ಹಸಿವು, ತೃಷೆ, ನಿದ್ರೆ, ಲೈಂಗಿಕ ಬಯಕೆ ಮುಂತಾದ ವಿಷಯಗಳ ಕುರಿತು ಸದಾ ಚಿಂತಿಸುವ ಸ್ಥಿತಿ.

ಏತರ ಗಮನ ಏತರ ನಿರ್ವಾಣ.

ಮನಸ್ಸು ಚಿಂತೆ ಮತ್ತು ಭ್ರಾಂತಿಗಳಲ್ಲಿ ತಲ್ಲೀನವಾದಾಗ ಏಕಾಗ್ರತೆಯನ್ನು ಸಾಧಿಸಲು ಸಾಧ್ಯವಿಲ್ಲ. ಎಲ್ಲವನ್ನು ತೊರೆದು ನಿರ್ವಾಣ ಹೊಂದುವುದೆಂದರೆ ಭೌತಿಕ ಜಗತ್ತಿನ ಸಂಬಂಧಗಳನ್ನು ತೊರೆದಲ್ಲದೇ ಜೀವಾತ್ಮವು ದೇಹವನ್ನು ತೊರೆಯುವುದು ಅಷ್ಟು ಸುಲಭವಾದುದಲ್ಲ.

ಮಹಾಲಿಂಗ ತ್ರಿಪುರಾಂತಕ ನಿನ್ನ ಸಂಹಾರಿ ಎಂಬನಲ್ಲದೆ ಸಜ್ಜೆನೆಯಂದು ಕೈ ಹಿಡಿದವನಲ್ಲ.

ಮಹಾಲಿಂಗ ತ್ರಿಪುರಾಂತಕ ದೇವನು ನೀನು ಕಾಯದ ಕಳವಳ ಮತ್ತು ಪ್ರಾಣದಲ್ಲಿರುವ ಮಾಯೆಯನ್ನು ಸಂಹಾರ ಮಾಡಬಲ್ಲವನೆಂಬುದನ್ನು ಬಲ್ಲ. ಅದಕ್ಕೆ ನಿನ್ನ ಸಂಹಾರಿ ಎಂದು ಕೈಹಿಡಿದಿರುವನು. ಕಾಯದ ಕಳವಳ ಪ್ರಾಣದಲ್ಲಿಯ ಮಾಯೆಯನ್ನು ಸಜ್ಜನೆಯಿಂದ ಗೆಲ್ಲಲು ಸಾಧ್ಯವಿಲ್ಲ. ಅವುಗಳನ್ನು ನಾಶ ಮಾಡುವ ಸಾಮರ್ಥ್ಯವಿರುವವನು ನೀನು ಮಾತ್ರ.

ಈ ವಚನದಲ್ಲಿ ಕಿನ್ನರಿ ಬ್ರಹ್ಮಯ್ಯನು ಅಕ್ಕಮಹಾದೇವಿಯ ವ್ಯಕ್ತಿತ್ವವನ್ನು ಮನೋಜ್ಞವಾಗಿ ಚಿತ್ರಿಸಿದ್ದಾನೆ. ಅಕ್ಕನ ವ್ಯಕ್ತಿತ್ವವು ಸಜ್ಜನೆಯಾಗಿರುವುದಕ್ಕಿಂತ ಕಾಯದ

ಕಳವಳಗಳನ್ನು ಸಂಹರಿಸುವ ಧೈರ್ಯ ಸಾಮರ್ಥ್ಯವುಳ್ಳ ವಿಭಿನ್ನ ಮಹಿಳೆ ಎಂದು ಅವಳನ್ನು ವರ್ಣಿಸುತ್ತಾನೆ.

ಆಶ್ರಯ ನಿರಾಶ್ರಯ ಹರಪುರತರಿಗಲ್ಲದೆ ಕಿರಾತಕರಿಗುಂಟೆ
ಆಶ್ರಯಿಸಬಹುದು ಪ್ರಭುವಿನ ನುಡಿಯ
ಆಶ್ರಯಿಸಬಹುದು ಹರಗಣಂಗಳ ನುಡಿಯ
ಆದೇನು ಕಾರಣವೆಂದಡೆ ಕಾರಣವಿಲ್ಲದ ಕಂಡಂತಾದರು
ತ್ರಿಪುರಾಂತಕಲಿಂಗ ಶರಣರು ಚೆನ್ನಬಸವಯ್ಯ.

ಆಶ್ರಯ ನಿರಾಶ್ರಯ ಎನ್ನುವ ಭಾವ ಹರನಭಕ್ತರಾದ ಪುರಾತರಿಗೆ ಇದೆ. ಕಿರಾತಕನಿಗೆ ಯಾವ ಆಶ್ರಯದ ಅವಶ್ಯಕತೆಯಿಲ್ಲ. ಅವನು ತನ್ನ ಕೃತ್ಯಗಳಿಗೆ ಯಾರನ್ನೂ ಆಶ್ರಯಿಸುವುದಿಲ್ಲ. ಹರನ ಭಕ್ತರು, ಶರಣರು ಯಾರನ್ನು ಆಶ್ರಯಿಸಬೇಕು ಎಂದರೆ ಅಲ್ಲಮ ಪ್ರಭುಗಳ ನುಡಿಗಳನ್ನು ಆಶ್ರಯಿಸಿ ಅವುಗಳಂತೆ ನಡೆಯಬೇಕು. ಶರಣರ ನುಡಿಗಳನ್ನು ಆಶ್ರಯಿಸಬೇಕು. ಅವರನ್ನು ಆಶ್ರಯಿಸಲು ಕಾರಣಗಳು ಬೇಕಿಲ್ಲ ಎನ್ನುವುದನ್ನು ಈ ವಚನದಲ್ಲಿ ಹೇಳುತ್ತಾರೆ.

ನಿನ್ನ ಹರೆಯದ ರೂಹಿನ ಚೆಲುವಿನ ನುಡಿಯ ಜಾಣನ
ಸಿರಿಯ ಸಂತೋಷದ ಕರಿ ತುರಗ ರಥ ಪದಾತಿಯ ನೆರವಿಯ
ಸತಿ ಸುತ ಬಂಧುಗಳ ಸಮೂಹದ
ನಿನ್ನ ಕುಲಭಿಮಾನದ ಗರ್ವವ ಬಿಡು ಮರುಳಾಗದಿರು
ಅಕಟಕಟಾ ರೋಮಜನಿಂದ ಹಿರಿಯನೇ?
ಮದನ ನಿಂ ಚೆಲುವನೆ
ಸುರಪತಿಯಿಂ ಸಂಪನ್ನನೆ
ವಾಮದೇವ ವಷಿಷ್ಠರಿಂ ಕುಲಜನೆ
ಅಂತಕನ ದೂತರು ಬಂದು ಕೈವಿಡಿದೆಳದೊಯುವಾಗ
ನುಡಿ ತಡವಿಲ್ಲ ಕೇಳೋ ನರನೆ
ಎನ್ನ ಮಹಾಲಿಂಗ ತ್ರಿಪುರಾಂತಕದೇವರ
ಪೂಜಿಸಿಯಾದರೆ ಕೇಡಿಲ್ಲದ ಪದ ದೊರಕೊಂಬುದು ಮರುಳೆ.

ಈ ವಚನದಲ್ಲಿ ಮನುಷ್ಯನನ್ನು ಆವರಿಸಿ ವರ್ಗದಿಂದ ವರ್ತಿಸುವಂತೆ ಮಾಡುವ ಅಷ್ಟ ಮದಗಳು ಕುರಿತು ಕಿನ್ನರಿ ಬ್ರಹ್ಮಯ್ಯ ಹೇಳುತ್ತಾನೆ. ಹರೆಯದ ಸೌಂದರ್ಯದ ವಿದ್ಯೆ, ಸಿರಿ, ಸಂಪತ್ತು, ಆನೆ, ಕುದುರೆ ಪದಾತಿದಳ ಬಲ, ಹೆಂಡತಿ ಮಕ್ಕಳು ಬಂಧುಬಳಗ ಪರಿವಾರ, ಕುಲದ ಬಗ್ಗೆ ಗರ್ವ ಪಡದಿರು ಮರುಳೆ.

ರೋಮಜನಿಂ ಹರೆಯನೇ?

ರೋಮಜಮಹಾಮುನಿಯಂತ ಶಾಶ್ವತವಾದ ಹರೆಯನ್ನು ಹೊಂದಲು ನಮಗೆ ಸಾಧ್ಯವಿಲ್ಲ. ಮಾನವ ಜನ್ಮದಲ್ಲಿ ಹರೆಯ ಒಂದು ಅವಧಿಗೆ ಬಂದು ಹೋಗುವುದು. ಹರೆಯ ಮದದಿಂದ ವರ್ತಿಸಬೇಡ.

ಮದನನಿಂ ಚಲುವನೆ?

ಕುಂದದ, ಶಾಶ್ವತ ಸೌಂದರ್ಯಕ್ಕೆ ಚೆಲುವಿಗೆ ಹೆಸರಾದವನು ಮದನ. ಮನುಷ್ಯನ ಸೌಂದರ್ಯವು ತಾತ್ಕಾಲಿಕ. ಸೌಂದರ್ಯವು ಮಾಸಿ ಹೋಗುವುದು. ಹಾಗಾಗಿ ಸೌಂದರ್ಯವಿದೆ ಎಂದು ಜಂಭ ಪಟ್ಟುಕೊಳ್ಳಬೇಡ.

ಸುರಪತಿಯಿಂ ಸಂಪನ್ನನೇ?

ಮನುಷ್ಯ ಸಂಪಾದಿಸಿದ ಸಂಪತ್ತು ಸುರಪತಿಯಾದ ಇಂದ್ರನ ಸಂಪತ್ತಿನ ಮುಂದೆ ಗೌಣ. ಅವನನ್ನು ಮೀರಿಸುವ ಸಂಪತ್ತಿನ ಒಡೆಯರು ನಾವಾಗಲು ಸಾಧ್ಯವಿಲ್ಲ.

ವಾಮದೇವ ವಷಿಷ್ಠರಿಂ ಕುಲಜನೆ

ವಾವದೇವ ವಷಿಷ್ಠರಂತ ಋಷಿಗಳು ಉತ್ತಮೋತ್ತಮ ಕುಲದಲ್ಲಿ ಹುಟ್ಟಿದವರು. ಅಂತಕನ ದೂತರು ಬಂದು ಕೈವಿಡಿದೆಳದೊಯುವಾಗ

ಅಂತಕನ ದೂತರು ಅಂದರೆ ಯಮನ ದೂತರ ಬಂದು ಪ್ರಾಣವನ್ನು ಎಳೆದುಕೊಂಡು ಹೋಗುವಾಗ ಈ ಮದಗಳಿಂದ ಅವರನ್ನು ತಡೆಯಲು ಸಾಧ್ಯವಿಲ್ಲ. ಆದ್ದರಿಂದ ಈ ಮನುಜನೇ ಈ ಮದಗಳನ್ನೆಲ್ಲ ತೊರೆದು ತ್ರಿಪುರಾಂತಕನನ್ನು ಪೂಜಿಸಿದರೆ ನಿನಗೆ ಒಳ್ಳೆಯ ಪದ ದೊರಕುವುದು ಸದ್ಗತಿ ಉಂಟಾಗುವುದೆಂದು ಕಿನ್ನರಿ ಬ್ರಹ್ಮಯ್ಯ ಈ ವಚನದಲ್ಲಿ ಹೇಳಿದ್ದಾನೆ.

ಹೀಗೆ ಕಿನ್ನರಿ ಬ್ರಹ್ಮಯ್ಯನವರು ಬಸವಣ್ಣನವರು ನೀಡಿದ ಕರೆಗೆ ಓಗೋಟ್ಟು ಕಲ್ಯಾಣಕ್ಕೆ ಬಂದು, ಕಿನ್ನರಿ ನುಡಿಸುವ ಕಾಯಕದಲ್ಲಿ ನಿರತರಾಗಿ ದಾಸೋಹವನ್ನು ಮಾಡುತ್ತ, ಮಹಾಮನೆಯಲ್ಲಿ ಒಬ್ಬರಾಗಿ ತಮ್ಮ ಅನುಭಾವದಿಂದ ವಚನಗಳನ್ನು ರಚಿಸಿದರು.

ಕಲ್ಯಾಣದಲ್ಲಿ ಕ್ರಾಂತಿ ನಡೆದಾಗ, ಶರಣರೆಲ್ಲರೂ ಕಲ್ಯಾಣವನ್ನು ತೊರೆಯುವ ಸಂದರ್ಭದಲ್ಲಿ ದಂಡಿನ ದಳಪತಿಯಾಗಿದ್ದ ಚೆನ್ನಬಸವಣ್ಣನು, ದಂಡಿನ ಉಸ್ತುವಾರಿಯನ್ನು ಕಿನ್ನರಿ ಬ್ರಹ್ಮಯ್ಯನಿಗೆ ವಹಿಸಿಕೊಡುತ್ತಾನೆ. ದಂಡಿನ ದಳಪತಿಯಾದ

ಕಿನ್ನರಿ ಬ್ರಹ್ಮಯ್ಯನು ಉಳುವಿಯಲ್ಲಿ ತನ್ನ ದಂಡಿನ ನೆರವಿನಿಂದ ನದಿಯ ದಿಕ್ಕನ್ನು ಬದಲಿಸುತ್ತಾನೆ. ಇದರಿಂದಾಗಿ ಶತೃಗಳಿಗೆ ಅಪಾರ ನಷ್ಟ ಸಂಭವಿಸುತ್ತದೆ. ಉಳುವಿಯಲ್ಲಿಯೇ ಕೊನೆಯುಸಿರೆಳೆದ ಬ್ರಹ್ಮಯ್ಯನ ಸಮಾಧಿ ಈಗಲೂ ಉಳುವಿಯಲ್ಲಿದೆ. ಈತ ತಿರುಗಿಸಿದ ಹೊಳೆಯನ್ನು ಕಿನ್ನರಿ ಬ್ರಹ್ಮಯ್ಯನ ಹೊಳೆ ಎಂದೇ ಜನ ಕರೆಯುತ್ತಾರೆ. ವಚನಗಳ ಕಟ್ಟುಗಳನ್ನು ಕಾಪಾಡುವಲ್ಲಿ ಮಹತ್ವದ ಪಾತ್ರವಹಿಸಿದ್ದಾನೆ.

⌘

26. ಅನುಭಾವಿ ಅಕ್ಕನಾಗಮ್ಮ

ಡಾ ಸರಸ್ವತಿ ಪಾಟೀಲ, ವಿಜಯಪುರ

ಅಕ್ಕ ನಾಗಮ್ಮ, ನಾಗಲಾಂಬಿಕೆ, ನಾಗಲಾಂಬೆ, ಅಕ್ಕ ನಾಗಾಯಿ ಎಂದು ಮುಂತಾದ ಹೆಸರುಗಳಿಂದ ಕರೆಸಿಕೊಳ್ಳುವ ಅಕ್ಕ, ಅಣ್ಣ ಬಸವಣ್ಣನವರ ಹಿರಿಯ ಸಹೋದರಿ. ಇವಳ ತಂದೆ ಮಾದರಸ, ತಾಯಿ ಮಾದಲಾಂಬಿಕೆ. ಇವಳ ಹುಟ್ಟೂರು ತಾಯಿಯ ತವರಾಗಿದ್ದ ವಿಜಯಪುರ ಜಿಲ್ಲೆಯ ಬಾಗೇವಾಡಿ ತಾಲೂಕಿನಲ್ಲಿರುವ ಇಂಗಳೇಶ್ವರ ಎಂಬ ಗ್ರಾಮ. ನಾಗಲಾಂಬಿಕೆಯ ಜನನ 1119 ಎಂದು ಹೇಳಲಾಗುತ್ತದೆ. ಇವಳ ಬಾಲ್ಯ ತಂದೆ ತಾಯಿಯರೊಂದಿಗೆ ಬಾಗೇವಾಡಿಯಲ್ಲಿ ಕಳೆಯುತ್ತದೆ. ನಾಗಲಾಂಬಿಕೆಗೆ ಹನ್ನೆರಡು ವರ್ಷ ಪ್ರಾಯವಾದಾಗ ಬಸವಣ್ಣನವರು ನಾಗಲಾಂಬಿಕೆಯ ಕಿರಿಯ ಸಹೋದರರಾಗಿ ಜನ್ಮತಾಳುತ್ತಾರೆ. ಬಸವಣ್ಣನವರಿಗೆ ಉಪನಯನ ಮಾಡುವ ಸಂದರ್ಭದಲ್ಲಿ ಅಕ್ಕನಿಗಿಲ್ಲದ ಈ ಉಪನಯನ ನನಗೇಕೆ ಎಂದು ಧಿಕ್ಕರಿಸುತ್ತಾರೆ. ನಾಗಮ್ಮನ ಉಪಸ್ಥಿತಿಯೇ ಬಸವಣ್ಣನವರನ್ನು ಉಪನಯನವನ್ನು ಧಿಕ್ಕರಿಸಿ ಕಪ್ಪಡಿ ಸಂಗಮಕ್ಕೆ ಹೋಗುವದರಲ್ಲಿ ಪ್ರಮುಖ ಪಾತ್ರವನ್ನು ವಹಿಸುತ್ತದೆ. ಮುಂದೆಯೂ ಬಸವಣ್ಣನವರ ಉಜ್ವಲ ಭವಿಷ್ಯವನ್ನು ರೂಪಿಸುವಲ್ಲಿ ನಾಗಲಾಂಬಿಕೆ ಪ್ರಮುಖ ಪಾತ್ರವನ್ನು ವಹಿಸುತ್ತಾಳೆ. ಮಾರ್ಗದರ್ಶಕಳೂ ಆಗುತ್ತಾಳೆ.

ಅಕ್ಕ ನಾಗಮ್ಮಳದು ಬಾಲ್ಯವಿವಾಹ. ತಾಯಿ ಮಾದಲಾಂಬಿಕೆಯ ಸಹೋದರ ದೇವರಸರ ಮಗ ಶಿವಸ್ವಾಮಿ(ಶಿವದೇವ) ಯೊಡನೆ ಇವಳ ವಿವಾಹ ನೆರವೇರುತ್ತದೆ. ಬಾಗೇವಾಡಿಯ ಇಂಗಳೇಶ್ವರದಲ್ಲಿ ಇವಳು ಬಾಲ್ಯಜೀವನ ಕಳೆಯುವಾಗ ಗುರುರೇವಣಸಿದ್ಧರ ಪ್ರಭಾವದಿಂದ ಶಿವಭಕ್ತಿ, ಯೋಗ ಸಾಧನೆಗಳಲ್ಲಿ ತೊಡಗುತ್ತಾಳೆ. ಅವರ ಮಾರ್ಗದರ್ಶನದಲ್ಲೇ ಅಧ್ಯಯನವನ್ನು ಮಾಡುತ್ತಾಳೆ. ಇಂದಿಗೂ ಇಂಗಳೇಶ್ವರ ಗ್ರಾಮದಲ್ಲಿ ರೇವಣಸಿದ್ಧರ ಬೆಟ್ಟದ ಮೇಲೆ ರೇವಣಸಿದ್ಧರ ಗವಿಯ ಪಕ್ಕದಲ್ಲಿ ಅಕ್ಕ

ನಾಗಮ್ಮನ ಗವಿಯನ್ನು ಕಾಣಬಹುದು. ಆದರೆ ಅಕ್ಕ ನಾಗಮ್ಮನ ಗವಿ ರೇವಣಸಿದ್ಧರ ಗವಿಯಂತೆ ಸುಸ್ಥಿತಿಯಲ್ಲಿಲ್ಲ.

ಮುಂದೆ ಅಕ್ಕ ನಾಗಮ್ಮ ತನ್ನ ಪತಿ ಶಿವಸ್ವಾಮಿಯೊಡನೆ ಬಸವಣ್ಣನವರಿದ್ದ ಕಪ್ಪಡಿ ಸಂಗಮಕ್ಕೆ ಬರುತ್ತಾಳೆ. ಅಲ್ಲಿಯೇ ಷಟಸ್ಥಳ ಚಕ್ರವರ್ತಿ ಚೆನ್ನಬಸವಣ್ಣನಿಗೆ ಜನ್ಮ ನೀಡುತ್ತಾಳೆ. ಶಿವಸ್ವಾಮಿಯೂ ಚಿಕ್ಕವಯಸ್ಸಿನಲ್ಲಿಯೇ ಇಹಲೋಕ ತ್ಯಜಿಸಿದ್ದರಿಂದ, ಸಂಸಾರ ವ್ಯಾಮೋಹವನ್ನು ಸಂಪೂರ್ಣವಾಗಿ ತೊರೆಯುತ್ತಾಳೆ. ಮುಂದೆ ಅಣ್ಣ ಬಸವಣ್ಣನವರೊಂದಿಗೆ ಕಲ್ಯಾಣಕ್ಕೆ ಬರುತ್ತಾಳೆ. ಅಲ್ಲಿ ಮಹಾಮನೆ, ಅನುಭವ ಮಂಟಪಗಳ ಮೇಲ್ವಿಚಾರಣೆಯಲ್ಲಿ ಸಕ್ರೀಯ ಪಾತ್ರವನ್ನು ವಹಿಸುತ್ತಾಳೆ. ಬಸವಣ್ಣನವರ ಮೂಢನಂಬಿಕೆ, ವರ್ಣಾಶ್ರಮ, ಲಿಂಗಬೇಧ ನೀತಿಗಳ ವಿರುದ್ಧ ಕ್ರಾಂತಿಕಾರಕ ಬದಲಾವಣೆಗಳಿಗೆ ಅಕ್ಕ ನಾಗಮ್ಮ ಪ್ರೇರಣೆಯಾಗುತ್ತಾಳೆ. ಅನುಭವ ಮಂಟಪದ ಕಾರ್ಯ-ಕಲಾಪಗಳಲ್ಲಿ ಭಾಗವಹಿಸಿ ವಚನ ಸಾಹಿತ್ಯದಲ್ಲೂ ಪ್ರಮುಖ ಪಾತ್ರವಹಿಸುತ್ತಾಳೆ. ಇಲ್ಲಿಯ ವರೆಗೆ ಇವಳ 15 ವಚನಗಳು ಲಭ್ಯವಾಗಿವೆ. ಇವಳ ವಚನಾಂಕಿತ "ಬಸವಣ್ಣ ಪ್ರಿಯ ಚೆನ್ನಸಂಗಯ್ಯ" ಇವುಗಳಲ್ಲಿ ಬಹಳಷ್ಟು ವಚನಗಳು ಬಸವಣ್ಣನವರ ಸ್ತುತಿಪರವಾಗಿವೆ. ಇತರ ಶರಣರ ಪ್ರಸ್ತಾಪವೂ ಕಂಡು ಬರುತ್ತದೆ.

ಕಲ್ಯಾಣಕ್ರಾಂತಿಯ ಸಂದರ್ಭದಲ್ಲಿ ಶರಣಸಂಕುಲದ ಉಳುವಿಗಾಗಿ ವಚನಕಟ್ಟುಗಳ ರಕ್ಷಣೆಗಾಗಿ ಬಿಜ್ಜಳನ ಸೈನ್ಯದೊಂದಿಗೆ ಧೈರ್ಯದಿಂದ ಹೋರಾಡುತ್ತಾಳೆ. ಒಂದು ಶರಣರ ಗುಂಪಿನ ನೇತೃತ್ವವಹಿಸಿ ಚೆನ್ನಬಸವಣ್ಣ, ಗಂಗಾಬಿಕೆಯರೊಂದಿಗೆ ಉಳುವಿಯತ್ತ ಸಾಗುತ್ತಾಳೆ. ಶರಣರ ಗುಂಪಿನಲ್ಲಿ ಅತ್ಯಂತ ಗೌರವಾನ್ವಿತೆಯಾದ ನಾಗಮ್ಮ, ಬಸವಣ್ಣನವರ ಪತ್ನಿಯಾದ ಗಂಗಾಬಿಕೆ ಹಾಗೂ ನೀಲಾಂಬಿಕೆಯರಿಗೆ ಮಾತೃಸ್ವರೂಪಿಯಾಗಿದ್ದಳು. ಶರಣರಿಗೆಲ್ಲ ಮಾರ್ಗದರ್ಶಿಕೆಯಾಗಿ ಚೇತನ ಸ್ವರೂಪಿಯಾಗಿ ಚೇತನ ಚಿಲುಮೆಯಾಗಿದ್ದಳು.

ಉಳುವಿಯಲ್ಲಿ ಚೆನ್ನಬಸಣ್ಣನವರೊಂದಿಗೆ ಸೇರಿ ಲಿಂಗಾಯತ ಧರ್ಮತತ್ವಗಳನ್ನು ಬರೆಯುವ ಮತ್ತು ಬೋಧಿಸುವ ಕಾರ್ಯದಲ್ಲಿ ತೊಡುಗುತ್ತಾಳೆ. ಉಳುವಿಯ ಮಾರ್ಗದಲ್ಲೇ ಗಂಗಾಬಿಕೆಯನ್ನು ಕಳೆದುಕೊಂಡ ಅಕ್ಕ ನಾಗಮ್ಮ ಉಳುವಿಯಲ್ಲಿ ಚೆನ್ನಬಸವಣ್ಣನನ್ನೂ ಕಳೆದುಕೊಳ್ಳುತ್ತಾಳೆ. ಬಂಧು-ಬಾಂಧವರ, ಆತ್ಮೀಯ ಶರಣರ ಅಗಲಿಕೆಯಿಂದ ನೊಂದ ನಾಗಮ್ಮ, ನುಲಿಯ ಚಂದಯ್ಯ ಮತ್ತುಳಿದ ಶರಣರೊಡನೆ ಚಿಕ್ಕಮಗಳೂರು ಜಿಲ್ಲೆಯ ತರೀಕೆರೆಯ ಎಣ್ಣೆಹೊಳೆ ಎಂಬಲ್ಲಿಗೆ ಬಂದು ನೆಲೆಸುತ್ತಾಳೆ. ಅಲ್ಲಿಯೇ ಮಠವನ್ನು ಸ್ಥಾಪಿಸಿ ಲಿಂಗಾಯತ ಧರ್ಮ ಪ್ರಸಾರ ಮಾಡುತ್ತಾಳೆ. ಅಲ್ಲಿಯೇ ಐಕ್ಯಳಾಗುತ್ತಾಳೆ. ಈಗಲೂ ಎಣ್ಣೆಹೊಳೆಯಲ್ಲಿ ಅಕ್ಕನಾಗಮ್ಮನ ಸಮಾಧಿಯನ್ನು ಕಾಣಬಹುದು.

ವಚನಕಟ್ಟುಗಳ ಸಂರಕ್ಷಣೆಗಾಗಿ ಧೈರ್ಯದಿಂದ ಖಡ್ಗಹಿಡಿದು ಬಿಜ್ಜಳನ ಸೈನಿಕರೊಡನೆ ಹೋರಾಡಿದ ಅಕ್ಕ ನಾಗಮ್ಮನ ವಚನಗಳು ಅಂತಃಕರಣದ ಬೀಡಾಗಿವೆ. ಅವಳ ಮೊದಲ ವಚನಗಳಲ್ಲಿ ಮಾತೃ ಪ್ರೇಮ ಸೌಹಾರ್ದತೆಗಳು ತುಂಬಿದ್ದರೆ, ಕಲ್ಯಾಣ ಕ್ರಾಂತಿಯ ನಂತರದ ವಚನಗಳಲ್ಲಿ ಶರಣರ, ಬಸವಣ್ಣ ಹಾಗೂ ಚೆನ್ನಬಸವಣ್ಣನವರ ಅಗಲಿಕೆಯ ನೋವನ್ನು ಪ್ರತಿಬಿಂಬಿಸುತ್ತವೆ.

ವಚನ–1

ಎನ್ನತನು ಚೆನ್ನಬಸವಣ್ಣನ ಬಯಲು ಬೆರೆಸಿತ್ತು
ಎನ್ನಮನ ಸಂಗನಬಸವಣ್ಣನ ನಿಜಪದ ಬೆರೆಸಿತ್ತು
ಎನ್ನಪ್ರಾಣ ಅಲ್ಲಮದೇವರ ಅರಿವ ಬೆರೆಸಿತ್ತು
ಇಂತೀ ಮೂವರು ಒಂದೊಂದ ಹಂಚಿಕೊಂಡ ಕಾರಣ
ಎನಗೇನೂ ಇಲ್ಲದೇ, ಬಸವಣ್ಣಪ್ರಿಯ ಚೆನ್ನ ಸಂಗಯ್ಯನ
ಹೃದಯಕಮಲದಲ್ಲಿ ನಿಜನಿವಾಸಿಯಾಗಿದ್ದೆನು.

ಇಲ್ಲಿ ಅಕ್ಕ ನಾಗಮ್ಮ ತಾನು ಒಂಟಿಯಾಗಿರದೇ, ಶ್ರೇಷ್ಠ ಶರಣರೊಡನೆ ಒಂದಾಗಿ ಜೀವನದುದ್ದಕ್ಕೂ ಬದುಕಿದ್ದೆ ಎಂದು ಹೇಳುತ್ತಾಳೆ. ತನ್ನ ಭೌತಿಕ ದೇಹವು ಪುತ್ರ ಚೆನ್ನಬಸವಣ್ಣನ ವ್ಯಕ್ತಿತ್ವದಲ್ಲಿ ಲೀನವಾಗಿತ್ತು. ತನ್ನ ದೇಹಕ್ಕೆ ಸ್ವಂತ ಅಸ್ತಿತ್ವವಿಲ್ಲ. ತನ್ನ ಮನಸ್ಸು ಕೂಡ ಸೋದರ ಬಸವಣ್ಣನೊಂದಿಗೆ ಬೆರೆತಿತ್ತು. ಅಂದರೆ ತನ್ನ ಮನಸ್ಸು ಮಹಾಶರಣ ಸಂಗನಬಸವನಂತೆ ಮನಸ್ಸಿನಂತೆ ಶುಭ್ರವಾಗಿದೆ. ಅನ್ನುತ್ತಾಳೆ. ತನ್ನ ಪ್ರಾಣ ಅಂದರೆ ಸಂಪೂರ್ಣ ಜೀವನ ಅಲ್ಲಮ ಪ್ರಭುವಿನ ಅರಿವಿನೊಡನೆ ಒಂದಾಗಿತ್ತು. ಅಂದರೆ ಮಹಾಜ್ಞಾನಿ, ತ್ಯಾಗಮೂರ್ತಿ, ಆಧ್ಯಾತ್ಮ ಜಗತ್ತಿನಲ್ಲಿ ತನ್ನದೇ ವಿಶೇಷ ಸಾಧನೆಯನ್ನು ಮಾಡಿದ, ಶೂನ್ಯಪೀಠಾಧಿಪತಿ ಅಲ್ಲಮ ಪ್ರಭುವಿನ ಪ್ರಭಾವಕೊಳ್ಳಗಾಗಿತ್ತು. ತನ್ನ ವ್ಯಕ್ತಿತ್ವದಲ್ಲಿ ಈ ಮೂವರೂ ಶರಣರು ಕಣ–ಕಣವಾಗಿ ಬೆರೆತಿದ್ದರಿಂದ ತನ್ನದೆಂಬುದೇನು ಉಳಿದಿಲ್ಲ. ಅಂದರೆ ತಾನು ಮಾಡಬೇಕಾದ ಮಹತ್ಕಾರ್ಯಗಳೆಲ್ಲಾ ಹಂಚಿಹೋಗಿವೆ ತಾನು ಮಾಡಬೇಕಾದ ಘನಕಾರ್ಯಗಳೇನೂ ಉಳಿದಿಲ್ಲ ಎಂಬ ಭಾವನೆಯನ್ನು ವ್ಯಕ್ತಪಡಿಸುತ್ತಾಳೆ. ಆದರೆ ಅಕ್ಕ ನಾಗಮ್ಮ ತನ್ನ ಚಿಕ್ಕವಯಸ್ಸಿನಿಂದಲೂ ಅಣ್ಣ ಬಸವಣ್ಣನವರ ವ್ಯಕ್ತಿತ್ವವನ್ನು ರೂಪಿಸುವದರಲ್ಲಿ ಪ್ರಮುಖ ಪಾತ್ರವನ್ನು ವಹಿಸುದವಳು. ಸಮಾಜದಲ್ಲಿ ಅನೇಕರ ಮೇಲೆ ತನ್ನ ಪ್ರಭಾವವನ್ನು ಬೀರಿ ಸತ್ಯಶರಣರನ್ನಾಗಿ ಮಾಡಿದವಳು. ಅಂಥವಳು ಮಹಾಶರಣರಾದ ಚೆನ್ನಬಸವಣ್ಣ, ಸಂಗನಬಸವಣ್ಣ ಹಾಗೂ ಅಲ್ಲಮಪ್ರಭುಗಳಲ್ಲಿ

ತನ್ನನ್ನು ಕಳೆದುಕೊಂಡಿದ್ದೇನೆ. ಅವರ ಸತ್ಕಾರ್ಯಗಳ ಮುಂದೆ ತನ್ನದೇನು ಅಲ್ಲ ಎಂದು ವಿನಮ್ರವಾಗಿ ಹೇಳುತ್ತಾಳೆ.

ವಚನ–2

ಬಸವಣ್ಣ ನೀವು ಮರ್ತ್ಯಕ್ಕೇ ಬಂದು ನಿಂದಡೆ ಭಕ್ತಿಯ
ಬೆಳವಿಗೆ ದಸೆದಸೆಗೆಲ್ಲಾ ಪಸರಿಸಿತಲ್ಲಾ
ಅಯ್ಯ ಸ್ವರ್ಗ ಮರ್ತ್ಯ ಪಾತಾಳದೊಳಗೆಲ್ಲಾ
ನಿಮ್ಮ ಭಕ್ತಿಯ ಬೆಳವಿಗೆ ಘನವನಾರು ಬಲ್ಲರು
ಅಣ್ಣಾ ಶಶಿಧರನಟ್ಟಿದ ಮುನಿಹ ಪೂರೈಸಿತೆಂದು
ನೀವು ಲಿಂಗೈಕ್ಯವಾದೊಡೆ ನಿಮ್ಮೊಡನೆ ಭಕ್ತಿಹೋಹಿತ್ತಯ್ಯ
ನಿಮ್ಮೊಡನೆ ಅಸಂಖ್ಯಾತ ಮಹಾಗಣಂಗಳು ಹೋದರಣ್ಣ
ಮರ್ತ್ಯಲೋಕದ ಮಹಾಮನೆ ಶೂನ್ಯವಾಯಿತ್ತಲ್ಲಾ ಬಸವಣ್ಣ
ಎನ್ನನೊಯ್ಯದೆ ಹೋದೆಯಲ್ಲ ಪಂಚಪುರುಷಮೂರ್ತಿ ಬಸವಣ್ಣ
ಬಸವಣ್ಣಪ್ರಿಯ ಚೆನ್ನಸಂಗಯ್ಯಂಗೆ ಪ್ರಾಣಲಿಂಗಯಾಗಿ
ಹೋದೆಯಾ ಸಂಗನಬಸವಣ್ಣ

ಈ ವಚನದಲ್ಲಿ ನಾಗಲಾಂಬಿಕೆ ಬಸವಣ್ಣನವರಲ್ಲಿ ಎಷ್ಟೊಂದು ಅಗಾಧವಾದ ಪ್ರೀತಿ ಮತ್ತು ಅಚಲ ನಂಬಿಕೆಯನ್ನು ಹೊಂದಿದ್ದಳೆಂಬುದು ವ್ಯಕ್ತವಾಗುತ್ತದೆ. ಭಕ್ತಿಭಂಡಾರಿಯಂದೇ ಹೆಸರಾದ ಬಸವಣ್ಣನವರು ಮರ್ತ್ಯಲೋಕಕ್ಕೆ ಬಂದದ್ದರಿಂದ ಅವರ ಭಕ್ತಿಯ ಬೆಳಕು ಲೋಕದಲ್ಲೆಲ್ಲಾ ಪಸರಿಸಿ, ಸಾಮಾನ್ಯರನ್ನು ಭಕ್ತಿಸಾಗರದೆಡೆಗೆ ಕರೆದೊಯ್ಯಿತು ಎನ್ನುತ್ತಾಳೆ. ಇಷ್ಟೆ ಅಲ್ಲ ಸ್ವರ್ಗಲೋಕ ಭೂಲೋಕ ಹಾಗೂ ಪಾತಾಳಲೋಕದಲ್ಲೆಲ್ಲ ಅವರ ಭಕ್ತಿಯ ಬೆಳಕು ಪಸರಿಸಿದ ರೀತಿ ಎಷ್ಟೊಂದು ಅದ್ಭುತ ಎಂದು ವಿಶದಪಡಿಸುತ್ತಾಳೆ. ಕಲ್ಯಾಣಕ್ರಾಂತಿಯ ಪರಿಣಾಮದಿಂದ ಅನೇಕ ಶರಣರ ಕಗ್ಗೊಲೆಯಾಗುತ್ತದೆ. ವಚನ ಸಾಹಿತ್ಯದ ದಹನವಾಗುತ್ತದೆ. ಇದರಿಂದ ಮನನೊಂದ ಬಸವಣ್ಣನವರು ಕಲ್ಯಾಣವನ್ನು ತ್ಯಜಿಸಿ, ಕೂಡಲ ಸಂಗಮಕ್ಕೆ ಹೋಗಿ ಸಂಗಮನಾಥನಲ್ಲಿ ಐಕ್ಯವಾಗುತ್ತಾರೆ. ಇದು ಉಳಿದ ಶರಣರಂತೆ ಅಕ್ಕ ನಾಗಮ್ಮನಿಗೂ ಅತ್ಯಂತ ದುಃಖವನ್ನುಂಟು ಮಾಡುತ್ತದೆ. ಬಸವಣ್ಣನವರ ಅಗಲಿಕೆಯಿಂದ ಜಗದ ಭಕ್ತಿಯೂ ಬತ್ತಿಹೋಯ್ತು. ಜಗತ್ತು ಜ್ಞಾನದ ಬೆಳಕಿನಿಂದ ವಂಚಿತವಾಯ್ತು, ಕಗ್ಗತ್ತಲೆ ಪಸರಿಸಿತು ಎಂದು ಅಕ್ಕ ನಾಗಮ್ಮ ಸಂತಾಪಪಡುತ್ತಾಳೆ. ಕಲ್ಯಾಣಕ್ರಾಂತಿಯಿಂದ ಅನೇಕ ಶರಶರು ಕಲ್ಯಾಣವನ್ನು ಬಿಟ್ಟು ಹೊರನಡೆದರೆ ಇನ್ನೂ ಕೆಲವರು

ಇಹಲೋಕವನ್ನೇ ತ್ಯಜಿಸಿದರು. ಕಲ್ಯಾಣದಲ್ಲಿ ಶೂನ್ಯತೆ ಉಂಟಾಯ್ತು. ಶರಣರ ಅನುಭಾವದಿಂದ ಕಂಗೊಳಿಸುತ್ತಿದ್ದ ಅನುಭವ ಮಂಟಪ ಕತ್ತಲೆಯಲ್ಲಿ ಲೀನವಾಯ್ತು. ಮಹಾಮನೆ ಬರಿದಾಯ್ತು ಎಂದು ಅಕ್ಕ ನಾಗಮ್ಮ ಇನ್ನೂ ಮುಂದುವರೆದು "ನನ್ನನೊಯ್ಯದೆ ಹೋದೆಯಲ್ಲ ಪಂಚ ಪರುಷಮೂರ್ತಿ ಬಸವಣ್ಣ" ಎಂದು ಹೇಳುವಲ್ಲಿ ಬಸವಣ್ಣನವರ ಮಹಾನ್ ವ್ಯಕ್ತಿತ್ವ ಗೋಚರವಾಗುತ್ತದೆ. ನಾಗಲಾಂಬಿಕೆ ಬಸವಣ್ಣನವರನ್ನು ಕಳೆದುಕೊಂಡು ತೀವ್ರ ದುಃಖಪಡುವ ರೀತಿ ತಾಯಿ ಮಗನನ್ನು ಕಳೆದುಕೊಂಡು ಹುಲುಬುವಂತಿದೆ. ಈ ವಚನದಲ್ಲಿ ಅಕ್ಕ ನಾಗಮ್ಮ ಬಸವಣ್ಣನವರ ಹಿರಿಮೆಯನ್ನು ಕೊಂಡಾಡುತ್ತ ಯಾತನೆ ಪಡುವ ರೀತಿ ಅತ್ಯಂತ ಮಾರ್ಮಿಕವಾಗಿದೆ.

⌘

27. ಜೇಡರ ದಾಸಿಮಯ್ಯ

ಅಕ್ಕಮಹಾದೇವಿ ಮ. ತೆಗ್ಗಿ, ಬೆಳಗಾವಿ

ಜನನ – ಕ್ರಿ.ಶ.1140

ಜನ್ಮಸ್ಥಳ – ಗುಲ್ಬುರ್ಗಾ ಜಿ. ಸುರಪುರ ತಾ. ಮುದನೂರು

ತಾಯಿ – ಶಂಕರಿ

ತಂದೆ – ರಾಮಯ್ಯ

ಗುರು – ಶ್ರೀ ಚಂದ್ರಗಂಡ ಶಿವಾಚಾರ್ಯ

ಸತಿ – ದುಗ್ಗಳೆ

ಕಾಯಕ – ನೆಯ್ಗೆ

ವಚನಗಳು – 188

ಅಂಕಿತನಾಮ – ರಾಮನಾಥ

ವಿಶ್ವಮಾನ್ಯ ಆದ್ಯ ವಚನಕಾರ ಜೇಡರ ದಾಸಿಮಯ್ಯ ಬಸವಣ್ಣನವರಿಗಿಂತ 140 ವರ್ಷಗಳ ಪೂರ್ವದಲ್ಲಿ ಇದ್ದರು. ಸಂಪ್ರದಾಯಸ್ಥರು, ಶ್ರೇಷ್ಠ ಅನುಭಾವಿಗಳು, ಸಮಾಜ ಚಿಂತಕ ಧರ್ಮ ಪ್ರಚಾರಕರು ಆಗಿದ್ದರು. ಅವರ ದೃಷ್ಠಿಯಲ್ಲಿ ವಚನಗಳು ಶಿವನಿಗಿಂತಲೂ ಶ್ರೇಷ್ಠವಾಗಿವೆ. ಅವರ ವಚನಗಳು ಚಿಕ್ಕ ಚಿಕ್ಕ ವಾಕ್ಯಗಳಿಂದ ಕೂಡಿವೆ ಉದಾ...' ಇಳೆ ನಿಮ್ಮ ದಾನ ಬೆಳೆ ನಿಮ್ಮ ದಾನ, ಭಕ್ತನ ಮನೆಯ ಅಂಗಳವೇ ವಾರಣಾಸಿ, ಸತಿ–ಪತಿ ಒಂದಾದ ಭಕ್ತಿ ಹಿತವಾಗಿಪ್ಪುದು ಶಿವಂಗೆ"

ವಚನ

ಕಡೆಗೀಲಿಲ್ಲದ ಬಂಡಿ ಹೊಡೆಗೆಡದು
ಮಾಣ್ಮದೇ ಕಡೆಗೀಲು ಬಂಡಿಗಾಧಾರ
ಕಡುದರ್ಪವೇರಿದ ಒಡಲೆಂಬ ಬಂಡಿಗೆ

ಶರಣರ ನುಡಿಗಡಣವೇ ಕಡೆಗೀಲು

ಕಾಣಾ ರಾಮನಾಥ

ವಚನಗಳೆಂದರೆ ಅಂತರಂಗದಿಂದ ಹೊರ ಹೊಮ್ಮಿದ ಜ್ಯೋತಿ 'ಅಂತರಂಗದ ಕಣ್ಣಿನಿಂದ ಅವಲೋಕಿಸಬೇಕು. ಪ್ರಸ್ತುತ ವಚನದಲ್ಲಿ ಜೇಡರ ದಾಸಿಮಯ್ಯನವರು ಎತ್ತು ಬಂಡಿಯ ಉದಾಹರಣೆ ಮೂಲಕ ವಿವರಿಸಿದ್ದಾರೆ. ಒಕ್ಕಲಿಗನು ಎಳ್ಳ ಅಮವಾಸೆಗೆ ಊಟಕ್ಕೆ ಹೋಗಬೇಕೆಂದು ಸಂಭ್ರಮದಿಂದ ಎತ್ತುಗಳನ್ನು ಬಂಡಿಯನ್ನು ಅಲಂಕಾರ ಮಾಡಿದ್ದಾನೆ. ಮನೆಮಂದಿಯೆಲ್ಲಾ ಹೊಸ ಬಟ್ಟೆ ಧರಿಸಿ, ಸಿಹಿ ಸಿಹಿಯಾದ ಅಡುಗೆ ತಯಾರಿಸಿ ಎಲ್ಲರೂ ಬಂಡಿಯಲ್ಲಿ ಕುಳಿತು ಹೊರಟಿದ್ದಾರೆ. ಬಂಡಿ ಹೋಗುವಷ್ಟರಲ್ಲಿಯೇ ಗಾಲಿಗಳು ಉರಳಿ ಬಿದ್ದವು. ಕಾರಣ ಅವನು ಕೀಲು ಹಾಕಿರಲಿಲ್ಲ. ಕೇವಲ 10-20 ರೂ. ಕೀಲು ಹಾಕದೇ ಇರುವದರಿಂದ ಅವಘಡ ಸಂಭವಿಸಿತು. ಎಲ್ಲವೂ ಅಸ್ತವ್ಯಸ್ಥವಾಯಿತು ಹಾಗೆಯೇ ಜೀವನ ಸಹ ಗಾಡಿ ಇದ್ದಂತೆ ಬಾಳು ಸುಗಮವಾಗಿ ಸಾಗಬೇಕಾದರೆ ಶರಣರ ವಚನಗಳ ಕೀಲನ್ನು ಅಳವಡಿಸಿಕೊಳ್ಳಬೇಕು. ಆಗ ಮಾತ್ರ ಒಡಲೆಂಬ ಬಂಡಿ ನೇರವಾಗಿ ಹೋಗಿ ಗುರಿ ತಲಪುತ್ತದೆ. ಕೀಲು ಇಲ್ಲದೆ ಹೇಗೆ ತೊಂದರೆ ಆಯಿತೋ ಅದೇ ರೀತಿಯಾಗಿ ಒಡಲೆಂಬ ಜೀವ ಬಂಡಿಯ ಸಹಿತ ಮುರಿದುಕೊಂಡು ಬೀಳುತ್ತದೆ. ಶರಣರ ವಚನಗಳನ್ನು ಬದುಕಿನಲ್ಲಿ ಅಳವಡಿಸಿಕೊಂಡು ಸುಖಿ ಜೀವನ ನಡೆಸಬೇಕು ಎಂಬುದರ ಈ ವಚನದ ಭಾವ...

2 ವಚನ

ಹರಿದ ಗೋಣಿಯಲೊಬ್ಬ ಕಳವೆಯ
ತುಂಬಿದ ಇರುಳೆಲ್ಲಾ ನಡೆದ ನಾ
ಸುಂಕ ಕಂಜಿ ಕಳವೆಯಲ್ಲಾ
ಹೋಗಿ ಬರಿ ಗೋಣಿ ಉಳಿದಿತ್ತು
ಅಳಿಮನಸಿನವರು ಭಕ್ತಿ ಇಂತಾ
ಯಿತ್ತು ರಾಮನಾಥಾ..

ತೆರಿಗೆ ಸಂಗ್ರಹಿಸುವ ಸುಂಕನಿಗೆ ಕಾಣದಂತೆ ತೆರಿಗೆಗಳ್ಳನೊಬ್ಬ ಗೋಣಿ ಚೀಲದಲ್ಲಿ ಭತ್ತವನ್ನು ತುಂಬಿಕೊಂಡು ಹೋಗುತ್ತಾನೆ. ನೇರವಾಗಿ ಹೋಗದೇ, ಸುತ್ತು ಹಾಕಿ ರಾತ್ರಿಯೆಲ್ಲಾ ಅಲೆಯಬೇಕಾಯಿತು. ಮುಂಜಾನೆ ನೋಡುತ್ತಾನೆ ಭತ್ತವೆಲ್ಲಾ ಹೋಗಿ ಬರೀಗೋಣಿ ಚೀಲ ಉಳಿದಿತ್ತು. ಮಮ್ಮಲ ಮರಗುತ್ತಾನೆ. ಈ

ಸುಂದರವಾದ ಪ್ರತಿಮೆಯನ್ನು ಜೇಡರ ದಾಸಿಮಯ್ಯನವರು ಕೊಟ್ಟಿದ್ದಾರೆ. ನಮ್ಮ ದೇಹವೆಂಬುದೊಂದು ಚೀಲದಲ್ಲಿ ಆಯುಷ್ಯವೆಂಬ ಭತ್ತವನ್ನು ತುಂಬಿಕೊಂಡು ಜೀವನವೆಂಬ ತೆರಿಗೆಗಳ್ಳನನ್ನು ಅಜ್ಞಾನವೆಂಬ ಕತ್ತಲಲ್ಲಿ ದೇವವೆಂಬ ಸುಂಕಿಗನಿಗೆ ಭಕ್ತಿ ಎಂಬ ಸುಂಕವನ್ನು ಕೊಡದೆಹೋದ. ವಿಷಯ ಸುಖಗಳ ರಂಧ್ರದ ಮೂಲಕ ದೇಹವೆಂಬ ಚೀಲದಿಂದ ಆಯುಷ್ಯ ಎಂಬ ಭತ್ತ ಸೋರಿ ಹೋಗುತ್ತದೆ. ಪರಮಾತ್ಮನ ಪ್ರಸಾದವಾಗಿ ದೊರೆತ ಮಾನವ ಬದುಕು ಅಮೂಲ್ಯವಾಗಿದೆ. ಆಯುಷ್ಯವನ್ನು ಸಾರ್ಥಕ ಪಡಿಸಿಕೊಳ್ಳಬೇಕು ಸದ್ಗತಿ ಪಡೆಯುವರು. ಅಳಿಮನಸ್ಸಿನವರು ಅಧ : ಪತನ ಹೊಂದುತ್ತಾರೆ.. ಮಾನವ ಜನ್ಮ ದೊಡ್ಡದು ಹಾನಿ ಮಾಡಿಕೊಳ್ಳದಿರಿ ಹುಚ್ಚಪ್ಪಗಳಿರಾ ಎಂಬ ದಾಸ ಪದದಂತೆ ಚಂಚಲ ಮನಸ್ಸುಳ್ಳ ಭಕ್ತನು ಮಾಡುವ ಭಕ್ತಿ ವ್ಯರ್ಥವಾಗುವುದು ಆದ್ದರಿಂದ ನಿಷ್ಠೆಯಿಂದ ಭಕ್ತಿಯಿಂದ ದಾಸೋಹ ಭಾವ ಹೊಂದಬೇಕು ಎಂಬ ಅಮೂಲ್ಯ ಸಂದೇಶವನ್ನು ಈ ವಚನದಲ್ಲಿ ಕಾಣಬಹುದು.

⌘

28. ವೈರಾಗ್ಯವೇ ಗಟ್ಟಿಗೊಂಡ ಘಟ್ಟವಾಳಯ್ಯ

ಪ್ರೊ ಶಾರದಾ ಪಾಟೀಲ(ಮೇಟಿ), ಬಾದಾಮಿ

ಕರ್ನಾಟಕದಲ್ಲಿ 12ನೇ ಶತಮಾನ ಕ್ರಾಂತಿ ಯುಗ, ಪರಿವರ್ತನೆಯ ಕಾಲ. ಬಸವಾದಿ ಶರಣರ ಕಲ್ಪನೆಯ ನವ ಸಮಾಜ ನಿರ್ಮಾಣಗೊಳ್ಳುತ್ತಿರುವ ಪರ್ವಕಾಲ. ಮೂಢನಂಬಿಕೆಗಳು, ಅರ್ಥವಿರದ ಆಚರಣೆಗಳು, ಸರ್ವಾಧಿಕಾರದ ಅಬ್ಬರ, ಅನಕ್ಷರತೆ ಅಜ್ಞಾನಗಳಿಂದ ಆರ್ಥಿಕ ದುರ್ಬಲತೆ ನಿರುದ್ಯೋಗ ಮೇಲ್ವರ್ಗ, ಕೆಳವರ್ಗಗಳ ಘರ್ಷಣೆ, ಹೆಣ್ಣು- ಗಂಡುಗಳ ನಡುವೆ ಉಂಟಾದ ಕಂದರ, ಜಾತಿ ಧರ್ಮಗಳ ಮಧ್ಯೆ ವೈರುಧ್ಯಗಳ ತಾಕಲಾಟ ಇಂತಹ ಸಂಧಿಗ್ದತೆಯ ಅಂಧಕಾರದಲ್ಲಿ ಸೂರ್ಯೋದಯವಾದಂತೆ ಬಸವಣ್ಣನವರ ಆಗಮನವಾಯಿತು. ಬಸವಣ್ಣನೆಂಬ ಸೂರ್ಯನ ಬೆಳಕು ನಾಡಿನ ಉದ್ದಗಲಕ್ಕೆ ಹಬ್ಬಿತು. ಹತ್ತಾರು ದಿಕ್ಕಿನಿಂದ ಸಾವಿರಾರು ಜನ ಕಲ್ಯಾಣಕ್ಕೆ ಬಂದರು. ಹಾಗೆ ಧಾವಿಸಿ ಬಂದ ಜನ ಅಂತರಂಗ, ಬಹಿರಂಗ ಶುದ್ಧಿಯ ಪಥವಿಡಿದು ಸಾಗಿದರು. ಹಾಗೆ ಬಂದವರಲ್ಲಿ ನಿತ್ಯ ಶುದ್ಧ ಕಾಯಕ ಜೀವಿ, ತತ್ವ ನಿಷ್ಠ ಶರಣ ಘಟ್ಟಿವಾಳಯ್ಯನು ಒಬ್ಬ.

ಘಟ್ಟಿವಾಳಯ್ಯನ ಊರು ಯಾವುದು ಎಂಬುದು ತಿಳಿದಿಲ್ಲ. ಬಯಲು ಬಯಲನೆ ಬಿತ್ತಿ ಬಯಲು ಬಯಲನೇ ಬೆಳೆದು ಬಯಲು ಬಯಲಿನಲ್ಲಿ ನಿರವಯಲಾಗುವ ಜಂಗಮರಿಗೆ ಊರು ಯಾವುದು? ಕೇರಿ ಯಾವುದು?

ಶಾಸನಗಳಲ್ಲಾಗಲಿ, ತಾಡೋಲೆಗಳಲ್ಲಾಗಲಿ, ಯಾವುದೇ ಐತಿಹ್ಯವನ್ನು ನಾವು ಕಾಣೆವು. ಆದರೆ ಅದೃಶ್ಯ ಕವಿಯ ಪ್ರೌಢದೇವರಾಯನ ಕಾವ್ಯದ ಪುರಾಣದ ಕಥೆಯೊಂದರಲ್ಲಿ ಹಾಗೂ ಗೋಳೂರು ಸಿದ್ಧವೀರ ಒಡೆಯರು ತಮ್ಮ ಶೂನ್ಯ ಸಂಪಾದನೆಯಲ್ಲಿ ಈ ಶರಣನ ಇರವನ್ನು ಸಾದರಪಡಿಸುತ್ತಾರೆ.

ಅಲ್ಲದೆ ಘಟ್ಟಿ ವಾಳಯ್ಯನವರನ್ನು ಕುರಿತು ಮೋಳಿಗೆ ಮಾರಯ್ಯ, ಡಕ್ಕೆಯ ಬೊಮ್ಮಣ್ಣ. ಏಲೇಶ್ವರ ಕೇತಯ್ಯ. ನೀಲಾಂಬಿಕೆ. ಶರಣ ಆದಯ್ಯ, ಅಲ್ಲಮಪ್ರಭುಗಳು

ಚನ್ನಬಸವಣ್ಣನವರು ಮೆಚ್ಚುಗೆಯ ಮಾತುಗಳನ್ನಾಡಿದ್ದನ್ನು ನಾವು ಕಾಣುವುದರಿಂದ ಅವರು ಈ ಎಲ್ಲ ಶರಣರ ಸಮಕಾಲಿನರವರೇ ಆಗಿರಬಹುದೆಂದು ತಿಳಿದು ಬರುತ್ತದೆ.

ಘಟ್ಟಿವಾಳಯ್ಯನವರ ಅಂಕಿತ "ಚಿಕ್ಕಯ್ಯಪ್ರಿಯ ಸಿದ್ಧಲಿಂಗ". ಇವರ ಆರಾಧ್ಯ ದೈವ ಸಿದ್ದಲಿಂಗ. ಒಟ್ಟು ಇವರ 147 ವಚನಗಳು ಲಭ್ಯವಾಗಿವೆ. ಈತ ಮುದ್ದಣ್ಣ ಎಂಬ ಹೆಸರನ್ನೂ ಹೊಂದಿ ನೃತ್ಯ ಕಾಯಕದಲ್ಲಿ ಪರಿಣಿತನಾಗಿ ಅಲ್ಲಮರಂತೆ ಮದ್ದಳೆ ನುಡಿಸುತ್ತಾ ಶಿವಾನುಭವವನ್ನು ಬಿತ್ತುತ್ತ ಜೀವನದಲ್ಲಿ ಶಿವಭಾವದಲ್ಲಿ ಸ್ಥಾಯಿಯಾಗಿಸಿಕೊಂಡವನು.ಸಾತ್ವಿಕರೂಪಿ, ಲೋಕದ ಭೋಗಗಳಿಗೆ ಬೆನ್ನು ಹತ್ತಿದವನಲ್ಲ. ಸಮಯಾಚಾರಿ ಸ್ವಾನುಭವಿಯಾಗಿ ಒಂಟಿ ಸಲಗದಂತೆ ನಿರ್ಭೀತಿಯಿಂದ ಅಡ್ಡಾಡಿ ಬದುಕಿನಲ್ಲಿ ಬರುವ ಮಾನಾಪಮಾನಗಳನ್ನು, ಜಯಾಪ ಜಯಗಳನ್ನು ಸಮನಾಗಿ ಭಾವಿಸಿ ಅನುಭವಿಸಿದವನು.

ನಿರ್ಲಿಪ್ತ ಬದುಕು ಅವನದು. ನಿಷ್ಕಾಮ ವೈರಾಗ್ಯಮೂರ್ತಿ. ಬದುಕಿನ ಯಾವುದೇ ಆಸೆ ಆಕಾಂಕ್ಷೆಗಳಿಗೆ ಮನಸೋತವನಲ್ಲ. ಅರಿಷಡ್ವರ್ಗಗಳಿಗೆ ಅಂಕುಶವಾಗಿದ್ದವನು. ಆತ ಪರಮ ಸಂಯಮಿ. ಬದುಕಿನ ಕೋಪ ತಾಪಗಳಿಂದ ಬೇಯಲಿಲ್ಲ. ಶಿವನಿಷ್ಠೆ, ಲಿಂಗನಿಷ್ಠೆಗೆ ಹೆಸರಾದವನು. ಪರಮ ವೈರಾಗ್ಯದ ಗಟ್ಟಿತನದಲ್ಲಿ ದೇಹ ವಿಷಯಂಗಳನ್ನು ತೃಣ ಸಮಾನವಾಗಿ ಭಾವಿಸಿದವನು. ಜೀವ ಕ್ರಿಯೆಗಳನ್ನೆಲ್ಲ ಲಿಂಗಕ್ರಿಯೆಗಳನ್ನಾಗಿ ಮಾಡಿಕೊಂಡವನು. ಕಾಯದ ಹಸ್ತದೊಳಗಡೆ ಲಿಂಗ. ಪ್ರಾಣನ ಹಸ್ತದೊಳಗಣ ಭಾವ ಇವುಗಳನ್ನು ಒಳಗಣ್ಣಿನ ಅರಿವಿನಿಂದ ಅರಿತು ಅನನ್ಯ ಪರಂಜ್ಯೋತಿಯಾದವನು. ಡಾಂಭಿಕರನ್ನು, ವಿಷಯ ಲಂಪಟರನ್ನು. ಸುಳ್ಳುಗಾರರನ್ನು. ವಂಚಕರನ್ನು. ಕಪಟವೇಷಧಾರಿಗಳನ್ನು ಗಟ್ಟಿಯಾಗಿ ವಿಡಂಬಿಸಿದವನು. ತಾನು ತಲೆಬಾಗುವುದು, ಅಂಜುವುದು "ತ್ರಿವಿಧ ಹಂಗಳಿದವರಿಗೆ" ಮಾತ್ರ ಎಂದು ತನ್ನ ಗಟ್ಟಿಯಾದ ನಿಲುವನ್ನು ವ್ಯಕ್ತಪಡಿಸುವ ರೀತಿಯೇ ಎಂತಹ ಗಟ್ಟಿತನದ್ದು ಎಂದು ನಮಗೆ ಅರಿವಾಗುವುದು.

ಘಟ್ಟಿವಾಳಯ್ಯನ ವ್ಯಕ್ತಿತ್ವದ ನಾನಾ ಮಜಲುಗಳನ್ನು ನಾವು ಈ ಕೆಳಗಿನ ಶರಣರ ಮಾತುಗಳಿಂದ ಕಂಡುಕೊಳ್ಳಬಹುದಾಗಿದೆ–

ಅಲ್ಲಮ ಪ್ರಭು:

"ಅಸನಕಂಜಿ ವೇಷವನೆ ಹೊತ್ತು
ದೇಶವ ತೂಳಲುವ ಹಿರಿಯರ ಗಂಡ

ಕಾಲದ ಗಂಡ ಕರ್ಮದ ಗಂಡ

ಲಿಂಗ ವಿಡಿದು ಸಾವ ಹಿರಿಯರ ಗಂಡ

ಗುಹೇಶ್ವರ ನಿಮ್ಮ ಶರಣ ಘಟ್ಟಿವಾಳ.

ಅಲ್ಲಮ ನಂತಿಂತೆಂಬವರ ಗಂಡ"

ಅಲ್ಲಮರ ಈ ಮಾತುಗಳು ಘಟ್ಟಿವಾಳಯ್ಯನವರನ್ನು ಗಟ್ಟಿಯಾಗಿ ದಶದಿಕ್ಕುಗಳಲ್ಲಿ ಬೆಳಗುವಂತೆ ಮಾಡಿದವು. ತಮ್ಮನ್ನೇ ಮೀರಿಸಿ ಬೆಳೆದ ವಿರಾಟ ರೂಪದ ಅನುಭವಿ ಎಂಬುದು ಅವರ "ಗಂಡ" ಎಂಬ ಪದ ಪ್ರಯೋಗದಲ್ಲಿ ಕಾಣಬಹುದು.

ಮೋಳಿಗೆ ಮಾರಯ್ಯನವರು;

"ತನು ನಿರ್ವಾಣವೋ? ಮನ ನಿರ್ವಾಣವೋ? ಭಾವನಿರ್ವಾಣವೋ?

ಲೆಕ್ಕವಿಲ್ಲದ ಆಸೆ ಮನದೊಳಗೆ ಹೊಕ್ಕು ತಿರುಗಾಡುವ

ಚಿಕ್ಕ ಮಕ್ಕಳಿಗೆ ಎಲ್ಲಿಯದೋ ನಿರ್ವಾಣ?

ಘಟ್ಟಿವಾಳಂಗಲ್ಲದೆ ನಿಃಖಳಂಕ ಮಲ್ಲಿಕಾರ್ಜುನ."

ಎಂದು ಮೋಳಿಗೆ ಮಾರಯ್ಯನಂತ ನಿಷ್ಠುರ ಆದರ್ಶವಾದಿಯಿಂದ ಘಟ್ಟಿವಾಳಯ್ಯನವರ ನಿರ್ವಾಣದ ಬಗ್ಗೆ ಮನದುಂಬಿ ಹೊಗಳಿಸಿ ಕೊಳ್ಳಬೇಕಾದರೆ ಘಟ್ಟಿವಾಳಯ್ಯನು ನಿಜವಾಗಿಯೂ ಗಟ್ಟಿಗನಾಗಿಯೇ ಇರಬೇಕು.

ಚನ್ನಬಸವಣ್ಣ;

'ಅರಿವರಿತು ಕುರುಹು ನಷ್ಟವಾದ ಬಳಿಕ

ಕರುಹಿನ ಬಣ್ಣ ಅಂಗದ ಮೇಲೆಕೋ ಘಟ್ಟಿವಾಳಂಗೆ?

ಅರಿವರಾರು? ಅರುಹಿಸಿ ಕೊಂಬವರಾರು?

ಬರಿಯ ಬಯಲು ಕಾಣಾ ಕೂಡಲ ಚನ್ನಸಂಗ,"

ನಿಮ್ಮ ಶರಣ ಘಟ್ಟಿವಾಳನಲ್ಲದೆ ನೆರೆ ಅರಿವನಾರು?

ಅರಿವಿನ ಕುರುಹು ಆಗಿರಲು ಬೇಕು ಲಿಂಗ, ಅರಿವು ಕುರುಹುಗಳು ಒಂದಾದ ಮೇಲೆ ಅಂದರೆ ಘಟ್ಟಿವಾಳಯ್ಯನಲ್ಲಿ ಜೀವ ಕ್ರಿಯೆಗಳೆಲ್ಲವೂ ದೇವ ಕ್ರಿಯೆಗಳಾಗಿರುವುದನ್ನು ಸಾಬೀತು ಪಡಿಸುತ್ತಾನೆ ಚನ್ನಬಸವಣ್ಣ. ಬರೀ ಬಯಲಿನಲ್ಲಿ ಬಯಲಾಗುವುದೇ ಘಟ್ಟಿವಾಳಯ್ಯನ ಇರವು ಎಂದು ಹೇಳುತ್ತಾನೆ.

ಸಿದ್ಧರಾಮರು–

ಆದಿ ಮಧ್ಯಾಂತವ ಭೇದಿಸಿದ ಮಹಿಮನು ನಾದಕತೀತನು
ಪರಬ್ರಹ್ಮದ ಬೇಧಾದಿ ಭೇದದ ಪರತತ್ವ ಮೂಲವೇ ಆದ
ಆದಿ ಗುರು ಘಟ್ಟಿವಾಳ ಕಪಿಲಸಿದ್ಧ ಮಲ್ಲಿನಾಥ.

ಆದಿ ಮಧ್ಯಾಂತವನ್ನು ಭೇದಿಸಿ ಶಿವಯೋಗ ಸಿದ್ಧಿ ಪಡೆದ ಆದಿ ಗುರು ಎಂದು ಸಿದ್ದರಾಮರನು ಘಟ್ಟಿವಾಳಯ್ಯನನ್ನು ಹೊಗಳುತ್ತಾನೆ.

ಏಲೇಶ್ವರ ಕೇತಯ್ಯ–

"ಬಸವೇಶ್ವರಂಗೆ ಸರ್ವ ಗುಣಶೀಲ
ಚೆನ್ನಬಸವಂಗೆ ದಿವ್ಯ ಜ್ಞಾನ ಗುಣಶೀಲ
ಪ್ರಭುದೇವರಿಗೆ ಬಸವಣ್ಣ ಚೆನ್ನಬಸವಣ್ಣ ಉಭಯಶೀಲ
ಘಟ್ಟಿವಾಳಯ್ಯನಿಗೆ ತ್ರಿವಿಧ ಗುಣಶೀಲ"

ಏಲೇಶ್ವರ ಕೇತಯ್ಯನವರು ಘಟ್ಟಿವಾಳಯ್ಯನನ್ನು ತ್ರಿವಿಧ ಗುಣಶೀಲ ಎಂದು ಹೃದಯ ತುಂಬಿ ಹೊಗಳುತ್ತಾರೆ.

ನೀಲಾಂಬಿಕೆ–

"ಬಸವಣ್ಣನೆಂಬ ಪ್ರಸಾದ ಲಿಂಗವ ಪಿಡಿದು
ಘಟ್ಟಿವಾಳಯ್ಯ ಬಸವಣ್ಣನಂತಾದ."

ಎಂದು ಬಸವಣ್ಣನೊಂದಿಗೆ ಸಮೀಕರಿಸಿ ನೀಲಾಂಬಿಕೆಯವರು ಹೊಗಳುವುದು ಘಟ್ಟಿವಾಳಯ್ಯನವರ ಗಟ್ಟಿತನಕ್ಕೆ ಬೇರೆ ಸಾಕ್ಷಿ ಬೇಕೆ?

ಆದಯ್ಯನವರು–

"ಬಸವಣ್ಣನೆನ್ನಂಗ ಮಡಿವಾಳ ನೆನ್ನ ಮನ
ಪ್ರಭುದೇವರೆನ್ನ ಪ್ರಾಣ ಘಟ್ಟಿವಾಳನೆನ್ನ ಭಾವ"

ಎಂದು ಆದಯ್ಯನು ಘಟ್ಟಿವಾಳಯ್ಯನವರನ್ನು ತನ್ನ ಜೀವದ ಭಾವ ಎಂದು ಹೊಗಳುತ್ತಾರೆ.

ಢಕ್ಕೆ ಬೊಮ್ಮಣ್ಣ–

"ಭಕ್ತಸ್ಥಲ ಬಸವಣ್ಣನಿಗಾಯಿತ್ತು
ಮಹೇಶ್ವರಸ್ಥಲ ಮಡಿವಾಳಯ್ಯನಿಗಾಯಿತ್ತು

ಪ್ರಸಾದಿ ಸ್ಥಲ ಚನ್ನಬಸವಣ್ಣನಿಗಾಯಿತ್ತು

ಶರಣಸ್ಥಲ ಘಟ್ಟಿವಾಳಯ್ಯಂಗಾಯಿತ್ತು"

ಎಂದು ಢಕ್ಕೆಯ ಬೊಮ್ಮಣ್ಣ ಸಾಧನೆಯ ಕೊನೆಯ ಸ್ಥಳ ಶರಣಸ್ಥಲ. ಅತ್ಯುನ್ನತ ಸ್ಥಲಕ್ಕೇರಿದ ಮಹಾಸಾಧಕ ಘಟ್ಟಿವಾಳಯ್ಯ ಎಂದು ಹೊಗಳುತ್ತಾನೆ.

ಘಟ್ಟಿವಾಳಯ್ಯನವರ ತೇಜಸ್ವಿ ಜೀವನದ ಮಾದರಿಯಾಗಿ ತೇಜೋರಾಶಿಗಳಂತಿರುವ ನೂರಾರು ವಚನಗಳನ್ನು ಬಿಟ್ಟು ಹೋಗಿರುವರು. ಅಷ್ಟೇ ಅಲ್ಲ ಕಾಲಜ್ಞಾನದ ವಚನಗಳನ್ನು ರಚಿಸಿ ಹೋದರು. ಅವರ ಆಳವಾದ ಅನುಭವದ ಎರಡು ವಚನಗಳನ್ನು ಇಲ್ಲಿ ನಾನು ನಿರ್ವಚಿಸಲಿದ್ದೇನೆ.

ವಚನ 1

ರೋಗಿಗೆ ಹಾಲು ಸಿಹಿಯಪ್ಪುದೆ?
ಗೂಗೆಗೆ ರವಿ ಲೇಸಪ್ಪುದೆ?
ಚೋರಗೆ ಬೆಳಗು ಗುಣವಪ್ಪುದೆ?
ನಿರ್ಭಾವನ ಭಾವವನೆತ್ತಬಲ್ಲರು?
ಚಿಕ್ಕಯ್ಯ ಪ್ರಿಯ ಸಿದ್ದಲಿಂಗ ಇಲ್ಲ ಇಲ್ಲ ಎಂದೆ

ರೋಗಿ ಆದವನಿಗೆ ಜೀವ್ಹೇಂದ್ರಿಯದ ರಸ ಗ್ರಂಥಿಗಳು ತನುವಿನ ಉಷ್ಣತೆಯಿಂದ ತಾತ್ಕಾಲಿಕವಾಗಿ ಕಾರ್ಯ ನಿರ್ವಹಿಸುವುದಿಲ್ಲ. ಹೀಗಾಗಿ ಅವನಿಗೆ ಎಂತಹ ರುಚಿಯಾದ ಭಕ್ಷ ಭೋಜನಗಳನ್ನು ಅಮೃತದಂತಿರುವ ಹಾಲನ್ನು ಕೊಟ್ಟರೂ ಅವನಿಗೆ ರುಚಿಸುವುದಿಲ್ಲ. ಗೂಗೆಯು ಒಂದು ನಿಶಾಚರ ಪಕ್ಷಿ ಅದರ ಕಾರ್ಯವೇನಿದ್ದರೂ ರಾತ್ರಿಯ ಕತ್ತಲೆಯಲ್ಲಿ. ಅದಕ್ಕೆ ಸೂರ್ಯನ ಇರವು ಅಥವಾ ಬೆಳಕು ಲೇಸುವುದಿಲ್ಲ. ಕಳ್ಳರು ದರೋಡೆಕೋರರು ರಾತ್ರಿ ಹೊತ್ತಿನಲ್ಲಿ ಮನೆಗಳನ್ನು ದೋಚುವರು. ಅಂತವರಿಗೆ ಬೆಳಗು ಅಡ್ಡಿಯಾಗುತ್ತದೆ. ಆದ್ದರಿಂದ ಅವರು ಬೆಳಕನ್ನು ದ್ವೇಷಿಸುತ್ತಾರೆ. ಅದರಂತೆಯೇ ಎಲ್ಲಾ ಭಾವ ಬಂಧನಗಳಿಂದ ಮುಕ್ತನಾದವನ ಮೇರು ವ್ಯಕ್ತಿತ್ವದ ಅನುಭವವನ್ನು ಅರಿಯಲು ಸ್ವತ: ದೇವನಾದ ಚಿಕ್ಕಯ್ಯಪ್ರಿಯ ಸಿದ್ಧಲಿಂಗನಿಂದಲೂ ಸಾಧ್ಯವಿಲ್ಲ ಎನ್ನುತ್ತಾರೆ ಘಟ್ಟಿವಾಳಯ್ಯನವರು.

ವಚನ 2

ಮೂರಾಬಿಟ್ಟವಂಗಲ್ಲದೆ ಸತ್ಯ ಸಾಗಿಸಬಾರದು
ಆರು ಬಿಟ್ಟವಂಗ ಅಲ್ಲದೆ ಆದರಿಸಬಾರದು
ಎಂಟು ಬಿಟ್ಟವಂಗ ಅಲ್ಲದೆ ಸಾಕಾರದ ಕಂಟಕವನರಿಯಬಾರದು

ರಣದಲ್ಲಿ ಓಡಿ ಮನೆಯಲ್ಲಿ ಬಂಟನಾಡುವಂತೆ!
ಚಿಕ್ಕಯ್ಯಪ್ರಿಯ ಸಿದ್ಧಲಿಂಗ ಇಲ್ಲ ಇಲ್ಲ ವೆಂಬೆನು.

ಇಲ್ಲಿ ಮೂರು ಬಿಟ್ಟವನು ಎಂದರೆ ಯಾವ ಸಾಧಕ ಇಂದ್ರಿಯ ವಾಸನ ಮಾಯೆಗಳನ್ನು ಅಥವಾ ಹೆಣ್ಣು, ಹೊನ್ನು, ಮಣ್ಣುಗಳನ್ನು ಬಿಡುವುದಿಲ್ಲವೋ ಅವನಿಗೆ ಸತ್ಯದ ದರ್ಶನವಾಗಲಾರದು.

ಹಾಗೆಯೇ ಆರು ಬಿಟ್ಟಲ್ಲದೆ ಅಂದರೆ ಅರಿಷಡ್ವರ್ಗಗಳಾದ ಕಾಮ, ಕ್ರೋಧ, ಮೋಹ, ಲೋಭ, ಮದ, ಮತ್ಸರಗಳನ್ನು ಬಿಡದಿದ್ದರೆ ಅವನಿಗೆ ಎಲ್ಲಿಯೂ ಗೌರವ ಸಿಗುವುದಿಲ್ಲ. ಸಾಧನಾ ಪಥದಲ್ಲಿ ಅವನ ಸತ್ಯದ ಸಾಕ್ಷಾತ್ಕಾರದಲ್ಲಿ ಹಲವಾರು ಕಂಟಕಗಳು ಎದುರಿಗೆ ನಿಲ್ಲುತ್ತವೆ. ಹಾಗೆಯೇ ಎಂಟುಬಿಟ್ಟಲ್ಲದೆ ಅಂದರೆ ಅಷ್ಟ ಮದಗಳನ್ನು ಕುಲಮದ, ಛಲಮದ, ಧನಮದ, ರೂಪಮದ, ಯೌವ್ವನ ಮದ, ವಿದ್ಯೆಯ ಮದ, ಅರಸೊತ್ತಿಗೆಯ ಮದ, ಶ್ರೇಷ್ಠ ತಪಸ್ವಿ ಎನ್ನುವ ಮದ ಇವುಗಳನ್ನು ನೀಗಿಸಿಕೊಳ್ಳದಿದ್ದರೆ ಅವನು ಸಾಧಕನಾಗಲು ಸಾಧ್ಯವಿಲ್ಲ . ಅಂಥವನ ಸಾಧನೆ ಏನಿದ್ದರೂ ರಣರಂಗದಿಂದ ಓಡಿಬಂದು ಮನೆಯಲ್ಲಿ ತನ್ನ ಪೌರುಷದ ಮಾತುಗಳನ್ನು ಹೇಳುವ ಯೋಧನ ಸ್ಥಿತಿಯಂತೆ. ಎನ್ನುತ್ತಾರೆ. ತನ್ನ ಹಾಡಿನಲ್ಲಿ ಶಿವನನ್ನು ಕಾಣುತ್ತಾ ಊರಿನಲ್ಲಿ ಕೇರಿಗಳಲ್ಲಿ ಸಮಯಾಚಾರ್ಯರಾಗಿ ಸ್ವಾನುಭವಿಯಾಗಿ ಭಕ್ತರ ನಡೆ-ನುಡಿಗಳನ್ನು ತಿದ್ದುತ್ತ ಬಯಲಿನಲ್ಲಿ ಬಯಲಾದರು. ಘಟ್ಟಿವಾಳಯ್ಯನವರು. ಸತ್ತು ಸಮಾಧಿಯಲ್ಲಿ ಇರಲಿಲ್ಲ, ಕಾಯೊರಸಿ ಕೈಲಾಸಕ್ಕೆ ಹೋಗಲಿಲ್ಲ. ನಿತ್ಯವಾದ ಚರಲಿಂಗ ವನ್ನು ಹಸ್ತದಲ್ಲಿಟ್ಟುಕೊಂಡು ನಿರವಯ ನಿಜ ಸಮಾಧಿಯನ್ನು ಹೊಂದಿದವನು ಘಟ್ಟಿವಾಳಯ್ಯ.

⌘

29. ಸೊಡ್ಡಳ ಬಾಚರಸ

ಡಾ. ಶರಣಮ್ಮ ಗೊರೆಬಾಳ, ಧಾರವಾಡ

ನುಡಿದಂತೆ ನಡೆದ, ಕಾಯಕ ನಿಷ್ಠೆಯ, ಮೌಲ್ಯಗಳನ್ನು ಎತ್ತಿ ಹಿಡಿದ ಶಿವಶರಣರಲ್ಲಿ ಸೊಡ್ಡಳ ಬಾಚರಸ ಒಬ್ಬರು. ಬಸವಣ್ಣನವರ ಸಮಕಾಲೀನರು ಅವರ ಆಪ್ತರು ಆದ ಸೊಡ್ಡಳ ಬಾಚರಸ ಅರಿವಿನ ಪಥದ ಶರಣ. ಕಲ್ಯಾಣನಗರದ ಬಿಜ್ಜಳನ ಅರಮನೆಯ ಕಣಜದಿಂದ ಧಾನ್ಯವನ್ನು ಅಳೆಯುವುದು ಮತ್ತು ಧಾನ್ಯ ಕೊಟ್ಟಿದ್ದರ ಬಗ್ಗೆ ಲೆಕ್ಕ ಬರೆಯುವ ಕರಣಿಕನಾಗಿದ್ದ. ಬಾಚರಸನ 102 ವಚನಗಳು ದೊರೆಯುತ್ತವೆ. ಸೌರಾಷ್ಟ್ರ ಸೋಮೇಶ್ವರನ ಭಕ್ತನಾಗಿದ್ದ ಬಾಚರಸನ ಜೀವನಕ್ಕೆ ಸಂಬಂಧಿಸಿದ ಕೆಲವು ವಿವರಗಳು ಬಸವ ಪುರಾಣ, ಬೈರವೇಶ್ವರ ಕಾವ್ಯ, ಕಥಾಮಣಿ ಸೂತ್ರ ರತ್ನಾಕರ ಮೊದಲಾದ ಕೃತಿಗಳಲ್ಲಿ ಸಿಗುತ್ತದೆ.

ಯೋಗಿ ಎಂದರೆ ಯಾರು ಎಂಬುದನ್ನು ತಮ್ಮ ವಚನದಲ್ಲಿ ಹೀಗೆ ಹೇಳುತ್ತಾರೆ.

ಉಂಡುಂಡು ಜರಿದವನು ಯೋಗಿಯೆ
ಅಶನಕ್ಕೆ ಅಳುವವನು ಯೋಗಿಯೆ
ವ್ಯಸನಕ್ಕೆ ಮರಗುವವನು ಯೋಗಿಯೇ
ಯೋಗಿಗಳೆಂದೆಡೆ ಮೂಗನಾಗಲೆ ಕೊಯ್ಯುವೆ
ಯೋಗಿಗಳ ಯೋಗಿ ಶಿವಯೋಗಿ ಸೊಡ್ಡಳ
ಸಿದ್ದರಾಮನೊಬ್ಬನೇ ಶಿವಯೋಗಿ

ಎಂದು ಹೇಳುವಲ್ಲಿ ಯೋಗಿ ಆದವನಲ್ಲಿ ಇರಬೇಕಾದ ಗುಣಗಳನ್ನು ತಿಳಿಸಿದ್ದಾರೆ. ಉಂಡು ತಿರುಗುವವನು, ಆಹಾರಕ್ಕಾಗಿ ಅಳುವವನು, ಚಟಕ್ಕೆ ದಾಸನಾದವನು, ಯೋಗಿಯಾಗಲು ಹೇಗೆ ಸಾಧ್ಯ? ಕಾಮ ಕ್ರೋಧ ಮೋಹ ಮದ ಮತ್ಸರ ಲೋಭ ಮೀರಿದ ಅರಿಷಡ್ವರ್ಗಗಳನ್ನ ಗೆದ್ದವನು ಮಾತ್ರಯೋಗಿ

ಆಗಲು ಸಾಧ್ಯ. ಜೀವನದಲ್ಲಿ ಆಶೆ ಆಮಿಷಕ್ಕೆ ಬಲಿಯಾಗಿ ಯೋಗಿ ಎಂದು ಹೇಳಿಕೊಂಡರೆ ಅಂತವನ ಮೂಗಕೊಯ್ಯುವೆ ಎನ್ನುತ್ತಾನೆ.

ಲಿಂಗದೇವನೇ ಕರ್ತ, ಶಿವಭಕ್ತನೆ ಶ್ರೇಷ್ಠ, ದಯವೇ ಧರ್ಮ, ಅಧರ್ಮದಿಂದ ಬಂದದ್ದನ್ನು ಸ್ವೀಕರಿಸದೆ ಇರುವುದು ನೇಮ, ಅಳುಕಿಲ್ಲದಿದ್ದರೆ ವ್ರತ, ಇದು ಸತ್ಯದ ದಾರಿ ಎಂಬುದು ಬಾಚರಸನ ವಿಚಾರ.

ಶರಣರು ನಿತ್ಯ ಬದುಕನ್ನು ವೈಜ್ಞಾನಿಕ ಮತ್ತು ವೈಚಾರಿಕ ನೆಲೆಗಟ್ಟಿನಲ್ಲಿ ಕಂಡುಕೊಂಡವರು. ಶ್ರೇಣಿಕೃತ ವರ್ಗ ಪದ್ಧತಿಯನ್ನು ಅಲ್ಲಗಳೆದ ಶರಣರು ವೇದ, ಶಾಸ್ತ್ರ, ಪುರಾಣಗಳನ್ನು ನಿರಾಕರಿಸಿದರು. ಶರಣ ಬಾಚರಸ ಹೇಳುವಂತೆ

ವೇದದವರನೊಲ್ಲದೆ ನಮ್ಮ ಮಾದರ ಚೆನ್ನಯ್ಯಂಗೊಲಿದ

ಶಾಸ್ತ್ರದವರನೊಲ್ಲದೆ ಶಿವರಾತ್ರಿಯ ಸಂಕಣ್ಣಂಗೊಲಿದ

ಆಗಮದವರನೊಲ್ಲದೆ ತೆಲುಗು ಬೊಮ್ಮೊಯ್ಯಂಗೊಲಿದ

ಪುರಾಣ ಕರ್ಮಿಗಳೆಂಬ ವಿಶಿಷ್ಟ ಬ್ರಹ್ಮರನೊಲ್ಲದೆ ಉದ್ಭಟಯಂಗೊಲಿದ

ಅಣ್ಣ ಕೇಳ ಸೋಜಿಗವ ದಾಸ ದುಗ್ಗಳೆಯರಿಗೊಲಿದ ಮುಕ್ಕಣ್ಣ ಸೊಡ್ಡಳ

ಹಾರೋವಣ್ಣಗಳಿಗೆ ಹೇಸಿ ಕದವನಿಕ್ಕಿ ಕೊಂಡನು

ದೇವರು ಯಾವುದೇ ಜಾತಿ, ವರ್ಗ ನೋಡಿ ಒಲಿಯುವುದಿಲ್ಲ. ಮುಗ್ಧ ಭಕ್ತಿ, ಕಾಯಕ ನಿಷ್ಠೆ, ನಿರ್ಮಲ ಮನಸನ್ನು ಮೆಚ್ಚಿಕೊಳ್ಳುತ್ತಾನೇ. ದೇವರನ್ನು ಒಲಿಸಿಕೊಂಡ ಸಾಕಷ್ಟು ನಿಷ್ಟಾವಂತ ಭಕ್ತರ ಕತೆ ಕೇಳಿದ್ದೇವೆ. ಅಂತವರಲ್ಲಿ ಮಾದಾರ ಚೆನ್ನಯ್ಯ, ಶಿವರಾತ್ರಿಯ ಸಂಕಣ್ಣ, ತೆಲುಗು ಬೊಮ್ಮಯ್ಯ, ಭಕ್ತ ಸಿರಿಯಾಳ, ಹೀಗೆ ಶಿವನಿಗೆ ಭಕ್ತರ ಸತ್ಯ ಶುದ್ಧ ಭಕ್ತಿ ಮುಖ್ಯ ಹೊರತು ವೇದ ಶಾಸ್ತ್ರ ಪುರಾಣಗಳಲ್ಲ. ದೇವನೊಲಿದಾತನೆ ಜಾತ, ಉತ್ತಮ ಕುಲದವ ಎಂದಿದ್ದಾರೆ ಜ್ಞಾನಿಗಳು. ಆದ್ದರಿಂದ ಇಲ್ಲಿ ಸೊಡ್ಡಳ ಬಾಚರಸ ವೇದಶಾಸ್ತ್ರ ಆಗಮ ಪುರಾಣ ಹೇಳುವ ಬ್ರಾಹ್ಮಣರಿಗೆ ಒಲಿಯದ ಮುಕ್ಕಣ್ಣ ದಾಸ ದುಗ್ಗಳೆಯರಿಗೆ ಒಲಿದದ್ದು ಸೋಜಿಗ ಎನ್ನುತ್ತಾ ಹಾರವರಿಗೆ ಹೇಸಿ ಕದವನಿಕ್ಕಿಕೊಂಡ ಎಂಬ ವಿಷಯ ಹೇಳಿದ್ದು ಕೂಡಾ ಸೋಜಿಗವೇ.

ಸೊಡ್ಡಳ ಬಾಚರಸ ಸೊಡ್ಡಳದೇವ ಎಂಬ ಅಂಕಿತದಿಂದ ವಚನ ರಚಿಸಿದ, ಅವನ ವಚನಗಳಲ್ಲಿ ಶಿವಭಕ್ತಿಯ ನಿಷ್ಠೆ, ತತ್ವ ವಿವೇಚನೆ, ನೀತಿಭೋದೆ, ಜೀವನ ಪ್ರೀತಿ ಎದ್ದು ಕಾಣುತ್ತದೆ.

⌘

೩೦. ಸ್ಪೂರ್ತಿಯ ಸೆಲೆ ಗಂಗಾಂಬಿಕೆ

ಅಂಜಲೀನಾ ಗ್ರೇಗರಿ, ಧಾರವಾಡ

12ನೇ ಶತಮಾನದಲ್ಲಿ 'ಕಾಯಕವೇ ಕೈಲಾಸವೆಂದು' ನಂಬಿದ ಗಂಗಾಂಬಿಕೆ ವಚನಕಾರ್ತಿಯಾಗಿ, ಅನುಭಾವಿಯಾಗಿ ಮತ್ತು ಆದರ್ಶ ಸತಿಯಾಗಿ ಬಾಳಿ ಬಸವಣ್ಣನವರಿಗೆ ಶಕ್ತಿಯಾಗಿದ್ದರು.

ಕಲಚೂರ್ಯ ಬಿಜ್ಜಳನ ಮಂತ್ರಿಯಾಗಿದ್ದ ಬಲದೇವನ ಏಕೈಕ ಪುತ್ರಿಯೇ ಗಂಗಾಂಬಿಕೆ. ಚಿಕ್ಕಂದಿನಲ್ಲಿಯೇ ತಾಯಿಯನ್ನು ಕಳೆದುಕೊಂಡು ತನ್ನ ತಂದೆಯ ಲಾಲನೆ ಪಾಲನೆಯಲ್ಲಿ ಬೆಳೆದ ಗಂಗಾಂಬಿಕೆಯಲ್ಲಿ ಧೈರ್ಯಸ್ಥೈರ್ಯಗಳು ಸ್ವಾಭಾವಿಕವಾಗಿ ಬೆಳೆದುಬಂದಿದ್ದವು. ಕನ್ನಡ, ಸಂಸ್ಕೃತ ಭಾಷೆ ಮತ್ತು ಸಂಗೀತದ ಜ್ಞಾನವನ್ನೂ ಅರಿತವಳಾಗಿದ್ದಳು. ಬಿಲ್ವಿದ್ಯೆ ಮತ್ತು ಕತ್ತಿವರಸೆಗಳನ್ನು ಬಲ್ಲವಳಾಗಿದ್ದ ಗಂಗಾಂಬಿಕೆ ಸುಸಂಸ್ಕೃತ ಗುಣದವಳು.

ರೂಪ ಸಂಪನ್ನೆಯಾದ ಇವಳಿಗೆ ಮದುವೆ ಮಾಡಲು ಯೋಚಿಸುತ್ತಿದ್ದಾಗ, ಬಲದೇವನಿಗೆ ತನ್ನ ಸಹೋದರಿ ಮಾದಲಾಂಬಿಕೆಯ ಮಗ ಬಸವಣ್ಣನವರೇ ಯೋಗ್ಯವಾದ ವರವೆಂದೆನಿಸಿ, ಮಗಳನ್ನು ವಿಜೃಂಭಣೆಯಿಂದ ಮದುವೆ ಮಾಡಿಕೊಡುತ್ತಾನೆ.

ಗಂಗಾಂಬಿಕೆ ಬಸವಣ್ಣನವರ ಹೆಂಡತಿಯಾಗಿ, ಮಂತ್ರಿಯ ಪುತ್ರಿಯಾಗಿ, ಸುಖದ ಸುಪ್ಪತ್ತಿಗೆಯಲ್ಲಿ ಬೆಳೆದರೂ ಐಶ್ವರ್ಯಕ್ಕಿಂತ ಪತಿಸೇವೆ, ದೈವ ಭಕ್ತಿಯೇ ಜೀವನದಲ್ಲಿ ಶ್ರೇಷ್ಠವೆನ್ನುತ್ತಾಳೆ. ಪ್ರಗತಿಪರ ವಿಚಾರದ ಬಸವಣ್ಣನವರಿಗೆ ಚೇತನ ಸ್ವರೂಪಿಯಾಗಿ ನಿಲ್ಲುತ್ತಾಳೆ. ಸ್ತ್ರೀ, ಶೂದ್ರ ಸಮಾನಳೆಂಬ ಭಾವನೆಯನ್ನು ಅಲ್ಲಗಳೆದ ಬಸವಣ್ಣನವರು ಗಂಗಾಂಬಿಕೆಗೆ ದೀಕ್ಷೆ ಮಾಡಿಸಿ ಆತ್ಮೋನ್ನತಿ ಮಾರ್ಗ ತೋರುತ್ತಾರೆ. ಭಕ್ತಿಭಂಡಾರಿಯ ಕೈ ಹಿಡಿದು ಆತನ ಸಕಲ ಕಾರ್ಯಗಳಿಗೆ ಸ್ಫೂರ್ತಿಯ ಸೆಲೆಯಾಗುತ್ತಾಳೆ.

ಗಂಗಾಂಬಿಕೆ ಬಸವಣ್ಣನವರ ಮನದ ಮತ್ತು ಮನೆಯ ಒಡತಿಯಾಗಿ ಬಸವಣ್ಣನವರ ಪ್ರೇರಕ ಶಕ್ತಿಯಾಗಿ ದಾಸೋಹ, ಮಹಾಮನೆಯ ಜವಾಬ್ದಾರಿಯನ್ನು ಅಕ್ಕ ನಾಗಮ್ಮ, ಚೆನ್ನಬಸವಣ್ಣನೊಡಗೂಡಿ ನಿರ್ವಹಿಸಿಕೊಂಡು ಹೋಗುತ್ತಾಳೆ.

'ಶರಣಸತಿ ಲಿಂಗಪತಿ' ಎಂಬ ಭಾವನೆಯನ್ನು ಬೆಳೆಸಿಕೊಂಡು, ಬಸವಣ್ಣನವರ ಎರಡನೆಯ ಹೆಂಡತಿಯಾದ ನೀಲಾಂಬಿಕೆಯನ್ನು ತನ್ನ ಒಡಹುಟ್ಟಿದವಳಂತೆ ಕಾಣುತ್ತಾಳೆ. ಗಂಗಾಂಬಿಕೆಗೆ ಮಾತೃತ್ವದ ಭಾಗ್ಯ ಇಲ್ಲದೆ ತಾಯಿಯಾಗುವ ಬಯಕೆ ಗರಿಗೆದರಿ ನಿಂತಾಗ ಬಸವಣ್ಣನವರು ಗಂಗಾಂಬಿಕೆಗೆ ಸಮಾಧಾನ ಪಡಿಸುತ್ತಾರೆ. ಗಂಗಾಂಬಿಕೆಯು ತನ್ನ ವಚನ ರೂಪದಲ್ಲಿ ಇದನ್ನು ಅಭಿವ್ಯಕ್ತಿಸಿದ್ದಾಳೆ.

'ಅವಳ ಕಂದ ಬಾಲಸಂಗ, ನಿನ್ನ ಕಂದ ಚೆನ್ನಲಿಂಗ
ಎಂದು ಹೇಳಿದರವ್ವ ಎನ್ನ ಒಡೆಯರು
ಹೊಲಬಿಲ್ಲದ ಕಂದನಿರ್ಪನವಳಿಗೆ ಎನಗೆ ಫಲವಿಲ್ಲ
ಕಂದನಿಲ್ಲ ಇದೇನೋ ದುಃಖ ದಂದುಗ
ಗಂಗಾಪ್ರಿಯ ಕೂಡಲ ಸಂಗಮದೇವಾ'

ಬಸವಣ್ಣನವರ ಸಲಹೆಯಂತೆ ಮಕ್ಕಳಿಲ್ಲದ ಗಂಗಾಂಬಿಕೆ ಜ್ಞಾನನಿಧಿ. ಚೆನ್ನಬಸವಣ್ಣನನ್ನು ತನ್ನ ಹೊಟ್ಟೆಯ ಮಗನಂತೆ ವಾತ್ಸಲ್ಯದಿಂದ ನೋಡಿ ಕೊಂಡವಳೆಂದು ತಿಳಿಯುತ್ತದೆ. ತ್ರಿಕಾಲ ಲಿಂಗ ಪೂಜಾನಿಷ್ಠಳಾದ ಗಂಗಾಂಬಿಕೆಗೆ ಶಿವನ ಸಾಕ್ಷಾತ್ಕಾರವಾಗಿ ಆಕೆ ಸ್ವತಃ ಪರವಸ್ತು ಸ್ವರೂಪಳಾದುದು ಆಕೆಯ ವಚನದಿಂದಲೇ ತಿಳಿಯಬಹುದಾಗಿದೆ. ಕಾಯಕ ನಿರತಳೂ ಜ್ಞಾನ ಸಂಪನ್ನಳೂ, ಭಕ್ತಿ ಭಾವ ಭರಿತಳೂ ಆದ ಗಂಗಾಂಬಿಕೆಯ ಭಕ್ತಿ ನಿಷ್ಠೆಗಳಿಗೆ ಮೆಚ್ಚಿ ಶಿವನು ಆಕೆಯ ಕರದ ಇಷ್ಟ ಲಿಂಗದಲ್ಲಿಯೇ ಸಾಕ್ಷಾತ್ಕಾರನಾದುದನ್ನು ಆಕೆಯ ವಚನದಿಂದ ಅರಿತುಕೊಳ್ಳಬಹುದಾಗಿದೆ.

'ಇದೇನೋ ಮೀರಿತೋರುವ ಮೂರುತಿ
ಪುಷ್ಪಗುಂಪಿನಲ್ಲಿ ಕಾಣದೆ ಹೋಗಿದೆ
ಇದೇನೋ ಮೀರಿತೋರುವ ಮೂರುತಿ
ಕರದಲ್ಲಿಯ ಲಿಂಗದಂತೆ ಉಲುಹದ ನೆಲೆಯ ತೋರುತಿದೆ
ಇಂತಪ್ಪ ಮೂರುತಿಯ ಕಂಡು
ಗಂಗಾಪ್ರಿಯ ಕೂಡಲಸಂಗನ ಶರಣರ ಸತಿ ಧನ್ಯಳಾದಳೋ ಚೆನ್ನಬಸವಣ್ಣ?.

ಜೀವನದಲ್ಲಿ ಸುಖಕ್ಕೆ ಹಿಗ್ಗದೆಯೇ, ದುಃಖಕ್ಕೆ ಕೊರಗದೆಯೇ ಸದಾ ಲಿಂಗ ಜಂಗಮ ಸೇವೆಯಲ್ಲಿ ನಿರತಳಾಗುತ್ತಿದ್ದ ಗಂಗಾಂಬಿಕೆ ತನ್ನ ಜೀವನದ ಗುರಿಯನ್ನು ತಲುಪಿ ಧನ್ಯತೆಯನ್ನು ಪಡೆದು ಮಹಾತಾಯಿಯಾಗುತ್ತಾಳೆ.

ಕಲ್ಯಾಣದಲ್ಲಿ ನಡೆದ ಅರಾಜಕತೆ ಮತ್ತು ಹಿಂಸಾಚಾರದಿಂದ ಬೇಸತ್ತ ಬಸವಣ್ಣನವರು ತನ್ನ ಇಷ್ಟ ದೈವವಾದ ಕೂಡಲಸಂಗಮನಾಥನ ಸನ್ನಿಧಿಗೆ ಹೋಗುತ್ತಾರೆ. ಮನಕ್ಕೆ ಶಾಂತಿ ದೊರೆತ ನಂತರ ಸಂಗಮದಲ್ಲಿ ಐಕ್ಯವಾಗಲು ತನ್ನ ಪತ್ನಿಯರನ್ನು ಕರೆತರಲು ಹಡಪದಣ್ಣನವರಿಗೆ ಕಲ್ಯಾಣಕ್ಕೆ ಕಳುಹಿಸುತ್ತಾರೆ. ಕಲ್ಯಾಣದಲ್ಲಿ ವೈರಿಗಳಿಂದ ಬಿಜ್ಜಳನ ಕೊಲೆಯಾಗಿ ಮಹಾಕ್ರಾಂತಿ ನಡೆದಿರುತ್ತದೆ. ನಿರಪರಾಧಿ ಶರಣರು ಕಲ್ಯಾಣದಲ್ಲಿ ಇರಲಾಗದಂತಹ ಪರಿಸ್ಥಿತಿ ಉಂಟಾಗಿರುತ್ತದೆ. ಅದೇ ಸಮಯದಲ್ಲಿ ಹಡಪದಣ್ಣ ಗಂಗಾಂಬಿಕೆ ಮತ್ತು ನೀಲಾಂಬಿಕೆಯರಿಗೆ ಬಸವಣ್ಣನವರ ಸಂದೇಶವನ್ನು ತಿಳಿಸಿದಾಗ, ಗಂಗಾಂಬಿಕೆಯು ಉಭಯ ಸಂಕಟದಲ್ಲಿ ಸಿಲುಕಿದಂತಾಗಿ ತನ್ನ ನಿಲುವನ್ನು ಈ ವಚನದ ಮೂಲಕ ಸ್ಪಷ್ಟಪಡಿಸುತ್ತಾಳೆ.

'ಪತಿಯಾಜ್ಞೆಯಲ್ಲಿ ಚರಿಪ ಸತಿಗ್ಯಾಕೆ ಪ್ರತಿಜ್ಞೆಯು?
ಪ್ರತಿಜ್ಞೆಯ ಪತಿಕರದಲ್ಲಿ ಪೋಪದಿರೆ ಯಾತನೆಯಲ್ಲವೆ?
ಇವಳ ಲಿಂಗನಿಷ್ಠೆ ಇವಳಿಗೆ
ನಮ್ಮ ನಿಷ್ಠೆ ಪತಿಯಾಜ್ಞೆಯಲ್ಲಿ ಕಾಣಾ
ಗಂಗಾಪ್ರಿಯ ಕೂಡಲಸಂಗಮದೇವಾ..'

ಗಂಡನ ಆಜ್ಞೆಯಂತೆ ನಡೆದುಕೊಳ್ಳುವ ಹೆಂಡತಿ ಮತ್ತೆ ಬೇರೆ ಪ್ರತಿಜ್ಞೆ ಮಾಡಬೇಕಾಗಿಲ್ಲ. ಪ್ರತಿಜ್ಞೆಯನ್ನು ಮಾಡಿದ ಮೇಲೆ ಗಂಡ ಕರೆದಲ್ಲಿಗೆ ಹೋಗಬೇಕು, ಹೋಗದಿದ್ದರೆ ದುಃಖ ಅಲ್ಲವೇ? 'ಇವಳ ಲಿಂಗನಿಷ್ಠೆ ಇವಳಿಗೆ' ಎಂದು ನೀಲಾಂಬಿಕೆಯನ್ನು ಕುರಿತು ಹೇಳಿದಂತಿದೆ. ಮುಂದಿನ ಸಾಲಿನಲ್ಲಿ 'ನಮ್ಮ ನಿಷ್ಠೆ ಪತಿಯಾಜ್ಞೆಯಲಿ' ಎಂದು ಹೇಳಿದ್ದಾಳೆ ಗಂಗಾಂಬಿಕೆ.

ಪತಿಯ ಇಚ್ಛೆಯಂತೆ ಸಂಗಮಕ್ಕೆ ಹೋಗಬೇಕಾದುದು ಸತಿಯ ಕರ್ತವ್ಯ, ಆದರೆ ಬಸವನ ದೇಹ, ಪ್ರಾಣ, ಆತ್ಮದಂತಿರುವ ವಚನರಾಶಿಯನ್ನು, ಶರಣರನ್ನೂ, ಶರಣ ಸಂಸ್ಕೃತಿಯನ್ನೂ ರಕ್ಷಿಸಿ ಉಳಿಸುವುದು ತನ್ನ ಪರಮ ಕರ್ತವ್ಯವೆಂದು ಭಾವಿಸಿ, ತನ್ನ ಉಭಯ ಸಂಕಟವನ್ನು ಗುರು ಘನಲಿಂಗ ರುದ್ರಮುನಿಗಳಲ್ಲಿ ನಿವೇದಿಸುತ್ತಾಳೆ ಗಂಗಾಂಬಿಕೆ.

ಬಸವಣ್ಣನವರು ಪ್ರಾರಂಭಿಸಿದ ಕಾರ್ಯವನ್ನು ಪೂರೈಸುವ ಹೊಣೆ ಹೊತ್ತು ಶರಣದಳದ ರಕ್ಷಣಾ ಭಾರವನ್ನು ನಿರ್ವಹಿಸಲು ಚೆನ್ನಬಸವಣ್ಣನಿಗೆ ಸಹಾಯಕಳಾಗಿ

ನಿಲ್ಲುವ ನಿರ್ಧಾರವನ್ನು ಹಡಪದಣ್ಣನವರ ಮೂಲಕ ಗಂಗಾಂಬಿಕೆ ಬಸವಣ್ಣನವರಿಗೆ ಹೇಳಿ ಕಳುಹಿಸುತ್ತಾಳೆ.

ಬಸವಣ್ಣನವರ ಅನುಯಾಯಿಗಳೆಲ್ಲರೂ ಕೂಡಲ ಸಂಗಮದತ್ತ ಪಯಣ ಬೆಳೆಸುತ್ತಾರೆ. ಆದರೆ ಸಂಗಮ ಮುಟ್ಟುವ ಮುಂಚೆಯೇ ಬಸವಣ್ಣನವರ ಲಿಂಗೈಕ್ಯದ ಸುದ್ಧಿ ಬಂದು ಮುಟ್ಟುತ್ತದೆ. ಎಲ್ಲರೂ ದಿಗ್ಭ್ರಾಂತರಾಗುತ್ತಾರೆ. ಶೋಕ ತಪ್ತರಾಗುತ್ತಾರೆ.

'ಮೀರಿ ತೋರುವ ಬಸವನೆಂಬ ಮೂರುತಿ ಪುಷ್ಪ ಗುಂಪಿನಲ್ಲಿ ಕಾಣದೆ ಹೋಯಿತಲ್ಲಾ. ಉಲುಹದ ಸ್ಥಿತಿ ತೋರುತ್ತಿದೆಯಲ್ಲ. ಇಂಥ ಬಸವನ ಪತ್ನಿಯಾದ ನಾನೇ ಧನ್ಯಳು ಎಂದು ಚೆನ್ನಬಸವಣ್ಣನಲ್ಲಿ ತನ್ನ ಶೋಕವನ್ನು ಧನ್ಯತೆಯ ಅರಿವಿನಲ್ಲಿ ವ್ಯಕ್ತಪಡಿಸುತ್ತಾಳೆ ಗಂಗಾಂಬಿಕೆ.

ಶರಣರೊಡನೆ ಹೊರಟ ಗಂಗಾಂಬಿಕೆ ಎಲ್ಲರ ಪ್ರಸಾದದ ವ್ಯವಸ್ಥೆ, ಗಾಯಾಳುಗಳ ಶುಶ್ರೂಷೆಗೆ ನೆರವಾಗುವುದರೊಂದಿಗೆ ವೀರ ಸೈನಿಕಳಾಗಿಯೂ ಕಾರ್ಯ ನಿರ್ವಹಿಸುತ್ತಾಳೆ. ಕಲ್ಯಾಣದಿಂದ ಹೊರಟ ಶರಣ ಸಮೂಹ ಮುಂರಗೋಡ ಮಾರ್ಗವಾಗಿ ಉಳಿವಿಗೆ ಹೊರಟಾಗ, ಮಲಪ್ರಭಾ ನದಿ ತೀರದಲ್ಲಿರುವ ಕಾದರಳ್ಳಿ ಹತ್ತಿರ ವೈರಿಗಳೊಂದಿಗೆ ನಡೆದ ಸಂಘರ್ಷದಲ್ಲಿ ಹೋರಾಡುತ್ತ ವೀರಸ್ವರ್ಗ ಪಡೆದಳೆಂದು ತಿಳಿದು ಬರುತ್ತದೆ.

ಗಂಗಾಂಬಿಕೆ ಮೌನವಾಗಿ ಎಲೆಯ ಮರೆಯ ಕಾಯಿಯಂತೆ ಪತಿಯ ಕಾರ್ಯದಲ್ಲಿ ತೊಡಗಿಸಿಕೊಳ್ಳುತ್ತಾಳೆ. ಬಸವಣ್ಣನವರ ಜೀವಾನಾದರ್ಶಗಳಿಗೆ ತನ್ನನ್ನು ತಾನು ಅರ್ಪಿಸಿಕೊಂಡು, ಸಂದರ್ಭ ಬಂದಾಗ ಅತ್ಯಂತ ಸೂಕ್ಷ್ಮ ಮತ್ತು ವಿಲಕ್ಷಣ ಪ್ರಸಂಗಗಳನ್ನು ಭಕ್ತಿಯಿಂದ ಎದುರಿಸುತ್ತಾಳೆ. ಬಸವಣ್ಣ ಜಂಗಮರಿಗೆ ಬೇಡಿದನ್ನು ಕೊಡುವ ದಾಸೋಹಿ. ಹೀಗಾಗಿ ಪತಿಯನ್ನು ಅನುಸರಿಸುವ ಗಂಗಾಂಬಿಕೆಯ ಪತಿಭಕ್ತಿ ಮೆಚ್ಚುವಂತಹದ್ದು.

ಗಂಗಾಂಬಿಕೆಯು 'ಗಂಗಾಪ್ರಿಯ ಕೂಡಲಸಂಗ' ಎಂಬ ಅಂಕಿತದಲ್ಲಿ ಒಂಭತ್ತು ವಚನಗಳನ್ನು ರಚಿಸಿದ್ದಾಳೆ. ಈ ವಚನಗಳಲ್ಲಿ ಒಳಹೊಕ್ಕು ನೋಡಿದಾಗ ಆಕೆಯ ಅಂತರಂಗದ ಬದುಕಿನ ನೋಟವನ್ನು ಕಾಣಬಹುದಾಗಿದೆ. ವಚನಗಳಲ್ಲಿ ತಾಯ್ತನದ ಹಂಬಲ, ಪತಿ ಸೇವಾನಿಷ್ಠೆ ಹಾಗೂ ವ್ಯಕ್ತವಾಗುವ ಧೀರ ಮನೋಭಾವ ಮೆಚ್ಚುಗೆಗೆ ಪಾತ್ರವಾಗಿದೆ.

⌘

31. ಅಕ್ಕಮಹಾದೇವಿ

ಡಾ. ಪ್ರಿಯಂವದಾ ಮ, ಹುಲಗಬಾಳಿ, ಅಥಣಿ

ಶರಣೆ ಅಕ್ಕಮಹಾದೇವಿ ಕನ್ನಡ ಸಾಹಿತ್ಯದಲ್ಲಿ ಮೊಟ್ಟಮೊದಲ ಕವಯತ್ರಿ ಎಂದು ಸಾಹಿತ್ಯ ಚರಿತ್ರೆಕಾರರಿಂದ ಗುರುತಿಸಲ್ಪಟ್ಟಿದ್ದಾಳೆ. ಹನ್ನೆರಡನೆಯ ಶತಮಾನದ ಶರಣ ಚಳವಳಿಯ ಪ್ರಭಾವಕ್ಕೆ ಒಳಗಾದವಳು ಎಂಬುದು ಅವಳ ವಚನ ಹಾಗೂ ಅವಳ ಸಮಕಾಲೀನ ವಚನಕಾರರ ವಚನಗಳಿಂದ ತಿಳಿದುಬರುತ್ತದೆ. ಉಡುತಡಿಯಲ್ಲಿ ಸುಮತಿ ನಿರ್ಮಲಶೆಟ್ಟಿಯವರ ಮಗಳಾಗಿ ಜನಿಸಿದಳು ಅಕ್ಕಮಹಾದೇವಿ. ಬಾಲ್ಯದಿಂದ ಚೆನ್ನಮಲ್ಲಿಕಾರ್ಜುನನ ಆರಾಧಕಳಾಗಿಯೇ ಬೆಳೆದಳು. ಗುರುಗಳ ಮಾರ್ಗದರ್ಶನದಿಂದ ವಿಚಾರವಂತೆಯಾಗಿ ಬೆಳೆದ ಮಹಾದೇವಿ, ಶರಣ ಚಳವಳಿಯ ಬಗ್ಗೆ ಹಿರಿಯರಿಂದ ಕೇಳಿ ತಿಳಿದುಕೊಳ್ಳುತ್ತಿದ್ದಳು. ಕಲ್ಯಾಣದಲ್ಲಿ ಬಸವಣ್ಣ, ಅಲ್ಲಮಪ್ರಭು ಮುಂತಾದ ಶಿವಶರಣರ ವಿಚಾರಧಾರೆಗಳು ಅವಳನ್ನು ತಲುಪಿದ್ದವು. ಕೌಶಿಕನೊಂದಿಗೆ ಒತ್ತಾಯದ ಮದುವೆ ಧಿಃಕ್ಕರಿಸಿದ ಅಕ್ಕ ಆತನನ್ನು ತಿರಸ್ಕರಿಸಿ ಕಲ್ಯಾಣದ ಕಡೆ ಪ್ರಯಾಣ ಬೆಳೆಸಿದಳು. ಬಸವಾದಿ ಶರಣರ ಸತ್ಸಂಗಕ್ಕೆ ಬಂದಳು. ಆ ಕಾಲದಲ್ಲಿ ಇದ್ದ ಅಕ್ಕಮಹಾದೇವಿ ಸಹಜವಾಗಿಯೇ ವಚನ ರಚನೆಯ ಪ್ರೇರಣೆಗೆ ಒಳಗಾಗಿದ್ದು ಎಲ್ಲರೂ ಒಪ್ಪುವ ಮಾತು. ಅಕ್ಕಮಹಾದೇವಿಯ ಅನೇಕ ವಚನಗಳಲ್ಲಿ ಚಿಕಿತ್ಸಕ ಮನೋಭಾವ ವ್ಯಕ್ತವಾಗುತ್ತದೆ. ಹನ್ನೆರಡನೆಯ ಶತಮಾನದ ನಂತರದ ಕಾಲಾವಧಿಯಲ್ಲಿ ಅಂದರೆ ಹದಿಮೂರನೆಯ ಶತಮಾನದ ಪೂರ್ವದಲ್ಲಿ ಆಗಿ ಹೋದ ಈ ವಚನಗಾರ್ತಿಯ ಚರಿತ್ರೆಗೆ ಸಂಬಂಧಪಟ್ಟಂತೆ ಅನೇಕ ಅಸ್ಪಷ್ಟತೆಗಳು ಅಲ್ಲಲ್ಲಿ ಉಳಿದುಕೊಂಡಿವೆ. ಆದರೂ ಅವಳ ವಚನಗಳಿಂದ ಅವಳೊಬ್ಬ ವಿಚಾರ ಸ್ವಾತಂತ್ರ್ಯ ಹೊಂದಿದ ಮಹಿಳೆ ಎಂಬುದು ಎಲ್ಲರೂ ಒಪ್ಪಲೇಬೇಕಾದ ಮಾತು, ಶ್ರೇಷ್ಠ ವಚನಕಾರ್ತಿಯಾದ ಮಹಾದೇವಿ ಅಕ್ಕನ 434 ವಚನಗಳು ಲಭ್ಯವಾಗಿವೆ. ಅಕ್ಕಮಹಾದೇವಿ ಯೋಗಾಂಗ ತ್ರಿವಿಧಿ, ಸ್ವರವಚನ, ಸೃಷ್ಟಿಯ ವಚನ, ಕೃತಿಗಳನ್ನು ರಚಿಸಿರುವುದನ್ನು ವಿದ್ವಾಂಸರು ಗುರುತಿಸಿದ್ದಾರೆ.

ಭಾರತೀಯ ಸಾಹಿತ್ಯದಲ್ಲಿಯೇ ವಿನೂತನವಾದದ್ದು 'ವಚನ ಸಾಹಿತ್ಯ', ಸಂಸ್ಕೃತದಲ್ಲಿನ ಉಪನಿಷತ್ತುಗಳ ಹಾಗೆ ಇದು ಕೂಡ ವೈಚಾರಿಕ ಜಿಜ್ಞಾಸೆಯ ಸ್ವರೂಪದಲ್ಲಿವೆ. ಧರ್ಮದ ವಿಚಾರಗಳು ಮೂಲ ತಳಹದಿಯಾಗಿವೆ. ಕನ್ನಡ ಸಾಹಿತ್ಯದ ಪ್ರಮುಖ ಭಾಗವೆಂದೇ ಗುರುತಿಸಲ್ಪಟ್ಟಿರುವ ಸಾಹಿತ್ಯ ವಚನ ಸಾಹಿತ್ಯ. ಈ ಸಾಹಿತ್ಯದ ಪ್ರಮುಖ ಘಟ್ಟವನ್ನೂ ಬಸವಾದಿ ಶಿವಶರಣ ಶರಣೆಯರಿಂದಲೇ ಗುರುತಿಸುತ್ತೇವೆ. ಹನ್ನೆರಡನೆಯ ಶತಮಾನ 'ವಚನ ಸಾಹಿತ್ಯ'ದ ಪ್ರವರ್ಧಮಾನ ಕಾಲ ಎಂಬುದು ಅನೇಕರ ಅಭಿಮತ. 'ವಚನ' ಎನ್ನುವುದು ಕನ್ನಡದಲ್ಲಿ ವಿಶಿಷ್ಟ ಸಾಹಿತ್ಯ ಪ್ರಕಾರವೊಂದಕ್ಕೆ ಹೆಸರು. 'ವಚನ' ಎಂದರೆ ಸಂಸ್ಕೃತದಲ್ಲಿ ಮಾತು, ಮಾತನಾಡುವುದು, ವ್ಯಕ್ತಪಡಿಸುವುದು ಇತ್ಯಾದಿ ಅರ್ಥಗಳಿವೆ, 'ವಚನ' ಮಾತಿಗೆ ಸಂಸ್ಕೃತದ ಮೇಲೆ ಹೇಳಿದ ಅರ್ಥಗಳ ಜೊತೆ ಗದ್ಯ ಎನ್ನುವ ಅರ್ಥವೂ ಬಹು ಹಿಂದಿನಿಂದ ರೂಢಿಯಾಗಿದೆ.

ವಚನಗಳು ಯಾವುದೇ ಹೊರಗಿನ ಮಾದರಿಯನ್ನು ಅನುಸರಿಸಿ ಅಥವಾ ಅನುಕರಿಸಿ ಹುಟ್ಟಿದುವಲ್ಲ ಎಂಬುದು ಬಹುಮಟ್ಟಿಗೆ ಖಚಿತ. ಅನೇಕ ವಿದ್ವಾಂಸರ ಅಭಿಪ್ರಾಯಗಳನ್ನು ನೋಡಿದಾಗ ವಚನಗಳು ಕನ್ನಡ ನೆಲದ ಸ್ವತಂತ್ರ ಸಾಹಿತ್ಯ ಎಂದು ಒಪ್ಪಿಕೊಳ್ಳಲೇಬೇಕು.

ಸ್ತ್ರೀ ಸ್ವಾತಂತ್ರ್ಯದ ಪ್ರತೀಕವಾಗಿರುವ ಅಕ್ಕಮಹಾದೇವಿ ಜಗತ್ತಿನ ಮೊಟ್ಟಮೊದಲ ಕವಯತ್ರಿ ಮತ್ತು ಕ್ರಾಂತಿಕಾರಿ ಮಹಿಳೆ, ಹನ್ನೆರಡನೆಯ ಶತಮಾನದಲ್ಲಿ ಕರ್ನಾಟಕದ ಶರಣರು ನಡೆಸಿದ ಅನನ್ಯ ಕ್ರಾಂತಿಯ ಒಂದು ಮುಖ್ಯ ಗುರಿಯೇ ಆಗಿದ್ದ ಮಹಿಳಾ ಸಮಾನತೆಯ ಆಶಯಕ್ಕೆ ಅನುಗುಣವಾದ ಅಭಿವ್ಯಕ್ತಿಯನ್ನು ಸಾಧಿಸಿದ ಅವಳ ವಚನಗಳಲ್ಲಿ ಕಾವ್ಯಗುಣದೊಂದಿಗೆ ಪ್ರತಿಭಟನೆಯ ಗಟ್ಟಿ ಧ್ವನಿ ಎದ್ದು ಕಾಣುತ್ತವೆ. ತನಗೊಲ್ಲದ ಲೌಕಿಕ ಬದುಕಿನಿಂದ ಸಿಡಿದು ನಡೆದ ಅವಳದು ವಿಶಿಷ್ಟವಾದ ಸಮಾಜೋ–ಧಾರ್ಮಿಕ, ಅನುಭಾವ ಮತ್ತು ಆಧ್ಯಾತ್ಮಿಕ ಮಾರ್ಗ, ಕಾವ್ಯಗುಣಗಳಿಂದ ತುಂಬಿರುವ ಅಕ್ಕನ ವಚನಗಳು ಸಮಾಜ ವಿಮರ್ಶೆಯ ಕನ್ನಡಿಗಳಾಗಿಯೂ ಪ್ರತಿಫಲಿಸುತ್ತವೆ. ಅಕ್ಕಮಹಾದೇವಿಯ ವಚನಗಳು ಸಾರ್ವಕಾಲಿಕ ಮೌಲ್ಯಗಳನ್ನು ಸಾರುವ ಸಂದೇಶಗಳು, ಸ್ತ್ರೀ ಎದುರಿಸುವ ಎಲ್ಲ ಸಮಸ್ಯೆಗಳಿಗೆ ಮಹಾದೇವಿ ಅಕ್ಕನ ವಚನಗಳು ಉತ್ತರಗಳಾಗುತ್ತವೆ.

"ಹೆದರದಿರು ಮನವೆ, ಬೆದರದಿರು ತನುವೆ
ನಿಜವನರಿತು ನಿಶ್ಚಿಂತನಾಗಿರು,
ಫಲವಾದ ಮರನ ಕಲ್ಲಲಿ ಇಡುವುದೊಂದು
ಕೋಟಿ ಎಲವಾದ ಮರನ ಕಲ್ಲಲಿ ಇಡುವರೊಬ್ಬರ ಕಾಣೆ,

ಭಕ್ತಿಯುಳ್ಳವರ ಬೈವರೊಂದು ಕೋಟಿ,
ಭಕ್ತಿಯಿಲ್ಲದವರ ಬೈವರೊಬ್ಬರ ಕಾಣೆ,
ನಿಮ್ಮ ಶರಣರ ನುಡಿಯ ಎನಗೆ ಗತಿ ಸೋಪಾನ
ಚೆನ್ನಮಲ್ಲಿಕಾರ್ಜುನಾ."

ಪ್ರಪಂಚದಲ್ಲಿ ಎಂಥಹ ಕಷ್ಟಗಳು ಬಂದರೂ, ಸ್ತುತಿ ನಿಂದೆಗಳು ಬಂದರೂ ಅವು ನಮ್ಮ ವ್ಯಕ್ತಿತ್ವಕ್ಕೆ ಬಂದಿರುವ ಪರೀಕ್ಷೆಗಳು ಎಂದು ನಿಶ್ಚಿಂತರಾಗಿರಬೇಕು, ಶರಣರ ನುಡಿಗಳೇ ನಮಗೆ ಮೋಕ್ಷದ ಮೆಟ್ಟಿಲುಗಳು ಎನ್ನುತ್ತಾಳೆ. ಆಧುನಿಕ ಯುಗದಲ್ಲಿ ಬದುಕಿನಲ್ಲಿ ಭದ್ರತೆ ಇರಲಾರದೆ ತತ್ತರಿಸುತ್ತಿರುವವರಿಗೆ ಧೈರ್ಯ ನೀಡುವ ನುಡಿಗಳಾಗಿವೆ. ಬದುಕಿನಲ್ಲಿ ಅಂಜಿದರೆ ನಾವು ನಮ್ಮತನವನ್ನು ಕಳೆದುಕೊಂಡತೆ. ನಮ್ಮತನವನ್ನು ಬಿಟ್ಟುಕೊಡಲಾರದೆ ಆತ್ಮಗೌರವದಿಂದ ಬದುಕಬೇಕು ಎಂದು ಅಕ್ಕ ಹೇಳುತ್ತಾರೆ. ಹಣ್ಣು ತುಂಬಿದ ಗಿಡಕ್ಕೆ ಕಲ್ಲುಗಳನ್ನು ಒಗೆಯುತ್ತಾರೆ ಜನ. ಹಣ್ಣಿರಲಾರದ ಗಿಡವನ್ನು ಯಾರೂ ಕಣ್ಣೆತ್ತಿಯೂ ನೋಡುವುದಿಲ್ಲ, ಹಾಗೆಯೇ ಒಳ್ಳೆಯ ಕೆಲಸ ಮಾಡುವವರ ಕಾಲೆಳೆಯುವವರು ಹೆಚ್ಚಾಗಿರುತ್ತಾರೆ. ಕೆಲಸ ಮಾಡದೆ ಇದ್ದವರಿಗೆ ಯಾರೂ ಏನೂ ಹೇಳುವುದಿಲ್ಲ. ಕೈಲಾಗದವರು ನಮ್ಮನ್ನು ಅವಮಾನಿಸುತ್ತಾರೆ. ಅವರ ಬಗ್ಗೆ ತಲೆ ಕೆಡಿಸಿಕೊಳ್ಳದೆ ನಮ್ಮ ಕೆಲಸ ನಾವು ಮಾಡೋಣ. ಭಕ್ತಿಯಿಂದ, ಶ್ರದ್ಧೆಯಿಂದ ಇರುವವರನ್ನು ನೋಡಿದರೆ ಕೆಲವರಿಗೆ ಅಸಹನೆ. ಅವರು ಭಕ್ತಿ ಇಲ್ಲದವರ ಕಡೆ ಕಣ್ಣೆತ್ತಿಯೂ ನೋಡುವುದಿಲ್ಲ. ನಿನ್ನನ್ನು ಯಾರಾದರು ಹೀಯಾಳಿಸಿದರೆ ಎದೆ ಗುಂದದೆ ಮುನ್ನುಗ್ಗು, ಒಳ್ಳೆಯ ನುಡಿಗಳು ನಮಗೆ ಮಾರ್ಗದರ್ಶನ ನೀಡುತ್ತವೆ. ತನ್ನ ಮನಸ್ಸಿಗೆ ಹೆದರದಿರು, ಬೆದರದಿರು ನಿನ್ನೊಂದಿಗೆ ಚೆನ್ನಮಲ್ಲಿಕಾರ್ಜುನನ ಹಿತನುಡಿಗಳಿವೆ ಎನ್ನುತ್ತಾರೆ. ಹೆದರಿದರೆ ಹೂಳುವ, ಅಂಜದೆ ನಿಂತರೆ ಆದರಿಸುವ ಸಮಾಜದ ನಡುವೆ ನಾವಿದ್ದೇವೆ ನಾವು ಅಂಜಲೇ ಬಾರದು ಎಂಬ ಭಾವ ಈ ವಚನದಲ್ಲಿದೆ. ದಿಟ್ಟ ನಿಲುವಿನ, ನಿಶ್ಚಲ ಮನದ ಧೈರ್ಯವಂತ ಅಕ್ಕ ನಮ್ಮ ಆದರ್ಶ.

"ನರಜನ್ಮವ ತೊಡೆದು ಹರಜನ್ಮವ ಮಾಡಿದ ಗುರುವೆ ನಮೋ.
ಭವಬಂಧನವ ಬಿಡಿಸಿ ಪರಮಸುಖವ ತೋರಿದ ಗುರುವೆ ನಮೋ.
ಭವಿಯೆಂಬುದ ತೊಡೆದು ಭಕ್ತೆ ಎಂದೆನಿಸಿದ ಗುರುವೆ ನಮೋ.
ಚೆನ್ನಮಲ್ಲಿಕಾರ್ಜುನನ ತಂದೆನ್ನ ಕೈವಶಕ್ಕೆ ಕೊಟ್ಟ ಗುರುವೆ, ನಮೋ ನಮೋ."

'ಶಿವಪಥವನರಿವೊಡೆ ಗುರುಪಥವೇ ಮೊದಲು' ಎಂದು ಗುರುವಿಗೆ ಅಗ್ರಸ್ಥಾನ ನೀಡಿದವರು ಹನ್ನೆರಡನೆಯ ಶತಮಾನದ ಶರಣರು. ಗುರು ಪ್ರತಿಯೊಬ್ಬರ ಜೀವನದಲ್ಲಿ ಅಪಾರ ಮಹಿಮೆಯುಳ್ಳವ. ಹೆಣ್ಣಿಗೇಕೆ ಶಿಕ್ಷಣ ಎನ್ನುವ ಕಾಲದಲ್ಲಿ ಗುರು ಗುರುಲಿಂಗ

ದೇವರು ಅಕ್ಕನಿಗೆ ತಮ್ಮ ಮಠದಲ್ಲಿ ಅಕ್ಷರಭ್ಯಾಸ ಮಾಡಿಸಿದರು ಅಕ್ಕಮಹಾದೇವಿಗೆ ಶ್ರೀಶೈಲ ಮಲ್ಲಿಕಾರ್ಜುನ ದೇವರ ಮಹಿಮೆ ತಿಳಿಸಿದವರೂ ಕೂಡ ಗುರುವೇ. ಗುರು ಮುಖದಿಂದ ಸಂಪಾದಿಸಿದ ಜ್ಞಾನ ಶಾಶ್ವತ ಜ್ಞಾನ ಎಂಬುದನ್ನು ಎಲ್ಲರೂ ಒಪ್ಪಲೇಬೇಕು. ಮಾನವ ಜನ್ಮದ ಸಾರ್ಥಕತೆ ಅಡಗಿರುವುದು ದೈವಿ ಗುಣವನ್ನು ನಮ್ಮದಾಗಿಸಿಕೊಂಡಾಗ, ಅಂಥ ಮನುಷ್ಯ ಜನ್ಮದಿಂದ ಆಧ್ಯಾತ್ಮದತ್ತ ಒಲವು ಮೂಡುವಂತೆ ಮಾಡಿ ಮಾನವನನ್ನು ದೈವತ್ವಕ್ಕೆ ಏರಿಸುವವನು ಗುರು. ಅಕ್ಕಮಹಾದೇವಿಯು ಸಹಿತ ತನ್ನನ್ನು ದೈವತ್ವಕ್ಕೇರಿಸಿದವರು ಗುರುವೇ ಎಂದು ತನ್ನ ಈ ವಚನದಲ್ಲಿ ಹೇಳಿಕೊಂಡಿದ್ದಾರೆ ಮಾನವ ಜನ್ಮದ ಬಂಧನ ಬಿಡಿಸಿ,

ಹರ ಜನ್ಮದತ್ತ ದಾರಿ ತೋರಿದ ಗುರುವಿಗೆ ನಮನ ಹೇಳುವ ಮಹಾದೇವಿ ಅಕ್ಕ ಲೌಕಿಕ ಬದುಕಿನ ಜಂಜಡಗಳನ್ನು ದೂರ ಮಾಡಿ ಭವ ಬಂಧನ ಬಿಡಿಸಿ ಶ್ರೇಷ್ಠವಾದ ಸುಖ ಯಾವುದು ಎಂದು ತೋರಿಸಿಕೊಟ್ಟವರು ಗುರು ಎಂದು ಒಪ್ಪಿಕೊಳ್ಳುತ್ತಾರೆ. ಬದುಕಿನಲ್ಲಿ ಒಳ್ಳೆಯದನ್ನು ಮಾಡಿದಾಗ ಮಾತ್ರ ನಾವು ಒಳ್ಳೆಯವರಾಗಲು ಸಾಧ್ಯ. ಆ ಒಳ್ಳೆಯ ಗುಣ ನಮ್ಮಲ್ಲಿ ಹುಟ್ಟಬೇಕಾದರೆ ಗುರುವಿನ ಮಾರ್ಗದರ್ಶನದಿಂದ ಮಾತ್ರ ಸಾಧ್ಯ. ಗುರುವೇ ನಮಗೆ ಸರ್ವಸ್ವವನ್ನು ಕರುಣಿಸುವವ ಎಂಬ ಭಾವ ಅಕ್ಕನ ಈ ವಚನದಲ್ಲಿ ಮೂಡಿಬಂದಿರುವುದನ್ನು ಕಾಣುತ್ತೇವೆ.

ಗುರು ಕಾರುಣ್ಯ ಇಲ್ಲದಿದ್ದರೆ ಯಾವ ಕಾರ್ಯವು ಸಿದ್ಧಿಸುವುದಿಲ್ಲ ಅನುಭವದ ನೆಲೆಯಲ್ಲಿ ಜೀವನವನ್ನು ನಡೆಸುವವರಿಗಂತೂ ಗುರುವಿನ ಮಾರ್ಗದರ್ಶನ ಅತ್ಯವಶ್ಯಕ ಅಕ್ಕಮಹಾದೇವಿಯವರಿಗಂತೂ ಬಾಲ್ಯದಿಂದಲೇ ಗುರುವಿನ ಪ್ರಭಾವವಾಗಿತ್ತು. ಗುರು ಶಿಷ್ಯರ ಪವಿತ್ರ ಸಂಬಂಧ ಜಗತ್ತಿನಲ್ಲಿ ಶ್ರೇಷ್ಠವಾದದ್ದು. ಗುರು ಶಿಷ್ಯನ ಬದುಕಿಗೆ ಜ್ಞಾನದ ದೀವಿಗೆಯನ್ನು ನೀಡಿ ಮುನ್ನಡೆಸುತ್ತಾರೆ. ಮಹಾದೇವಿಯಕ್ಕನ ಜೀವನದಲ್ಲೂ ಹಾಗೆಯೇ. ಗುರು ಗುರುಲಿಂಗ ದೇವರ ಕರುಣೆ, ಭೋಧನೆ ಮಾರ್ಗದರ್ಶನ ಅಕ್ಕನ ನಿಲುವನ್ನು ಗಟ್ಟಿಗೊಳಿಸುತ್ತವೆ. ಹಾಗೆ ಪ್ರತಿಯೊಬ್ಬರ ಜೀವನದಲ್ಲಿ ಗುರು ಅಪಾರ ಪ್ರಭಾವ ಬೀರಿರುತ್ತಾರೆ. 'ಹರ ಮುನಿದರೂ ಗುರು ಕಾಯ್ವ' ಎಂಬ ನಾಣ್ಣುಡಿಯಂತೆ, ಶಿಷ್ಯನ ಸಾಧನೆಯ ಮುಂದಿನ ಶಕ್ತಿ ಚೈತನ್ಯಶೀಲನಾದ ಗುರು ಪರಮ ಸಾಧಕನಾದ ಶಿಷ್ಯರನ್ನು ನಿರ್ಮಿಸುತ್ತಾನೆ ಎಂಬುದು ಅಕ್ಕನ ವಚನದ ತಾತ್ಪರ್ಯ.

ಪ್ರಪಂಚದಲ್ಲಿ ಗುರುವಿನ ಮಹತ್ವ ಅರಿಯುವುದೇ ಶಿಷ್ಯರ ಸಾಧನೆಯಿಂದ. ಅಲ್ಲಮಪ್ರಭುಗಳ ಗುರು ಅನಿಮಿಷದೇವರು, ಉರಿಲಿಂಗದೇವರ ಶಿಷ್ಯ ಉರಿಲಿಂಗಪೆದ್ದಿ, ವಿವೇಕಾನಂದರ ಗುರು ರಾಮಕೃಷ್ಣ ಪರಮಹಂಸರು, ವಿಜಯಪೂರದ

ಜ್ಞಾನಯೋಗಾಶ್ರಮದ ಪೂಜ್ಯ ಸಿದ್ದೇಶ್ವರ ಮಹಾಸ್ವಾಮಿಗಳ ಗುರು ಪರಮಪೂಜ್ಯ ಮಲ್ಲಿಕಾರ್ಜುನ ಮಹಾಸ್ವಾಮಿಗಳು. ಛತ್ರಪತಿ ಶಿವಾಜಿಯವರ ಗುರು ಸಮರ್ಥ ರಾಮದಾಸರು.ಹೀಗೆ ಗುರು ಶಿಷ್ಯ ಪರಂಪರೆಯಲ್ಲಿ ಅನೇಕ ಮಹಾನುಭಾವರನ್ನು ಅಂದಿನಿಂದ ಇಂದಿನವರೆಗೂ ಸ್ಮರಿಸಿಕೊಳ್ಳುತ್ತೇವೆ. ಶಿಷ್ಯರ ಸುಂದರ ಬದುಕು ನಿರ್ಮಾಣ ಮಾಡುವುದೇ ಗುರುವಿನ ಗುರಿಯಾಗಿರುತ್ತದೆ. ಗುರುವಿನ ಮನದ ಇಂಗಿತವನ್ನು ಅರಿತು ಶಿಷ್ಯ ನಡೆದರೆ ಯಶಸ್ಸು ಖಂಡಿತ. ಯಾವ ಗುರುಗಳು ಶಿಷ್ಯರಿಗೆ ಕೇಡು ಬಯಸಲಾರರು. ಮಹಾನ್ ಗುರುಗಳ ಸ್ಮರಣೆ ನಿರಂತರವಾಗಿ ನಡೆದಾಗ ಮಾತ್ರ ಗುರು ಶಿಷ್ಯ ಪರಂಪರೆಗೆ ಅರ್ಥ ಬರುತ್ತದೆ.

ಇಂದಿನ ದಿನಮಾನಗಳಲ್ಲಿ ಈ ಸಂಬಂಧಗಳು ಬೇರೆ ರೀತಿಯ ತಿರುವು ಪಡೆಯುತ್ತಿವೆ. ಶಾಲಾ ಶಿಕ್ಷಕರು ಮಾತ್ರ ಗುರುಗಳಲ್ಲ, ಬದುಕಿಗೆ ಮಾರ್ಗದರ್ಶನ ಮಾಡುವ ಪ್ರತಿಯೊಬ್ಬರು ಗುರು ಎಂಬುದನ್ನು ಅರಿಯುವ ಅವಶ್ಯಕತೆ ಯುವ ಜನಾಂಗಕ್ಕಿದೆ. ಯಾರಾದರೂ ಒಳ್ಳೆಯದನ್ನು ಹೇಳಿದರೆ ಅವರನ್ನು ಶತ್ರುಗಳು ಎಂಬಂತೆ ನೋಡಲಾಗುತ್ತದೆ. ಅವರನ್ನು ಅವಹೇಳನ ಮಾಡಲಾಗುತ್ತದೆ. ಹಾಗಾಗಬಾರದು ವಿದ್ಯೆ ನೀಡುವ ಗುರುಗಳಾಗಿರಲಿ, ತಪ್ಪುಗಳನ್ನು ತಿದ್ದಿ ಬುದ್ಧಿ ಹೇಳುವವರಾಗಿರಲಿ ಮೊದಲು ಅವರನ್ನು ಗೌರವಿಸಬೇಕು, ಅವರ ವಿಚಾರಗಳನ್ನು ಆಲಿಸಬೇಕು.

ಗುರುಗಳು ಶಿಷ್ಯರು ವಿಶ್ವಾಸಕ್ಕೆ ಪಾತ್ರರಾಗಬೇಕು. ಗುರು ಲಘು ವರ್ತನದಲ್ಲಿ ವರ್ತಿಸಿದರೆ ಆಗದು ಆಚಾರ. ಗುರು ಗುರುವೆ ಲಘು.

ಎಲ್ಲರೂ ಗುರುಗಳಿಗೆ ಗೌರವ ಕೊಡುವುದಿಲ್ಲ ಅಂತ ಅಲ್ಲ. ಇವತ್ತು ಕೂಡ ಗುರುಗಳನ್ನು ಕಂಡರೆ ಭಕ್ತಿ ಭಾವ ಇರುವ ಅನೇಕರು ಕಾಣ ಸಿಗುತ್ತಾರೆ. ತಮ್ಮ ಶಾಲಾ ಶಿಕ್ಷಕಿಯೊಬ್ಬರಿಗೆ ಮನೆ ನಿರ್ಮಿಸಿ ಕೊಟ್ಟು ಸೂರು ಕಲ್ಪಿಸಿದ ಶಿಷ್ಯ ಬಳಗವೂ ನಮ್ಮೊಂದಿಗಿದೆ. ಊರ ಮಧ್ಯದಲ್ಲಿ ಶಿಕ್ಷಕರ ದೇವಾಲಯ ನಿರ್ಮಿಸಿ ದಿನನಿತ್ಯ ಪೂಜಿಸುವ ಶಿಷ್ಯ ಸಮುದಾಯವೂ ಇಲ್ಲದಿಲ್ಲ. ಗುರುವಿನ ವಿಚಾರಗಳನ್ನು, ತತ್ವಗಳನ್ನು ಸಮಾಜಕ್ಕೆ ತಲುಪಿಸುವ ಕಾರ್ಯದಲ್ಲಿ ತಮ್ಮನ್ನು ತೊಡಗಿಸಿಕೊಂಡ ಶಿಷ್ಯರೂ ಕಡಿಮೆ ಇಲ್ಲ. ಒಟ್ಟಿನಲ್ಲಿ ಗುರು ಶಿಷ್ಯರ ಬಾಂಧವ್ಯ ಪವಿತ್ರ ಬಾಂಧವ್ಯವಾಗಿದೆ.

⌘

೩೨. ವೀರ ಗಣಾಚಾರಿ ಮಡಿವಾಳ ಮಾಚಿದೇವ

ಡಾ ಶಶಿಕಾಂತ್ ಪಟ್ಟಣ, ರಾಮದುರ್ಗ, ಪುಣೆ

ಕಲ್ಯಾಣ ಮಹಾಮನೆಯಲ್ಲಿ ಬಸವಣ್ಣನವರ ನೇತೃತ್ವದಲ್ಲಿ ನಡೆದ ಸಾಮಾಜಿಕ ಚಳುವಳಿಯ ಅಗ್ರ ನಾಯಕ ದಿಟ್ಟ ಗಣಾಚಾರಿ ಮಡಿವಾಳ ಮಾಚಿದೇವರು.

ಕಲ್ಯಾಣ ಕ್ರಾಂತಿಯು ರಕ್ತ ಸಿಕ್ತವಾಗಿ ಮಾರ್ಪಟ್ಟಾಗ, ವಚನಗಳಿಗೆ ಸನಾತನಿಗಳಿಂದ ಆಪತ್ತು ವಿಪತ್ತು ಬಂದು ಒದಗಿದಾಗ ವಚನಗಳ ಸಂರಕ್ಷಣೆಗೆ ಮುಂದಾಗಿ ವಚನಗಳ ಕಟ್ಟನ್ನು ವ್ಯವಸ್ಥಿತವಾಗಿ ಸಂಗ್ರಹಿಸಿ ಅವುಗಳನ್ನು ಒಂದೆಡೆ ಕ್ರೋಢೀಕರಿಸಿ ಬಿಜ್ಜಳನ ಮಗ ಸೋವಿದೇವ ಹಾಗೂ ಅವನ ಸೈನ್ಯದ ದಾಳಿಯಿಂದ ಉಳಿಸಲು ದಿಟ್ಟ ಗಣಾಚಾರಿ ಮಡಿವಾಳ ಮಾಚಿದೇವರು ಹರ ಸಾಹಸ ಯುದ್ಧ ಮಾಡಬೇಕಾಗಿ ಬಂತು.

ಬಸವ ನಿಷ್ಠ ವಚನಕಾರ ದಿಟ್ಟ ಗಣಾಚಾರಿ ಮಡಿವಾಳ ಮಾಚಿದೇವರು. ಇವರು ಇಂದಿನ ವಿಜಯಪುರ ಜಿಲ್ಲೆಯ ಹಿಪ್ಪರಗಿ (ದೇವರ ಹಿಪ್ಪರಗಿ)ಯಲ್ಲಿ ಜನ್ಮ ತಾಳಿದರು. ಬಸವಣ್ಣ ಅಲ್ಲಮ, ಅಕ್ಕಮಹಾದೇವಿ, ಸಿದ್ಧರಾಮ, ಚೆನ್ನಬಸವಣ್ಣ, ಮತ್ತು ಮರುಳ ಶಂಕರದೇವರ ವಚನಗಳಲ್ಲಿ ಅವರೆಲ್ಲರ ಪ್ರೀತಿಗೆ ಪಾತ್ರನಾಗಿ ಅವರಿಂದ ಸ್ತುತಿಗೆ ಒಳಗಾಗುತ್ತಾರೆ ಮಡಿವಾಳ ಮಾಚಿದೇವರು.

ಅನೇಕ ಲಿಂಗಾಯತ ಕೃತಿಗಳಲ್ಲಿ ಮಡಿವಾಳ ಮಾಚಿದೇವರ ವೀರತ್ವ ಶೌರ್ಯವನ್ನು ಕಥೆ ರೂಪಕ ಪುರಾಣಗಳಲ್ಲಿ ಕಾಣಬಹುದು.. ಜನಪದಿಗರಂತೂ ಮಡಿವಾಳ ಮಾಚಿದೇವನ ನಿಷ್ಠೆ ಭಕ್ತಿ ಬದ್ಧತೆಯನ್ನು ಕೊಂಡಾಡಿದ್ದಾರೆ. ಮಾಚಿದೇವರ ಹುಟ್ಟು ದೇವರ ಹಿಪ್ಪರಗಿಯಲ್ಲಾದರೂ ಅವರ ಕಾರ್ಯ ಕ್ಷೇತ್ರವು ಕಲ್ಯಾಣವಾಗಿತ್ತು. ಶರಣರ ಬಟ್ಟೆಗಳನ್ನು ಮಡಿ ಮಾಡುವ, ಅಂದರೆ ಶರಣರ ಬಟ್ಟೆಗಳನ್ನು ಹಸನುಗೊಳಿಸಿ ಶುಭ್ರ ಮಡಿ ಮಾಡಿ ಅವುಗಳನ್ನು ಶರಣರ ಮನೆಗಳಿಗೆ ತಲುಪಿಸುವ ಪಾವನ ಕಾಯಕವನ್ನು ಮಡಿವಾಳ ಮಾಚಿದೇವ ಮಾಡುತ್ತಿದ್ದರು.

ಇವರ ಕಾಯಕವನ್ನು ಕಂಡು ಬೆರಗಾಗಿ ಆಸ್ಥಾನದ ಅನೇಕ ಮಂತ್ರಿಗಳು ದೊರೆ ಬಿಜ್ಜಳನ ಬಳಿ ದೊರೆಗಳ ರಾಣಿಯರ ಬಟ್ಟೆ ಮಡಿ ಮಾಡಿಸಲು ಸಲಹೆ ನೀಡುತ್ತಾರೆ. ಇದರಿಂದ ಉತ್ತೇಜಿತನಾದ ರಾಜ ಬಿಜ್ಜಳನು ಮಡಿವಾಳ ಮಾಚಿದೇವನಿಗೆ ಆಜ್ಞೆ ಹೊರಡಿಸಿ ಬಿಜ್ಜಳನ ಮತ್ತು ಅರಸು ಮನೆತನದ ಬಟ್ಟೆಗಳನ್ನು ಮಡಿ ಮಾಡಲು ಸೂಚಿಸುತ್ತಾನೆ. ಇದಕ್ಕೊಪ್ಪದ ಮಡಿವಾಳ ಮಾಚಿದೇವ ರಾಜನ ಆಜ್ಞೆಯನ್ನು ತಿರಸ್ಕರಿಸುತ್ತಾನೆ.

ಇದರಿಂದ ಕುಪಿತಗೊಂಡ ರಾಜಭಟರು ರಾಜ ಬಿಜ್ಜಳನಿಗೆ ಮಡಿವಾಳ ಮಾಚಿದೇವನ ನಿರಾಕರಣೆ ಹಾಗು ಅವನ ಸೊಕ್ಕಿನ ವಿಷಯ ಪ್ರಸ್ತಾಪ ಮಾಡುತ್ತಾರೆ. ಇದು ಬಿಜ್ಜಳನನ್ನು ಕೆರಳಿಸುತ್ತದೆ. ರಾಜ ಬಿಜ್ಜಳ ಮಡಿವಾಳ ಮಾಚಿದೇವನನ್ನು ಕರೆತರಲು ಮದಕರಿ, ಸೇನೆಯನ್ನು ಕಳಸಿಕೊಡುತ್ತಾನೆ. ಆನೆ ಸೈನ್ಯವು ಮಡಿವಾಳ ಮಾಚಿದೇವನ ಮನೆಗೆ ಬಂದು ರಾಜಾಜ್ಞೆಯನ್ನು ಪಾಲಿಸಲು ಮಡಿವಾಳ ಮಾಚಿದೇವನಿಗೆ ತಿಳಿಸುತ್ತಾರೆ. ಆಗ ಕೋಪಗೊಂಡ ಮಡಿವಾಳ ಮಾಚಿದೇವನು ತಾನು ಭಕ್ತರ ವಸ್ತ್ರ ಮಡಿ ಮಾಡುವನೆ ಹೊರತು ಭವಿಗಳ ಬಟ್ಟೆ ಮಡಿ ಮಾಡುವದಿಲ್ಲ ಎಂದು ಸ್ಪಷ್ಟವಾಗಿ ಹೇಳುತ್ತಾನೆ.

ಸೈನಿಕರು ಮಡಿವಾಳ ಮಾಚಿದೇವನನ್ನು ಬಂಧಿಸಿ ಆನೆಗೆ ಕಟ್ಟಿ ಎಳೆದುಕೊಂಡು ಹೋಗಲು ಮುಂದಾದಾಗ ಉಗ್ರ ಮಡಿವಾಳನು ತನ್ನ ವೀರಗತ್ತಿಯಿಂದ ಆನೆಯನ್ನು ಕೊಂದುಬಿಡುತ್ತಾನೆ. ಸೈನಿಕರು ಮಡಿವಾಳ ಮಾಚಿದೇವರ ಶೌರ್ಯ ಪರಾಕ್ರಮವನ್ನು ಬಿಜ್ಜಳನಿಗೆ ಹೇಳುತ್ತಾರೆ. ಆಗ ಬಿಜ್ಜಳ ಬಸವಣ್ಣನನ್ನು ಕರೆದುಕೊಂಡು ಮಡಿವಾಳ ಮಾಚಿದೇವನ ಮನೆಗೆ ಬರಲು. ಬಸವಣ್ಣನು ಮಡಿವಾಳ ಮಾಚಿದೇವನಿಗೆ ಬಿಜ್ಜಳನ ಮತ್ತು ಅರಸೊತ್ತಿಗೆಯ ಬಟ್ಟೆ ಮಡಿ ಮಾಡಲು ತಿರಸ್ಕರಿಸುವ ಕಾರಣವನ್ನು ಕೇಳುತ್ತಾನೆ. ಆಗ ಮಡಿವಾಳ ಮಾಚಿದೇವನು ಸತ್ಯ ಶುದ್ಧ ಕಾಯಕ ಮಾಡುವ ಶರಣರ ಬಟ್ಟೆ ಮಾತ್ರ ಮಡಿ ಮಾಡುವದಾಗಿ ಹೇಳುತ್ತಾನೆ. ಇದು ವರ್ಗ ಸಂಘರ್ಷದ ಮೊದಲ ಕ್ರಾಂತಿಯ ಕಹಳೆ ಎಂದರೆ ತಪ್ಪಾಗಲಾರದು.ಆಗ ಬಿಜ್ಜಳ ತನ್ನ ತಪ್ಪೊಪ್ಪಿಗೆ ವಿಷಾದತೆಯನ್ನು ಕ್ಷಮೆಯನ್ನು ಮಡಿವಾಳ ಮಾಚಿದೇವನಿಗೆ ಕೇಳುತ್ತಾನೆ.

ಮಡಿವಾಳ ಮಾಚಿದೇವರ ದೀಕ್ಷಾಗುರು ಮಲ್ಲಿಕಾರ್ಜುನ, ಹಾಗೂ ಪೂರ್ವಾಶ್ರಮದ ದೈವವು ಕಲ್ಲಿನಾಥ. ಹೀಗಾಗಿ ಇವರ ವಚನಗಳಲ್ಲಿ ಕಲಿದೇವರ ದೇವಾ. ಎಂಬ ಅಂಕಿತವನ್ನು ಕಾಣುತ್ತೇವೆ. ಮಡಿವಾಳ ಮಾಚಿದೇವರ ಒಟ್ಟು 346 ವಚನಗಳನ್ನು ಕಾಣುತ್ತೇವೆ. ಮಡಿವಾಳ ಮಾಚಿದೇವರ ವಚನಗಳಲ್ಲಿ ನಿಷ್ಠುರತೆ

ಗಣಾಚಾರ, ಕಲಿತನ, ಶೌರ್ಯ ಸಾಮಾಜಿಕ ಕಳಕಳಿ ವಿಡಂಬನೆ ಟೀಕೆಗಳನ್ನು ಕಾಣುತ್ತೇವೆ.

ಅಕ್ಕ ನಾಗಮ್ಮ ತನ್ನ ಒಂದು ವಚನದಲ್ಲಿ ಹೀಗೆ ಹೇಳಿದ್ದಾರೆ.

ಅಂಗದಿಂದುದಯವಾದಾತ ಮಡಿವಾಳಯ್ಯ.
ಲಿಂಗದಿಂದುದಯವಾದಾತ ರೇವಣಸಿದ್ಧಯ್ಯ.
ಭಸ್ಮದಿಂದುದಯವಾದಾತ ಸಿದ್ಧರಾಮಯ್ಯ.
ಪಾದೋದಕದಿಂದ ಉದಯವಾದವಳು ಅಕ್ಕಮಹಾದೇವಿ.
ಮಂತ್ರದಿಂದುದಯವಾದಾತ ನಿಮ್ಮ ಸೋದರಮಾವ ಬಸವಯ್ಯ.
ಪ್ರಸಾದದಿಂದುದಯವಾದಾತ ನೀನಲ್ಲವೆ ಚೆನ್ನಬಸವಯ್ಯ.
ಬಸವಣ್ಣಪ್ರಿಯ ಚೆನ್ನಸಂಗಯ್ಯ.

ಶರೀರ ಸಹಜ ಧರ್ಮಕ್ಕೆ ಜನಿಸಿದವನು ಮಡಿವಾಳಯ್ಯನು, ಲಿಂಗ ಅಂದರೆ ಸಮಷ್ಟಿ ಭಾವಕ್ಕೆ ಹುಟ್ಟಿದವನು ರೇವಣ ಸಿದ್ಧರು, ಭಸ್ಮದಿಂದ ಹುಟ್ಟಿದವರು ಸಿದ್ಧರಾಮರು, ಜ್ಞಾನದ ಪಾಠಕ್ಕಾಗಿ ಹುಟ್ಟಿದವಳು ಅಕ್ಕಮಹಾದೇವಿ, ಮಂತ್ರದಿಂದುದಯವಾದಾತ ನಿಮ್ಮ ಸೋದರಮಾವ ಬಸವಯ್ಯ. ಎಂದೆನ್ನುತ್ತಾ ಪ್ರಸಾದ ಪ್ರಸನ್ನತೆಯಿಂದ ಹುಟ್ಟಿದವ ನೀನು ಚೆನ್ನ ಬಸವಣ್ಣ ಎಂದು ಹೇಳುತ್ತಾ ಅವರವರ ಹುಟ್ಟಿನ ಸಾರ್ಥಕತೆಯನ್ನು ಅರ್ಥಪೂರ್ಣವಾಗಿ ಅಕ್ಕ ನಾಗಮ್ಮ ವಿವರಿಸಿದ್ದಾಳೆ.

ಅದೇ ರೀತಿಯಲ್ಲಿ ಮಹಾಜ್ಞಾನಿ ಅಲ್ಲಮರು ಮಡಿವಾಳ ಮತ್ತು ಇತರ ಶರಣರ ಬಗ್ಗೆ ಹೀಗೆ ಹೇಳುತ್ತಾರೆ.

ಎನ್ನ ಕಾಯವ ಬಸವಣ್ಣನಳವಡಿಸಿಕೊಂಡ.
ಎನ್ನ ಮನವ ಚನ್ನಬಸವಣ್ಣನಳವಡಿಸಿಕೊಂಡ.
ಎನ್ನ ಭಾವವ ಮಡಿವಾಳಯ್ಯನಳವಡಿಸಿಕೊಂಡ.
ಇಂತೀ ಮೂವರು ಒಂದೊಂದನಳವಡಿಸಿಕೊಂಡ ಕಾರಣ
ಗುಹೇಶ್ವರಾ, ನಿಮ್ಮ ಶರಣರೆಂಬ ತ್ರಿಮೂರ್ತಿಗಳಿಗೆ
ನಮೋ ನಮೋ ಎನುತಿರ್ದೆನು.

ಕಾಯ ಮನಸ್ಸು ಮತ್ತು ಭಾವ (ಆತ್ಮ) ಇವು ಚೈತನ್ಯದ ಸಂಯೋಜನೆ. ಬಸವಣ್ಣ ಅಲ್ಲಮರ ಕಾಯವನ್ನು ಅಳವಡಿಸಿಕೊಂಡರು.

ಮನವನ್ನು ಚೆನ್ನಬಸವಣ್ಣ ಅಳವಡಿಸಿಕೊಂಡರು. ಭಾವವನ್ನು ಮಡಿವಾಳಯ್ಯನವರು ಅಳವಡಿಸಿಕೊಂಡರು. ಹೀಗಾಗಿ ತಾವು ಗುಹೇಶ್ವರ ಲಿಂಗದಲ್ಲಿ ಬಯಲಾದೆನು ಎಂದು ಅಲ್ಲಮರು ತಮ್ಮ ನಿರಾಳತೆಯನ್ನು ವ್ಯಕ್ತ ಪಡಿಸುತ್ತಾರೆ.

ಬಸವಣ್ಣನು ಎಷ್ಟು ಮಡಿವಾಳ ಮಾಚಿದೇವರ ಕರ್ತೃತ್ವದ ಮೇಲೆ ನಂಬಿಕೆ ಇಟ್ಟಿದ್ದರೆನ್ನುವುದು ಈ ಕೆಳಗಿನ ವಚನಗಳಲ್ಲಿ ವ್ಯಕ್ತವಾಗುತ್ತದೆ.

ಎನ್ನ ಭಕ್ತಿಯ ಶಕ್ತಿಯು ನೀನೆ,
ಎನ್ನ ಯುಕ್ತಿಯ ಶಕ್ತಿಯು ನೀನೆ,
ಎನ್ನ ಮುಕ್ತಿಯ ಶಕ್ತಿಯು ನೀನೆ.
ಎನ್ನ ಮಹಾಘನದ ನಿಲವಿನ ಪ್ರಭೆಯನುಟ್ಟು
ತಳವೆಳಗಾದ ಸ್ವಯಜ್ಞಾನಿ
ಕೂಡಲಸಂಗಯ್ಯನಲ್ಲಿ ಮಹಾದೇವಿಯಕ್ಕಗಳ ನಿಲವ
ಮಡಿವಾಳನಿಂದರಿದು ಬದುಕಿದೆನಯ್ಯಾ, ಪ್ರಭುವೆ.

ಬಸವಣ್ಣನವರ ಭಕ್ತಿಯಾ ಶಕ್ತಿ, ಯುಕ್ತಿಯಾ ಶಕ್ತಿ, ಮುಕ್ತಿಯಾ ಶಕ್ತಿ, ಮಹಾ ಘನದ ನಿಲುವನುಟ್ಟು ಬದುಕಿದ ಮಡಿವಾಳಯ್ಯನವರು ಸ್ವಯಂ ಜ್ಞಾನಿಗಳು.ಅವರ ಜ್ಞಾನದಿಂದ ಅಕ್ಕನ ಅರಿವಿನ ವಿಸ್ತಾರ ಆಳವು ಅರಿವಾಗಿ ಬದುಕಿದೆನು ಎಂದು ಹೇಳಿದ್ದಾರೆ. ಬಸವಣ್ಣನವರು.

ವೈರಾಗ್ಯ ಮೂರ್ತಿ ಅಕ್ಕ ಮಹಾದೇವಿ ಕಲ್ಯಾಣಕ್ಕೆ ಬಂದು ಎಲ್ಲ ಶರಣರ ಭಾವಗಳಲ್ಲಿ ಬೆರೆತು ಮಹಾ ಮನೆಯ ಮಗಳಾಗಿ ತಾನು ಕಂಡ ಶರಣರ ದಿವ್ಯ ವ್ಯಕ್ತಿತ್ವವನ್ನು ಹರುಷದಿಂದ ಕೊಂಡಾಡಿದ್ದಾಳೆ.

ಬಸವಣ್ಣನೆ ಗುರು, ಪ್ರಭುದೇವರೆ ಲಿಂಗ,
ಸಿದ್ಧರಾಮಯ್ಯನೆ ಜಂಗಮ,
ಮಡಿವಾಳಯ್ಯನೆ ಜಂಗಮ,
ಚೆನ್ನಬಸವಣ್ಣನೆನ್ನ ಪರಮಾರಾಧ್ಯರು.
ಇನ್ನು ಸುಖಿಯಾದೆನು ಕಾಣಾ ಚೆನ್ನಮಲ್ಲಿಕಾರ್ಜುನಯ್ಯಾ.

ಬಸವಣ್ಣ ತನ್ನ ಅರಿವಿನ ಗುರು, ಅಲ್ಲಮರು ತನ್ನ ಯೋಗದ ಲಿಂಗ ಸ್ವರೂಪಿಗಳು, ಸಿದ್ಧರಾಮರು ಮತ್ತು ಮಡಿವಾಳಯ್ಯನವರು ತನಗೆ ಜಂಗಮ ಸ್ವರೂಪಿಗಳು ಜ್ಞಾನ ಮತ್ತು ಕ್ರಿಯೆಗಳನ್ನು ಸಮನ್ವಯಿಸಿದವರು. ಚೆನ್ನಬಸವಣ್ಣ ತನಗೆ ಪರಮಾರಾಧ್ಯ ಎಂದು ತನ್ನ ಪರಮ ಸುಖದ ಬದುಕನ್ನು ಹೇಳುತ್ತಾಳೆ.

ದಿಟ್ಟ ಶರಣೆ ಆಯ್ದಕ್ಕಿ ಲಕ್ಕಮ್ಮ ಕಲ್ಯಾಣದಲ್ಲಿ ಬಂದು ಶರಣರ ಸಂಕುಲದಲ್ಲಿ ತಾನು ಕಂಡುಕೊಂಡ ಬೇರೆ ಬೇರೆ ಭಾವಗಳನ್ನು ಈ ರೀತಿಯಾಗಿ ಹೇಳಿದ್ದಾಳೆ.

ಬಸವಣ್ಣನ ಪ್ರಸಾದವಕೊಂಡು ಎನ್ನ ಕಾಯ ಶುದ್ಧವಾಯಿತ್ತಯ್ಯಾ.
ಚೆನ್ನಬಸವಣ್ಣನ ಪ್ರಸಾದವಕೊಂಡು ಎನ್ನ ಜೀವ ಶುದ್ಧವಾಯಿತ್ತಯ್ಯಾ.
ಮಡಿವಾಳಯ್ಯನ ಪ್ರಸಾದವಕೊಂಡು ಎನ್ನ ಭಾವ ಶುದ್ಧವಾಯಿತ್ತಯ್ಯಾ.
ಶಂಕರದಾಸಿಮಯ್ಯನ ಪ್ರಸಾದವಕೊಂಡು ಎನ್ನ ತನು ಶುದ್ಧವಾಯಿತ್ತಯ್ಯಾ.
ಸಿದ್ಧರಾಮಯ್ಯನ ಪ್ರಸಾದವಕೊಂಡು ಎನ್ನ ಮನ ಶುದ್ಧವಾಯಿತ್ತಯ್ಯಾ.
ಘಟ್ಟಿವಾಳಯ್ಯನ ಪ್ರಸಾದವಕೊಂಡು ಎನ್ನ ಪ್ರಾಣ ಶುದ್ಧವಾಯಿತ್ತಯ್ಯಾ.
ಅಕ್ಕನಾಗಾಯಮ್ಮನ ಪ್ರಸಾದವಕೊಂಡು ಎನ್ನ ಅಂತರಂಗ ಶುದ್ಧವಾಯಿತ್ತಯ್ಯಾ.
ಮುಕ್ತಾಯಕ್ಕಗಳ ಪ್ರಸಾದವಕೊಂಡು ಎನ್ನ ಬಹಿರಂಗ ಶುದ್ಧವಾಯಿತ್ತಯ್ಯಾ.
ಪ್ರಭುದೇವರ ಪ್ರಸಾದವಕೊಂಡು ಎನ್ನ ಸರ್ವಾಂಗ ಶುದ್ಧವಾಯಿತ್ತಯ್ಯಾ.
ಇವರು ಮುಖ್ಯವಾದ ಏಳುನೂರೆಪ್ಪತ್ತು ಅಮರಗಣಂಗಳ
ಪ್ರಸಾದವಕೊಂಡು ಬದುಕಿದೆನಯ್ಯಾ
ಮಾರೇಶ್ವರಪ್ರಿಯ ಅಮರೇಶ್ವರ

ನಿಮ್ಮ ಶರಣರ ಪಾದಕ್ಕೆ ಅಹೋರಾತ್ರಿಯಲ್ಲಿ ನಮೋ ನಮೋ ಎನುತಿರ್ದೆನು.

ಮೇಲಿನ ವಚನದಲ್ಲಿಯೂ ಕೂಡ ಆಯ್ದಕ್ಕಿ ಲಕ್ಕಮ್ಮ ಮಹಾಜ್ಞಾನಿ ಅಲ್ಲಮರಂತೆ ಮಡಿವಾಳ ಮಾಚಿದೇವನಲ್ಲಿ ತನ್ನ ಭಾವ ಶುದ್ಧಿಯನ್ನು ಕಾಣುತ್ತಾಳೆ ಎಂದರೆ ಮಡಿವಾಳ ಮಾಚಿದೇವರು ಎಷ್ಟೊಂದು ಶುದ್ಧವಾಗಿದ್ದರು ಎಂದು ತಿಳಿದು ಬರುತ್ತದೆ.

ಚೆನ್ನಬಸವಣ್ಣ ಇವರೆಲ್ಲರಿಗಿಂತ ಅತ್ಯಂತ ಭಿನ್ನವಾಗಿ ಸೂಕ್ಷ್ಮತೆಯಲ್ಲಿ ಬಸವಣ್ಣ ಅಲ್ಲಮ ಮತ್ತು ಮಡಿವಾಳರನ್ನು ತಮ್ಮ ಅಧ್ಯಾತ್ಮದ ಶುದ್ಧಿಯಿಂದಾಗಿ ತಾವು ಹೇಗೆ ಬದುಕಿದೆವು ಎಂದು ಹೇಳಿದ್ದಾರೆ.

ಎನ್ನಂತರಂಗವೆ ಬಸವಣ್ಣ. ಬಹಿರಂಗವೆ ಮಡಿವಾಳಯ್ಯ,
ಈ ಉಭಯದ ಸಂಗವೆ ಪ್ರಭುದೇವರು !
ಇಂತೀ ಮೂವರ ಕರುಣದ ಕಂದನಾಗಿ ಬದುಕಿದೆ ಕಾಣಾ
ಕೂಡಲಚೆನ್ನಸಂಗಮದೇವಾ.

ಅಂತರಂಗ ಬಸವಣ್ಣನಾದರೆ ಅದರ ಬಹಿರಂಗ ಸ್ವರೂಪ ಗಣಾಚಾರ ಮೂರ್ತಿ ಮಡಿವಾಳ ಮಾಚಿದೇವರು ಇವರಿಬ್ಬರ ಸಮನ್ವಯ ಮೂರ್ತಿ ಅಲ್ಲಮರು

ಇಂತಪ್ಪ ತ್ರಿವಿಧ ಕಾರುಣ್ಯ ಪುರಷರ ಕರುಣದಿಂದ ತಾವು ಬದುಕಿದೆನು ಎಂದು ಚೆನ್ನ ಬಸವಣ್ಣನವರು ಹೆಮ್ಮೆ ಅಭಿಮಾನದಿಂದ ಹೇಳುತ್ತಾರೆ.

ಮಡಿವಾಳ ಮಾಚಿದೇವ ಅತ್ಯಂತ ದಿಟ್ಟ ಗಣಾಚಾರಿಯಾಗಿ ಕಲ್ಯಾಣದ ಎಲ್ಲ ಶರಣರ ಪ್ರೀತಿ ವಿಶ್ವಾಸ ಗಳಿಸಿದರು. ನಿತ್ಯ ನಿತ್ಯ ಬಸವನ ಮಹಾ ಮನೆಗೆ ಅನುಭವ ಮಂಟಪಕ್ಕೆ ಬೇಕಾಗ ಹತ್ತಿದನು. ಮಡಿವಾಳ ಮಾಚಿದೇವರಿಗೆ ಬಸವಣ್ಣ ಅತ್ಯಂತ ಮೌಲಿಕ ಪ್ರೀತಿಯ ವ್ಯಕ್ತಿ. ಬಸವಣ್ಣ ಲಿಂಗ ತತ್ವದ ರೂವಾರಿ ಎಂದು ಭಕ್ತಿಪೂರ್ವಕ ನಿವೇದನೆ ಮಾಡಿಕೊಂಡಿದ್ದಾನೆ ಮಡಿವಾಳ ಮಾಚಿದೇವರು.

ಎತ್ತೆತ್ತ ನೋಡಿದಡೆ ಅತ್ತತ್ತ ಬಸವನೆಂಬ ಬಳ್ಳಿ.
ಎತ್ತಿ ನೋಡಿದಡೆ ಲಿಂಗವೆಂಬ ಗೊಂಚಲು.
ಒತ್ತಿ ಹಿಂಡಿದಡೆ ಭಕ್ತಿಯೆಂಬ ರಸವಯ್ಯಾ.
ಆಯತ ಬಸವಣ್ಣನಿಂದ, ಸ್ವಾಯತ ಬಸವಣ್ಣನಿಂದ.
ಸನ್ನಹಿತವು ಬಸವಣ್ಣನಿಂದ,
ಗುರು ಬಸವಣ್ಣನಿಂದ, ಲಿಂಗ ಬಸವಣ್ಣನಿಂದ.
ಜಂಗಮ ಬಸವಣ್ಣನಿಂದ.
ಪಾದೋದಕ ಬಸವಣ್ಣನಿಂದ, ಪ್ರಸಾದ ಬಸವಣ್ಣನಿಂದ.
ಅತ್ತ ಬಲ್ಲಡೆ ನೀವು ಕೇಳಿರೆ, ಇತ್ತ ಬಲ್ಲಡೆ ನೀವು ಕೇಳಿರೆ.
ಬಸವಾ ಬಸವಾ ಬಸವಾ ಎಂದು ಮಜ್ಜನಕ್ಕೆರೆಯದವನ ಭಕ್ತಿ,
ಶೂನ್ಯ ಕಾಣಾ, ಕಲಿದೇವರದೇವಾ.

ಕಲ್ಯಾಣದ ತುಂಬೆಲ್ಲ ಬಸವನೆಂಬ ಬಳ್ಳಿ ಪಸರಿಸಿದೆ. ಆ ಬಳ್ಳಿಗೆ ಲಿಂಗವೆಂಬ ಅನೇಕ ತಾತ್ವಿಕ ಗೊಂಚಲಗಳು. ಒತ್ತಿ ಹಿಂಡಿದರೆ ಭಕ್ತಿ ಎಂಬ ರಸವು.

ಆಯತ, ಸ್ವಾಯತ, ಸನ್ನಿಹಿತ, ಗುರು, ಲಿಂಗ, ಜಂಗಮ, ಪಾದೋದಕ ಪ್ರಸಾದ ಬಸವಣ್ಣನಿಂದ ಹುಟ್ಟಿಕೊಂಡಿವೆ. ಅತ್ತ ಬಲ್ಲಡೆ ನೀವು ಕೇಳಿರೆ, ಇತ್ತ ಬಲ್ಲಡೆ ನೀವು ಕೇಳಿರೆ. ಬಸವಾ ಬಸವಾ ಬಸವಾ ಎಂದು ಮಜ್ಜನಕ್ಕೆರೆಯದವನ ಭಕ್ತಿ, ಶೂನ್ಯ ಕಾಣಾ, ಕಲಿದೇವರದೇವಾ ಎಂದು ಸಮಗ್ರ ಸಮತೆಯ ಕ್ರಾಂತಿಯ ರೂವಾರಿ ಬಸವಣ್ಣ ಎಂದು ಮಡಿವಾಳ ಮಾಚಿದೇವ ಹೇಳಿಕೊಂಡಿದ್ದಾರೆ.

ಶರಣರು ಸ್ಥಿತಪ್ರಜ್ಞರು. ಅವರಿಗೆ ಸುಖ ಕಷ್ಟಗಳು ಬಿಸಿಲು ನೆರಳಿನಂತೆ, ಹೀಗಾಗಿ ಮಡಿವಾಳ ಮಾಚಿದೇವರು ತಮಗೆ ಸುಖ ಬಂದಲ್ಲಿ ದುಃಖ ಬಂದಲ್ಲಿ ಬಸವಣ್ಣನಾ ನೆನೆವೆನು, ಲಿಂಗಾರ್ಚನೆ, ಜಂಗಮಾರ್ಚನೆ ಮಾಡುವಲ್ಲಿ ಬಸವಣ್ಣನ

ನೆನಹು ಬಸವಣ್ಣನ ನೆನೆದಲ್ಲದೆ ಭಕ್ತಿಯಿಲ್ಲ. ಬಸವಣ್ಣನ ನೆನೆದಲ್ಲದೆ ಮುಕ್ತಿಯಿಲ್ಲ. ಇದು ಕಾರಣ, ಬಸವಣ್ಣ ಬಸವಣ್ಣ ಎನುತಿರ್ದೆನು ಕಾಣಾ, ಕಲಿದೇವಯ್ಯ ಎಂದು ಹೇಳುತ್ತಾ ಮಡಿವಾಳ ಮಾಚಿದೇವ ಬಸವಣ್ಣ ವ್ಯಕ್ತಿ ಮಾತ್ರವಾಗಿರದೆ ಶರಣ ಸಂಕುಲಕೆ ಶಕ್ತಿಯಾಗಿದ್ದರು ಮಂತ್ರ ಪುರುಷರಾಗಿದ್ದರು ಎಂದು ಅಭಿಮಾನದಿಂದ ಹೇಳುತ್ತಾನೆ.

ಸುಖವೊಂದು ಕೋಟ್ಯಾನುಕೋಟಿ ಬಂದಲ್ಲಿ ಬಸವಣ್ಣನ ನೆನೆವೆ.
ದುಃಖವೊಂದು ಕೋಟ್ಯಾನುಕೋಟಿ ಬಂದಲ್ಲಿ ಬಸವಣ್ಣನ ನೆನೆವೆ.
ಲಿಂಗಾರ್ಚನೆಯ ಮಾಡುವಲ್ಲಿ ಬಸವಣ್ಣನ ನೆನೆವೆ.
ಜಂಗಮಾರ್ಚನೆಯ ಮಾಡುವಲ್ಲಿ ಬಸವಣ್ಣನ ನೆನೆವೆ.
ಬಸವಣ್ಣನ ನೆನೆದಲ್ಲದೆ ಭಕ್ತಿಯಿಲ್ಲ. ಬಸವಣ್ಣನ ನೆನೆದಲ್ಲದೆ ಮುಕ್ತಿಯಿಲ್ಲ.
ಇದು ಕಾರಣ, ಬಸವಣ್ಣ ಬಸವಣ್ಣ
ಎನುತಿರ್ದೆನು ಕಾಣಾ, ಕಲಿದೇವರ ದೇವಾ

ಬಸವಣ್ಣನವರು ಕಲ್ಯಾಣ ಬಿಟ್ಟ ನಂತರ ಕಲ್ಯಾಣ ಕ್ರಾಂತಿಯ ರಕ್ತ ಸಿಕ್ತ ಹೋರಾಟದಲ್ಲಿ ಚೆನ್ನ ಬಸವಣ್ಣನವರ ನೇತೃತ್ವದಲ್ಲಿ ಮಡಿವಾಳ ಮಾಚಿದೇವರು ಶರಣ ಸೇನೆಯನ್ನು ಹುರುದುಂಬಿಸಿ ಶರಣರ ವಚನಗಳ ಕಟ್ಟನ್ನು ವ್ಯವಸ್ಥಿತವಾಗಿ ಸಂಗ್ರಹಿಸಿ ಸೋವಿದೇವನ ಸೈನಿಕರಿಗೆ ಪ್ರತಿರೋಧ ತೋರಿಸುತ್ತಾ. ಮಾದನ ಹಿಪ್ಪರಗಿ ಬೆಳಗಾವಿ, ಕಾದ್ರೊಳ್ಳಿ, ಹುಣಶೀಕಟ್ಟಿ, ಮೂಗಬಸವ, ಮುರಗೋಡ, ತಲ್ಲೂರು, ಕಾರಿಮನಿ ಕಟಕೋಳ ಚಂದರಗಿ ಗೊಡಚಿಗೆ ಬಂದು ಐಕ್ಯರಾಗುತ್ತಾರೆ. ಮುದಿ ವೀರಣ್ಣನ ಗುಡಿ ಶರಣ ಮಡಿವಾಳ ಮಾಚಿದೇವರ ಐಕ್ಯಸ್ಥಳ. ಮುದಿ ವೀರಣ್ಣನ ಕೈಯಲ್ಲಿ ಖಡ್ಗ ಮತ್ತು ಎದೆಯ ಮೇಲೆ ಇಷ್ಟಲಿಂಗದ ಕರಡಗಿ ಇದೆ. ಮಡಿವಾಳ ಮಾಚಿದೇವನನ್ನು ಪುರಾಣಗಳಲ್ಲಿ ವೀರಭದ್ರನ ಅವತಾರವೆಂದು ಬಿಂಬಿಸುತ್ತಾರೆ. ಹೀಗಾಗಿ ಜಾನಪದ ಸಾಹಿತಿಗಳು ಅನೇಕ ಸಂಶೋಧಕರು, ತಜ್ಞರು ಮಡಿವಾಳ ಮಾಚಿದೇವನ ಐಕ್ಯ ಸ್ಥಳವನ್ನು ಗೊಡಚಿಯ ಮುದಿ ವೀರಣ್ಣನ ಗುಡಿಯೆಂದು ಅಭಿಮತಕ್ಕೆ ಬರುತ್ತಾರೆ. ಒಂದು ತಂಡ ತೊರಗಲ್ಲ ಮುನವಳ್ಳಿ ಸವದತ್ತಿ ಧಾರವಾಡ ಉಳವಿಗೆ ಹೋಯಿತು ಇನ್ನೊಂದು ತಂಡ ಉಣಕಲ್ ಹುಬ್ಬಳ್ಳಿ ಎಣ್ಣೆ ಹೊಳೆ ನುಲಿಗನೂರು ಮುಂತಾದ ಪ್ರದೇಶಕ್ಕೆ ಚದುರಿದರು. ಮಡಿವಾಳ ಮಾಚಿದೇವರ ಶಿಲ್ಪಿ ಕಲೆಯು ಮೂರ್ತಿಗಳು ಗದಗ ಮುಳಗುಂದ ಶಿಂಗಟಾಲೂರು ಮುಂತಾದ ಪ್ರದೇಶಗಳಲ್ಲಿ ಕಾಣುತ್ತೇವೆ. ವೀರಭದ್ರ ದೇವರ ಗುಗ್ಗಳದಲ್ಲಿಯೂ ಅಂಬಿಗರ

ಚೌಡಯ್ಯನವರ ವಚನ, ಮಡಿವಾಳ ಮಾಚಿದೇವರ ವಚನ, ಅಲ್ಲಮ್ಮರ ಬೆಡಗಿನ ವಚನಗಳು ಹೇಳಲ್ಪಡುತ್ತವೆ.. ಗುಗ್ಗಳದಲ್ಲಿನ ಪುರವಂತರ ಉಡುಪು ಅಲ್ಲಿರುವ ಸಂಬಾಳ ವಾದ್ಯಗಳು ಕಲ್ಯಾಣದ ಚಾಲುಕ್ಯ ಕಳಚೂರ್ಯರ ಸೈನಿಕ ಸೇನೆಯ ವಾದ್ಯ ಪೋಷಾಕುಗಳಾಗಿವೆ. ಕಲ್ಯಾಣ ಕ್ರಾಂತಿಯ ಕೊನೆಯ ಘಟ್ಟದ ಹೋರಾಟದಲ್ಲಿ ಮಡಿವಾಳ ಮಾಚಿದೇವ ತನ್ನ ಪರಾಕ್ರಮದಿಂದ ವಚನ ಸಾಹಿತ್ಯ ಉಳಿಸುವಲ್ಲಿ ಅನುಪಮ ಸೇವೆ ಗೈದಿದ್ದಾನೆ. ಬೆಳಗಾವಿ ಜಿಲ್ಲೆಯ ರಾಮದುರ್ಗ ತಾಲೂಕಿನಿಂದ 15ಕಿಲೋ ಮೀಟರ್ ಅಂತರದಲ್ಲಿರುವ ಗೊಡಚಿ ಶರಣರ ಸ್ಮಾರಕವಾಗಬೇಕು. ಮಡಿವಾಳ ಮಾಚಿದೇವನು ಮನದ ಮೈಲಿಗೆ ಕಳೆದ ಸರ್ವ ಶ್ರೇಷ್ಠ ಶರಣ ದಿಟ್ಟ ಗಣಾಚಾರಿ.

⌘

೩೩. ಶ್ರೇಷ್ಠ ಶಿವಶರಣೆ ವಿಚಾರ ಸತಿಶಿರೋಮಣಿ ನೀಲಮ್ಮ

ಪ್ರೊ. ಶಕುಂತಲಾ ಚನ್ನಪ್ಪ ಸಿಂಧೂರ, ಗದಗ

ನೀಲಾಂಬಿಕೆ ಬಸವಣ್ಣನವರ ದ್ವಿತೀಯ ಸತಿಶಿರೋಮಣಿ, ವಿಚಾರ ಪತ್ನಿ. ಬಿಜ್ಜಳ ದೊರೆಯ ಸೋದರಿ ಸಮಾನಳು. 12ನೆಯ ಶತಮಾನದ ಆಂದೋಲನದ ನೇತಾರ ಬಸವಣ್ಣನವರ ಜೀವನಕ್ಕೆ ಸಂಬಂಧಿಸಿದಂತೆ ಅನೇಕ ಕಾವ್ಯ ಪುರಾಣಗಳು ಸೃಷ್ಟಿಗೊಂಡಿವೆಯಾದರೂ, ನೀಲಾಂಬಿಕೆಯ ಸಮಗ್ರ ಜೀವನ ಚಿತ್ರ ಅಲ್ಲಿ ದೊರೆಯುವುದಿಲ್ಲ. ಕೆಲವು ಕಾವ್ಯ ಪುರಾಣಗಳಲ್ಲಿ ಸಾಂದರ್ಭಿಕವಾಗಿ ಕಾಣಿಸಿಕೊಂಡ ಉಲ್ಲೇಖಗಳನ್ನು ಆಧರಿಸಿ ಆಕೆಯ ಚರಿತ್ರೆಯನ್ನು ರೂಪಿಸಿಕೊಳ್ಳಬೇಕಾಗುತ್ತದೆ. ಇಷ್ಟನ್ನು ಬಿಟ್ಟರೆ ಜಾನಪದ ಹಾಗೂ ಶಿಷ್ಟ ಕವಿಗಳು ನೀಲಮ್ಮನನ್ನು ಸ್ತುತಿಸಿರುವ ತ್ರಿಪದಿಗಳು ಅಧಿಕ ಸಂಖ್ಯೆಯಲ್ಲಿ ಸಿಗುತ್ತವೆ.

'ಬಸವರಾಜ ದೇವರ ರಗಳೆ' 'ಶಿವತತ್ವ ಚಿಂತಾಮಣಿ', 'ಗುರುರಾಜ ಚಾರಿತ್ರ' ಹಾಗೂ' ಸಿಂಗಿರಾಜಪುರಾಣ'– ಈ ಕೃತಿಗಳನ್ನು ಆಧರಿಸಿ ನೀಲಾಂಬಿಕೆಯ ಚಾರಿತ್ರಿಕ ವಿವರವನ್ನು ಹೀಗೆ ಸಂಗ್ರಹಿಸಬಹುದು. ನೀಲಾಂಬಿಕೆ ಬಿಜ್ಜಳನ ದಂಡಾಧಿಪತಿ ಸಿದ್ಧರಸ–ಪದ್ಮಗಂಧಿಯರ ಮಗಳು. ಬಿಜ್ಜಳನ ತಂದೆ ಪೆರ್ಮಾಡಿ ತೀರಿಕೊಂಡು, ತಾಯಿ ಸಹಗಮನ ಹೋದಾಗ, ಬಿಜ್ಜಳನ ಸಹೋದರ ಕರ್ಣದೇವ ಇನ್ನೂ ಹಸುಗೂಸು. ಪದ್ಮಗಂಧಿಯೇ ಆತನನ್ನು ಸಾಕಿ ಸಲುಹಿದ್ದರಿಂದ ಕರ್ಣದೇವ–ನೀಲಾಂಬಿಕೆಯರು ಒಡನಾಡಿಗಳಾಗಿ ಬೆಳೆಯುತ್ತಾರೆ. ಹೀಗಾಗಿ ಆಕೆ ಬಿಜ್ಜಳನ ಸಾಕು ತಂಗಿ ಎನಿಸಿದ್ದಾಳೆ. ಮುಂದೆ ಬಸವಣ್ಣನವರು ಕಲ್ಯಾಣಕ್ಕೆ ಆಗಮಿಸಿ ಗಂಗಾಂಬಿಕೆಯನ್ನು ಮದುವೆಯಾಗಿ, ಬಿಜ್ಜಳನ ಆಸ್ಥಾನದಲ್ಲಿ ಕರಣಿಕರಾಗಿ ಸೇರಿಕೊಳ್ಳುತ್ತಾರೆ. ನಂತರ ಪಂಡಿತರಿಂದ ಓದಲಾಗದ ಲಿಪಿ ಓದಿ, ಬಿಜ್ಜಳನಿಗೆ ಅಪಾರ ನಿಧಿ ದೊರಕಿಸಿಕೊಟ್ಟ ಮೇಲೆ ಅವರ ಅಗಾಧ ಪಾಂಡಿತ್ಯ–ಪ್ರತಿಭೆಗಳಿಗೆ ಮನಸೋತ ದೊರೆ, ಅವರೊಡನೆ ತನ್ನ ಸಂಬಂಧವನ್ನು ಇನ್ನಷ್ಟು

ಬಲಪಡಿಸಿಕೊಳ್ಳುವದಕೋಸ್ಕರ, ತನ್ನ ತಂಗಿಯೋಪಾದಿಯಲ್ಲಿ ಬೆಳೆದ ನೀಲಾಂಬಿಕೆಯನ್ನು ಬಸವರಸನಿಗೆ ಧಾರೆಯೆರೆದು ಕೊಡುತ್ತಾರೆ.

ಗಂಗಾಂಬಿಕೆ–ನೀಲಾಂಬಿಕೆ ಎಂಬ ಹೆಸರುಗಳು ಪ್ರಚಲಿತವಾಗಿದ್ದರೂ, ಹರಿಹರ, ಬಸವಣ್ಣನವರ ಪತ್ನಿಯರು ಗಂಗಾಂಬಿಕೆ ಮಾಯಿದೇವಿಯರು' ಎಂದಿದ್ದಾನೆ. ನೀಲಾಂಬಿಕೆಯ ಹೆಸರನ್ನು ಆತ ಪ್ರಸ್ತಾಪಿಸದಿರಲು ಕಾರಣವೇನು? ನೀಲಾಂಬಿಕೆಯನ್ನೇ ಮಾಯಿದೇವಿ ಎಂದು ಕರೆದಿರಬಹುದೆ? ಹಾಗಿಲ್ಲದಿದ್ದರೆ ಮಾಯಿದೇವಿ ಯಾರು? ಇಂತಹ ಪ್ರಶ್ನೆಗಳು ಎದುರಾಗುತ್ತವೆ." ಎನ್ನ ಸತಿ ನೀಲಲೋಚನೆ ಪೃಥ್ವಿಗಗ್ಗಳ ಚೆಲುವೆ" ಎಂದು ಬಸವಣ್ಣನವರು ಹೇಳಿರುವುದನ್ನು ಗಮನಿಸಿ ತಂದೆ ತಾಯಿಗಳು ಇಟ್ಟ ಹೆಸರು ಮಾಯಿದೇವಿಯಾಗಿದ್ದು ಸೌಂದರ್ಯವತಿಯಾದ ಆಕೆಗೆ ನಂತರ ನೀಲಲೋಚನೆ ಎಂಬ ಹೆಸರು ಅನ್ವರ್ಥಕವಾಗಿ ಬಂದಿರಬಹುದೆಂದು ಊಹಿಸುವುದು ಸೂಕ್ತವೆನಿಸುತ್ತದೆ.

"ಅವಳ ಕಂದ ಬಾಲಸಂಗ ನಿನ್ನ ಕಂದ ಚೆನ್ನಲಿಂಗ ಎಂದು ಹೇಳಿದರಮ್ಮಾ ಎನ್ನ ಒಡೆಯರು. ಫಲವಿಲ್ಲದ ಕಂದನಿರ್ಪನವಳಿಗೆ, ಎನಗೆ ಫಲವಿಲ್ಲ ಕಂದವಿಲ್ಲ" ಎಂಬ ಗಂಗಾಂಬಿಕೆಯ ವಚನ, ಹಾಗೂ ಕೆಲವು ಕಾವ್ಯಗಳಿಂದ, ನೀಲಾಂಬಿಕೆಗೆ ಬಾಲಸಂಗಯ್ಯನೆಂಬ ಮಗನಿದ್ದು, ಆತ ಕಿರುವರೆಯದಲ್ಲಿಯೇ ಶಿವಾಧೀನನಾದನೆಂದು ತಿಳಿದು ಬರುತ್ತದೆ.

ಬಸವಣ್ಣನವರ ಕೈಹಿಡಿದ ರಾಜಕನ್ಯೆ ನೀಲಾಂಬಿಕೆ, ರಾಜಭೋಗಗಳಿಗೆ ತಿಲಾಂಜಲಿಯಿತ್ತು, ಮಹಾಮನೆಯ ಹೊಣೆ ಹೊತ್ತು ಬಸವಣ್ಣನವರ ವ್ಯಕ್ತಿತ್ವ ಘನವಾಗಿ ರೂಪುಗೊಳ್ಳುವಲ್ಲಿ ಪೋಷಕಳಾಗಿ ವರ್ತಿಸಿರುವುದನ್ನು ಶಿಷ್ಟ ಕವಿಗಳು ಮಾತ್ರವಲ್ಲ ಜನಪದ ಕವಿಗಳು ಮುಕ್ತ ಕಂಠದಿಂದ ಹೊಗಳಿದ್ದಾರೆ,.

"ಬಸವಣ್ಣನಂತಹ ಭಕ್ತಿವಂತರಿಲ್ಲ
ನೀಲಮ್ಮನಂತಹ ಶರಣೆಯರಿಲ್ಲ
ಶರಣರು ಬಂದವರೆ ಶರಣೆ ನೀ ಎಡೆ ಮಾಡೆ
ಸೆರಳಿಗೆ ಪಾಯಸ ತಿಳಿತುಪ್ಪ
ನೀಲಮ್ಮ ಶರಣೆ ಜಂಗಮರಿಗೆ ನೀ ಎಡೆಮಾಡೆ"

– ಇಂತಹ ಮಾತುಗಳಿಂದ, ನೀಲಮ್ಮ, ಮಹಾ ಮನೆಯಲ್ಲಿ ಪ್ರತಿದಿನ ನಡೆಯುವ ಅಸಂಖ್ಯ ಜಂಗಮರ ದಾಸೋಹಕ್ಕಾಗಿ ಪ್ರಸಾದ ವಿನಿಯೋಗ ಮಾಡುವ ಜಂಗಮರ ಇಷ್ಟಾರ್ಥ ಪೂರೈಸುವ ಮಹಾಮಣಿಹಕ್ಕೆ ತನ್ನನ್ನು ಸಂಪೂರ್ಣವಾಗಿ ಸಮರ್ಪಿಸಿಕೊಂಡಿದ್ದಾಳೆಂಬುದು ತಿಳಿದು ಬರುತ್ತದೆ.

ನೀಲಾಂಬಿಕೆಯ ಜೀವನದ ಬಗೆಗೆ ಹೆಚ್ಚಿನ ಚಾರಿತ್ರಿಕ ಅಂಶಗಳು ಲಭ್ಯವಿಲ್ಲವಾದರೂ, ಕಾವ್ಯ- ಪುರಾಣೋಕ್ತ ಹೇಳಿಕೆಗಳು, ಹಾಗೂ ಅವುಗಳಿಗೆ ಪೂರಕವಾದ ವಚನಗಳ ಆಧಾರದಿಂದ ಆಕೆಯ ಜೀವನದಲ್ಲಿ ನಡೆದಿರಬಹುದಾದ ಕೆಲವು ಮಹತ್ವದ ಘಟನೆಗಳನ್ನು ಗುರುತಿಸಬಹುದಾಗಿದೆ. ಮನೆಗೆ ಕನ್ನ ಹಾಕಿದ ಕಳ್ಳನಿಗೆ, ಪತಿಯ ಆದೇಶದಂತೆ ತನ್ನ ಆಭರಣಗಳನ್ನೆಲ್ಲ ಒಪ್ಪಿಸಿ ಆತನ ಮನ:ಪರಿವರ್ತನೆಗೆ ಕಾರಣಳಾದ ಸನ್ನಿವೇಶ, ಆರಂಭದಲ್ಲಿರಬಹುದಾದ ಮಾನಸಿಕ ದ್ವಂದ್ವ, ಸ್ತ್ರೀ ಸಹಜವಾದ ಆಭರಣ ಮೋಹ-ಇವುಗಳಿಂದ ನೀಲಾಂಬಿಕೆ ಇನ್ನೂ ಮುಕ್ತಾಳಾಗಿರಲಿಲ್ಲ ಎಂಬುದನ್ನು ತೋರಿಸಿಕೊಡುತ್ತದೆ. ಪತಿಭಕ್ತಳಾದ ಆಕೆ, ಬಸವಣ್ಣನವರ ಆಣತಿಯಂತೆ ನಡೆಯುತ್ತಾ ಅಂತಹ ಅರಕೆಗಳನ್ನು ತುಂಬಿಕೊಳ್ಳುತ್ತಾ ಸಾಗಿರುವುದನ್ನು ನಂತರದ ಘಟನೆಯಲ್ಲಿ ಕಾಣಬಹುದಾಗಿದೆ.

ನೀಲಾಂಬಿಕೆ ಐಕ್ಯ ತತ್ವದ ನಿಲುವನ್ನು ಪ್ರದರ್ಶಿಸಿದ ಸಂದರ್ಭ, ಆಕೆಯ ಸಿದ್ಧಿಯ ಉತ್ತುಂಗ ಶಿಖರ. ಕಲ್ಯಾಣದಲ್ಲಿ ಕ್ರಾಂತಿಯಾಗಿ, ಶರಣರೆಲ್ಲ ಹಿಂಸೆಗೊಳಗಾದಾಗ, ಕಪ್ಪಡಿ ಸಂಗಮಕ್ಕೆ ಬಂದ ಬಸವಣ್ಣನವರು, ನಂತರ ನೀಲಾಂಬಿಕೆಯನ್ನು ಕರೆತರುವಂತೆ ಹಡಪದ ಅಪ್ಪಣ್ಣನನ್ನು ಕಳಿಸುತ್ತಾರೆ. ಆಗ ಆಕೆ, "ಅಲ್ಲಿಗೆ ಎನ್ನ ಬರ ಹೇಳಿದರೆ ಬಸವಯ್ಯನು? ಇಲ್ಲಿ ತಾನಿಲ್ಲವೇ ಸಂಗಯ್ಯನು? ಅಲ್ಲಿ ಇಲ್ಲಿ ಎಂಬ ಸಂದೇಹಬಲ್ಲ ಸುಜ್ಞಾನಿಗಳಿಗುಂಟೆ?", ಪರಿಣಾಮೂರ್ತಿ ಬಸವನ ರೂಪ ಎನ್ನ ಕರಸ್ಥಳದಲ್ಲಿ ಬೆಳಗಿದ ಬಳಿಕ ಸಂಗಯ್ಯನ ಹಂಗು ನಮಗೇತಕಯ್ಯಾ ಬಸವಾ"- ಎಂದು ಕೇಳುತ್ತಾಳೆ. ಈ ಸಂದರ್ಭ ನೀಲಾಂಬಿಕೆಯ ಆಧ್ಯಾತ್ಮಿಕ ಔನ್ನತ್ಯವನ್ನು ಪ್ರಕಟಪಡಿಸುತ್ತದೆ ಹಾಗೂ ಅಲ್ಲಿ- ಇಲ್ಲಿ ಎಂಬ ಸಂದೇಹಕ್ಕೊಳಗಾಗದ ಆಕೆಯ ನಿಲುವು, ಬಸವಣ್ಣನವರಿಗಿಂತ ಒಂದಿಷ್ಟು ಮಿಗಿಲಾಗಿ, ಸ್ಥಿರವಾಗಿ ಇದ್ದಿರುವ ಸೂಚನೆಯನ್ನು ನೀಡುತ್ತದೆ. ಇಂತಹ ಘಟನೆಗಳು ಸಾಧನಾಪಥದಲ್ಲಿ ಊರ್ಧ್ವ ಮುಖಿಯಾಗಿ ಕ್ರಮಿಸುತ್ತ ನಡೆದ ಆಕೆಯ ಮಾನಸಿಕ ವಿಕಾಸದ ಸ್ತರಗಳನ್ನು ಗುರುತಿಸಿಕೊಳ್ಳಲು ನೆರವಾಗುತ್ತವೆ.

ತನ್ನನ್ನು ಕರೆಯಲು ಬಂದ ಅಪ್ಪಣ್ಣನವರ ಮುಂದೆ 'ಇಲ್ಲಿ ನಾನಿಲ್ಲವೇ ಸಂಗಯ್ಯ' ಎಂದು ಹೇಳಿದರೂ, ಅವರ ಆಗ್ರಹಕ್ಕೆ ಒಪ್ಪಿ ಬಸವಣ್ಣನವರನ್ನು ಸೇರಲು ನೀಲಾಂಬಿಕೆ ಸಂಗಮದ ಕಡೆಗೆ ಹೊರಟಳೆಂದೂ ತಂಗಡಗಿಯ ಸಮೀಪಕ್ಕೆ ಬರುತ್ತಿರುವಂತೆಯೇ ಬಸವಣ್ಣನವರು, ಸಂಗನ ಬೆರೆತ ಸಮಾಚಾರ ತಿಳಿದು, ಅಲ್ಲಿಯೇ ಐಕ್ಯಳಾದಳೆಂದೂ ತಂಗಿ ಅಡಗಿದ್ದರಿಂದ ಆ ಗ್ರಾಮಕ್ಕೆ 'ತಂಗಡಗಿ' ಎಂಬ ಹೆಸರು ಬಂದಿತೆಂದೂ ಡಾ. ಫ ಗು ಹಳಕಟ್ಟಿಯವರು ಅಭಿಪ್ರಾಯಪಟ್ಟಿದ್ದಾರೆ.

ತಂಗಡಗಿಯಲ್ಲಿ ನೀಲಾಂಬಿಕೆಯ ಗುಡಿಯಿದ್ದು, ಈಗಲೂ ಯಾತ್ರಿಕರು ಮೊದಲು ನೀಲಮ್ಮನ ದರ್ಶನ ಪಡೆದು ನಂತರ ಸಂಗಮಕ್ಕೆ ಬರುವುದು ವಾಡಿಕೆ. ತಂಗಡಗಿಯೇ ನೀಲಾಂಬಿಕೆಯ ಐಕ್ಯ ಸ್ಥಾನವಾಗಿರಬಹುದೆಂದು ಹೇಳುವುದು ಸೂಕ್ತವೆನಿಸುತ್ತದೆ.

ಬಸವಣ್ಣನವರ ಜೀವನದಲ್ಲಿ ವಿಚಾರ ಪತ್ನಿಯಾಗಿ ಅವರಿಗೆ ಅನುಕೂಲೆಯಾದ ಸತಿಯಾಗಿ ಸತೀ ಧರ್ಮವನ್ನು ಪಾಲಿಸುತ್ತಲೇ ವೈಚಾರಿಕತೆಯನ್ನು ಅಳವಡಿಸಿಕೊಂಡು ಆತ್ಮಜ್ಞಾನದ ಕಡೆ ಸಾಗಿದ ನೀಲಾಂಬಿಕೆ ಶರಣೆಯರಲ್ಲಿಯೇ ಶ್ರೇಷ್ಠ ಮಟ್ಟದ ಶರಣೆಯಾಗಿದ್ದಾಳೆ.

ಬಸವಣ್ಣನವರು ತಮ್ಮ ಜೀವನವನ್ನು ವ್ಯವಸ್ಥಿತವಾಗಿ ರೂಪಿಸಿಕೊಳ್ಳಲು, ಅಲ್ಲಿ ಪ್ರವೇಶಿಸಿದ ಇಬ್ಬರು ಮಹಿಳೆಯರ ಪಾತ್ರ ಗಮನಾರ್ಹವಾಗಿದೆ. ಅವರ ಜೀವನದ ಪೂರ್ವಾರ್ಧವನ್ನು ಅಕ್ಕ ನಾಗಲಾಂಬಿಕೆ ರೂಪಿಸಿದರೆ, ಉತ್ತರಾರ್ಧವನ್ನು ರೂಪಿಸಿದವಳು ನೀಲಾಂಬಿಕೆಯಾಗಿದ್ದಾಳೆ. ಈಕೆ ನೀಲಮ್ಮ, ನೀಲಾಂಬಿಕೆ, ನೀಲಲೋಚನೆ ಮುಂತಾದ ಹೆಸರುಗಳಿಂದ ಪ್ರಸಿದ್ಧಳಾಗಿದ್ದಾಳೆ.

ಮಹಾಮನೆಯ ದಾಸೋಹದ ಒಡತಿಯಾಗಿ ನಿತ್ಯವು ಲಕ್ಷದ ಮೇಲೆ 96 ಸಾವಿರ ಗಣಂಗಳಿಗೆ ದಾಸೋಹದಲ್ಲಿ ಬಸವಣ್ಣನವರು, ಕುಟುಂಬ ವರ್ಗದವರು ಇತರ ಶರಣರೂ ಅಲ್ಲಿ ಪಾಲ್ಗೊಂಡಿದ್ದರೂ, ಮಹಾಮನೆಯ ದಾಸೋಹದ ಸಂಪೂರ್ಣ ಉಸ್ತುವಾರಿ ನೀಲಾಂಬಿಕೆಯದೇ ಆಗಿತ್ತು. ಅತ್ಯಂತ ನಿಷ್ಠೆ ಪರಿಶುದ್ಧತೆಯಿಂದ ಸದಾ ಹಸನ್ಮುಖಿಯಾಗಿ ಈ ಕಾರ್ಯದಲ್ಲಿ ತೊಡಗಿಕೊಂಡಿರುವ ನೀಲಾಂಬಿಕೆಯ ಜವಾಬ್ದಾರಿಯುತ ನಡವಳಿಕೆ, ಕರ್ತವ್ಯ ಪ್ರಜ್ಞೆ, ಕಾಯಕದಲ್ಲಿನ ಶ್ರದ್ಧೆ–ಇವೆಲ್ಲವೂ ಆಕೆಯನ್ನು ಇನ್ನಷ್ಟು ಎತ್ತರದ ಸ್ಥಾನದಲ್ಲಿ ನಿಲ್ಲಿಸುತ್ತದೆ.

ಗಂಗಾಂಬಿಕೆ ಮತ್ತು ನೀಲಾಂಬಿಕೆ ಸತಿಯರ ಪಾತ್ರವೂ ಬಸವಣ್ಣನವರ ಜೀವನದಲ್ಲಿ ತುಂಬಾ ಮಹತ್ವದ್ದಾಗಿದೆ. ಇವರೀರ್ವರೂ ಲೌಕಿಕ ನೆಲೆಯಲ್ಲಿ ಸವತಿಯರಾಗಿದ್ದರೂ, ಅವರು ನಡೆದ ಮಾರ್ಗ ಅಲೌಕಿಕವಾದದ್ದು. ಅವರು ಹಾಕಿಕೊಂಡ ಮೌಲ್ಯಗಳು, ಆದರ್ಶಗಳು ಇಂದಿನ ಸಮಾಜಕ್ಕೂ ಪ್ರಸ್ತುತವೆನಿಸುತ್ತವೆ. ಅಕ್ಕನ ಗಾಂಭೀರ್ಯ ಗಂಗಾಂಬಿಕೆಯಲ್ಲಿದ್ದರೆ, ತಂಗಿಯ ಕ್ರಿಯಾಶೀಲತೆ ನೀಲಾಂಬಿಕೆಯಲ್ಲಿ ಎದ್ದು ಕಾಣುತ್ತದೆ. ಬಸವಣ್ಣನವರ ಎಲ್ಲ ಸಾಮಾಜಿಕ ಧಾರ್ಮಿಕ ಚಟುವಟಿಕೆಗಳಲ್ಲಿಯೂ ಮುಂಚೂಣಿಯಲ್ಲಿದ್ದು ಅತ್ಯಂತ ಸಂಯಮಿಯಾಗಿ ಪ್ರೀತಿ ವಿಶ್ವಾಸ ಗೌರವ ಆದರ ಅಭಿಮಾನಗಳಿಂದ ಅವರೊಡನೆ ಇದ್ದು ಅವರ ಒಳಿತನ್ನು ಬಯಸುವ ನೀಲಾಂಬಿಕೆಯ ಸ್ಥಾನ ಪ್ರಮುಖವಾಗಿದೆ. ಬಸವಣ್ಣನವರ ಏಳ್ಗೆಯಲ್ಲಿ ಸಾಧನೆಯಲ್ಲಿ ಬಹುಪಾಲು ನೀಲಾಂಬಿಕೆಯೇ ಇದ್ದಾಳೆ.

ನೀಲಾಂಬಿಕೆಯ ಕಾಲದ ಕುರಿತು ವಿವೇಚಿಸಿದರೆ, ಬಸವಣ್ಣನವರ ಧರ್ಮಪತ್ನಿಯಾದ ಕಾರಣ ಇವಳು ಬಾಳಿ ಬದುಕಿದ ಕಾಲ ಕ್ರಿ.ಶ. ಸುಮಾರು 1160 ಎನ್ನುವುದು ನಿರ್ವಿವಾದವಾಗಿದೆ. ನೀಲಾಂಬಿಕೆಯ ಸ್ಥಳ ಅಥವಾ ಹುಟ್ಟೂರಿನ ಕುರಿತು ಹೇಳುವುದಾದರೆ, ಬಿಜ್ಜಳನು ಚಕ್ರಾಧಿಪತ್ಯವನ್ನು ವಹಿಸುವ ಪೂರ್ವದಲ್ಲಿ ಅವನ ತಂದೆಯಾದ ಪೆರ್ಮಾಡಿಯು ಮಂಗಳವಾಡದಲ್ಲಿ ರಾಜ್ಯವಾಳುತ್ತಿದ್ದನು. ಆಗ ಮಂತ್ರಿ ಸಿದ್ಧರಸನು ಅವನಲ್ಲಿ ದಂಡಾಧಿಪನಾದ್ದರಿಂದ ಮಂಗಳವಾಡವೇ ನೀಲಾಂಬಿಕೆಯ ಜನ್ಮಸ್ಥಳವೆಂದು ಊಹಿಸಲು ಅವಕಾಶವಿದೆ.

ನೀಲಾಂಬಿಕೆಯ ಬಾಲ್ಯದ ಕುರಿತಾಗಿಯಾಗಲಿ ಅಥವಾ ಅವಳು ಬೆಳೆದು ಮದುವೆಯ ವಯಸ್ಸಿಗೆ ಬರುವವರೆಗಿನ ಜೀವನದ ಕುರಿತಾಗಿ ಎಲ್ಲಿಯೂ ಪ್ರಸ್ತಾಪವಿಲ್ಲ. ಬಸವಣ್ಣನವರು ಮಂಗಳವಾಡಕ್ಕೆ ಬಂದಾಗ ಸಿದ್ಧರಸ ದಂಡಾಧಿಪನು ದೈವಾಧೀನನಾಗುತ್ತಾನೆ. ಆಸ್ತಿಯೊಂದಿಗೆ ನೀಲಾಂಬಿಕೆಯೊಂದಿಗೆ ಮದುವೆಯೂ ಆಗುತ್ತದೆ. ನೀಲಲೋಚನೆಯಂತಹ ಸಾಧ್ವಿ, ಸಾತ್ವಿಕಳಾದ ಸುಸಂಸ್ಕೃತ, ಸ್ಫುರದ್ರೂಪಿ ಕನ್ಯೆಯು ಅವರಿಗೆ ದೊರೆತದ್ದು ಅದೃಷ್ಟವೇ, ನೀಲಾಂಬಿಕೆಗೆ 'ಬಾಲ ಸಂಗಯ್ಯ'ನೆಂಬ ಮಗನಿದ್ದನೆಂದು ಹರಿಹರ ಹೇಳುತ್ತಾನೆ. 'ಭೈರವೇಶ್ವರ ಕಾವ್ಯದ ಕಥಾಮಣಿ ಸೂತ್ರ ರತ್ನಾಕರ'ದಲ್ಲಿಯೂ ನೀಲಾಂಬಿಕೆಗೆ ಬಾಲ ಸಂಗಯ್ಯನಿದ್ದನೆಂದೂ ಅವನು ಅತ್ಯಂತ ಚಿಕ್ಕ ವಯಸ್ಸಿನಲ್ಲಿಯೇ ತೀರಿ ಹೋದನೆಂದು ಹೇಳಲಾಗಿದೆ. ಚಾಮರಸನ ಪ್ರಕಾರ ನೀಲಾಂಬಿಕೆ – ಬಸವಣ್ಣನವರಿಗೆ ಸಂಗಮೇಶ್ವರನೆಂಬ ಹೆಸರಿನ ಮಗನಿದ್ದುದು ತಿಳಿದು ಬರುತ್ತದೆ.

ಬಸವಣ್ಣನವರ ಬದುಕಿನಲ್ಲಿ ನೀಲಾಂಬಿಕೆಯ ಪಾತ್ರ ಅತ್ಯಂತ ಪ್ರಮುಖವಾಗಿದೆ. ಸಮಾಜ ಸುಧಾರಣೆ. ಅಧ್ಯಾತ್ಮ ಸಾಧನೆ ಧಾರ್ಮಿಕ ಜಾಗೃತಿಯ ಮಹಾಮಣಿಹವನ್ನು ಹೊತ್ತ ಬಸವಣ್ಣನವರಿಗೆ ಹಿನ್ನೆಲೆ, ಮುನ್ನೆಲೆಯಾಗಿ ದುಡಿದ ನೀಲಾಂಬಿಕೆಯೂ ಅವರ ಜೀವನ ಪಥದಲ್ಲಿ ನಿಜವಾದ ಅರ್ಥದಲ್ಲಿ ಸಹಧರ್ಮಿಣಿಯಾಗಿ ಹೆಜ್ಜೆ ಹಾಕಿದ್ದಾಳೆ, ಕಲ್ಯಾಣ ಕ್ರಾಂತಿಯ ನಂತರ, ಬಸವಣ್ಣನವರ ಐಕ್ಯದ ನಂತರ ಇವಳು ತಂಗಡಗಿಯಲ್ಲಿ ಐಕ್ಯವಾದಳೆಂದು ಒಂದು ಕಡೆ ಹೇಳಿದರೆ ಇನ್ನೊಂದೆಡೆ ಕಲ್ಯಾಣದಲ್ಲಿ ಐಕ್ಯಳಾದಳೆಂದು ಹೇಳಲಾಗುತ್ತದೆ. ಬಸವಣ್ಣನವರ ಬದುಕಿನಲ್ಲಿ ಬಹುದೊಡ್ಡ ಪಾತ್ರವಾಡಿದ ನೀಲಾಂಬಿಕೆ "ಸಂಗಯ್ಯ" ಎಂಬ ಅಂಕಿತದಲ್ಲಿ 293 ವಚನಗಳನ್ನು ಬರೆದಿದ್ದಾಳೆ. ಸ್ವರ ವಚನಗಳನ್ನು, ಕಾಲಜ್ಞಾನಗಳನ್ನು, ಬರೆದಿದ್ದಾಳೆ. ಇವಳ ಎಲ್ಲಾ ವಚನಗಳು ಹೆಚ್ಚಾಗಿ ಬಸವಣ್ಣನವರ ಕುರಿತಾಗಿಯೇ ಇವೆ.

ನೀಲಾಂಬಿಕೆಯ ವಚನಗಳನ್ನು ವಿಶ್ಲೇಷಣೆ ಮಾಡುವುದಾದರೆ, ಅಲ್ಲಿ ಅವಳ ನೋವು- ನಲಿವು, ಆಧ್ಯಾತ್ಮಿಕತೆ, ಲೋಕಜ್ಞಾನ, ಇತರ ಶರಣ- ಶರಣೆಯರ ಮೇಲೆ ಇಟ್ಟ ಅಭಿಮಾನ, ಕೌಟುಂಬಿಕ ಪ್ರೀತಿ ಇತ್ಯಾದಿಗಳನ್ನು ತೆರೆದು ತೋರುತ್ತಾ ಹೋಗುತ್ತವೆ. ಅವಳ ಅಂತರಂಗದ ಭಾವತರಂಗ ಮಿಡಿಯುವುದು, ಬಸವಯ್ಯ ಮತ್ತು ಸಂಗಯ್ಯರಿಗಾಗಿ ಅವಳ ಬಹುಪಾಲು ವಚನಗಳು ಬಸವಣ್ಣನವರು ಕಲ್ಯಾಣ ಬಿಟ್ಟು ಕೂಡಲಸಂಗಮಕ್ಕೆ ಬಂದು ಐಕ್ಯರಾದ ಮೇಲೆ ರಚಿತವಾದಂತೆ ಕಾಣುತ್ತದೆ. ಬಸವಣ್ಣನವರ ಮೇಲೆ ನೀಲಾಂಬಿಕೆಗೆ ಇರುವ ಅತುಲ ಪ್ರೇಮ, ಅಪಾರ ಗೌರವ, ಅಮಿತ ಸ್ನೇಹ, ಅಮೇಯ ಭಕ್ತಿ ಅನ್ಯೋನ್ಯ ದಾಂಪತ್ಯ ಪ್ರೀತಿ- ಇವೆಲ್ಲ ಅವಳಲ್ಲಿ ಮಿಳಿತವಾಗಿ ಅವಳ ಜೀವನ ಪುಟಕ್ಕಿಟ್ಟ ಚಿನ್ನದಂತೆ ಹೊಳೆಯುತ್ತದೆ.

ಬಸವಣ್ಣನವರ ಮೊದಲ ಪತ್ನಿ ಗಂಗಾಂಬಿಕೆಯ ವಚನಗಳಿಗೂ ನೀಲಾಂಬಿಕೆಯ ವಚನಗಳಿಗೂ ಹೋಲಿಸಿ ನೋಡಿದಾಗ, ಸ್ತ್ರೀ ಸ್ವಾತಂತ್ರ್ಯದ ಅವಕಾಶವನ್ನು ಸಂಪೂರ್ಣವಾಗಿ ಮತ್ತು ಸಮರ್ಥವಾಗಿ ಬಳಸಿಕೊಂಡ ಹಿರಿಮೆ ನೀಲಾಂಬಿಕೆಯದಾಗಿರುತ್ತದೆ. ನೀಲಾಂಬಿಕೆಯು ಪತಿಯ ಸಾನಿಧ್ಯ- ಸಂಪರ್ಕಗಳಲ್ಲಿ ಅನುಭಾವಿಕ ಪ್ರಜ್ಞೆಯ ಗುರಿಯನ್ನು ತಲುಪಿದ ಸಂತಸವು ವಚನಗಳಲ್ಲಿ ಅಚ್ಚೊತ್ತಿ ನಿಂತಿದೆ.

ಉದಾ:

ಅಲ್ಲಮನ ಸಂಗ, ಅಜಗಣ್ಣನ ಸಂಗ,
ಕಕ್ಕಯ್ಯನ ಸಂಗ, ಚಿಕ್ಕಯ್ಯನ ಸಂಗ,
ಎಲ್ಲರ ಸಂಗ, ಯತಿಗಳ ಸಂಗ, ಜತಿಗಳ ಸಂಗ,
ಮಾನ್ಯರ ಸಂಗ, ಮುಖ್ಯರ ಸಂಗ,
ಸಂಗಯ್ಯಾ, ಎನ್ನ ಸಂಗ, ಎನ್ನ ಬಸವಯ್ಯನ ಸಂಗ.

ಸಂಘದಂತೆ ಫಲವೆಂಬ ಗಾದೆಯನ್ನು ನಾವು ಕೇಳಿದ್ದೇವೆ ಮತ್ತು ಓದಿದ್ದೇವೆ. ಒಳ್ಳೆಯವರ ಸಂಗವು ತಿಳಿಯಾದ ಸವಿಯಾದ ಎಳೆ ನೀರಿನಂತೆ. ಕೆಟ್ಟವರ ಸಂಗವು ಕೊಳಚೆ ನೀರು ಕುಡಿದಂತೆ. ಸಂಗ ಹೇಗಿರುತ್ತದೆ ಹಾಗೆ ನಮ್ಮ ಜೀವನದ ಪರಿಯು ಇರುತ್ತದೆ. ಉತ್ತಮರ ಸಂಗದಿಂದ ಒಬ್ಬ ಉತ್ತಮಗೊಳ್ಳುತ್ತಾನೆ. ಅಧಮರ ಸಂಗದಿಂದ ಒಬ್ಬ ಹಾಳಾಗುತ್ತಾನೆ. A Man is known by his company and a Tree is known by its fruitsಎಂಬ ಆಂಗ್ಲ ಗಾದೆಮಾತು ಸಂಗದ ಮಹತ್ವವನ್ನೇ ಹೇಳುತ್ತದೆ. ನೀಲಮ್ಮ ತಾಯಿಯು ತಾನು ಎಂತೆಂಥವರ ಸಂಗಕ್ಕೆ ಸೇರಿದವಳು ಎಂಬುದಾಗಿ ಈ ವಚನದಲ್ಲಿ ತಿಳಿಸಿದ್ದಾಳೆ. ಮಹಾನುಭಾವಿಗಳ ಮಹಾತ್ಮರ ಮಹಾಲಿಂಗಸಂಗಿಗಳ

ಸಂಗವು ತನಗೆ ಒದಗಿ ಬಂದ ಪರಿಯನ್ನು ಆ ಸಂಗ ಸುಖದ ಆನಂದವನ್ನು ತನ್ನ ವಚನದಲ್ಲಿ ಅರುಹಿದ್ದಾಳೆ.

ಅಲ್ಲಮರು ಮಹಾ ವೈರಾಗ್ಯಮೂರ್ತಿಗಳು, ಮಹಾಜಂಗಮ ಪುಂಗವರು. ಅವರು ಮಹಾಬಯಲು ಸ್ವರೂಪರಾದವರು, ಮಹಾನುಭಾವಿಗಳು, ಅವರು ಭಕ್ತರುದ್ಧಾರಕ್ಕೆ ಈ ಲೋಕಕ್ಕೆ ಆಗಮಿಸಿದವರು, ಅವರ ಸಂಗವು ನನಗೆ ಒದಗಿ ಬಂದಿದೆ. ಅವರ ಸಂಗದಿಂದ ನಾನು ಧನ್ಯಳಾಗಿದ್ದೇನೆ, ಅವರ ಕೃಪಾ ದೃಷ್ಟಿಯಿಂದ ನಾನು ನಿರ್ಮಳವಾದೆ, ನಿಶೂನ್ಯದವರೆಗೆ ತಲುಪಿದೆ. ಇದು ಅವರ ಸಂಗದ ಪ್ರಭಾವ. ಇನ್ನು ಅಜಗಣ್ಣ ಐಕ್ಯ ಸ್ಥಲದ ಅರಸ. ಐಕ್ಯನಾದರೆ ಅಜಗಣ್ಣನಂತಾಗಬೇಕು ಎಂದು ಶರಣರ ವಚನ ಸಾರಿದೆ. ಅಜಗಣ್ಣನ ಸಂಗದಿಂದ ನಾನು ನಿಜ ಲಿಂಗೈಕ್ಯ ಸ್ಥಲವನ್ನು ಹೊಂದಿದೆ. ಇನ್ನು ಮಹಾಪ್ರಸಾದಿ ಕಕ್ಕಯ್ಯನವರ ಸಂಗದಿಂದ ಚೊಕ್ಕ ಚಿನ್ನದಂತಾದೆ. ಇವರ ಸಂಗವು ನನ್ನನ್ನು ಧನ್ಯಗೊಳಿಸಿದವು.

ಎಲ್ಲಾ ಮಹಾಶರಣರ ಸಂಗ ನನಗೆ ದೊರಕಿತು ಮತ್ತು ಯತಿಗಳ ಜತಿಗಳ ಸಂಗವು ನನಗೆ ದೊರಕೊಂಡಿತು. ಅಷ್ಟೇ ಅಲ್ಲ ಮಾನ್ಯರು ಮುಖ್ಯರ ಸಂಗವು ನನಗೆ ಲಭಿಸಿತು. ಈ ಎಲ್ಲರ ಸಂಗದಿಂದ ನಾನು ಕೃತಾರ್ಥಳಾದೆ. ಯಾವ ಪುಣ್ಯದ ಫಲವೋ ಸಂಗನ ಕೃಪೆಯೊ ಸಂಗನ ಲೀಲಾ ವಿನೋದವೋ ಮಾನ್ಯರ ಮುಖ್ಯರ ಸಂಗದಿಂದ ನಾನು ನಿತ್ಯ ಮುಕ್ತೆಯಾದೆ. ಮುಖ್ಯವಾಗಿ ಎನ್ನ ಸಂಗ ಬಸವಯ್ಯನ ಸಂಗ, ಆತನ ಸಂಗದಿಂದ ನಾನು ನಿಕಾಮಿಯಾದೆ, ನಿರ್ಮಳವಾದೆ. ಬಸವಯ್ಯನ ಸಂಗದಿಂದ ನಾನು ಬಸವ ಸ್ವರೂಪಳೆಯಾದೆ. ಅಲ್ಲಮ ಮೊದಲಾದ ಮಾನ್ಯರ ಮುಖ್ಯರ ಸಂಗದಿಂದ ನಾನು ಅವರಂತಾದೆ, ಅವರೊಂದಿಗಿನ ಸಹವಾಸವು ನನ್ನನ್ನು ಅವರಂತೆ ಮಾಡಿತು. ಹೀಗಾಗಿ ನಾನು ಬಸವಯ್ಯನ ಸಂಗದಲ್ಲಿದ್ದರೂ, ನಾನು ಅಲ್ಲಮಪ್ರಭು ಮೊದಲಾದ ಮುಖ್ಯರ ಮಾನ್ಯರಂತೆ ಶುದ್ಧಳಾಗಿದ್ದೆ. ಬಸವನು ಶುದ್ಧ, ನಾನು ಶುದ್ಧಳಾಗಿದ್ದೆ. ಈ ಶುದ್ಧತೆಯು, ಶುದ್ಧವುಳ್ಳವರ ಸಂಗದಿಂದ ನನಗೆ ಉಂಟಾಗಿದೆ. ಇದೆಲ್ಲವೂ ಸಂಗದಿಂದ ಸಾಧ್ಯವು ಎಂಬ ವಿಚಾರಧಾರೆ ಮನಂಬುಗುವಂತಿದೆ. ನೀಲಮ್ಮನವರ ಇನ್ನೊಂದು ವಚನ ಹೀಗಿದೆ.

ಊಟಕ್ಕಿಕ್ಕದವರ ಕಂಡು ನನಗೆ ತೃಪ್ತಿಯಾಯಿತ್ತು,
ಕೂಟವಿಲ್ಲದ ಪುರುಷನ ಕಂಡು ಕಾಮ ಹಿಂಗಿತ್ತೆನಗೆ
ಏನೆಂದೆನ್ನದ ಮುನ್ನ ತಾನೆಯಾಯಿತ್ತು;
ಸಂಗಯ್ಯನಲ್ಲಿ ಶಬ್ದ ಮುಗ್ಧವಾಯಿತು.

ಊಟಕ್ಕಿಕ್ಕದವರ ಕಂಡು ನನಗೆ ತೃಪ್ತಿಯಾಯಿತು. ಕೂಟವಿಲ್ಲದ ಪುರುಷ, ಸಂಸಾರ ಭಾವಗಳೇ ಇಲ್ಲದ ಪುರುಷನ ಕಂಡು ನನಗೆ ಕಾಮದ ಆತುರವು ಬತ್ತಿತು. ನಾನು ಹೀಗೆ, ನಾನು ಹಾಗೆ, ಅದು ಹೀಗೆ ಅದು ಹಾಗೆ ಎಂಬ ವಿಚಾರಕ್ಕೆ ಬರುವುದಕ್ಕಿಂತ ಮುನ್ನವೇ ಆ ವಿಚಾರ ಹೇಳುವ ಮುನ್ನ ಆ ಹೇಳುವ ವಸ್ತುವೇ ತಾನೆಯಾಗಿ ನಿಂತಿತು. ಹೀಗಾಗಿ ಸಂಗಯ್ಯನಲ್ಲಿ ಶಬ್ದ ಮುಗ್ಧಳಾದೆನು. ನಿಶಬ್ದವಾದ ಸ್ಥಿತಿಯು ಉಂಟಾಗಿ ನುಡಿಯದೆ ಉಳಿದೆ. ನುಡಿಯುವ ವಿಚಾರಿಸುವ ವಸ್ತುವೆ ತಾನಾಗಿ ನಿಶಬ್ದವೇ ನಾನಾದೆ.

ನನಗೆ ಊಟಕ್ಕಿಕ್ಕದ ಮುನ್ನ ಅವರು ನೋಡುವ ನೋಟ, ಅವರು ಆಡುವ ಪ್ರೀತಿಯ ಮಾತು, ಅವರು ತೋರುವ ಆತ್ಮೀಯ ಸ್ನೇಹದಿಂದ ಉಂಡಷ್ಟೇ ತೃಪ್ತಿಯಾಯಿತ್ತು. ನನಗೆ ಊಟ ಮಾಡಿಸಿದಷ್ಟೇ ತೃಪ್ತಿಯಾಯಿತ್ತು. ನಿಜಕ್ಕೂ ಊಟ ಮಾಡಬೇಕೆಂಬ ಭಾವನೆ ಇಲ್ಲದಂತಾಯಿತ್ತು. ತಾವು ಉಂಡು ಸಂತೋಷದಿಂದ ಹಾಡುವ ಪ್ರೀತಿಯ ಮಾತುಗಳು, ಆತ್ಮೀಯ ಸ್ನೇಹ ಭಾವದವರ ಕಂಡು ನನಗೂ ಉಂಡಂತಾಯಿತ್ತು. ಊಟವೇ ಮರೆತು ಹೋಯಿತು. ಅವರಂತೆಯೇ ನನಗೂ ತೃಪ್ತಿಯಾದಂತಾಯಿತು. ಕಾಯದ ಬಯಕೆ ಇಲ್ಲದ ಕಾಮದ ಕೂಟದ ಅಪೇಕ್ಷೆ ಇಲ್ಲದ ಪುರುಷನ ನೋಡಿ ಎನ್ನೊಳಗಿದ್ದ ಕಾಯದ ಆತುರ ಹಿಂಗಿತ್ತೆನಗೆ. ಸತ್ಯ ಶುದ್ಧವಾದ ಭಾವವಿದ್ದು ಅಶುದ್ಧವಾದ ವಿಕಾರವಾದ ಈ ಕಾಮದ ಭಾವವಿರದ ಪುರುಷ ಬಸವನ ಕಂಡು ಎನ್ನೊಳಗಿದ್ದ ಕಾಮದ ಆತುರವು ಹಿಂಗಿ ಹೋಯಿತ್ತೆನಗೆ, ಕಾಮನೆ ಇಲ್ಲದಂತಾದೆ ನಾನು ಎನ್ನುತ್ತಾಳೆ ನೀಲಮ್ಮ.

ನಾ ನೀನೆನ್ನುವ ಮುನ್ನವೇ ತಾನೇಯಾಯಿತ್ತು. ನಾನು ಹೀಗೆ, ನೀನು ಹಾಗೆ ಎಂಬ ವಿಚಾರವೂ ಮೂಡದ ಮುನ್ನವೇ ತಾನೇ ತಾನಾಯಿತ್ತು. ಬೇರೆಯಾಗದೆ ತನ್ನಿಂದ ತಾನೇ, ತಾನಾಯಿತ್ತು. ಭಿನ್ನ ಜ್ಞಾನವು ತಲೆದೋರದ ಮುನ್ನ ನಿಜವು ನೆಲೆಗೊಂಡಿತ್ತು. ಸಂಗಯ್ಯನಲ್ಲಿ ಶಬ್ದ ಮುಗ್ಧಳಾದೆನು. ಶಬ್ದವಿಲ್ಲದೆ ನಿಶಬ್ದವಾಯಿತ್ತು ಎನ್ನೊಳಗೆ, ನಾ ನೀನೆಂಬ ಉಭಯವಿಲ್ಲದೆ ತಾನೇ ತಾನಾಯಿತ್ತು. ಸಂಗಯ್ಯನಲ್ಲಿ ನಿಶಬ್ದವು ಆವರಿಸಿತ್ತು. ಅಲ್ಲಿ ಶಬ್ದಕ್ಕೆ ನೆಲೆಯಿಲ್ಲದಂತಾಯಿತ್ತು. ಭೇದ ಭಿನ್ನ ಅನ್ಯವೆಂಬ ಅರಿವಿನ ಭಾವ ತೋರದ ಮುನ್ನ ತಾನೊಂದೆಯಾಗಿ ನಿಂದಿತ್ತು, ಮತ್ತು ಶಬ್ದವೇ ಮುಗ್ಧವಾಯಿತ್ತು. ಮುಂದೆ ನುಡಿಗೆ ಎಡೆಯಿಲ್ಲದಂತಾಯಿತ್ತು ತಾನೊಂದೆಯಾಗಿ ನಿಂದಿತ್ತು ಎಂದು ತಮ್ಮ ಸಾಧನೆಯನುಭೂತಿಯನ್ನು ಹಂಚಿಕೊಂಡಿದ್ದಾಳೆ ನೀಲಮ್ಮ ತಾಯಿ ತಮ್ಮ ಈ ವಚನದಲ್ಲಿ. ಹೀಗೆ ಪ್ರತಿಯೊಂದು ವಚನಗಳೂ ತುಂಬಾ ಸ್ವಾರಸ್ಯಕರವಾಗಿದ್ದು ಚಿಂತನಾರ್ಹವಾಗಿರುತ್ತವೆ.

ಒಟ್ಟಾರೆ ಬಸವಣ್ಣನವರ ಮಹಾಮನೆಯಿಂದ ಅನುಭವ ಮಂಟಪದವರೆಗಿನ ಪ್ರತಿಯೊಂದು ಕಾರ್ಯಕಲಾಪಗಳಲ್ಲಿ, ಕ್ರಿಯಾಶೀಲ ವ್ಯಕ್ತಿತ್ವವನ್ನು ಬೆಳಗುತ್ತ, ವೈಚಾರಿಕ ದೃಷ್ಟಿಕೋನವನ್ನು ಬೆಳೆಸಿಕೊಂಡು, ಆಧ್ಯಾತ್ಮಿಕ ಸಾಧನೆಗೈದ ನೀಲಾಂಬಿಕೆ ಕರ್ನಾಟಕದ ಸ್ತ್ರೀ ಪರಂಪರೆಯಲ್ಲಿಯೇ ಘನ ವ್ಯಕ್ತಿತ್ವವನ್ನು ಹೊಂದಿದ್ದಾಳೆ. ಉನ್ನತ ಮಟ್ಟದ ಸಾಧಕಿಯಾಗಿ ವಿಚಾರ ಪತ್ನಿಯಾಗಿ ಬೇಡಿದವರಿಗೆ ಬೇಡಿದ್ದನ್ನು ನೀಡುವ ಜಂಗಮ ಪ್ರೇಮಿಯಾಗಿ, ಕರ್ತವ್ಯವನ್ನು ಪಾಲಿಸಿಕೊಂಡು ಬಂದ ಕಾಯಕ ಜೀವಿಯಾಗಿ ಅನುಭಾವದ ಔನ್ನತ್ಯವನ್ನು ಮೆರೆದ ಶ್ರೇಷ್ಠ ವಚನಕಾರ್ತಿಯಾಗಿ ಜಗತ್ತಿಗೆ ನೀಡಿದ ಕೊಡುಗೆ ಅಪಾರವಾಗಿದೆ.

⌘

34. ಚನ್ನಬಸವಣ್ಣ

ಪ್ರೊ. ಶಾರದಾ ಪಾಟೀಲ (ಮೇಟಿ), ಬಾದಾಮಿ

12ನೇ ಶತಮಾನದ ಶರಣ ಸಮೂಹದಲ್ಲಿ ಚನ್ನಬಸವಣ್ಣನವರ ಸ್ಥಾನ ಮಿಗಿಲಾದದು. ಉಳಿದ ಅಧ್ಯಾತ್ಮ ಸಾಧಕರ ಜೀವನದಂತೆ ಅವರ ಜೀವನವೂ ಯಾವ ಚರಿತ್ರಕಾರನ ಸ್ಥೂಲನೋಟಕ್ಕೂ ಸಿಗದು.

ಅವರದು ಬಹುಮುಖಿ ಸಾಧನೆ. ಅವಿರಳ ಜ್ಞಾನಿ,ಸದಮಳ ವಿಜ್ಞಾನಿ. ಷಟ್ ಸ್ಥಳ ಸ್ಥಾಪನಾಚಾರ್ಯ, ದಿವ್ಯ ಗುಣಶೀಲ, ಅಚ್ಚಪ್ರಸಾದಿ ಎಂದು ಪ್ರಸಿದ್ಧರಾಗಿರುವರು. ಹಠಯೋಗ ಮಂತ್ರಯೋಗ ಶಿವಯೋಗಗಳ ಮಧ್ಯೆ ಅವರು ಸಮನ್ವಯ ಸಾಧಿಸಿದರು. ಶರಣ ಕುಲದೀಪಕರಾಗಿ ಶ್ರೇಷ್ಠ ವಚನಕಾರರಾಗಿ, ಭಕ್ತಿ, ಜ್ಞಾನ, ವೈರಾಗ್ಯ ಮೂರ್ತಿಯಾಗಿ ಕಂಗೊಳಿಸಿದ್ದಾರೆ. ಅವರು ಪ್ರತಿಪಾದಿಸಿದ ವಿಶ್ವ ಮಾನ್ಯ ತತ್ವಗಳು ಇಂದಿಗೂ ಪ್ರಸ್ತುತವಾಗಿವೆ.

12ನೆಯ ಶತಮಾನದ ಈ ಮಹಾಶರಣ. ಚನ್ನಬಸವಣ್ಣನವರನ್ನು ಕುರಿತು ಕಾವ್ಯ ಪುರಾಣಗಳನ್ನು ಗಮನಿಸಿದಾಗ, ಅವರು ಬಸವಣ್ಣನವರ ಅಕ್ಕ ನಾಗಮ್ಮನವರ ಮಗನೆಂದೂ ಬಸವಣ್ಣನವರ ಸೋದರಳಿಯನೆಂದೂ ವ್ಯಕ್ತವಾಗುತ್ತದೆ. ಆದರೆ ಅವರ ತಾಯಿಯ ಹೆಸರನ್ನು ಹೇಳುವ ಈ ಕಾವ್ಯಗಳು ತಂದೆಯ ವಿಚಾರದಲ್ಲಿ ಮೌನವಾಗಿವೆ.

ಹರಿಹರನ ಬಸವರಾಜ ದೇವರಗಳೆ ಈ ವಿಚಾರದಲ್ಲಿ ಏನ ಏನನ್ನೂ ಹೇಳುವುದಿಲ್ಲ. ಪಾಲ್‌ಪುರಿಕೆಯ ಸೋಮನಾಥ ತನ್ನ ತೆಲುಗು "ಬಸವ ಪುರಾಣ"ದಲ್ಲಿ ಚನ್ನಬಸವಣ್ಣನವರು 'ಬಸವ ಕಾರುಣ್ಯ ಹಸ್ತ ಸಂಭೂತ ಪ್ರಶಸ್ತ ದೇಹ'ವಾಗಿದ್ದರು ಎಂದು ಹೇಳಿದ್ದಾನೆ. ಭೀಮಕವಿ ತನ್ನ ಕಾವ್ಯ ಕನ್ನಡ ಬಸವ ಪುರಾಣದಲ್ಲಿ ಚನ್ನಬಸವಣ್ಣನವರ ತಾಯಿ ನಾಗಾಂಬೆಯೆಂಬ ವಿಚಾರ ಮಾತ್ರ ಹೇಳಿದ್ದಾನೆ ಹೊರತು ತಂದೆಯ ವಿಷಯವೇನುನೂ ಹೇಳಿಲ್ಲ.

ಮುಂದೆ ಬರುವ ಪುರಾಣಗಳು ಪವಾಡಗಳತ್ತ ಮುಖ ಮಾಡಿ ನಿಲ್ಲುತ್ತವೆ. ಇತ್ತೀಚೆಗೆ ದೊರೆತ ಬಸವಣ್ಣನವರ ವಂಶಾವಳಿಯ ದಾಖಲೆಯೊಂದು ಅಕ್ಕ ನಾಗಮ್ಮನ ಪತಿ ಶಿವರಾಯ ಎಂಬುದನ್ನು ಅವರ ಮಗ ಚನ್ನಬಸವನೆಂದು ಸೂಚಿಸುತ್ತದೆ. ಅದರಂತೆ ಚನ್ನಬಸವಣ್ಣನವರ ಜನನ ನಂದನನಾಮ ಸಂವತ್ಸರವೆಂದು ತಿಳಿದುಬರುತ್ತದೆ ಅಂದರೆ ಅವರು 1143 ರಲ್ಲಿ ಜನಿಸಿದವರೆಂದು ಇಟ್ಟು ಕೊಳ್ಳಬಹುದು. ಬಸವಣ್ಣನವರೊಂದಿಗೆ ಅಕ್ಕ ನಾಗಮ್ಮ ತನ್ನ ಪತಿ ಶಿವದೇವರೊಂದಿಗೆ ಬಾಗೇವಾಡಿಯಿಂದ ಕೂಡಲಸಂಗಮಕ್ಕೆ ಬಂದಿರಬಹುದು. ಕೂಡಲಸಂಗಮದಲ್ಲಿಯೇ ಚನ್ನಬಸವಣ್ಣನವರು ಹುಟ್ಟಿರಬೇಕು. ಅಲ್ಲಿಂದ ಮಂಗಳವಾಡಕ್ಕೆ, ಮಂಗಳವಾಡದಿಂದ ಕಲ್ಯಾಣಕ್ಕೆ ಬಂದಿರಬಹುದು. ಅವರ ಜ್ಞಾನದ ತೇಜಸ್‌ನ್ನು ಕಂಡ ಅಲ್ಲಮಪ್ರಭುಗಳು "ನಿಜ ಉಂಡ ನಿರ್ಮಲದ ಘನವ ಕಂಡು ಬೆರಗಾದೆ ನಾನು" ಎಂದರೆ ಬಸವಣ್ಣನವರು "ಬಿತ್ತದೇ ಬೆಳೆಯದೆ ಬೆಳೆದ ಹೆಬ್ಬೆಳಸಿನ ರಾಶಿಯ ನೋಡ" ಎಂದು ಉದ್ಗಾರ ತಗೆದಿದಿದ್ದಾರೆ. "ಚನ್ನಬಸವನೆಂಬ ಪ್ರಸಾದಿಯ ಪಡೆದು ಅನುಭವ ಮಂಟಪವನ್ನು ಮಾಡಿ ಅನುಭವ ಮೂರ್ತಿಯಾದ ನಮ್ಮ ಬಸವಯ್ಯ" ಎಂದು ಅನುಭವ ಮಂಟಪ ಕುರಿತು ನೀಲಮ್ಮನವರ ವಚನದಲ್ಲಿ ಬಸವಣ್ಣನವರು ಅನುಭವ ಮಂಟಪ ಸ್ಥಾಪಿಸಿದರಂದು ಹೇಳಲಾಗಿದೆ.

ಲಿಂಗಾಂಗ ಸಾಮರಸ್ಯವನ್ನು ಬಸವಣ್ಣನವರು ನುಡಿದು ಹಾಗೂ ನಡೆದು ತೋರಿದ್ದಾರೆ. ಚನ್ನಬಸವಣ್ಣನವರು, ಈ ವಿಧಾನಕ್ಕೆ ಆರು ಸ್ಥಳಗಳ ತಾತ್ವಿಕ ನೆಲೆಗಟ್ಟನ್ನು ಒದಗಿಸಿದ್ದಾರೆ. ಈ ಆರು ಸ್ಥಳಗಳೆಂದರೆ ಭಕ್ತ, ಮಹೇಶ್ವರ, ಪ್ರಸಾದಿ, ಪ್ರಾಣ ಲಿಂಗಿ, ಶರಣ ಹಾಗೂ ಐಕ್ಯ.

ಚನ್ನಬಸವಣ್ಣನವರು ಷಟ್ಸ್ಥಲ ಸಿದ್ಧಾಂತಕ್ಕೆ ಒಂದು ಹೊಸ ಆಯಾಮವನ್ನೇ ಜೋಡಿಸಿದ್ದಾರೆ.

ಅಂಗವು ಲಿಂಗವಾಗುವ ಪರಿ ಮೊದಲಿನ ಎರಡು ಸ್ಥಳಗಳಲ್ಲಿ ತ್ಯಾಗಾಂಗ:

ಪ್ರಸಾದಿ ಹಾಗೂ ಪ್ರಾಣಲಿಂಗಿ ಸ್ಥಳಗಳಲ್ಲಿ ಬೋಗಾಂಗ: ಶರಣ ಮತ್ತು ಐಕ್ಯ ಸ್ಥಳಗಳಲ್ಲಿ ಯೋಗಾಂಗ ಅಳವಟ್ಟಿರುತ್ತವೆ.

ಕಾಯ ಗುಣ ಅಳಿದಾಗ ತ್ಯಾಗಾಂಗ, ಲಿಂಗ ಮುಖವಾಗಿ ಭೋಗಿಸುವುದು ಭೋಗಾಂಗ, ನಿಜದಲ್ಲಿ ಬೆರೆಯುವದು ಯೋಗಾಂಗ.

ಚನ್ನಬಸವಣ್ಣನವರು ಉತ್ತಮ ವಚನಕಾರರು. ಈಗ ನಮಗೆ ದೊರೆತು ಪ್ರಕಟವಾಗಿರುವ ವಚನಗಳು 1503. ಇವರ ಅಂಕಿತನಾಮ "ಕೂಡಲ ಚನ್ನಸಂಗ"

ಅವರ ವಚನಗಳನ್ನು ಷಟ್ಸ್ಥಳಗಳಿಗೆ ಅನುಗುಣವಾಗಿ ವಿಂಗಡಿಸಲಾಗಿದೆ. 18 ಸಕೀಲಗಳು, ಆಚಾರ ನಿರ್ಣಯ ಹಾಗೂ ಶಿವಯೋಗ ನಿರ್ಣಯಗಳು, ಸಿದ್ಧಾಂತಗಳ ನಿರೂಪಣೆ, ದರುಶನಗಳ ವಿವರಣೆ, ಆಧ್ಯಾತ್ಮಿಕ ಅನುಭವವನ್ನು ಒಳಗೊಂಡ ವಚನಗಳು. ಅವರು ನೀಡುವ ಉಪಮೆಗಳ ಸೊಗಸು ಉಪಮಾತೀತ. ಅಲ್ಲದೇ ಕರಣ ಹಸೆಗೆ, ಮಿಶ್ರಾರ್ಪಣ, ಪದ ಮಂತ್ರ ಗೋಪ್ಯ, ಹಿರಿಯ ಮಂತ್ರ ಗೋಪ್ಯ, ಘಟ ಚಕ್ರ ಇವೆಲ್ಲ ಕೃತಿಗಳು ಅವರ ಅಪ್ರತಿಮ ಜ್ಞಾನಕ್ಕೆ ಪ್ರತೀಕದಂತಿವೆ. ಅವರು ವಚನ ಸಾಹಿತ್ಯವನ್ನು ಆತ್ಮಸಾಹಿತ್ಯವೆಂದು ಕರೆದಿದ್ದಾರೆ. ಅದನ್ನು ದೇವಲೋಕಕ್ಕೆ ಬಟ್ಟೆ ಕಾಣಿರೋ ಎಂದಿದ್ದಾರೆ. ಅವರು ಅನುಭವಿ ಕವಿ ಅನುಭಾವದ ವ್ಯಾಖ್ಯೆ ಕೊಡುವ ಅವರ ರೀತಿ ತುಂಬಾ ಅನನ್ಯವಾಗಿದೆ. ಅನುಭವವೆಂಬುದು, "ನೆಲದ ಮರೆಯ ನಿಧಾನ", "ಅಂತರಂಗದ ಶುದ್ಧಿ" ಎಂದು ಇತ್ಯಾತ್ಮಕವಾಗಿ ಹೇಳಿದ ಅವರು ರಚ್ಚೆಯ್ಯ ಮಾತೂ ಅಲ್ಲ, ಸಂತೆಯ ಸುದ್ದಿಯೂ ಅಲ್ಲ, ಬೀದಿಯ ಪಸರವೂ ಅಲ್ಲವೆಂದು ನೇತ್ಯಾತ್ಮಕವಾಗಿಯೂ ಹೇಳುತ್ತಾರೆ. ಅತ್ಯಂತ ಶ್ರೇಷ್ಠ ಸಾಮಾಜಿಕ ವಿಡಂಬನೆಯ ಕವಿಗಳು ಆಗಿದ್ದರು. ಕಪಟತನ, ಅಪ್ರಾಮಾಣಿಕತೆ, ಡಾಂಭಿಕತೆಗಳ ಕುರಿತು ಅತ್ಯಂತ ಹರಿತವಾದ ಶೈಲಿಯಲ್ಲಿ ಬರೆಯಲಾದ ಅವರ ವಚನಗಳಲ್ಲಿ ಗಾಢವಾದ ಸಾಮಾಜಿಕ ಕಳಕಳಿಯೂ ಅಪಾರವಾದ ಲೋಕಜ್ಞಾನ ಇದೆ. ಸರ್ವ ಸಮರ್ಪಣೆಯೊಂದೇ ಲಿಂಗಾಂಗ ಸಾಮರಸ್ಯದತ್ತ ಒಯ್ಯುವ ಏಕ ಮಾತ್ರ ಉಪಾಯ. ಇಷ್ಟ ಲಿಂಗದ ಪೂಜೆಯಲ್ಲಿ ತನುಸೋಂಕಿ ತನು ನಷ್ಟ, ಮನಸೋಂಕಿ ಮನ ನಷ್ಟ, ಧನಸೋಂಕಿ ಧನ ನಷ್ಟ, ಭಾವಸೋಂಕಿ ಭಾವ ನಷ್ಟವಾಗಬೇಕು. ಇಷ್ಟ ಲಿಂಗದ ಪೂಜೆಯನ್ನು ಚನ್ನಬಸವಣ್ಣನವರು ಒಂದು ಅನನ್ಯವಾದ ಪ್ರತಿಮೆಯ ಮೂಲಕ ಹೀಗೆ ವರ್ಣಿಸಿದ್ದಾರೆ,

ವಚನ 1

ಆಚಾರವೆಂಬ ಬಿಲ್ಲಿಗೆ ವಿಚಾರವೆಂಬ ನಾರಿ
ಸಮತೆ ಎಂಬ ತಿರುವಮೆಟ್ಟಿ ಜೆಓಡೆಗೈದು
ಶಿಷ್ಯನೆಂಬ ಬಾಣವ ತೊಡಚಿ
ಗುರುವೆಂಬ ವ್ಯಾಧನು ಲಿಂಗವೆಂಬ ಬಯಲ ಗುರಿಯ ನೆಚ್ಚಡೆ
ಗರಿ ತೋರದಂತೆ ಮುಳುಗಿ ಅಡಗಿತ್ತು
ಆಗರಿಯನು ಬಾಣವನು ಅರಸಲೂಂಟೆ?
ಕೂಡಲ ಚನ್ನಸಂಗಾ
ನಿಮ್ಮಲ್ಲಿ ?

ಗುರು, ಶಿಷ್ಯನಿಗೆ ಲಿಂಗಪೂಜಾ ವಿಧಾನ ಹೇಳಿಕೊಡುತ್ತಿದ್ದಾನೆ. ಈ ವಚನದಲ್ಲಿ.ಅದನ್ನು ಚನ್ನಬಸವಣ್ಣನವರು ನೇರವಾಗಿ ಹೇಳದೆ ಬೇಟೆಗಾರನ ಶಬ್ದ ಚಿತ್ರದ ಮೂಲಕ ವಿವರಿಸುವ ರೀತಿ ಅಪೂರ್ವವಾಗಿದೆ. ಗುರುವಾದ ವ್ಯಾಧನೊಬ್ಬ ತನ್ನ ಶಿಷ್ಯನಿಗೆ ಬಿಲ್ಲು ವಿದ್ಯೆ ಕಲಿಸುವಂತೆ ಶಿಷ್ಯನಿಗೆ ಲಿಂಗ ಪೂಜಾ ವಿಧಾನವನ್ನು ಹೇಳಿಕೊಡುತ್ತಾನೆ. ಗುರುವೆಂಬ ಬೇಟೆಗಾರ ತಾನು ದೀಕ್ಷೆ ಕೊಟ್ಟ ಶಿಷ್ಯನೆಂಬ ಬಾಣ ಹೂಡಿ ಲಿಂಗವೆಂಬ ಬಯಲಿಗೆ ಗುರಿಯಿಟ್ಟು ಬಿಲ್ಲು ಹೊಡೆದಾಗ ಆ ಬಾಣ ನೇರವಾಗಿ ಗುರಿ ತಲುಪುತ್ತದೆ ಅದೇ ರೀತಿ ಭಕ್ತ ಮುಂದುವರಿಯುತ್ತ ಲಿಂಗಾಂಗ ಸಾಮರಸ್ಯ ಪಡೆಯುತ್ತಾನೆ. ಬಯಲೊಳಗೆ ಬಯಲಾಗಿ ಬೆಳಕಿನೊಳಗೆ ಬೆಳಕಾಗಿ ನಿಲ್ಲುತ್ತಾನೆ.

ವಚನ 2

ಇನ್ನು ಪ್ರಾಣ ಲಿಂಗದ ಪೂಜೆಯನ್ನು ಈ ರೀತಿ ವರ್ಣಿಸಿದ್ದಾರೆ,

ಎನ್ನ ತನು ಅಗ್ಗವಣಿಯ ಬಿಂದಿಗೆ, ಎನ್ನ ಮನವೇ ಸಿಂಹಾಸನ
ಎನ್ನ ಹೃದಯ ಕಮಲವೇ ಪುಷ್ಪ, ಎನ್ನ ಕಿವಿಗಳೇ ಕೀರ್ತಿ ಮುಖ
ನೆನೆವ ನಾಲಿಗೆಯೇ ಘಂಟೆ, ಎನ್ನ ಶಿರವೇ ಸುವರ್ಣದ ಕಳಸ
ಎನ್ನ ನಯನವೇ ಸ್ವಯಂ ಜ್ಯೋತಿ
ಹೀಗೆನ್ನ ಚಂದ್ರಶೇಖರ ಲಿಂಗಕ್ಕೆ ಮಾಡಿದೆನೆನ್ನ ಪ್ರಾಣ ಪೂಜೆಯ
ಎನ್ನ ಕಾಯಭಾವವನೀ ಪರಿಯಲ್ಲಿ ಮಾಡಿದೆನಾಗಿ
ಕೂಡಲ ಚನ್ನಸಂಗಯ್ಯನ ಪೂಜಿಸದಲ್ಲದೆ ನಿಲಲಾರ

ಚನ್ನಬಸವಣ್ಣನವರು ಮಾಡ ಬಯಸುವ ಪ್ರಾಣ ಪೂಜೆಯ ಪರಿಯೇ ಬೇರೆ. ಇಲ್ಲಿ ಚನ್ನಬಸವಣ್ಣನವರು ದೇಹವನ್ನು ನೀರಿನ ಬಿಂದಿಗೆಯನ್ನಾಗಿಸಿಕೊಳ್ಳುತ್ತಾರೆ. ಆಗ ಮನಸೇ ಪೂಜಾ ಪೀಠವಾಗುತ್ತದೆ ಹೃದಯವೇ ಲಿಂಗಕ್ಕೆ ಏರಿಸುವ ಪುಷ್ಪವಾಗುತ್ತದೆ. ಕಿವಿ, ನಾಲಿಗೆ, ಶಿರ, ನೇತ್ರ ಅನುಕ್ರಮವಾಗಿ ಕೀರ್ತಿಮುಖ, ಘಂಟೆ,ಸುವರ್ಣ ಕಳಶ ಜ್ಯೋತಿಗಳಾಗುತ್ತವೆ, ಹೀಗೆ ಭಕ್ತನ ಪ್ರತ್ಯಂಗವು ಪೂಜೆಯಲ್ಲಿ ತೊಡಗಿ ಭಕ್ತನ ಪೂಜಾ ಸಾಮಗ್ರಿಗಳಾಗುತ್ತವೆ. ಅಖಂಡವಾದ ಪೂಜೆಯಾಗುತ್ತದೆ. ಅಂತರಂಗದೊಳಗೆ ನಡೆಯುವ ಪ್ರಾಣ ಲಿಂಗ ಪೂಜೆಯನ್ನು ಊಹಿಸಿಯೇ ಆನಂದ ಪಡಬೇಕು. ದೇಹವೇ ದೇವಾಲಯವೆಂದು ಬಸವಣ್ಣನವರು ಹೇಳಿದರೆ, ಅಲ್ಲಮರು, ಶರಣನು ಗೈವ ಅಂತ:ಪೂಜೆಯ ವರ್ಣನೆ ಹೀಗಿದೆ–

ಗಗನವೇ ಗುಂಡಿಗೆ, ಆಕಾಶವೇ ಅಗ್ಘವಣಿ,
ಚಂದ್ರ ಸೂರ್ಯರಿಬ್ಬರೂ ಪುಷ್ಪ ನೋಡಾ!

ಬ್ರಹ್ಮ ಧೂಪ, ವಿಷ್ಣು ದೀಪ. ರುದ್ರ ನೋಗರ ಸುಯ ಧಾನ ನೋಡಾ!
ಗುಹೇಶ್ವರ ಲಿಂಗಕ್ಕೆ ಪೂಜೆ ನೋಡಾ!

ಶರಣನು ಈ ದಿವ್ಯ ಉಪಚಾರಗಳಿಂದ ಬಾಹ್ಯದ ಭಾವವಿಲ್ಲದ ಆತನು ಮಹಾಲಿಂಗವನ್ನು ಅರ್ಚಿಸುತ್ತಾನೆ. ಕಲ್ಯಾಣ ಕ್ರಾಂತಿಯ ನಂತರ ಚೆನ್ನಬಸವಣ್ಣನವರು ಉಳುವಿಗೆ ಬಂದು ನೆಲೆಸುತ್ತಾರೆ ಅಲ್ಲಿಯೇ ದಿವ್ಯ ಪ್ರಕಾಶವೊಂದು ದೇದೀಪ್ಯ ಮಾನವಾಗಿ ಬೆಳಗಿ, ಬೆಳಕಿನೊಳಗೆ ಮಹಾ ಬೆಳಕಾಗಿ ಚನ್ನಬಸವಣ್ಣನ ಆತ್ಮ ಪರಮಾತ್ಮನಲ್ಲಿ ಬೆರೆಯಿತು.

⌘

೩೯. ಶಿವಶರಣ ಆದಯ್ಯ

ಡಾ. ವೀರಾಕ್ಷಿ ಎಲ್. ವಿವೇಕಿ, ಬಾದಾಮಿ

12ನೇ ಶತಮಾನದ ವಚನ ಕ್ರಾಂತಿ ಕೇವಲ ಕರ್ನಾಟಕಕ್ಕೆ ಸೀಮಿತವಾಗಿರದೆ ಉತ್ತರ ಭಾರತ ಹಾಗೂ ದಕ್ಷಿಣ ಭಾರತಕ್ಕೂ ವಿಸ್ತರಿಸಿತ್ತು. ಜಗಜ್ಯೋತಿ ಬಸವಣ್ಣನವರ ತತ್ವಕ್ಕೆ ಬೆರಗಾಗದವರು ಬಹುವಿರಳ. ಬಸವಣ್ಣನ ಪ್ರಭಾವಕ್ಕೆ ಒಳಗಾದವರಲ್ಲಿ ಆಂಧ್ರಪ್ರದೇಶದ ಗಜೇಶ ಮಸಣಯ್ಯ, ಬೋಂತಾದೇವಿ, ಕಾಶ್ಮೀರದ ಮಹದೇವ ಭೂಪಾಲ, ಮಹಾರಾಷ್ಟ್ರದ ಸಿದ್ಧರಾಮೇಶ್ವರ, ಅಮುಗೆ ರಾಯಮ್ಮ, ಕಾಳವ್ವೆ, ಕೇರಳದ ಗೊಗ್ಗವ್ವೆ, ಉರ್ಲಿಂಗಪೆದ್ದಿ ಅಮುಗೆ ರಾಯಮ್ಮ, ಅಮ್ಮುಗಿ ದೇವಮ್ಮ ಮುಂತಾದವರಲ್ಲಿ ಮಹಾರಾಷ್ಟ್ರದ ಆದಯ್ಯನವರು ಒಬ್ಬರು. ಇವರು ಮೂಲತಃ ಸೌರಾಷ್ಟ್ರ ಅಂದರೆ ಮಹಾರಾಷ್ಟ್ರದವರು. ಗುಜರಾತಿನ ದ್ವಾರಕಾ ನಗರ ಇವರ ಮೂಲ ಜನ್ಮಸ್ಥಳ. ಘೋರದತ್ತ ಮತ್ತು ಪಾರ್ವತಿಯರ ಮಗ. ಇವರು 11ನೇ ಶತಮಾನದ ಉತ್ತರಾರ್ಧ ಮತ್ತು 12ನೇ ಶತಮಾನದ ಪೂರ್ವಾರ್ಧದಲ್ಲಿ ಕಂಡುಬರುವ ಬಸವಣ್ಣನವರ ಕಾಲದ ವಚನಕಾರ. ಇವರು ಬಣಜಿಗ (ಬನಿಯಾ)ದವರಾಗಿದ್ದು ವಂಶವೃತ್ತಿ ವ್ಯಾಪಾರದ ಕಾಯಕವನ್ನು ನಡೆಸುತ್ತಿದ್ದರು. ಇವರ ಅಂಕಿತನಾಮ "ಸೌರಾಷ್ಟ್ರ ಸೋಮೇಶ್ವರ" ಕೆಲವು ವಚನಗಳಲ್ಲಿ ಮಲ್ಲಿಕಾರ್ಜುನ ಎಂಬ ಅಂಕಿತವನ್ನು ಬಳಸಿದ್ದಾರೆ. ಒಟ್ಟು 403 ವಚನಗಳು ಲಭ್ಯವಿವೆ. ಆದಯ್ಯನವರ ವಚನಗಳಲ್ಲಿ ಸಂಸಾರಿಕ ಸಾಹಿತ್ಯಿಕ ಅಂಶಗಳಿಗಿಂತ ಶರಣ ಧರ್ಮದ ತಾತ್ವಿಕ ಚಿಂತನೆಗೆ ಹೆಚ್ಚಿನ ಮಹತ್ವ ನೀಡಿದ್ದಾರೆ. ಅನುಭಾವದಲ್ಲಿ ಅಲ್ಲಮರಿಗೆ ಸರಿದೂಗುವ ಅಪ್ರತಿಮ ವಚನಕಾರರು. ಆದಯ್ಯನವರ ವಚನಗಳಲ್ಲಿ ಸುಂದರವಾದ ಭಾಷೆ, ಸರಳ ನಿರೂಪಣೆ, ಸಾಂಗತ್ಯ ಹಾಗೂ ಸಾಮಾಜಿಕ ಡೊಂಕುಗಳನ್ನು ನೇರವಾಗಿ ತಿಳಿಸುವ ಮನೋಧಾಡ್ಯ ಎಲ್ಲವೂ ಬಹಳ ಅದ್ಭುತವಾಗಿ ಚಿತ್ರತವಾಗಿವೆ. ಇವರ ಭಕ್ತಿ ಹಾಗೂ ಬದುಕಿನ ಸ್ವಾರಸ್ಯವನ್ನು ಕುರಿತು ಹರಿಹರ ತನ್ನ ಆದಯ್ಯನ ರಗಳೆ ಹಾಗೂ ಸೋಮನಾಥ ಚಾರಿತ್ರದಲ್ಲಿ ಅತ್ಯಂತ ಸೊಗಸಾಗಿ ವರ್ಣಿಸಿದ್ದಾರೆ.

ಆದಯ್ಯ ಬಾಲ್ಯದಲ್ಲಿ ತುಂಬಾ ಸುಂದರವಾಗಿದ್ದರಿಂದ ವ್ಯವಹಾರ ಕುಶಲನಾಗಿ ಭಾಷಾ ವಿಶಾರದನಾದ. ವ್ಯಾಪಾರ ಮಾಡುತ್ತಾ ಊರಿಂದ ಊರಿಗೆ ವಲಸೆ ಹೋಗುತ್ತಾರೆ. ಹೀಗೆ ವಲಸೆ ಹೋಗುತ್ತ ಲಕ್ಷ್ಮೇಶ್ವರಕ್ಕೆ ಬಂದು ವ್ಯಾಪಾರ ಆರಂಭಿಸುತ್ತಾರೆ. ಅಲ್ಲಿ ಅವರಿಗೆ ಪದ್ಮಾವತಿ ಎಂಬ ಜೈನಕನ್ಯೆ ಪರಿಚಯವಾಗಿ ಪ್ರೀತಿಸಿ ಮದುವೆಯಾಗಲು ಬಯಸುತ್ತಾರೆ ಆಗ ಅವರ ತಂದೆ ನಿರಾಕರಿಸಿದಾಗ ವಾದಕ್ಕೆ ಮಣಿಯದೆ "ಛಲದಂಕ ಮಲ್ಲನಂತೆ", "ಇಟ್ಟ ಛಲ ಬಿಟ್ಟಬಾಣ ಗುರಿ ತಪ್ಪದಂತೆ" ಎನ್ನುವ ಹಾಗೆ ಸೌರಾಷ್ಟ್ರದಿಂದ ಸೋಮೇಶ್ವರನನ್ನು ತಂದು ಪುಲಿಗೆರೆಯ ಸುರಹೊನ್ನೇ ಬಸದಿಯಲ್ಲಿ ಸ್ಥಾಪಿಸಿ ತಾನೊಬ್ಬ ಅಪ್ಪಟ ಶಿವಭಕ್ತನೆಂದು ಸಾಧಿಸಿದಾತ. ಇಂದಿಗೂ ಈ ಸ್ಥಳ ಪುಲಿಗೆರೆ ಸೋಮನಾಥ ದೇವಸ್ಥಾನ ಎಂದು ಐತಿಹಾಸಿಕ ಪ್ರಸಿದ್ಧ ಸ್ಥಳವಾಗಿದೆ. ಅಲ್ಲದೆ ಕನ್ನಡ ಸಾಹಿತ್ಯದಲ್ಲಿ ಕಂಡುಬರುವ ಪ್ರಸಿದ್ಧ 16ನೇ ಶತಮಾನದ ಪುಲಿಗೆರೆ ಸೋಮನಾಥನು ಇದೇ ನೆಲದ ಅತ್ಯಂತ ಜನಪ್ರಿಯ ಕವಿಯಾಗಿದ್ದಾರೆ. ವ್ಯಾಪಾರದಲ್ಲಿ ನಿರತನಾದ ಆದಯ್ಯ ಒಂದೊಮ್ಮೆ ಕಲ್ಯಾಣಕ್ಕೆ ಹೋದಾಗ ಅಲ್ಲಿ ಶರಣರ ಸಂಪರ್ಕದಿಂದ ಅನುಭಾವದತ್ತ ಆಕರ್ಷಿತರಾಗುತ್ತಾರೆ. ಶರಣರ ವಚನ ಚಿಂತನೆ ಪ್ರಭಾವಕ್ಕೆ ಒಳಗಾಗಿ ತಾವು ಶರಣರಾಗಬೇಕೆಂಬ ತೀವ್ರ ಹಂಬಲ ಮನದಲ್ಲಿ ಹೊಳೆದು ಅಲ್ಲಿಯೇ ಕೆಲಕಾಲ ನೆಲೆಸುತ್ತಾರೆ. ಬಸವಣ್ಣ ಮತ್ತು ಶರಣರಿಂದ ಲಿಂಗದ ಮಹಿಮೆ ಮತ್ತು ಲಿಂಗ ತತ್ವ ತಿಳಿದು ಲಿಂಗಾಯತನಾದ. ಶರಣರ ಸಂಘದಿಂದ ತಾನು ಶರಣನಾಗುತ್ತಾನೆ. ತನ್ನ ಮಾತೃಭಾಷೆ ಗುಜರಾತಿ ಆದರೂ ಕನ್ನಡ ಕಲಿತು ಕನ್ನಡದಲ್ಲಿ ವಚನಗಳನ್ನು ರಚಿಸಿ ವಚನಕಾರನಾಗಿ ಪ್ರಕಾಶಿತನಾಗುತ್ತಾನೆ. ಸಾಹಿತ್ಯಿಕ ಸತ್ವ, ತಾತ್ವಿಕ ಪ್ರೌಢಿಮೆ ಎರಡು ಈತನ ವಚನಗಳಲ್ಲಿ ಸಮ್ಮಿಳಿತವಾಗಿವೆ. ವಚನಗಳಲ್ಲಿ ಸಾಹಿತ್ಯ, ತತ್ವ, ನೀತಿ, ಧರ್ಮ, ಅಧ್ಯಾತ್ಮ, ಸಮಾಜ, ವಿಜ್ಞಾನ, ರಾಜಕೀಯ ಹಾಗೂ ಪರಿಶುದ್ಧ ಜೀವನಕ್ಕೆ ಬೇಕಾದ ಎಲ್ಲ ಸಂಗತಿಗಳು ಕೂಡ ಅಡಕವಾಗಿವೆ. ಶರಣರ ವಚನಗಳಲ್ಲಿ ಏನಿದೆ ಎನ್ನುವುದಕ್ಕಿಂತ ಏನಿಲ್ಲ ಎಂಬುದು ಹೆಚ್ಚು ಸಮಂಜಸ. ಶರಣರ ವಚನಗಳೇ ವಾಸ್ತವಕ್ಕೆ ಹಿಡಿದ ಕನ್ನಡಿ ಅಂತಿವೆ. ಸಮಾಜ, ಸಾಹಿತ್ಯ, ಇತಿಹಾಸ, ವಾಸ್ತವತೆಯನ್ನು ತಿಳಿಸುವ ಅವರ ಒಂದು ವಚನ ಈ ರೀತಿ ಆಗಿದೆ. ಹಿಂದಣ ಕಥೆಯ ಮುಂದೆ ಹೇಳುವ ಕಾವ್ಯವಲ್ಲ, ಮುಂದಣ ಕಥೆಯನಿಂದು ಹೇಳುವ ನಾಟಕವಲ್ಲ, ಬಂದ ಶಬ್ದವ ಸಂದಿಲ್ಲದುಸುರುವೆನೆಂಬ ಅಭ್ಯಾಸಿಯಲ್ಲ. ಛಂದ ವಿಚ್ಛಂದಯೆಂಬ ಸಂದೇಹಿಯಲ್ಲ ಸೌರಾಷ್ಟ್ರ ಸೋಮೇಶ್ವರ ನಿಮ್ಮ ಶರಣರ ಸ್ವಯಾ ಸ್ವಯಾನುಭಾವದ ಪರಿ ಬೇರೆ. ಆದಯ್ಯ ಹೇಳುವಂತೆ ವಚನಗಳು ಹಿಂದೆ ನಡೆದ ಘಟನೆಯನ್ನು ಮುಂದೆ ಹೇಳುವ

ಕಾವ್ಯವಾಗಲಿ, ಮುಂದೆ ನಡೆಯಬಹುದಾದದ್ದನ್ನು ಇಂದು ಹೇಳುವ ನಾಟಕವಾಗಲಿ ಅಲ್ಲ, ವೇದೋಪನಿಷತ್ತುಗಳ ಮಂತ್ರಗಳನ್ನು ವ್ಯಾಕರಣಾದಿಯಾಗಿ ತಿಳಿಸುವ ವಚನಗಳು ಛಂದಸ್ಸು, ಕಾವ್ಯ ಕಥೆಯನ್ನು ತಿಳಿಸುವುದಿಲ್ಲ. ವಚನಗಳು ವ್ಯಕ್ತಿಗತ ಅನುಭವದ ರಸಪಾಕ. ವಚನಗಳಲ್ಲಿ ಅನುಭವ ಅನುಭಾವಗಳ ಸಂಗಮವಿದೆ. ಈ ಅನುಭವಗಳ ಲಾಲಿತ್ಯ ಆದಯ್ಯನವರ ವಚನಗಳಲ್ಲಿ ಎದ್ದು ಕಾಣುತ್ತದೆ.

ಅಂದಿನ ಲಕ್ಷ್ಮೇಶ್ವರ ಬಹುತೇಕ ಅನುಭಾವಿ ಶರಣರ ಸ್ಥಳವಾಗಿತ್ತು. ಜೈನ ಬಸದಿಯಲ್ಲಿಯೇ ಸೋಮನಾಥನ ವಿಗ್ರಹ ಸ್ಥಾಪಿಸುತ್ತಾರೆ. ತಮ್ಮ ವ್ಯಾಪಾರದ ಕಾಯಕದ ನಂತರ ಸೋಮನಾಥ ದೇವಾಲಯದಲ್ಲಿ ಕುಳಿತು ವಚನಗಳನ್ನು ಬರೆಯುತ್ತಿದ್ದರು. ಸೋಮನಾಥ ದೇವಾಲಯದ ಪಕ್ಕದಲ್ಲಿಯೇ ಒಂದು ಪುಟ್ಟ ಗುಡಿ ಇದೆ ಅದುವೇ ಶ್ರೇಷ್ಠ ಅನುಭವಿ ಆದಯ್ಯನವರ ಸಮಾಧಿ. ಲಕ್ಷ್ಮೇಶ್ವರ, ಕಲ್ಯಾಣ ಆದಯ್ಯನವರ ಕಾರ್ಯಕ್ಷೇತ್ರವಾಗಿದ್ದವು. ಇವರ ವಚನಗಳಲ್ಲಿ ಹೆಚ್ಚು ತತ್ವ ನಿರೂಪಣೆಗೆ ಪ್ರಾಧಾನ್ಯತೆ ನೀಡಿದ್ದು ಕಾಣಿಸುತ್ತದೆ. ಬೆಡಗಿನ ವಚನಗಳನ್ನು ಬಿಟ್ಟರೆ ಉಳಿದ ವಚನಗಳ ಶೈಲಿ ನೇರ ಹಾಗು ಸರಳವಾಗಿವೆ. ಹೊರ ರಾಜ್ಯದಿಂದ ಬಂದು ಕನ್ನಡವನ್ನು ಕಲಿತು ಕನ್ನಡದಲ್ಲಿ ಹಾಡಿದ ಕನ್ನಡ ನಾಡಿನ ಜನಮನದಲ್ಲಿ ಅಜರಾಮರವಾಗಿ ಉಳಿಯುತ್ತಾರೆ. ಇವರ ಎರಡು ವಚನಗಳ ಮೂಲಕ ಅವರ ಅನುಭಾವವನ್ನು ಹೀಗೆ ಅರ್ಥೈಸಿಕೊಳ್ಳಬಹುದು.

"ಅಯ್ಯಾ ತನುವಿದ್ದಂತೆ ಮರಣ
ಶೋಕ ಭಯಂಗಳೆಂ ತುತ್ತಾಹರವೆಂದರಿಯೆನಯ್ಯಾ,
ಅಯ್ಯಾ ಮನವಿದ್ದಂತೆ ಮಲ, ಮದ, ಮಾಯೆ,
ಕರ್ಮಗಳೆಂತು ಹರಿವೆಂದರಿಯೆನಯ್ಯಾ,
ಅಯ್ಯಾ ನಿಮ್ಮ ನೋಡುವ ಜ್ಞಾನ ಕಂಗಳಿಗೆ
ವಿವೇಕಾಂಜನಸಿದ್ಧ ಎಂತಹುದೆಂದರಿಯೆನಯ್ಯ,
ಅಯ್ಯಾ ನಿಮ್ಮನರುಹಿ ಎನ್ನ
ಮರಹಿಸಯ್ಯ ಸೌರಾಷ್ಟ್ರ ಸೋಮೇಶ್ವರ".

ಈ ವಚನದಲ್ಲಿ ಆದಯ್ಯನವರು ಶರಣರ ಬದುಕು ಅಂತರಂಗ ಪ್ರಸನ್ನತೆಯಿಂದ ಕೂಡಿರಬೇಕು ಎಂಬುದನ್ನು ವಿವರಿಸುತ್ತಾರೆ ಶರಣ ಬಹಿರಂಗಕ್ಕಿಂತ ಅಂತರಂಗದ ಪರಿಶುದ್ಧತೆಯನ್ನು ಕಾಯ್ದುಕೊಳ್ಳಬೇಕು. ತನು ಎಂದರೆ ದೇಹ, ಕಾಯ, ಶರೀರ. ಶರೀರದ ಮೇಲಿನ ಲೋಭ ಶಾಶ್ವತವಲ್ಲ, ಲಾಭಕರವೂ ಅಲ್ಲ. ಅಂಗ ಸಂಘದಿಂದ

ತೀರದು ಜಂಜಾಟ ಎನ್ನುವಂತೆ ಕೇವಲ ದೇಹದ ಮೇಲಿನ ವ್ಯಾಮೋಹ ಮರಣ ಬಂದಾಗ ದುಃಖವನ್ನು ನೀಡುತ್ತದೆ. ಈ ದುಃಖದಿಂದ ಭಯಕ್ಕೆ ಒಳಗಾಗುತ್ತಾನೆ. ಆ ಭಯದ ತೀವ್ರತೆಯನ್ನು ನಾನು ಅರಿವೆನಯ್ಯ ಎಂದು ಹೇಳುತ್ತಾನೆ. ಬಹಿರಂಗಕ್ಕಿಂತ ಅಂತರಂಗದ ಕಾಂತಿ ಹೊಳಪು ಅದು ಶರಣರನ್ನ ಜ್ಯೋತಿಯ ಹಾಗೆ ಬೆಳಗಿಸುತ್ತದೆ. ದೇಹ ಮತ್ತು ಮನಸ್ಸುಗಳ ಕಾರ್ಯ ಪರಿಪೂರ್ಣವಾಗಿರಬೇಕು. ಭಕ್ತನ ಭಕ್ತಿ ಪರಿಪೂರ್ಣತೆಯಾಗಬೇಕಾದರೆ ದೇಹ ಸ್ಪಂದಿಸಬೇಕು ಆದರೆ ದೇಹದ ಮೇಲಿನ ಆ ತೀವ್ರವಾದ ವ್ಯಾಮೋಹ ಸಲ್ಲದು ಎಂದು ಇಲ್ಲಿ ತಿಳಿಸಿದ್ದಾರೆ. ದೇಹ ಮತ್ತು ಮನಸ್ಸುಗಳ ಕ್ರಿಯೆಯನ್ನು ಇಲ್ಲಿ ತಿಳಿಸಿದ್ದಾರೆ.

"ಅಯ್ಯಾ ಮನವಿದ್ದಂತೆ ಮಲ, ಮದ, ಮಾಯೆ, ಕರ್ಮಗಳೆಂದು ಹರಿವವೆಂದರಿಯನಯ್ಯಾ", ಮನಸ್ಸು ಭಕ್ತನ ಹತೋಟಿಯಲ್ಲಿರಬೇಕು ಮನಸ್ಸು ಚಂಚಲ. ಮರದಲ್ಲಿಯ ಮರ್ಕಟನಂತೆ. ಮನಸ್ಸನ್ನು ಹತೋಟಿಯಲ್ಲಿಟ್ಟುಕೊಳ್ಳುವುದಕ್ಕೆ ಶರಣ ಲಿಂಗದ ಮೊರೆ ಹೋಗಬೇಕು. ಲಿಂಗದ ಮೂಲಕ ಭಗವಂತನಲ್ಲಿ ತನ್ನತನವನ್ನು ಕಂಡುಕೊಳ್ಳಬೇಕು ಮನಸ್ಸು ಎಲ್ಲಿಯವರೆಗೂ ನಮ್ಮ ಹತೋಟಿಯಲ್ಲಿ ಇರುವುದಿಲ್ಲವೋ ಅಲ್ಲಿಯವರೆಗೂ ಮನವಿದ್ದಂತೆ ಮನಸ್ಸಿದ್ದಂತೆ ಆ ಮನಸ್ಸಿನಲ್ಲಿ ಮಲ ಅಂದರೆ ಕಲ್ಮಶ ಹಾಗೂ ಮದ ಅಂದರೆ ಅಹಂಕಾರ ಮಾಯೆ, ಮಾಯೆ ಎಂದರೆ ಚಮತ್ಕಾರ ಬೆರಗು ವಿಸ್ಮಯ ಇವುಗಳೇ ಸುಳಿದಾಡುತ್ತಿರುತ್ತವೆ.ಅಂದರೆ ಮನಸ್ಸು ಯಾವ ರೀತಿ ಹಲವು ಕ್ರಿಯೆಗಳಿಗೆ ಒಳಗಾಗಿ ತನ್ನ ಹತೋಟಿಯನ್ನ ಕಳೆದುಕೊಳ್ಳುತ್ತದೆ ಎಂಬುದನ್ನು ನಾವಿಲ್ಲಿ ಅರ್ಥೈಸಿಕೊಳ್ಳಬಹುದು. ಹಾಗಾಗಿ ಏಕ ಚಿತ್ತದಿಂದ ಕಾಯಕವನ್ನು ಕೈಕೊಂಡರೆ ಆ ಮನಸ್ಸು ಈ ಮಾಯೆ ಮದ ಇವುಗಳಿಂದ ದೂರವಾಗಿ ದೈವತ್ವವನ್ನು ಕಾಣುವಲ್ಲಿ ಯಶಸ್ವಿಯಾಗಬಹುದು. ಮನಸ್ಸಿನಲ್ಲಿ ಎಲ್ಲಿಯವರೆಗೆ ಮಲ, ಮದ, ಮಾಯೆ, ಇಂತಹ ಕರ್ಮಗಳು ಒಳಗೊಂಡಿರುತ್ತವೆಯೋ ಅಲ್ಲಿಯವರೆಗೆ ದೇವರನ್ನು ದೈವತ್ವವನ್ನು ಕಾಣಲು ಸಾಧ್ಯವಿಲ್ಲ. ಹಾಗಾಗಿ ಇವುಗಳನ್ನು ಕಳೆದುಕೊಂಡು ಬಳಿಕ ದೇವರನ್ನು ಒಲಿಸಿಕೊಳ್ಳುವ ಒಂದು ಪ್ರಯತ್ನವನ್ನ ಇಲ್ಲಿ ಮಾಡಬೇಕು ಎಂಬುದನ್ನು ಕೂಡ ತಿಳಿಸಿರುವುದನ್ನು ಕಾಣಬಹುದು. ಹಾಗೆಯೇ ಇಲ್ಲಿ ಆದಯ್ಯನವರು ತಮ್ಮ ಸೋಮನಾಥ ದೇವರನ್ನ ಕಾಣುವಂತಹ ಒಂದು ತೀವ್ರ ಭಾವ ವ್ಯಕ್ತಪಡಿಸುತ್ತಿದ್ದಾರೆ. ಅಂದರೆ ದೈವತ್ವವನ್ನು ಕಾಣುವ ಮೂಲಕ ತನ್ನತನವನ್ನು ಮರೆಯಬೇಕು ಎಂಬುದನ್ನು ಸಾಬೀತುಪಡಿಸಿದ್ದಾರೆ ಅದರ ಜೊತೆಗೆ ಬಸವಣ್ಣನವರ ಹಾಗೆ ಇಲ್ಲಿ ತಮ್ಮನ್ನ ತಾವು ಅರಿಯುವ ಮೂಲಕ ಆತ್ಮಾವಲೋಕನ ಮಾಡಿಕೊಳ್ಳುವಂತಹ ಒಂದು ಪ್ರಯತ್ನವನ್ನು ನಾವಿಲ್ಲಿ ಗಮನಿಸಬಹುದು.

ಇನ್ನೊಂದು ಬಗೆಯಲ್ಲಿ ನೋಡುವುದಾದರೆ ಎನ್ನ ಮನದಲ್ಲಿ ಯಾವಾಗಲೂ ಸೋಮನಾಥ ನೀವೇ ತುಂಬಿಕೊಂಡಿರುವಾಗ ಆ ಮನದಲ್ಲಿ ಮಲ ಮಾಯೆ ಕರ್ಮಗಳು ನನ್ನಲ್ಲಿ ಹರಿಯಲು ಸಾಧ್ಯವೇ? ಎಂಬ ವಿಚಾರವನ್ನು ಇಲ್ಲಿ ತಿಳಿಸಿದ್ದಾರೆ. ಇದೇ ಅರ್ಥವನ್ನು ನೀಡುವಂತಹ ಅಕ್ಕಮಹಾದೇವಿಯರು ಒಂದು ವಚನದಲ್ಲಿ "ಎನ್ನ ಮನದಲ್ಲಿ ಚೆನ್ನಮಲ್ಲಿಕಾರ್ಜುನನೇ ತುಂಬಿಕೊಂಡಿರುವಾಗ ಎನಗೆ ಮತ್ತೊಂದು ಭವವುಂಟೆ?" ಎನ್ನುವಲ್ಲಿ ಇಬ್ಬರು ವಚನಕಾರರಲ್ಲಿ ಭಗವಂತನನ್ನು ಕಾಣುವ ತೀವ್ರ ಉತ್ಕಟತೆ ಈ ವಚನದಲ್ಲಿ ವ್ಯಕ್ತವಾಗಿದೆ.

"ಅರಿವರೆತು ಅರಿವು ತಿಳಿದು
ಮರುಹ ಮೆರೆದು ಮರಹಳಿದು,
ಕುರುಹೆಂದು ಹೇಳ ಹೆಸರಿಲ್ಲದೆ
ಗುರು ಲಿಂಗ ಜಂಗಮ ತ್ರಿವಿಧ ವೊಂದಾದ
ಎಡೆಯ ತೋರಿಸಿ ಬದುಕಿಸಾ
ಸೌರಾಷ್ಟ್ರ ಸೋಮೇಶ್ವರ."

ಅರಿವು ಎಂದರೆ ಜ್ಞಾನ ತಿಳಿವು. ತಿಳಿವಳಿಕೆ ಪಡೆಯಬೇಕು. ಅರಿವನ್ನು ಜ್ಞಾನವನ್ನು ಪಡೆಯಬೇಕಾದರೆ ಮರೆವು ಎಂಬುದನ್ನು ಮರೆಯಬೇಕು. ಮರೆವು ಎಂಬುದನ್ನು ಮರೆತು ಅದನ್ನು ಅಳಿದು ಹಾಕಬೇಕು ಅದರ ಕುರುಹು ಹೇಳ ಹೆಸರಿಲ್ಲದಂತೆ ಅಳಿಸಿ ಹಾಕಬೇಕು. ಈ ಬಗ್ಗೆ ತತ್ವವನ್ನು ಸಾಧಿಸಬೇಕಾದರೆ ಗುರುಲಿಂಗ ಜಂಗಮ ತತ್ವವನ್ನು ನಾವು ಅಳವಡಿಸಿಕೊಳ್ಳಬೇಕು ಅರಿವು ಮರೆವು ಕುರುಹುಗಳನ್ನ ಬಿಟ್ಟು ಗುರುಲಿಂಗ ಜಂಗಮ ತತ್ವವನ್ನು ಬೆಳೆಸಿಕೊಂಡಾಗ ನಿಜವಾದ ಭಕ್ತ ಶರಣಾಗಲು ಸಾಧ್ಯ ಎಂಬುದನ್ನ ಈ ವಚನದ ಮೂಲಕ ನಾವಿಲ್ಲಿ ಅರ್ಥೈಸಿಕೊಳ್ಳಬಹುದು. ಇದೇ ರೀತಿ ಅರ್ಥವನ್ನು ಘಟ್ಟಿವಾಳಯ್ಯನವರ ಒಂದು ವಚನ ಹೀಗೆ ತಿಳಿಸುತ್ತದೆ. ತನುವ ಮರೆಯಬೇಕೆಂದು ಗುರುವ ತೋರಿ, ಮನವ ಮರೆಯಬೇಕೆಂದು ಲಿಂಗವತೋರಿ, ಧನವ ಮರೆಯಬೇಕೆಂದು ಜಂಗಮವ ತೋರಿ ಎಂಬ ವಚನದ ಮೂಲಕ ಗುರು, ಲಿಂಗ, ಜಂಗಮ ತ್ರಿವಿಧ ತತ್ವಕ್ಕೆ ಒಂದು ಹೊಸ ಆಯಾಮವನ್ನು ಕೊಟ್ಟಿದ್ದಾರೆ ತನುಮನ ಧನ ಶಾಶ್ವತವಲ್ಲ ಗುರುಲಿಂಗ ಜಂಗಮವನ್ನು ಅರ್ಥೈಸಿಕೊಳ್ಳುವ ಮೂಲಕ ಶರಣ ಈ ಬದುಕಿನ ಸಾತ್ವಿಕತೆಯನ್ನು ಕಂಡುಕೊಳ್ಳಬೇಕೆಂದು ವಚನಗಳ ಮೂಲಕ ತೋರಿಸಿಕೊಟ್ಟಿದ್ದಾರೆ.

⌘

೩೬. ಹಡಪದ ಲಿಂಗಮ್ಮ

ಪ್ರೇಮಕ್ಕ ಅಣ್ಣಿಗೇರಿ, ಬೆಳಗಾವಿ

12 ನೇ ಶತಮಾನದ ಶರಣರಲ್ಲಿ ಅಗ್ರಮಾನ್ಯ ಸ್ಥಾನ ಪಡೆದವಳು ಹಡಪದ ಲಿಂಗಮ್ಮ. ವ್ಯಕ್ತಿಯ ಹುಟ್ಟಿಗೂ ಸಾಧಿಸುವ ಸಿದ್ಧಿಗೂ ಸಂಬಂಧವಿಲ್ಲೆಂದು ನಿರೂಪಿಸಿದವಳು ಲಿಂಗಮ್ಮ. ಈಕೆ ಸಾಧನೆಗೆ ಸಿದ್ಧಿಗೆ, ಕುಲ ಗೋತ್ರ ಜಾತಿ ಮತ ಪಂಥಗಳು ಅಡ್ಡ ಬರಲಾರವೆಂಬುದನ್ನು ಸಾಧಿಸಿ ತೋರಿಸಿದಳು. ಕನಿಷ್ಟ ಕುಲದಲ್ಲಿ ಬಡತನದಲ್ಲಿ ಹುಟ್ಟಿದರೂ, ಉತ್ತಮರ ಸಂಗದಲ್ಲಿ ಬೆಳೆದು, ಸತ್ಯ ಶರಣರ ಪಾದವಿಡಿದು ಗುರುಲಿಂಗ ಜಂಗಮರ ಸೇವೆಗೈದು, ಕಂಗಳ ಮುಂದಿನ ಅಜ್ಞಾನವೆಂಬ ಕತ್ತಲೆ ಕಳಚಿಕೊಂಡು ಮಂಗಳದ ಮಹಾ ಬೆಳಗಿನಲ್ಲಿ ಓಲಾಡಿ ಸುಖಿಯಾದೆನೆಂದು ಹೇಳಿದ್ದಾಳೆ. ಬಸವಾದಿ ಶರಣರು ತಂದ ಸಾಮಾಜಿಕ ಆರ್ಥಿಕ ಧಾರ್ಮಿಕ ಪರಿವರ್ತನೆಗಳ ಕಾರಣ ಲಿಂಗಮ್ಮನಂಥ ಸಾಮಾನ್ಯ ಮಹಿಳೆಯೂ ಅಸಮಾನ್ಯವಾದುದನ್ನು ಸಾಧಿಸಲು ಸಾಧ್ಯವಾಯಿತು. ಸಾಧಿಸುವ ಛಲ ಶ್ರದ್ಧೆಯೊಂದಿದ್ದರೆ ಸ್ತ್ರೀಯರೂ ಪುರುಷರಿಗಿಂತ ಮಿಗಿಲಾದ ಸಾಧನೆ ಮಾಡಬಹುದೆಂದು ಲಿಂಗಮ್ಮ ತನ್ನ ವಚನಗಳ ಮೂಲಕ ಅಭಿವ್ಯಕ್ತಪಡಿಸಿದ್ದಾಳೆ.

ಸಾಮಾಜಿಕ ಕಳಕಳಿ ಆತ್ಮೋದ್ಧಾರ ಶರಣರ ಮೂಲ ಜೀವನೋದ್ದೇಶವಾಗಿತ್ತು. ಅವರ ಈ ಚಿಂತನೆಯ ಫಲವೇ ವಚನಗಳು. ಹೀಗಾಗಿ ಶರಣರು ತಮ್ಮ ವೈಯಕ್ತಿಕ ಜೀವನ ಕುರಿತು ವಚನಗಳಲ್ಲಿ ಹೇಳಿಕೊಂಡಿರುವದು ಅತ್ಯಂತ ಕಡಿಮೆ. ಹೇಳಿದರೂ ಅದು ಕೇವಲ ಸಾಂದರ್ಭಿಕ. ಶರಣರ ವಚನಗಳಿಂದ, ಅವರ ವೈಯಕ್ತಿಕ ಜೀವನ ಬಗ್ಗೆ ತಿಳಿಯಲಾರೆವಾದರೂ ಅವರ 'ಜೀವನ ವ್ಯಕ್ತಿತ್ವ' ರೂಪಿಸಿಕೊಳ್ಳಲು ಸಾಧ್ಯವಾಗುವದು. ಈ ಮಾತಿಗೆ ಲಿಂಗಮ್ಮನೂ ಹೊರತಲ್ಲ. ಹಡಪದ ಅಪ್ಪಣ್ಣನವರು ಈಕೆಯ ಪತಿ. ಹಡಪದ ಅಪ್ಪಣ್ಣನವರು ಬಸವಣ್ಣನವರ ಆಪ್ತ ಕಾರ್ಯದರ್ಶಿಯಾಗಿ, ರಕ್ಷಕರಾಗಿ ಅವರ ನೆರಳಿನಂತೆ ಜೀವನದುದ್ದಕ್ಕೂ ಬದುಕಿದರು. ಹಡಪ ಎನ್ನುವದು

ಅಡಿಕೆ, ವೀಳ್ಯದೆಲೆ ಸುಣ್ಣ ಮುಂತಾದ ತಾಂಬೂಲದ ವಸ್ತುಗಳನ್ನಿಡುವ ಚೀಲವನ್ನು ಸೂಚಿಸುವದು. ಇದರಂತೆ ಕ್ಷೌರಿಕ ವೃತ್ತಿಯ ವಸ್ತುಗಳಾದ ಕತ್ತರಿ ಮುಂತಾದ ವಸ್ತುಗಳನ್ನಿಡುವ ಚೀಲವನ್ನೂ ಸೂಚಿಸುವದು. ಪ್ರಾಮಾಣಿಕತೆ ಬದ್ಧತೆ ಆತ್ಮೀಯತೆಯಿಂದ ಅಪ್ಪಣ್ಣನವರು ಶರಣಸಂಕುಲದಲ್ಲಿಯೇ ಬಸವಣ್ಣನವರ ಬಲಗೈಯಾಗಿ 'ನಿಜಸುಖಿಯೆಂದು' ಗುರುತಿಸಿಕೊಂಡರು. ಲಿಂಗಮ್ಮ 'ನಿಜಮುಕ್ತೆ'ಯೆಂದು ಗುರುತಿಸಲ್ಪಟ್ಟಿದ್ದಾಳೆ. ಶರಣೆ ಲಿಂಗಮ್ಮನಿ ಗೆ ಸಂಬಂಧ ಪಟ್ಟಂತೆ ಚಾರಿತ್ರಿಕ ಸಂಗತಿಗಳು ವಚನ ವಾಙ್ಮಯದಲ್ಲಾಗಲಿ ಬಸವಾದಿಶರಣರ ಪುರಾಣಗಳಲ್ಲಾಗಲಿ ದೊರೆಯುವದಿಲ್ಲ. ಬಸವಣ್ಣನವರ ವ್ಯಕ್ತಿತ್ವಕ್ಕೆ ಮಾರು ಹೋಗಿ ಈ ದಂಪತಿಗಳು ಕಲ್ಯಾಣಕ್ಕೆ ಬಂದರು. ಲಿಂಗಮ್ಮನು ತಾಂಬೂಲ ಸೇವೆ ಕೈಗೊಂಡಿರಬಹುದೆಂದು ಪ್ರತೀತಿ. ಇವರು ಬರೆದ 114 ವಚನಗಳು ಲಭ್ಯವಾಗಿವೆ. 'ಅಪ್ಪಣ್ಣಪ್ರಿಯ ಚೆನ್ನಬಸವಣ್ಣ' ನೆಂಬುದು ಇವರ ವಚನಾಂಕಿತ. ಆಕೆಯ ಗುರು ಚೆನ್ನಮಲ್ಲೇಶ್ವರರನ್ನು ತನ್ನ ಅನೇಕ ವಚನಗಳಲ್ಲಿ ಉಲ್ಲೇಖಿಸಿದ್ದಾರೆ. ಅಪ್ಪಣ್ಣನು ತನಗೆ 'ಸಿಂಹಾಸನ' (ಅಂದರೆ ಪ್ರೇರಕ) ವಾದರೆ, ಗುರು ಚೆನ್ನಮಲ್ಲೇಶ್ವರನು ತನ್ನ ಮನಸ್ಥಲಕೆ ಪ್ರಾಣವಾಗಿದ್ದಾರೆಂದು ಹೇಳಿದ್ದಾಳೆ. ತಾನು ಚೆನ್ನಬಸವನ ಕರುಣದ ಶಿಶುವೆಂದು ವಿನಮ್ರವಾಗಿ ಹೇಳಿದ್ದಾಳೆ. ಅಪ್ಪಣ್ಣನ ಸಹಚಾರಿ ಅನುಭಾವಿಯಾದ ಲಿಂಗಮ್ಮ ಲಿಂಗಾಂಗಯೋಗ ಸಾಧನೆಯಲ್ಲಿ ಶ್ರೇಷ್ಠ ಸಾಧಕಿಯಾಗಿದ್ದಳೆಂಬುದಕ್ಕೆ ಆಕೆಯ ವಚನಗಳೇ ಸಾಕ್ಷಿಯಾಗಿವೆ.

ಲಿಂಗಮ್ಮನ ಅಂತರಂಗದ ಅನುಭಾವ ಹೃದಯ ತುಂಬಿ ವಚನಗಳ ಮೂಲಕ ಹೊರಸೂಸಿವೆ. ಅಕ್ಕಿ ಥಳಿಸಿದಂತೆ, ಹಲ್ಲ ಸುಲಿದಂತೆ, ಕನ್ನಡಿಯ ನೋಡಿದಂತೆ, ಜಗದ ಜಂಗುಳಿಗಳೆತ್ತ ಬಲ್ಲರು, ಕೋಡಗನ ಕೊರಳು ಮುರಿದು ಮುಂತಾದ ಅಚ್ಚ ಕನ್ನಡ ಪದಗಳ ಬಳಕೆ ಅವಳ ವಚನಗಳ ಸತ್ವವನ್ನು ಹೆಚ್ಚಿಸಿವೆ. ಸಾತ್ವಿಕ ಧೈರ್ಯ, ನ್ಯಾಯ ನೀತಿಗಳು ಆಕೆಯನ್ನು ಉಳಿದ ಶರಣೆಯರಿಗಿಂತ ವಿಭಿನ್ನವಾಗಿ ನಿಲ್ಲಿಸುತ್ತವೆ. ಆಕೆಯ ಸ್ವತಂತ್ರ ಅಭಿವ್ಯಕ್ತಿ, ಆಧ್ಯಾತ್ಮಿಕ ಪರಿಪಕ್ವತೆ ಅವಳ ವಚನಗಳಲ್ಲಿ ಕಾಣುವದು. ಅನೇಕ ಸಾರೆ ತನ್ನ ವಚನಗಳಲ್ಲಿ ಬೋಧನಾ ಶೈಲಿ, ಜನಪದ ಶೈಲಿ ಬಳಸಿದ್ದಾಳೆ. ಕೆಲವು ಸಾರೆ ಬೆಡಗಿನ ವಚನಗಳನ್ನೂ ಬರೆದಿದ್ದಾಳೆ. ಒಂದು ಒಟ್ಟಾರೆ ಇವಳ ವಚನಗಳು ಸತ್ವಪೂರ್ಣವಾಗಿವೆ, ತತ್ವ ಭರಿತವಾಗಿವೆ.

ಸಾಮಾನ್ಯವಾಗಿ ಉನ್ನತವಾದ ಆಧ್ಯಾತ್ಮ ಸಾಧನೆಗೆ ಅಡ್ಡ ಬರುವಂತಹ ದೊಡ್ಡ ಆತಂಕವೆಂದರೆ ಮಾಯಾ ಮೋಹಗಳಿಗೆ ಒಳಗಾದ ಮನಸ್ಸು. ಸಂಸಾರದ ಆಕರ್ಷಣೆಗೆ ಒಳಗಾದ ಚಂಚಲ ಮನಸ್ಸು ಇಂದ್ರಿಯಗಳೆಂಬ ಕೊಂಬೆಗಳ ಮೇಲೆ

ಸದಾ ಲಂಘಿಸಲು ಬಯಸುತ್ತದೆ. ಇದೇ ಮನವು ದೃಢವಾದಾಗ ಮಾತ್ರ ಲಿಂಗಾಂಗ ಸಾಮರಸ್ಯ ಹೊಂದಲು ಸಾಧ್ಯವೆನ್ನುತ್ತಾಳೆ. ವಚನ ಹೀಗಿದೆ :

ಮನವ ನಿರ್ಮಲವ ಮಾಡಿಹೆನೆಂದು
ತನುವ ಕರಗಿಸಿ ಮನವ ಬಳಲಿಸಿ ಕಳವಳಿಸಿ
ಕಣ್ಣು ಕಾಣದ ಅಂಧಕರಂತೆ ಮುಂದುಗಾಣದೆ,
ಸಂದೇಹದಲ್ಲಿ ಮುಳಗಿರುವ ಮನುಜರಿರಾ,
ನೀವು ಕೇಳಿರೊ, ಹೇಳಿಹೆನು.
ಮನವ ನಿರ್ಮಲ ಮಾಡಿ ಆ ಘನವ ಕಾಂಬುದಕ್ಕೆ
ಆ ಮನವೆಂತಾಗಬೇಕೆಂದಡೆ :
ಗಾಳಿ ಬೀಸದ ಜಲದಂತೆ, ಮೋಡವಿಲ್ಲದ ಸೂರ್ಯನಂತೆ
ಬೆಳಗಿದ ದರ್ಪಣದಂತೆ ಮನ ನಿರ್ಮಲವಾದಲ್ಲದೆ
ಆ ಮಹಾಘನವ ಕಾಣಬಾರದೆಂದರು.
ನಮ್ಮ ಅಪ್ಪಣ್ಣಪ್ರಿಯ ಚೆನ್ನಬಸವಣ್ಣ.

ಕೇವಲ ಬಾಹ್ಯ ಆಚರಣೆಗಳಿಂದ ನಮ್ಮ ಮನವು ನಿಶ್ಚಲವಾಗಲು ಸಾಧ್ಯವಿಲ್ಲ. ಮಹಾಘನವ ಕಾಣುವದು ಅಸಾಧ್ಯವೆನ್ನುತ್ತಾಳೆ. ಮೊದಲು ನಮ್ಮ ಮನವು ಮಹಾ ಘನವಾದರೆ ಮಾತ್ರ ಮಹಾ ಘನವ ಕಾಣಬಹುದು ಎನ್ನುತ್ತಾಳೆ. ನಮ್ಮ ಪಂಚ ಜ್ಞಾನೇಂದ್ರಿಯಗಳು ಪಂಚ ಕರ್ಮೇಂದ್ರಿಯಗಳು ದ್ರವ್ಯಗಳನ್ನು ಸಾಮಾನ್ಯವಾಗಿ ಹತೋಟಿಯಲ್ಲಿಟ್ಟರೆ ಸಾಲದೆನ್ನುತ್ತಾಳೆ. ಮನಸ್ಸನ್ನು ನಿರ್ಮಲಗೊಳಿಸುತ್ತೇವೆಂದು ನಾವೆಲ್ಲರೂ ಮೊದಲು ನಮ್ಮ ತನುವನ್ನು ವ್ರತ ನೇಮಗಳಿಂದ ದಂಡಿಸುತ್ತೇವೆ, ನಿಗ್ರಹಿಸುತ್ತೇವೆ, ನಿಯಂತ್ರಣದಲ್ಲಿಡುತ್ತೇವೆ. ಮನವನ್ನೂ ಸಹ ಧ್ಯಾನ ಜಪ ತಪಗಳಿಂದ ಕಟ್ಟಿ ಹಾಕಲು ಪ್ರಯತ್ನಿಸುತ್ತೇವೆ. ಆದರೆ ಮಂಗ ಮನಸು ಅತ್ತಿತ್ತ ಹರಿದಾಡುವದನ್ನು ಮಾತ್ರ ನಿಲ್ಲಿಸುವದಿಲ್ಲ. ಅದೆಷ್ಟೋ ರೀತಿ ಕಳವಳಿಸಿದರೂ ಅದು ತನ್ನ ಚಂಚಲ ಗುಣ ಬಿಡದು. ಒಂದು ವಿಷಯದಿಂದ ಇನ್ನೊಂದು ವಿಷಯಕ್ಕೆ ಹಾರುವದು ಅದರ ಸಹಜ ಗುಣ. ಸ್ಥಿರತೆ ನಿಶ್ಚಲತೆ ಅದರ ಜಾಯಮಾನದಲ್ಲಿಲ್ಲ. ಇಂಥ ಚಂಚಲ ಮನಸ್ಸಿನ ದಂದುಗಕ್ಕೆ ತೊಳಲಾಟಕ್ಕೆ ಸಿಕ್ಕ ಮನುಷ್ಯ ಕಣ್ಣಿದ್ದೂ ಕಣ್ಣು ಕಾಣದ ಅಂಧಕನಂತಾಗುತ್ತಾನೆ. ಸಂಸಾರದ ಮಾಯಾ ಪ್ರಪಂಚದಲ್ಲಿ ಸಿಕ್ಕು ಅಜ್ಞಾನಿಯಾಗಿ ತೊಳಲಾಡುತ್ತಾನೆ. ತಾನಾರೆಂಬ ಅರಿವನ್ನು ಅಳವಡಿಸಿಕೊಳ್ಳದೆ

ಭವಿಯಾಗಿ ತನ್ನ ಭವಿಷ್ಯ ತಿಳಿದುಕೊಳ್ಳದೆ ಸಂಶಯದ ಸುಳಿಯಲ್ಲಿ ಸಿಕ್ಕು ಒದ್ದಾಡುತ್ತಾನೆ. ಅಜ್ಞಾನದ ತಿಮಿರ ಸರಿಯದೆ ಜ್ಞಾನ ಸೂರ್ಯ ಕಾಣಲಾಗದು.

ಈ ರೀತಿ ಸಂಸಾರ ಶರಧಿಯಲ್ಲಿ ಒದ್ದಾಡುವವರ ಕಂಡು ಲಿಂಗಮ್ಮ ಹೇಳ್ತಾಳೆ.. 'ನಿಮ್ಮ ಮನ ನಿರ್ಮಲವಾಗಿ ಆ ಘನವ ಕಾಣಬೇಕಾದರೆ, 'ನೀವು ಕೇಳಿರೋ ಹೇಳಿಹೆನೆಂದು' ತನ್ನ ಬೋಧನಾ ಶೈಲಿಯನ್ನು ಮನಮುಟ್ಟುವಂತೆ ಬಳಸಿದ್ದಾಳೆ. ಘನವ ಕಾಣುವ ಮನವು ಹೇಗಿರಬೇಕೆಂದು ಅತ್ಯಂತ ಸಹಜವಾದ ಸುಂದರ ಉಪಮೆಗಳನ್ನು ಬಳಸಿ ತಿಳಿಸುತ್ತಾಳೆ. ಮನವು ಗಾಳಿ ಬೀಸದ ಜಲದಂತೆ ನಿಶ್ಚಲವಾಗಿರಬೇಕು. ಒಂದೂ ವಿಚಾರ ತರಂಗಗಳು ಎದ್ದಿರಬಾರದು. ಮನಸ್ಸು ಅಷ್ಟು ನಿಶ್ಚಲ, ನಿರ್ಮಲ, ಸ್ಪಷ್ಟವಾಗಿರಬೇಕು. ದೃಢವಾಗಿರಬೇಕು. ಚಂಚಲತೆಗೆ ಅವಕಾಶವೇ ಇರಬಾರದು. ನಿರ್ಮಲ ಮನಸ್ಸು ಮೋಡಗಳಿಲ್ಲದ ಸೂರ್ಯನಂತೆ ಪ್ರಖರ ಪ್ರಜ್ವಲ ಸ್ಪಷ್ಟವಾಗಿರಬೇಕು. ದೋಷಗಳಿಲ್ಲದಂತೆ ಸ್ವಯಂ ಜ್ಯೋತಿಯಂತೆ ಬೆಳಗುತ್ತಿರಬೇಕು. ಸ್ವಯಂ ಪ್ರಕಾಶ ಸೂರ್ಯನಂತೆ ಸ್ವಯಂ ಜ್ಯೋತಿ ಸ್ವರೂಪ ಮನಕ್ಕೆ ಯಾವ ಅಜ್ಞಾನ ಅಂಧಃಕಾರದ ಮೋಡಗಳ ಅಡೆತಡೆ ಅಡ್ಡಬರದಂತಿರಬೇಕು. ಬೆಳಗಿದ ಕನ್ನಡಿಯಂತೆ ಸ್ಪಷ್ಟವಾಗಿ ಪಾರದರ್ಶಕವಾಗಿರಬೇಕು. ಯಾವದೇ ಕುಂದು ಕೊರತೆಗಳೆಂಬ ದೋಷಗಳು ಆ ಕನ್ನಡಿಯಲ್ಲಿರಬಾರದು. ಆಗ ನಮ್ಮ ಪ್ರತಿಬಿಂಬ ಸ್ಪಷ್ಟವಾಗಿ ದೋಷರಹಿತವಾಗಿ ಕಾಣುವದು. ನಮ್ಮ ಮನವೂ ಬೆಳಗಿದ ಕನ್ನಡಿಯಾಗಿರಬೇಕು. ಈ ಮೂರು ಸುಂದರ ಉಪಮೆಗಳಂತೆ ಮನವು ಘನವಾದಾಗ ಮಾತ್ರ ಮಹಾಘನವ ಕಾಣಬಹುದೆನ್ನುತ್ತಾಳೆ. ಇಲ್ಲದಿರೆ ಅಪ್ಪಣ್ಣ ಪ್ರಿಯ ಚನ್ನಬಸವಣ್ಣ ಸಾಕ್ಷಿಯಾಗಿ ಮಹಾಘನವ ಕಾಣಲು ಅಸಾಧ್ಯವೆನ್ನುತ್ತಾಳೆ ಲಿಂಗಮ್ಮ. ಇದೇ ಲಿಂಗಮ್ಮ ತೋರಿದ ಬೆಳಕಿನ ದಾರಿ. ಮುಕ್ತಿಯ ಮಾರ್ಗ.

ಯೋಗಕ್ಕೆ ಸಂಬಂಧಿಸಿದ ಇವರ ಇನ್ನೊಂದು ವಚನ ಹೀಗಿದೆ :

ಒಂದು ಹುತ್ತಕ್ಕೆ ಒಂಭತ್ತು ಬಾಗಿಲು
ಒಂದು ಸರ್ಪ ಒಂಭತ್ತು ಬಾಗಿಲಲ್ಲಿಯೂ ನೋಡುತ್ತಿಪ್ಪುದು
ಒಂಭತ್ತು ಬಾಗಿಲಿಗೆ ಕದವನಿಕ್ಕಿ
ಒಂದು ಬಾಗಿಲ ಅಗುಳಿ ದಾರವಂದನಿಕ್ಕಿ ಬಲಿಯಲು
ತಿರಗುವದಕ್ಕೆ ತಾವ ಕಾಣದೆ, ಇರುವದಕ್ಕೆ ಇಂಬ ಕಾಣದೆ
ನಿಲುವದಕ್ಕೆ ಎಡೆಯ ಕಾಣದೆ, ಉರಿ ಎದ್ದು ಊರ್ಧ್ವಕ್ಕೇರಲು
ಶರಧಿ ಬತ್ತಿತ್ತು, ಅಲ್ಲಿದ್ದ ಖಗಮೃಗವೆಲ್ಲ ದಹನವಾದವು.
ಸರೋವರವೆಲ್ಲ ಉರಿದು ಹೋದವು, ಕತ್ತಲೆ ಹರಿಯಿತ್ತು

ಮುಂದೆ ದಿಟ್ಟಿಸಿ ನೋಡುವನ್ನಕ್ಕಿಟ್ಟೆಡೆಯ ಬಾಗಿಲು ಸಿಕ್ಕಿತ್ತು
ಆ ಇಟ್ಟೆಡೆಯ ಬಾಗಿಲು ಹೊಕ್ಕುಹೊಡೆಕರಿಸಿ, ಪಶ್ಚಿಮದ ಕದವ ತೆಗೆದು
ಬಟ್ಟ ಬಯಲಲ್ಲಿ ನಿಂದು ನಾನೆತ್ತ ಹೋದೆಹನೆಂದರಿಯೆನಯ್ಯಾ
ಅಪ್ಪಣ್ಣ ಪ್ರಿಯ ಚೆನ್ನಬಸವಣ್ಣ.

ಮೇಲಿನ ವಚನದಲ್ಲಿ ಯೋಗಿಣಿ ಲಿಂಗಮ್ಮನ ಲಯ ಯೋಗದ ಅಂತಿಮ ಸಿದ್ಧಿಯವರೆಗಿನ ಅನುಭಾವವು ಅಭಿವ್ಯಕ್ತವಾಗಿದೆ. ಲಯ ಯೋಗವೆಂದರೆ ಈಡಾ ಪಿಂಗಳ ನಾಡಿಗಳಲ್ಲಿ ತುಂಬಿ ಹೊರಸೂಸುವ ಜೀವಭಾವದ ಅಜ್ಞಾನ ಪ್ರಕೃತಿ ಪ್ರಾಣವಾಯುವನು ಸೋಹಂ ಭಾವದ ಸುಜ್ಞಾನ ವೈಕೃತ ಪ್ರಾಣವನು ಮಾಡಿ, ಧ್ಯಾನ ಮೂರ್ತಿಯಲ್ಲಾಗಲಿ ಅಥವಾ ಪ್ರಾಣಾತ್ಮಕವಾದ ಪ್ರಣವ ನಾದದಲ್ಲಾಗಲಿ, ಸುಚಿತ್ತ ದೃಷ್ಟಿಯಲ್ಲಾಗಲಿ ಮನ ಮಾರುತಗಳನು ಒಂದುಗೂಡಿ ಲಯಗೊಳಿಸುವದೇ ಲಯಯೋಗವೆನಿಸುವದು. ಲಯ ಯೋಗಕ್ಕೆ ಸಂಬಂಧಿಸಿದ ವಚನಗಳು ಕ್ವಚಿತ್ತಾಗಿ ದೊರಕುತ್ತವೆ. ಏಕೆಂದರೆ ಬಹಳಷ್ಟು ಶರಣರು ಭಕ್ತಿಯೋಗ ಅವಲಂಬಿಸಿದರು. ಅದು ಸುಲಭ ಸಹಜ ಮಾರ್ಗ. ಆದರೆ ಈ ಲಯಯೋಗ ಕೆಲವರಿಗೆ ಮಾತ್ರ ಸಾಧ್ಯವಾಗುವಂತಹದು. ನಿರಂತರವಾದ ಅಚಲವಾದ ಈ ಲಯಯೋಗ ಒಂದು ಅಪೂರ್ವ ಸಾಧನೆ.

ಇದು ಬೆಡಗಿನ ವಚನವಾಗಿದೆ. ವಿಷಯ ಲಾಲಸೆಗಳ ಗೂಡಾದ ಈ ದೇಹವನ್ನು ಒಂದು ಹುತ್ತಕ್ಕೆ ಹೋಲಿಸಲಾಗಿದೆ. ಈ ಹುತ್ತಿಗೆ ಒಂಭತ್ತು ಬಾಗಿಲುಗಳು. ದೇಹಕ್ಕೆ ನವ ದ್ವಾರಗಳೆಂದರೆ 'ಕಣ್ಣು 2, ಕಿವಿ 2, ಮೂಗಿನ ಹೊರಳೆಗಳು 2, ಬಾಯಿ 1, ಗುದದ್ವಾರ 1, ಮೂತ್ರನಾಳ 1. ಕುಂಡಿಲಿನಿ ಎಂಬ ಸರ್ಪ ಭೋಗಾಸಕ್ತಿಯಿಂದ ಎಲ್ಲಾ ರಂಧ್ರಗಳಲ್ಲಿ ಇಣಿಕಿ ಇಣಿಕಿ ನೋಡುತ್ತಿದೆ. ಇದನ್ನು ಅರಿತು ಚಿತ್ತವೃತ್ತಿ ನಿರೋಧದಿಂದ ಒಂಭತ್ತು ಬಾಗಿಲುಗಳನ್ನು ಭದ್ರವಾಗಿ ಮುಚ್ಚಿ, ಸುಷುಮ್ನಾ ದ್ವಾರವನ್ನು ತೆರೆದು ಆ ನವ ರಂಧ್ರಗಳನ್ನು ಬಲಿದರೆ, ಆ ವಿಷಯಾಸಕ್ತ ಸರ್ಪಕ್ಕೆ ಅತ್ತಿತ್ತ ಹರಿದಾಡಲು ಹಣಿಕಿಕ್ಕಲು,ನಿಲ್ಲುವದಕ್ಕೂ ಸ್ಥಳಾವಕಾಶ ಸಿಗುವದಿಲ್ಲ.

ಆಗ ಮೂಲಾಧಾರದಲ್ಲಿರುವ ಅಗ್ನಿಯು ಪುಟಗೊಂಡು ಕ್ರಮೇಣ ಉರಿಯಾಗಿ ಮೇಲಕ್ಕೇರಲು ಊರ್ಧ್ವಮುಖ ಮಾಡಲು, ಸಂಸಾರವೆಂಬ ಸಾಗರ ಬತ್ತುವದು. ಮಾಯಾ ಮೋಹ ಮದ ಮತ್ಸರವೆ ಮೊದಲಾದ ಕಾಮಾದಿ ಕ್ರೂರ ಮೃಗಗಳೆಲ್ಲವೂ ಉರಿದು ಹೋಗುತ್ತವೆ. ಇಂದ್ರಿಯಗಳ ವಾಸನೆಯೆಂಬ ಸರೋವರ ಸುಟ್ಟು ಹೋಗುವದು. ಆಗ ಮನದ ಮರವೆ ಅಥವಾ ಕತ್ತಲೆಯೆಂಬ ಅಜ್ಞಾನ ಅಳಿದು ಹೋಗುವದು.

ಆಗ ಆಜ್ಞಾಚಕ್ರದಲ್ಲಿ ಗಮನವಿಟ್ಟು ದೃಷ್ಟಿ, ಮನ ಪವನ ಒಂದಾಗಿಸಿ, ದೃಷ್ಟಿಯಿಟ್ಟು ನೋಡಿದಾಗ ಒಳಗೆ ಇಕ್ಕಟ್ಟಾದ ಮೇಲುದ್ವಾರವು ಸಿಗುವದು. ಅದರ ಮೂಲಕ ಬ್ರಹ್ಮರಂಧ್ರದ ಇಕ್ಕಟ್ಟಾದ ಸೂಕ್ಷ್ಮ ದ್ವಾರವನ್ನು ಪ್ರವೇಶಿಸಲು ಬೆಳಕೇ ಬೆಳಕು ಕಾಣುವದು. ನಂತರ ಪಶ್ಚಿಮ ಬಾಗಿಲು (ಪಶ್ಚಿಮ ಚಕ್ರ ತೆರೆಯಲು) ತೆಗೆಯಲು ಬಟ್ಟ ಬಯಲಲ್ಲಿ ನಿಂತು ನಾನೆತ್ತ ಹೋದೆ ಹೇಗೆ ಬಂದೆನೆಂದು ಅರಿಯದಾದೆ ಎನ್ನುತ್ತಾಳೆ ಲಿಂಗಮ್ಮ. ಅಂದರೆ ಆ ಬಟ್ಟ ಬಯಲಲ್ಲಿ ಬಯಲಾಗಿ ಹೋದೆ. ಲೀಯವಾದೆ, 'ನಿಜಮುಕ್ತೆ' ಯಾದೆ ಎನ್ನುತ್ತಾಳೆ.

ಆಗ ದ್ವಂದ್ವ ಇಲ್ಲವಾಗಿ ಅಂಗಲಿಂಗ ಸಂಯೋಗವಾಗಿ ಸಮರಸ ಸುಖದಲ್ಲಿ ಮಿಂದು ಸಂಭ್ರಮಿಸಿದೆ ಎನ್ನುವ ಭಾವ ವ್ಯಕ್ತ ಪಡಿಸಿದ್ದಾಳೆ.

⌘

37. ಶರಣ ನುಲಿಯ ಚಂದಯ್ಯ

ಡಾ. ಸಾವಿತ್ರಿ ಮ. ಕಮಲಾಪೂರ

ಕರ್ನಾಟಕದ ಚರಿತ್ರೆಯಲ್ಲಿ ಶಿವಶರಣರ ಚಳುವಳಿ ಒಂದು ಅಪೂರ್ವ ಘಟನೆ, ವಚನಗಳ ಸೃಷ್ಟಿ ಒಂದು ಅನನ್ಯ ಪ್ರಯೋಗ, ಸಮಾಜ ಎಲ್ಲಾ ವರ್ಣದ, ಎಲ್ಲಾ ವರ್ಗಗಳ ಸಮುದಾಯ. ಶರಣರು ಕೈಗೊಂಡಿದ್ದ ಸಾಮಾಜಿಕ ಮತ್ತು ಧಾರ್ಮಿಕ ಸುಧಾರಣಾ ಚಳುವಳಿಯ ಸೃಷ್ಟಿಯೆನಿಸಿದ ಈ ವಚನ ಸಂಸ್ಕೃತಿ ಜಾಗತಿಕ ಮಟ್ಟದಲ್ಲಿ ಇಂದು ಮಹತ್ವ ಪಡೆದುಕೊಂಡಿರುವುದು ಅದ್ಭುತ ಸಂಸ್ಕೃತಿ, ಇದು ಸಾರ್ವಕಾಲಿಕವಾಗಿ ಸರ್ವರಿಗೂ ಅನ್ವಯಿಸುವ ಸಕಾರಾತ್ಮಕ ಸಂಸ್ಕೃತಿ ಶರಣ ಸಂಸ್ಕೃತಿಯಿಂದ ಸಮಾನತೆ, ಸಮಬಾಳ್ವೆ, ಶುದ್ಧ ಕಾಯಕದ ಪ್ರವೃತ್ತಿ ಪ್ರತಿಪಾದಿಸುವ, ತಿದ್ದಿ-ತೀಡಿ: ಹಸನಾದ ಸಮಾಜ ನಿರ್ಮಿಸುವ ಸಂದೇಶವಿದೆ. ಸಮಾಜ ಮತ್ತು ಧರ್ಮ ವಿಕಾಸಕ್ಕೆ ಸತ್ಯತೆ ಮತ್ತು ಸ್ವತಂತ್ರತೆಯ ಮಹತ್ವ ಅರಿತ ಶರಣರು ಜಿಡ್ಡುಗಟ್ಟಿದ ವರ್ಣಾಶ್ರಮ ಜಾತಿ ಪದ್ಧತಿಯಿಂದ ಶೋಷಣೆಗೆ ಒಳಗಾದ ಜನತೆಯ ಪರವಾಗಿ ವಚನ ಕ್ರಾಂತಿಯನ್ನೇ ಮಾಡಿದರು.

ಉತ್ತಮ ಸಮಾಜಕ್ಕೆ ಸತ್ಯವೇ ಪರಿಶುದ್ಧ ಜಲ, ಅಸತ್ಯ ನಿಂತ ನೀರಿನಂತೆ ನಾರುವಂಥದ್ದು, ಆದ್ದರಿಂದ ಸತ್ಯವಾದಿಗಳಾಗಿ ಸತ್ಯವನ್ನೇ ಪ್ರತಿಪಾದಿಸಬೇಕು, ಸರ್ವರಿಗೂ ಸಮಪಾಲು, ಸಮಬಾಳು ದೊರಕಿದಾಗ ಆ ಸಮಾಜ ಶ್ರೀಗಂಧದಂತೆ ಸೊಂಪಾಗಿ ಸುಗಂಧ ಸೂಚಿಸುತ್ತದೆ ಎನ್ನುತ್ತಾರೆ ಶರಣರು. ಮೂಲತಃ ಬಸವಣ್ಣನವರ ನೇತೃತ್ವದಲ್ಲಿ ಕೆಳವರ್ಗದ ಶರಣರಿಂದ ಅಣ್ಣನವರ ತತ್ವಗಳು ಅನುಷ್ಠಾನಕ್ಕೆ ಬಂದವು, ಅಂಥವರಲ್ಲಿ ಡೋಹರ ಕಕ್ಕಯ್ಯ, ಸಮಗಾರ ಹರಳಯ್ಯ, ಕೋಲ ಶಾಂತಯ್ಯ, ಹಡಪದ ಅಪ್ಪಣ್ಣ, ಮಡಿವಾಳರ ಮಾಚಿದೇವ, ಕಾಳಯ್ಯ, ಕೇಶಿರಾಜ, ಖಂಡೆಯ ಬೊಮ್ಮಣ್ಣ, ಮಾಡ ಮಲ್ಲಿನಾಥ, ಚನ್ನಬಸವಣ್ಣ, ಅಕ್ಕನಾಗಮ್ಮಾ ಮುಂತಾದ ಶರಣರು

ಪ್ರಮುಖರಾಗಿದ್ದಾರೆ. ಅವರಲ್ಲಿ ಕಾಯಕಯೋಗಿ ಗುಣವುಳ್ಳ, ನಿಷ್ಠುರಿಯಾಗಿದ್ದ ಶರಣ ನೂಲಿಯಚಂದಯ್ಯನವರು ಒಬ್ಬರಾಗಿರುವರು.

ಪ್ರತಿಯೊಬ್ಬ ಶರಣರಿಗೂ ಅವರವರ ವೃತ್ತಿ, ದೇವರ ಹೆಸರನ್ನು ತಮ್ಮ ಅಂಕಿತನಾಮವನ್ನಾಗಿಟ್ಟುಕೊಂಡಿದ್ದರು. 12ನೇಯ ಶತಮಾನದ ಶರಣ ಸಂಸ್ಕೃತಿಯಲ್ಲಿ ಸಮಾಜ ಮತ್ತು ಧರ್ಮ ವಿಕಾಸಕ್ಕೆ ಬೇಕಾಗುವ ಸಾಮರ್ಥ್ಯ ಕಾಯಕ ಮತ್ತು ದಾಸೋಹಕ್ಕೆ ಪ್ರಾಮುಖ್ಯತೆ ಕೊಡಲಾಗಿದೆ. ಕಾಯಕ ಮತ್ತು ದಾಸೋಹದ ಜೊತೆಗೆ ಜಾತ್ಯತೀತವಾದ ಸಮಾಜ ನಿರ್ಮಾಣ ಮಾಡುವುದಾಗಿದೆ.

ನೂಲಿಯ ಚಂದಯ್ಯನವರ

ಅಂಕಿತನಾಮ: ಚಂದೇಶ್ವರ ಲಿಂಗ

ಕಾಯಕ: ಹಗ್ಗ ಹೊಸೆದು ಮಾರುವುದು

ಕಾಲ: ಕ್ರಿಶ 1107

ಕಲ್ಯಾಣದ ಶಿವಾನುಭವ ಮಂಟಪಕ್ಕೆ ಸೇರಿದ್ದು –1160

ಸ್ಥಳ – ವಿಜಯಪುರ ಜಿಲ್ಲೆಯ ಹಿರೇಶಿವಣಗಿ

ಸಿಕ್ಕ ಒಟ್ಟು ವಚನಗಳು–48

ವಚನ ಸಂಪುಟ 07

ವಚನಗಳ ವಸ್ತುನಿಷ್ಟತೆ– ಎಲ್ಲವೂ ಕಾಯಕ ಮೌಲ್ಯವನ್ನು ಎತ್ತಿ ಹಿಡಿಯುತ್ತವೆ. ಗುರು ಲಿಂಗ ಜಂಗಮ ಎಲ್ಲರಿಗೂ ಕಾಯಕ ಕಡ್ಡಾಯ. ಭಾವ ಶುದ್ಧವಾಗಿ ಮಾಡುವುದೇ ನಿಜವಾದ ಕಾಯಕ.

ಶರಣ ನೂಲಿಯ ಚಂದಯ್ಯನವರು ಕಲ್ಯಾಣ ರಾಜ್ಯದ ಹೊರವಲಯದ ಕೆರೆಯ ಹಿನ್ನೀರ ದಡದಲ್ಲಿ ಬೆಳೆದ ಸೊಗಸಾದ ಹುಲ್ಲು ತಂದು ಹಗ್ಗ ಹೊಸೆದು ಮಾರಿ ಬಂದ ಹಣದಿಂದ ಜಂಗಮ ದಾಸೋಹ ನಡೆಸುತ್ತಿದ್ದರು. ಚಂದಯ್ಯ ಒಬ್ಬ ಕಾಯಕಯೋಗಿ ಶೂನ್ಯ ಸಂಪಾದನೆ ಮತ್ತು ಪುರಾಣಗಳಲ್ಲಿ ಈತನ ಕಾಯಕ ನಿಷ್ಠೆಯ ಕಥೆ ವರ್ಣಿತವಾಗಿದೆ.

ಶರಣ ಹೆಂಡದ ಮಾರಯ್ಯನವರು ತಮ್ಮ ಒಂದು ವಚನದಲ್ಲಿ ನುಲಿಯ ಚಂದಯ್ಯನವರ ಘನ ವ್ಯಕ್ತಿತ್ವದ ಬಗ್ಗೆ ಹೀಗೆ ನಿರೂಪಿಸಿದ್ದಾರೆ.

ನುಲಿಯೊಡೆಯಕೆ ನಿಮ್ಮಾಳ್ದರಕೊಳ್ಳಿರೆ ಆಳ್ದರೆಂದವರಾರು? ಅವರು ನಿಮ್ಮ ಕೈಯಲ್ಲಿದ್ದಂಥವರೂ ಅವರಾಳ್ದರಲ್ಲ ಅವರೇನು? ಅವರು ನಿಮ್ಮ ಇಷ್ಟ ರುದ್ರ

ರಾಗದೆ 'ಜಂಗಮವಾಗಿದ್ದಹರು ಇವರು ಬೇಡವೇ' ಇಹರೆ ಬೇಡೆನ್ನ ಹೋಹರೆ ನಿಲಿಸ ಶಕ್ತನಲ್ಲ ನಾವು ಇರಲು ಬಲ್ಲಲ್ಲಿ ಇರಿ ಕೈಯಲ್ಲಿ ಕೊಳ್ಳಿರೆ ಮುನ್ನವೆ ಕೊಂಡಿದ್ದೇನು ಎನ್ನನ್ನೇಕೆ ಒಲ್ಲೆಯಯ್ಯ ನೀನು ಮುನಿದಿದ್ದೆಯಾಗಿ ಇನ್ನು ಮುನಿಯುವುದಿಲ್ಲ ನಾನು ನಿಮ್ಮ ನಂಬುವುದಿಲ್ಲ ಹೊಣೆಯ ಕೊಟ್ಟೆಹೆನು.

ಅದ ಕಂಡು ಮಾಚಿದೇವ ಮಹಾಪ್ರಸಾದಿ ಹೊಣೆಯಾಗಯ್ಯಾ ನಂಬೆನು ಜೀಯಾ ನಿಮ್ಮಾಣೆ ಪತ್ರವಾದರೆ ಕೊಟ್ಟೆ ಹೆನು ಇರಲಿಕೆ ಠಾವೆಲ್ಲಿ? ಕರದಲ್ಲಿಯೇ ಅಲ್ಲ ಉರದಲ್ಲಿಯೆ ಅಹುದು ನಂಬಿದೆನು ಸುಖದಲ್ಲಿಹ ಧರ್ಮೇಶ್ವರ

ಕಾಯಕಯೋಗಿ

ದೈವಿ ಸ್ವರೂಪವಾದ ಸಮಾಜಕ್ಕೆ ದಾಸನಾಗಿ ದುಡಿಯಬೇಕು. ಶುದ್ಧ ಕಾಯಕ ಮಾಡಿದಾಗ ನಮ್ಮ ಸುತ್ತಲು ನಾವೇ ಕೈಲಾಸ ನಿರ್ಮಾಣ ಮಾಡಬಹುದು ಎನ್ನುತ್ತಾರೆ ನುಲಿಯ ಚಂದಯ್ಯ.

ಇಷ್ಟ ಲಿಂಗದ ಕೈಯಿಂದಲೇ ಹಗ್ಗ ಮಾರುವ ಕಾಯಕ ಮಾಡಿಸಿದವನೀತ ಒಂದು ದಿವಸ ಕೆರೆಯ ದಡದಲ್ಲಿ ಬೆಳೆದಿದ್ದ ಹುಲ್ಲನ್ನು ಕೊಯ್ದು ಹೊರೆ ಕಟ್ಟುವಾಗ ಕೊರಳಲ್ಲಿದ್ದ ಲಿಂಗಯ್ಯ ಜಾರಿ ಕೆರೆಯ ನೀರಿನಲ್ಲಿ ಅಡಗಿ ಕುಳಿತಿದ್ದು ಅವರ ಗಮನಕ್ಕೆ ಬರುವುದಿಲ್ಲ. ಗುರುಲಿಂಗ ಜಂಗಮರ ದಾಸೋಹದಲ್ಲಿ ಲಿಂಗ ಪೂಜೆಯ ಸತ್ಯಕ್ಕೆ ನುಲಿಯ ಚಂದಯ್ಯನವರ ಭಕ್ತಿಯನ್ನು ಮೆಚ್ಚಿ ಸ್ವತಃ ಲಿಂಗದೇವರೇ ನುಲಿಯ ಚಂದಯ್ಯನವರಿಗೆ ಸೇವೆ ಮಾಡಬೇಕೆಂದು ಉದ್ದೇಶಪೂರ್ವಕವಾಗಿಯೇ ನೀರಿಗೆ ಜಾರಿ ಬಿದ್ದರು ಅನ್ನುವುದು ಶೂನ್ಯ ಸಂಪಾದನೆಯಲ್ಲಿ ತಿಳಿಸಿರುವುದು ಕಾಣುತ್ತೇವೆ.

ಅವರ ಮನೆಯ ಮಗನಾಗಿ ಚಂದಯ್ಯನವರು ಹೊಸೆದ ಕಣ್ಣಿಗಳನ್ನು ಲಿಂಗಯ್ಯನವರಿಗೆ ಮಾರಿಕೊಂಡು ಬರಲು ಹೇಳುತ್ತಾರೆ. ಅವಾಗ ಲಿಂಗಯ್ಯ ಅಪ್ಪ ಬಸವಣ್ಣವರ ಮನೆಗೆ ಹೋಗಿ ಕಣ್ಣಿಗಳನ್ನು ಮಾರಾಟ ಮಾಡಿ ಅದರ ಬೆಲೆಗಿಂತ ಜಾಸ್ತಿ ದುಡ್ಡು ತಂದಿರುತ್ತಾರೆ. ಅದನ್ನು ನೋಡಿದ ಚಂದಯ್ಯನವರು ಕೋಪಗೊಂಡು

ಸತ್ಯ ಶುದ್ಧ ಕಾಯಕದಿಂದ ಬಂದ ದ್ರವ್ಯದಲ್ಲಿ
ಚಿತ್ತ ವಿಚಂಡವಾಗದಿರಬೇಕು ನೇಮದ
ಕೂಲಿಯಂದಿನ ನಿತ್ಯ ನಿಯಮದಲ್ಲಿ ಸಂದಿಲ್ಲದಿರಬೇಕು
ನೇಮದ ಕೂಲಿಯ ಬಿಟ್ಟು ಹೇಮ ದಾಸೆಗೆ
ಕಾಣಿಸಿ ದ್ರವ್ಯವ ಹಿಡಿದರೆ ತಾಮಾಡುವ ಸೇವೆ ನಷ್ಟವಯ್ಯಾ

ನಿನ್ನಾಸೆಯ ವೇಷದ ಪಾಶಕೆ ನೀನೇ ಹೋಗು

ನನಗೆ ನಮ್ಮ ಜಂಗಮದ ಪ್ರಸಾದ ಹಾಗೆ

ಚಂದೇಶ್ವರ ಲಿಂಗಕ್ಕೆ ಪ್ರಾಣವಯ್ಯ

ಎಂದು ಝುಂಕಿಸುತ್ತಾರೆ. ಒಂದು ಹಗ್ಗಕ್ಕೆ ಯಾರೋ ಸಾವಿರ ಹೊನ್ನು ಕೊಟ್ಟರೆಂದು ಅದನ್ನೇ ಹೊತ್ತು ತರಲು ನಿನಗೆ ಬುದ್ಧಿ ಕೆಟ್ಟಿದೆಯೇ ಲಿಂಗಯ್ಯ ಅಂತ ಕಾಯಕಕ್ಕೆ ಸಮನಾದ ಕೂಲಿಯನ್ನು ಕೊಳ್ಳಬೇಕಲ್ಲದೆ ದುರಾಸೆ ಪಡಬಾರದು ಅಂತ ಕಾಯಕ ನಿಷ್ಠೆಯನ್ನು ಮೆರೆಯುತ್ತಾರೆ.

ನುಲಿಯ ಚಂದಯ್ಯನವರಿಗೆ ಸಂಬಂಧಿಸಿದ ಶಿಲಾಶಾಸನಗಳು

ಕನ್ನಡದ ಮೊಟ್ಟ ಮೊದಲ ಶಾಸನ ಹಲ್ಮಿಡಿ ಶಾಸನ. ಮೊದಲ ಶಾಸನ ಬರೆಸಿದಾತ ಮೌರ್ಯ ಸಾಮ್ರಾಜ್ಯದ ಶ್ರೇಷ್ಠ ಅರಸ ಅಶೋಕ ಮೌರ್ಯನಾಗಿದ್ದಾರೆ

ಬನವಾಸಿಯ ಮಧುಕೇಶ್ವರ ದೇವಾಲಯದ ಕಲ್ಲು ಮಂಟಪ ಇದ್ದು ಅದರಲ್ಲಿ ನುಲಿಯ ಚಂದಯ್ಯನವರ ಅಗ್ಗವಣಿಯ ಮೂರ್ತಿಯನ್ನು ಅಂಕಿತನಾಮದೊಡನೆ ಕೆತ್ತಿದ್ದಾರೆ.

ಇವರ ಒಂದು ವಚನ ನೋಡಲಾಗಿ

ಗುರುವಾದರೂ ಕಾಯಕದಿಂದವೆ ಜೀವನ್ಮುಕ್ತಿ

ಲಿಂಗವಾದಡೂ ಕಾಯಕದಿಂದವೆ ವೇಷದ ಪಾಶ ಹರಿವುದು

ಗುರುವಾದಡೂ ಚರಸೇವೆಯ ಮಾಡಬೇಕು

ಲಿಂಗವಾದಡೂ ಚರಸೇವೆಯ ಮಾಡಬೇಕು

ಜಂಗಮವಾದಡೂ ಚರಸೇವೆಯ ಮಾಡಬೇಕು

ಚೆನ್ನಬಸವಣ್ಣ ಪ್ರಿಯ ಚಂದೇಶ್ವರ ಲಿಂಗದ ಅರಿವು

ಗುರುವಾದರೂ ಕಾಯಕ ಮಾಡಬೇಕು ಲಿಂಗವಾದರೂ ಕಾಯಕ ಮಾಡಬೇಕು ಜಂಗಮವಾದರೂ ಕಾಯಕ ಮಾಡಬೇಕು. ಕಾಯಕ ಮಾಡದೇ ಇರಲಾಗದು. ಇಲ್ಲಿ ಕಾಯಕವೇ ಸರ್ವ ಶ್ರೇಷ್ಠ ಅನ್ನುವ ಅರ್ಥವನ್ನು ನುಲಿಯ ಚಂದಯ್ಯನವರು ವಿವರಿಸುತ್ತಾರೆ.

ಕಲ್ಯಾಣ ಕ್ರಾಂತಿಯ ನಂತರ ನುಲಿಯ ಚಂದಯ್ಯನವರು ಎಲ್ಲ ಶರಣರ ಜೊತೆಯಲ್ಲಿ ಹೋಗಿರುವುದಿಲ್ಲ. ಕಲ್ಯಾಣ ಕ್ರಾಂತಿಯ ವಿಷಯ ತಿಳಿದು ಒಬ್ಬರೇ ಉಳಿವಿ ಕಡೆ ಬರುತ್ತಾರೆ ಚಂದಯ್ಯನವರು ಬರುವಷ್ಟರಲ್ಲಿ ಎಲ್ಲಾ ಶರಣರು ಲಿಂಗೈಕ್ಯರಾಗಿರುತ್ತಾರೆ.

ವೀರಮಾತೆ ಅಕ್ಕನಾಗಲಂಬಿಕೆ ತಾಯಿ ಶರಣ ಹಡಪದ ರೇಚಣ್ಣ ಶರಣರು ಉಳಿದಿರುತ್ತಾರೆ. ಶರಣ ಹಡಪದ ರೇಚಣ್ಣನವರನ್ನು ಒಡಗೂಡಿ ಈಗಿನ ಶಿವಮೊಗ್ಗ ಜಿಲ್ಲೆಯ ತುಂಗಾಪ್ರದೇಶಕ್ಕೆ ಬರುತ್ತಾರೆ, ಅಕ್ಕನಾಗಲಾಂಬಿಕೆ ತಾಯಿಯವರನ್ನು ಒಡಗೂಡಿ ಅವಾಗಲೇ ಅಕ್ಕ ನಾಗಲಾಂಬಿಕೆಯ ಸಾಧನೆ ಎಲ್ಲಾ ಕಡೆಗೆ ಹರಡಿರುತ್ತದೆ. ಈಗಿನ ತರಿಕೆರೆ ಸಮೀಪದ ಎಣ್ಣೆ ಹೊಳೆ ಎನ್ನುವ ಊರಿಗೆ ಬರುತ್ತಾರೆ ಅಲ್ಲಿಯೇ ಒಂದು ಮಠವನ್ನು ವೀರಸ್ವಾಮಿಯವರು ಕಟ್ಟಿಸಿ ಕೊಡುತ್ತಾರೆ. ನಂತರ ಚಂದಯ್ಯನವರು ಈಗಿನ ನೂಳೆನೂರು ಎಂಬ ಊರಿಗೆ ಬರುತ್ತಾರೆ ಚಂದಯ್ಯನವರು ದುಮ್ಮಿರಾಯನ ಹೆಂಡತಿಗೆ ಧರ್ಮೋಪದೇಶ ಮಾಡಿದ ಫಲವಾಗಿ ಪದ್ಮಾವತಿ ಒಂದು ಕೆರೆಯನ್ನು ಕಟ್ಟಿಸುತ್ತಾರೆ. ಈ ಕೆರೆಗೆ ಇಂದಿಗೂ ಪದ್ಮಾವತಿ ಕೆರೆಯಂತಲೇ ಕರೆಯುತ್ತಾರೆ. ಕೆರೆಯ ಏರಿಯ ಮೇಲೊಂದು ಚಂದಯ್ಯನವರಿಗೋಸ್ಕರ ಮೂರಂಕಣದ ಮಠವೊಂದನ್ನು ಕಟ್ಟಿಸಿಕೊಡುತ್ತಾರೆ ಆ ಮಠದಲ್ಲಿ ಚಂದಯ್ಯ ಶರಣರು ಕೊನೆಯವರೆಗೂ ಅನುಭವ ಗೋಷ್ಠಿ ನಡೆಸಿ ಕೆಲವು ವರ್ಷಗಳ ನಂತರ ಲಿಂಗೈಕ್ಯರಾಗುತ್ತಾರೆ ಇವರ ಲಿಂಗೈಕ್ಯದ ನಂತರ ಪದ್ಮಾವತಿ ಎನ್ನುವ ಊರು ಚಂದಯ್ಯನವರ ಕಾಯಕ ಸೂಚಿಸುವ ನೂಲೇನೂರು ಎಂದಾಗಿದೆ.

⌘

೩೪. ಕಿನ್ನರಿ ಬ್ರಹ್ಮಯ್ಯ

ಸರಸ್ವತಿ ಬಿರಾದಾರ, ಪುಣೆ

12ನೇ ಶತಮಾನ ಸುವರ್ಣ ಯುಗವಾಗಿದ್ದು ಅಲ್ಲಿ ಬಸವಣ್ಣನ ತತ್ವ ಸಿದ್ಧಾಂತಕ್ಕೆ ಮತ್ತು ಪಾರದರ್ಶಕತೆಗೆ ದೇಶದ ಮೂಲೆ ಮೂಲೆಯಿಂದ ಶರಣರು ಧಾವಿಸಿ ಅನುಭವ ಮಂಟಪಕ್ಕೆ ಸೇರಲು ಬಸವಣ್ಣನ ಅನುಯಾಯಿಯಾಗಲು ಬಂದಂತೆ

ಕಿನ್ನರಿ ಬ್ರಹ್ಮಯ್ಯನು ಕಲ್ಯಾಣಕ್ಕೆ ಬಂದವರಲ್ಲಿ ಒಬ್ಬನು. ಕಿನ್ನರಿ ಬ್ರಹ್ಮಯ್ಯನು ಆಂಧ್ರಪ್ರದೇಶದ ಪೂದುರು ಎಂಬಲ್ಲಿ ಅಕ್ಕಸಾಲಿಗ ಕುಟುಂಬದಲ್ಲಿ ಜನಿಸಿದನು. ತಾಯಿ ಕಲಿದೇವಿ. ಅವನು ತನ್ನ ವಂಶ ಪಾರಂಪರ್ಯವಾಗಿ ಬಂದ ಅಕ್ಕಸಾಲಿಗ ವೃತ್ತಿಯೊಂದಿಗೆ ಕಿನ್ನರಿ ನುಡಿಸುವುದನ್ನು ಕಲಿತಿದ್ದನು ಅವನು ಕಿನ್ನರಿಯನ್ನು ಚೆನ್ನಾಗಿ ನುಡಿಸುತ್ತಿದ್ದ ಕಾರಣ ಅವನಿಗೆ ಕಿನ್ನರಿ ಬ್ರಹ್ಮಯ್ಯ ಎಂದು ಕರೆಯುತ್ತಿದ್ದರು

ಒಮ್ಮೆ ಅವನ ಗುರುಗಳಿಗೆ ಚಿನ್ನದ ಆಭರಣ ಮಾಡಿಕೊಡುವ ಅವಕಾಶ ಬರುತ್ತದೆ ಆಗ ಅಭಿಮಾನದಿಂದ ಆಭರಣ ತಯಾರಿಸಿ ಕೊಟ್ಟಾಗ ಗುರುವಿನ ಕಡೆಯವರು ಚಿನ್ನತೂಕ ಮಾಡಿ ನೋಡಲು ಹೇಳುತ್ತಾರೆ ಆಗ ಸಾಸಿವೆಕಾಳಷ್ಟು ಚಿನ್ನದತೂಕ ಕಡಿಮೆ ಬರುತ್ತದೆ ಇದರಿಂದ ದುಃಖಿತರಾಗಿ ಬ್ರಹ್ಮಯ್ಯರು ಅಕ್ಕಸಾಲಿಗ ಕಾಯಕವನ್ನೇ ಬಿಡುವುದಾಗಿ ಹೇಳಿದರು. ಕಲ್ಯಾಣದಲ್ಲಿ ಬಸವಣ್ಣನ ನೇತೃತ್ವದ ಕಾಯಕ ಚಳುವಳಿ ಗಮನ ಸೆಳೆಯುತ್ತದೆ. ಅಲ್ಲಿಂದ ಕಲ್ಯಾಣಕ್ಕೆ ಬರುತ್ತಾರೆ ಅಲ್ಲಿನ ತ್ರಿಪುರಾಂತಕೇಶ್ವರ ದೇವಾಲಯದ ಮುಂದೆ ಕಿನ್ನರಿ ವಾದ್ಯ ನುಡಿಸುವ ಕಾಯಕ ಮಾಡುತ್ತಾ ಜೀವನ ಸಾಗಿಸುತ್ತಾನೆ. ಆತನ ಕಿನ್ನರಿ ವಾದ್ಯ ಕೇಳಿ ಪ್ರಸನ್ನರಾಗಿ ನೀಡುತ್ತಿದ್ದ ಹಣವನ್ನು ಸಂಗ್ರಹಿಸಿ ನಿತ್ಯ ದಾಸೋಹ ಮಾಡುತ್ತಾನೆ. ಬ್ರಹ್ಮಯ್ಯನ ಜಂಗಮ ದಾಸೋಹ ಬಸವಣ್ಣನ ಕಿವಿಗೂ ಮುಟ್ಟುತ್ತದೆ ಅಂತಹ ನಿಷ್ಠಭಕ್ತರ ಅಗತ್ಯವಿದ್ದ ಬಸವಣ್ಣ ಆತನನ್ನು ಮಹಾ ಮನೆಗೆ ಕರೆದುಕೊಂಡು ಬಂದು ಎಲ್ಲರಿಗೂ ಪರಿಚಯಿಸುತ್ತಾನೆ.

ಅಕ್ಕಮಹಾದೇವಿ ಮಹಾಮನೆಗೆ ಬರುವಾಗ ಅವಳನ್ನು ತಡೆದು ವೈರಾಗ್ಯವನ್ನು ಒರೆಗಲ್ಲಿಗೆ ಹಚ್ಚಿ ಪಶ್ಚಾತಾಪ ಪಟ್ಟು ತ್ರಿಪುರಾಂತಕ ದೇವ ಮಹಾದೇವಿಯ ನಿಲುವ ನರಿಯದೆ ಕೆಟ್ಟೆನು ಎಂದು ಆಲಾಪಿಸುವನು ಮತ್ತು ಅವಳನ್ನು ಸಹೋದರಿಯಂದು ಸ್ವಾಗತಿಸುವನು.

ಶರಣ ಲೀಲಾ ಅಮೃತ ಮತ್ತು ಚನ್ನಬಸವ ಪುರಾಣದಲ್ಲಿ ಕಥೆ ಈ ರೀತಿ ಇದೆ ಒಮ್ಮೆ ಒಬ್ಬ ವಿಟನು ಒಂದು ಕೊಬ್ಬಿದ ಕುರಿಯನ್ನು ತೆಗೆದುಕೊಂಡು ಹೋಗುವಾಗ ಅದು ತಪ್ಪಿಸಿಕೊಂಡು ತ್ರಿಪುರಾಂತಕೇಶ್ವರ ದೇವಸ್ಥಾನದಲ್ಲಿ ಹೋಗುತ್ತದೆ. ಆಗ ಕಿನ್ನರಿಬ್ರಹ್ಮಯಿಯನು ರಕ್ಷಣೆ ಕೊಡುತ್ತಾನೆ.

ವಿಟನಿಗೆ ಅದರ ಬೆಲೆಯನ್ನು ಕೊಡುವೆನು ಕುರಿಯನ್ನು ಬಿಡಲು ಹೇಳುತ್ತಾನೆ ಆದರೆ ಆತ ಒಪ್ಪುವುದಿಲ್ಲ ಆಗ ಬ್ರಹ್ಮಯ್ಯನು ಕೋಪಗೊಂಡು ಕಿನ್ನರಿಯಿಂದ ಹೊಡೆದಾಗ ವಿಟನು ಸಾಯುತ್ತಾನೆ ಈ ಸಂಗತಿ ಬಿಜ್ಜಳ ಮತ್ತು ಬಸವಣ್ಣನ ವರೆಗೆ ಹೋದಾಗ ಅವರು ಬಂದಾಗ ತ್ರಿಪುರಾಂತಕೇಶ್ವರನಿಂದ ತನ್ನದೇನು ತಪ್ಪಿಲ್ಲವೆಂದು ಸಾಕ್ಷಿ ನುಡಿಸುತ್ತಾನೆ ಮತ್ತೆ ವಿಟನನ್ನು ಬದುಕಿಸುತ್ತಾನೆ.

ಇನ್ನೊಂದು ಕಥೆ ಬಿಜ್ಜಳನ ಕೊಲೆಯಾಗಿ ಶಿವಶರಣರೆಲ್ಲ ಕಲ್ಯಾಣವನ್ನು ತೊರೆಯುವಾಗ ದಂಡಿನ ದಳಪತಿಯಾದ ಚನ್ನಬಸವಣ್ಣನು ಅದರ ಉಸ್ತುವಾರಿಯನ್ನು ಕಿನ್ನರಿ ಬ್ರಹ್ಮನಿಗೆ ಒಪ್ಪಿಸುತ್ತಾನೆ ದಂಡಿನ ದಳಪತಿಯಾಗಿ ಹೋರಾಡಿದ ಬ್ರಹ್ಮಯ್ಯನು ಉಳವಿಯ ಮಹಾಮನೆಯ ಮುಂದಿನ ನದಿಯ ದಿಕ್ಕನ್ನು ತನ್ನ ದಂಡಿನ ನೆರವಿನಿಂದ ಬದಲಾಯಿಸುತ್ತಾನೆ ಅದರ ಪರಿಣಾಮವಾಗಿ ಶತ್ರು ಸೇನೆ ದಾರಿ ತಪ್ಪಿ ಕಾದಾಟ ನಿಲ್ಲಿಸುತ್ತವೆ ಆಗ ಬ್ರಹ್ಮಯ್ಯನು ಉಳವಿಯಲ್ಲಿಯೇ ಸಾವನಪ್ಪುತ್ತಾನೆ ಅವನು ಸಮಾಧಿ ಈಗಲೂ ಉಳವಿಯಲ್ಲಿದೆ.

ಕಿನ್ನರಿ ಬ್ರಹ್ಮಯ್ಯನು 18 ವಚನಗಳನ್ನು ರಚಿಸಿದ್ದಾನೆ ಅವಕ್ಕೆ ಮಹಾಲಿಂಗ ತ್ರಿಪುರರಾಂತಕದೇವ ಎಂದು ಅಂಕಿತ ನಾಮದಲ್ಲಿ ವಚನ ರಚಿಸಿದ್ದಾನೆ ಗುರು ಲಿಂಗ ಜಂಗಮ ಸ್ವರೂಪ ಇವನ ವಚನಗಳಲ್ಲಿ ವ್ಯಕ್ತವಾಗಿದೆ.

ಬ್ರಹ್ಮಯ್ಯನ ಒಂದು ವಚನ ನೋಡೋಣ

ತನುಸಜ್ಜೆ ಮನ ಲಿಂಗವಾದ ಬಳಿಕ

ನಾನು ಬೇರೆ ಅರಸಲೊಂಟೆ, ತನುವೇ

ಬಸವಣ್ಣ ಮನವೇ ಪ್ರಭುದೇವರು

ಮಹಾಘನ ಒಳಗೊಂಡಿದ ಬಳಿಕ

ಗುಣಾವಗುಣ ಸಂಪಾದಿಸುವರೇ?

ಮಹಾಲಿಂಗ ತ್ರಿಪುರಾಂತಕ ದೇವ

ಸಂಗನ ಬಸವಣ್ಣನಲ್ಲಿ ನಿಮ್ಮಡಿಗಳಲ್ಲಿ

ಸಂದು ಸಂಶಯವುಂಟೆ ಬೀಜಂ

ಗೈಯುವುದಯ್ಯ ಪ್ರಭುವೇ.

ಸಹಜವಾಗಿ ಎಲ್ಲರೂ ಲಿಂಗಪೂಜೆ

ಬಾಹ್ಯ ಪರಿಕರಗಳಿಂದ, ಜಲ ವಿಭೂತಿ

ಗಂಧ ಪತ್ರೀ ಪುಷ್ಪ ಅಕ್ಷತೆ

ದೂಪ ದೀಪ ನೈವೇದ್ಯ (ಅಷ್ಟವಿಧ)

ಗಳಿಂದ ಪೂಜಿಸುವರು

ಅದು ಒಮ್ಮೊಮ್ಮೆ ಆಡಂಬರದ

ಪೂಜೆ ಎನಿಸುವದು ಆದರೆ ಇಲ್ಲಿ

ಕಿನ್ನರಿ ಬ್ರಹ್ಮಯ್ಯನು ತಾನು

ಆಂತರಿಕವಾಗಿ ಲಿಂಗದೇವನನ್ನು

ಆರಾಧಿಸುವೆ ಎಂದು ಹೇಳಿರುವನು ಎನ್ನ ತನುವೆ

ಲಿಂಗಕ್ಕೆ ಪೀಠ (ಹಸ್ತ) ಮನವೇ ಲಿಂಗವಾಗಿದೆ, ತನುವಿನಲ್ಲಿಯ ಮತ್ತು ಮನದಲ್ಲಿಯ ಅವ ಗುಣಗಳು (ಅರಿಷಡ್ವರ್ಗಗಳು, ಅಷ್ಟಮದ, ತ್ರಿಮಲ) ಕಳೆದುಕೊಂಡು ಪರಿಶುದ್ಧನಾಗಿದ್ದೇನೆ. ಆದ್ದರಿಂದ ಬೇರೆಲ್ಲೂ ದೇವನು ಹುಡುಕುವ ಅವಶ್ಯಕತೆ ಇಲ್ಲ ಎನ್ನ ತನು ಬಸವಣ್ಣ ಮನ ಪ್ರಭುದೇವರೇ ಆಗಿದೆ ಹೀಗಿರುವಾಗ ಎನ್ನಲ್ಲಿ ಅವಗುಣಗಳು ಇಲ್ಲ ಎಂದು ತ್ರಿಪುರಾಂತಕದೇವ ಮತ್ತು ಬಸವಣ್ಣನಿಮಗೆ ಸಂಶಯಬೇಡ ಎಂದು ಕಿನ್ನರಿ ಬ್ರಹ್ಮಯ್ಯನು ಹೇಳಿದ್ದಾನೆ.

ಇನ್ನೊಂದು ವಚನ

ಆವ ಮಡಕೆಯಾಗಲಿ ಸ್ವಾದ ಸಾಕಾರದಲ್ಲಿ ಭೇದವಿಲ್ಲ ಮಣ್ಣ

ಮಡಕೆ ಒಕ್ಕಲಿಗನಲ್ಲಿ

ಚಿನ್ನದ ಮಡಿಕೆ ಅರಮನೆಯಲ್ಲಿ

ಅರಮನೆ ಗುರು ಮನೆ ಹಿರಿದಾದ ಕಾರಣ ಹಾದರ ಸಲ್ಲದು ಕಾಣಾ

ತ್ರೀ ಪುರಾಂತಕೇಶ್ವರಾ.

ಆಹಾರ ಸೇವಿಸುವುದಕ್ಕೆ ಯಾವ ಪಾತ್ರೆ ಮುಖ್ಯವಲ್ಲ ಎಲ್ಲರೂ ತಮ್ಮ ತಮ್ಮ ಯೋಗ್ಯತೆಗೆ ತಕ್ಕಂತೆ ಪಾತ್ರೆ ಬಳಸುವರು ಯಾವ ಪಾತ್ರೆಯಲ್ಲಿಯೂ ಆಹಾರ ಸೇವಿಸಿದರು ಅದರ ಸತ್ವ ಕಡಿಮೆಯಾಗುವುದಿಲ್ಲ. ಒಕ್ಕಲಿಗ ಮಣ್ಣ ಮಡಿಕೆಯಲ್ಲಿ ಸೇವಿಸಿ ಸಂತೃಪ್ತಾಗುತ್ತಾನೆ ಅರಮನೆಯಲ್ಲಿ ಇರುವವರು ಚಿನ್ನದ ಹರಿವಾಣದಲ್ಲಿ ಆಹಾರ ಸೇವಿಸಿ ಸಂತೃಪ್ತನಾಗುತ್ತಾರೆ. ಎಷ್ಟೇ ಅರಮನೆಯು ವೈಭೋಗ್ ಇದ್ದರು ಆಧ್ಯಾತ್ಮಿಕ ತಾಣವಾದ ಗುರು ಮನೆ ಶ್ರೇಷ್ಟ ಎಂದು ಕಿನ್ನರಿ ಬ್ರಹ್ಮಯ್ಯ ತಿಳಿಸಿದ್ದಾರೆ.

⌘

39. ಗಜೇಶ ಮಸಣಯ್ಯ

ಡಾ. ಆಶಾ ಗುಡಿ, ಹಾವೇರಿ

ಅಕ್ಕಲಕೋಟಿ ಸಂಸ್ಥಾನದ ಕರ್ಜಗಿ ಗ್ರಾಮಕ್ಕೆ ಸೇರಿದವ ಶರಣ ಗಣೇಶ ಮಸಣಯ್ಯನಾಗಿದ್ದಾನೆ. ಶರಣಸತಿ ಲಿಂಗಪತಿ ಭಾವದ ಶ್ರೇಷ್ಠ ವಚನಕಾರ. ಕಲ್ಯಾಣದ ಶರಣರ ಜೊತೆ ಅನುಭಾವ ಗೋಷ್ಠಿಗಳಲ್ಲಿ ಪಾಲ್ಗೊಂಡು ತನ್ನ ಕೊನೆಗಾಲದಲ್ಲಿ ಗುಲ್ಬರ್ಗ ಜಿಲ್ಲೆಯ ಆಳಂದ ತಾಲೂಕಿನ ಮನಹಳ್ಳಿ ಎಂಬ ಗ್ರಾಮದಲ್ಲಿದ್ದು ಅಲ್ಲಿಯೇ ಐಕ್ಯನಾದನೆಂದು ತಿಳಿಯುತ್ತದೆ. ಅಲ್ಲಿ ಈತನ ಹೆಸರಿನ ದೇವಾಲಯವಿದೆ. ಕರಜಿಗೆಯ ಗಜೇಶ್ವರ ಈತನ ಇಷ್ಟದೈವ. ಅದನ್ನೇ ತನ್ನ ಅಂಕಿತವಾಗಿಸಿಕೊಂಡಿದ್ದಾನೆ. ಈತನ ಹೆಂಡತಿ ಮಸಣಮ್ಮ ಎಂದು ತಿಳಿದು ಬರುತ್ತದೆ, ಇವರ ಕಾಲ 1160. ಸುಮಾರು 70 ವಚನಗಳು ಲಭ್ಯವಿವೆ. ಮಹಾಲಿಂಗ ಗಜೇಶ್ವರ ಇವನ ಅಂಕಿತನಾಮ. ಸರಳ ಭಾಷೆ ಮಧುರ ಭಾವ ಕಾವ್ಯಾತ್ಮಕ ಶೈಲಿಯಲ್ಲಿ ಸತಿಪತಿ ಭಾವದ ಉತ್ಕಟತೆಯು ಆಕರ್ಷಕವಾಗಿ ವಚನಗಳಲ್ಲಿ ಮೂಡಿಬಂದಿದೆ.

ಪಾಲ್ಕುರಿಕೆ ಸೋಮನಾಥ ಬರೆದ ಗಣ ಸಹಸ್ರ ನಾಮಾವಳಿಯಲ್ಲಿ ಇವನ ಹೆಸರಿನ ಉಲ್ಲೇಖವಿದೆ. ವಿಜಯಪುರದಿಂದ ಸುಮಾರು 60 ಮೈಲಿ ದೂರದಲ್ಲಿ ಅಕ್ಕಲಕೋಟೆಗೆ ಸಮೀಪದಲ್ಲಿ ಕರಜಿಗೆ ಎಂಬ ಒಂದು ಗ್ರಾಮವಿದೆ. ಇವನ ಇಷ್ಟದೈವವಾದ ಗಜೇಶ್ವರ ದೇವಾಲಯವು ಇಲ್ಲಿ ಇದ್ದುದಾಗಿ ಒಂದು ಶಿಲಾಹಾರರ ಶಾಸನದಿಂದ ತಿಳಿದು ಬರುತ್ತದೆ. ಇದರ ಬಳಿಯಲ್ಲಿರುವ ಮನಹಳ್ಳಿಯಲ್ಲಿ ಮಸಣಯ್ಯನ ದೇವಾಲಯ ವಿದ್ದು ಅಲ್ಲಿ ಪ್ರತಿ ವರ್ಷ ಜಾತ್ರೆ ನಡೆಯುತ್ತದೆ. ಈ ಮನಹಳ್ಳಿಯಿಂದ ಆರು ಮೈಲು ದೂರದಲ್ಲಿ ಬೆಣ್ಣೆ ತೊರೆ ಎಂಬ ಹಳ್ಳ ಹರಿಯುತ್ತದೆ. ಮಸಣಯ್ಯನು ಪೂಜೆಗೆ ಕುಳಿತಿದ್ದ ಸ್ಥಳವು ಬಹುಶಃ ಇದೇ ಆಗಿರಬಹುದೆಂದು ಈ ಕರಜಿಗೆ ಮಸಣಯ್ಯನ ಊರಾಗಿರಬಹುದೆಂದು ಫ.ಗು. ಹಳಕಟ್ಟಿಯವರು ಊಹಿಸುತ್ತಾರೆ.

ಭೈರವೇಶ್ವರ ಕಾವ್ಯದ ಕಥಾಮಣಿ ಸೂತ್ರ ರತ್ನಾಕರದಲ್ಲಿ ಒಂದು ಕಥೆ ಇದೆ. ಕರಜಿಗೆ ಗ್ರಾಮದಲ್ಲಿ ಇವನು ಜಂಗಮ ದಾಸೋಹ ಮಾಡುತ್ತಾ ಲಿಂಗ ಪೂಜೆ ಮಾಡುವಲ್ಲಿ, ಇತರೆ ತರವ ಮರೆತು ಹುಲಿ, ಕರಡಿ, ಸರ್ಪ, ಶರಭ, ಶರಧಿ, ವೃಶ್ಚಿಕ, ಆನೆ, ಭೂತ ವೇತಾಳ, ಬಿರುಗಾಳಿ, ಅನಲ, ಸಿಡಿಲು, ಮಿಂಚು, ಮಳೆ, ಹೊಳೆ, ಇದರ ಭಯ ಬಂದಡೆಯೂ ಲಿಂಗ ಪೂಜೆಯ ಬಿಟ್ಟು ತೊಲಗಬಾರದೆಂಬ ಭಾವನೆಯಿಂದ ಪೂಜೆಗೈಯುತ್ತಿದ್ದನು. ಒಂದು ದಿನ ಗುರು ದರ್ಶನಕ್ಕೆ ಹೋಗುವಾಗ ದಾರಿಯಲ್ಲಿ ಒಂದು ನದಿಯನ್ನು ಕಂಡು ಅಲ್ಲಿ ಶಿವ ಪೂಜೆಗೆ ಕುಳಿತನು. ಶಿವನು ಇವನನ್ನು ಪರೀಕ್ಷಿಸಬೇಕೆಂದು ಗಗನವು ಇಬ್ಬಾಗುವಂತೆ ಮಳೆಯ ಕರೆಯಲು ಆತ ಅದಕ್ಕೆ ಅಂಜದೆ ತದೇಕಚಿತ್ತನಾಗಿ ತಾಳೆಯ ಮರದ ಎತ್ತರಕ್ಕೆ ಉಕ್ಕಿ ಹರಿದು ಬರುವ ಹೊಳೆಯನ್ನು ಲೆಕ್ಕಿಸದೆ ಪೂಜಾ ನಿರತನಾಗಿದ್ದನಂತೆ. ಇವನ ಭಕ್ತಿಗೆ ಬೆರಗಾದ ಹೊಳೆ ಇವನ ಮೇಲೆ ಹರಿಯದೆ ಇಬ್ಭಾಗವಾಗಿ ಹರಿದು ಇವನನ್ನು ಮಧ್ಯ ಬಿಟ್ಟು ಮತ್ತೆ ಒಂದಾಗಿ ಹರಿಯ ತೊಡಗಿತು. ಮಸಣಯ್ಯ ಲಿಂಗವನುತಿಸುವ ವಿಕಳಾವಸ್ಥೆಯಲ್ಲಿ ನಿರ್ವಯಲಾದನು ಎಂಬ ಮಾತಿದೆ.

ಕನ್ನಡದ ಅತ್ಯಂತ ಶ್ರೇಷ್ಠ ಮಧುರ ಭಾವದ ವಚನಗಳನ್ನು ಬರೆದವರಲ್ಲಿ ಗಜೇಶ ಮಸಣಯ್ಯನು ಪ್ರಮುಖನಾಗಿರುವನು. ಈತ ಭಾಷೆಯನ್ನೂ ಕೂಡ ಶಕ್ತಿ ಪೂರ್ಣವಾಗಿ ಬಳಸಿಕೊಂಡಿದ್ದಾನೆ. ಸತಿ ಪತಿ ಭಾವ ಇವನ ವಚನಗಳ ಕೇಂದ್ರಬಿಂದು.

ಆತನ ನೋಡಿದೊಂದು ದೆಸೆಗಳ ಮೆರೆದೆ
ನಿನ್ನೆಂತವ್ವಾ ಅವ್ವಾ ಅವ್ವಾ ಆತನ ನುಡಿಸಿದಡೆ
ಮೈಯೆಲ್ಲಾ ಬೆವತುದಿನ್ನೆಂತವ್ವಾ
ಅವ್ವಾ ಅವ್ವಾ ಆತನ ಕೈಯ ಹಿಡಿದಡೆ
ಎನ್ನ ನಿರಿಗಳು ಸಡಿಲಿದವಿನ್ನೆಂತವ್ವಾ
ಇಂದೆಮ್ಮ ಮಹಾಲಿಂಗ ಗಜೇಶ್ವರನನಪ್ಪಿದೆನೆಂದಡೆ
ನಾನಪ್ಪ ಮೆರೆದನಿನ್ನೆಂತವ್ವಾ

ಅಕ್ಕಮಹಾದೇವಿ ವಚನಗಳಲ್ಲಿ ಸತಿಪತಿ ಭಾವದ ಭಾವನೆಗಳು ಕಂಡುಬರುವುದು ಸಹಜ. ಆದರೆ ಇಲ್ಲಿ ಶರಣ ಗಜೇಶ ಮಸಣಯ್ಯನ ವಚನಗಳಲ್ಲೂ ಈ ರೀತಿಯ ಭಾವನೆಗಳು ಮೂಡಿ ಬಂದಿರುವುದು ವಿಶೇಷವಾಗಿದೆ. ಇಲ್ಲಿ ತಾವು ಸತಿಯಾಗಿ ತನ್ನ ಆರಾಧ್ಯ ದೈವ ಮಹಾಲಿಂಗನ ನೋಡಿದರೆ ದೆಸೆ/ದಿಕ್ಕು ಅಂದರೆ ವಾಸ್ತವದಲ್ಲಿ ನಾವು ಬದುಕುತ್ತಿರುವ ಲೋಕವನ್ನೇ ಮರೆಯುವ ಹಾಗೆ ಆತನು ಮಾತನಾಡಿಸಿದರೆ

ಮೈಯೆಲ್ಲಾ ಬೆವೆತು ಹೋದಂತೆ. ಆತ ಕೈ ಹಿಡಿದರೆ ಸಾಕು ನಿರಿಗೆಗಳು ಕೂಡಾ ಸಡಿಲಾದಂತೆ. ಗಜೇಶ್ವರ ಅಪ್ಪಿದರೆ ಸಾಕು ನನ್ನನ್ನೇ ನಾನು ಮರೆತಂತೆ. ಹೀಗೆ ಸತಿಪತಿ ಭಾವದ ಭಾವನೆಗಳು ಮಸಣಯ್ಯನ ವಚನಗಳಲ್ಲಿ ಹಾಸು ಹೊಕ್ಕಾಗಿರುವುದನ್ನು ಕಾಣಬಹುದು.

ಸರ್ವಜ್ಞನ ಸನುಮತವೆಂಬ ಮಾತು ಸಾಮಾನ್ಯವೇ ಅವ್ವಾ
ತಾ ಮೆಚ್ಚ, ಕಲಿಯಾಗಿಪ್ಪವರ ಮೆಚ್ಚ,
ಸುಖಿಯಾಗಿಪ್ಪವರ ನೊಬ್ಬರನಾರುವ ಕಾಣೆನವ್ವಾ!
ತಾ ಸುತ್ತು ಹೆದರಿ ಕೊಂದವ ಸ್ಥೆಯ
ಚಂದವ ಚಂದ್ರಮತಿಯಲ್ಲಿ ಕಂಡೆನು
ಇಂದು ಕಂಡೆನು ಮಹಾಲಿಂಗ ಮಸಣಯ್ಯಗಳಲ್ಲಿ
ಮಹಾಲಿಂಗ ಗಜೇಶ್ವರ ದೇವರ ಮಾಡಿದ

ಶರಣ ಗಜೇಶ ಮಸಣಯ್ಯನವರ ವಚನಗಳಲ್ಲಿ ಇಲ್ಲಿ ಸರ್ವಜ್ಞ ಎಂದರೆ ಎಲ್ಲವನ್ನು ಬಲ್ಲವ. ಈ ಬಲ್ಲವನ ಸಮ್ಮತ/ಸಿದ್ಧಾಂತದ ಮಾತುಗಳು ಸಾಮಾನ್ಯ ಅಲ್ಲವೇ ಅಲ್ಲ. ತಾನು ಮೆಚ್ಚದವ ಇನ್ನೊಬ್ಬರನ್ನು ಕೂಡಾ ಮೆಚ್ಚುವುದಿಲ್ಲ. ಯಾರು ಸುಖವಾಗಿ ಇರುವುದನ್ನು ಕಾಣಲು ಸಾಧ್ಯವಿಲ್ಲ. ಪ್ರತಿಯೊಬ್ಬರಿಗೂ ಅವರದೇ ಆದ ಸಮಸ್ಯೆ ತೊಂದರೆಗಳಿವೆ. ಯಾರೂ ಯಾರನ್ನೂ ಮೆಚ್ಚಿ, ಮೆಚ್ಚಿಸಿ ಬಾಳಲು ಸಾಧ್ಯವೇ ಇಲ್ಲದಂತ ಕಲಿಯುಗವಿದು. ಎಲ್ಲ ಬಲ್ಲವನಿಗೆ ಬಗೆ ಹರಿಸುವ ದಾರಿ ಇಲ್ಲಿ ಇಲ್ಲ. ಹಾಗೆಯೇ ಹರಿಶ್ಚಂದ್ರ ಕಾವ್ಯದಲ್ಲಿ ಬರುವ ಚಂದ್ರಮತಿಗೆ ಬಂದೊದಗಿದ ಪರಿಸ್ಥಿತಿಯ ಅರಿವು ಈ ವಚನದಲ್ಲಿದೆ. ತಾನು ಸತ್ತು ಮತ್ತೊಬ್ಬರ/ ಹೆರವರ ದಾಸ್ಯದ ಪರಿಸ್ಥಿತಿಯಲ್ಲಿದ್ದು, ಅಂತಹ ರಾಜ ಹರಿಶ್ಚಂದ್ರನ ಪತ್ನಿಯಾದರು ಕೂಡ ಭಗವಂತನ ಪರೀಕ್ಷೆಯಲ್ಲಿ ಕೈಕಟ್ಟಿ ಕೊಡಬೇಕಾದ ಪರಿಸ್ಥಿತಿ ಬಂದೊದಗಿತು. ಹೊಟ್ಟೆಯಲ್ಲಿ ಹುಟ್ಟಿದ ಮಗುವನ್ನು ಕಳೆದುಕೊಂಡು ಪಡಬಾರದ ಕಷ್ಟ ಕೋಟಲೆಗಳಲ್ಲಿ ತೊಳಲಿ, ಬಳಲಿ ಕೊನೆಗೆ ಶಿವ ಕಾರುಣ್ಯದಿಂದ ತೊಂದರೆಯಿಂದ ಹೊರಬರುವುದನ್ನು ತಿಳಿಸಿರುವರು.

ಹೊಸ ಮದುವೆ ಹಸೆ ಉಡುಗದ ಮುನ್ನ
ಹೂಸಿದರಿಸಿನ ಬಿಸಿಲಿಂಗೆ ಹರಿಯದ ಮುನ್ನ
ನೀರ ತಾಳ್ಮೆ ಹರಿಯದ ಮುನ್ನ

ತನು ಸಂಚಳವಾಗಿ, ಮನ ಗುರು ಕಾರುಣ್ಯವ ಪಡೆದು ಹುಸಿ ಇಲ್ಲದಿದ್ದಡೆ ಭಕ್ತನೆಂಬೆ ಪಿಡಿಯಲಿಲ್ಲದಿದ್ದಡೆ ಮಾಹೇಶ್ವರನೆಂಬೆ ತನುವಿಲ್ಲದಿದ್ದಡೆ ಪ್ರಸಾದಿ ಎಂಬೆ

ಭೇದವಿಲ್ಲದಿದ್ದಡೆ ಪ್ರಾಣ ಲಿಂಗಿ ಎಂಬೆ

ಆಸೆ ಇಲ್ಲದಿದ್ದಡೆ ಶರಣನೆಂಬೆ

ಐವರ ಸಂಪರ್ಕ ಭೋಗವಾದಡೆ ಐಕ್ಯನೆಂಬೆ

ಐಕ್ಯದ ಸಂತೋಷ ಹಿಂಗಿದಡೆ

ಜ್ಯೋತಿರ್ಮಯವೆಂಬೆ ಇಂತಾಗಬೇಕೆಂಬ ಮನದ ದೇಹ

ಇರಿದಡಿಯದು, ಸ್ತುತಿಸಿ ದಡರಿಯದು,

ಸುಖವನರಿಯದು, ದುಃಖವನರಿಯದು

ಈ ಚತುರ್ವಿಧ ತಾಗು ನಿರೋಧವನರಿಯದಿರ್ದಡೆ

ಅದೇ ಮಹಾಲಿಂಗ ಗಜೇಶ್ವರನೆಂಬೆ

ಹೊಸದಾಗಿ ವಿವಾಹವಾದಾಗ ಮದುವೆಯ ಕಾರ್ಯಕ್ರಮದಲ್ಲಿ ಮೊದಲು ಹಾಸುವುದು ಹಸೆ. ಅಂದರೆ ಮಂಗಳ ಕಾರ್ಯದಲ್ಲಿ ಹಾಕುವ ಪೀಠ. ಇದು ಕಾರ್ಯಕ್ರಮದ ಪ್ರಾರಂಭವು. ಯಾವುದೇ ರೀತಿಯ ತೊಂದರೆ ಯಾಗುವ ಮುನ್ನ ಒಳಿತಾಗಲಿ ಎಂದು. ಲೇಪಿಸಿದಂತ ಅರಿಶಿಣ ಬಿಸಿಲಿಗೆ ಆರುವ ಮುನ್ನ, ದೇಹದ ಸಂಚಲನ ನಿಲ್ಲುವ ಮೊದಲು ಗುರುವಿನ ಕಾರುಣ್ಯವನ್ನು ಪಡೆಯಬೇಕು. ಶರಣರ ಷಟ್ ಸ್ಥಲಗಳನ್ನು ಈ ವಚನದಲ್ಲಿ ಕಾಣಬಹುದು. ಮೊದಲನೆಯದಾಗಿ ಭಕ್ತಸ್ಥಲ. ಭಕ್ತನಾಗುವವನು ಅಹಂಕಾರ ಮಮಕಾರಗಳನ್ನು ತ್ಯಾಗ ಮಾಡಿ ವಿನಯವಂತಿಕೆಯನ್ನು ರೂಢಿಸಿಕೊಳ್ಳಬೇಕು ಎಂದಿದೆ. ಇಲ್ಲಿ ಸುಳ್ಳು ಹೇಳದಿದ್ದರೆ ಅವನಿಗೆ ಭಕ್ತ ಎನ್ನುವರು. ಮಹೇಶ್ವರ ಸ್ಥಲದಲ್ಲಿ ಸಾಧಕನ ಭಕ್ತಿ ಶ್ರದ್ಧೆಗಳು ನಿಷ್ಠೆಯಲ್ಲಿ ಪರಿವರ್ತನೆಯಾಗಬೇಕು. ಇಲ್ಲಿ ಹಿಡಿಕೆ ಅಂದರೆ ಬೇರೊಬ್ಬರ ಲಗಾಮು ಎಂದರ್ಥ. ಇದು ತೊಲಗದಿದ್ದರೆ ಅದು ಮಾಹೇಶ್ವರ. ಪ್ರಸಾದಿ ಸ್ಥಲದಲ್ಲಿ ಪ್ರಪಂಚದ ಎಲ್ಲಾ ವಸ್ತುಗಳು ಶಿವನ ಪ್ರಸಾದ ಎನ್ನುವರು. ಇಲ್ಲಿ ದೇಹದ ಆಸೆ ತೊರೆದವ ಪ್ರಸಾದಿ. ಪ್ರಾಣಲಿಂಗಿಸ್ಥಲವು ಅಂತರಂಗದ ಅರಿವು ಮೂಡಿಸುತ್ತದೆ. ಜೀವವಿಲ್ಲದಿದ್ದರೆ ಪ್ರಾಣ ಲಿಂಗಿ ಎನ್ನುವೆ. ಶರಣ ಸ್ಥಲದಲ್ಲಿ ಶರಣನಿಗೆ ಜ್ಞಾನವನ್ನು ನೀಡಿ ಶಿವನೊಂದಿಗೆ ನೇರ ಸಂವಾದ ಆರಂಭವಾಗುತ್ತದೆ. ಆಸೆ ಇಲ್ಲದವನೇ ಶರಣ. ಐಕ್ಯಸ್ಥಲ ಅಂತಿಮ ಅಂತ. ಪರಾಕಾಷ್ಠೆಯ ಹಂತ. ಇಲ್ಲಿ ಹುಸಿ, ಹಿಡಿಕೆ, ದೇಹದ ಆಸೆ, ಜೀವ, ಆಸೆ ಈ ಐದರ ಸಂಪರ್ಕವನ್ನು ತೊರೆದದ್ದೆ ಆದರೆ ಅಂತವನು ಐಕ್ಯ/ ಮೋಕ್ಷ ಹೊಂದಬಲ್ಲ.

ಈ ಐಕ್ಯದ ಸಂತೋಷ ತೊಲಗಿದರೆ ಅಂತವನು ಈ ರೀತಿಯಾಗಿ ದೇಹವನ್ನು ಇರಿದರೆ, ತರಿದರೆ, ಬೈದರೆ, ಸ್ತುತಿಸದೆ, ಸುಖವನ್ನ ಅರಿಯರು. ದುಃಖವನ್ನು ಅರಿಯರು. ಇಂಥವರ ಜೊತೆ ತಾನಿದ್ದರೆ, ಇವುಗಳನ್ನು ಅರಿತದ್ದೆ ಆದರೆ ಅವನು ಗಜೇಶ ಮಸಣಯ್ಯನ ಮಹಾಲಿಂಗದಲ್ಲಿ ಐಕ್ಯ ಹೊಂದುವನು. ಇವೆಲ್ಲ ಅಂಶಗಳು ಈ ವಚನದಲ್ಲಿ ಇವೆ. ಈ ಆರು ಸ್ಥಲಗಳನ್ನು ದಾಟಿದ ಭಕ್ತನ ಆತ್ಮವೂ ಭೌತಿಕ ದೇಹವನ್ನು ತೊರೆದು ಪರಮಾತ್ಮನೊಂದಿಗೆ ವಿಲೀನವಾಗುವದಾಗಿದೆ. ಲಿಂಗಾಯತ ಧರ್ಮದಲ್ಲಿ ಷಟ್ ಸ್ಥಲಕ್ಕೆ ಮಹತ್ವದ ಸ್ಥಾನವಿದೆ. ಇವುಗಳೇ ಆತ್ಮವಾಗಿವೆ. ಹೀಗೆ ಗಜೇಶ ಮಸಣಯ್ಯನವರ ವಚನಗಳು ಸತಿಪತಿ ಭಾವದ ಭಾವನೆಗಳನ್ನು ಹಾಗೂ ಷಟ್‌ಸ್ಥಲ ಮಹತ್ವವನ್ನು ತಿಳಿಸುತ್ತದೆ.

⌘

40. ಜೇಡರ ದಾಸಿಮಯ್ಯ

ಪ್ರೊ ದೀಪಾ ಜಿಗಬಡ್ಡಿ, ಬಾದಾಮಿ

12ನೇ ಶತಮಾನ ಭಕ್ತಿಯ ಕಾಲ, ಈ ವಚನ ಸಾಹಿತ್ಯದ ಉದ್ದೇಶ ಮಾನವೀಯ ಮೌಲ್ಯಗಳಿಗೆ ಬೆಲೆ ಮತ್ತು ಸರ್ವ ಸಮಾನತೆಯ ತತ್ವದಲ್ಲಿ ಆದರ್ಶ ಸಮಾಜ ನಿರ್ಮಾಣದ ಜೊತೆಗೆ ಸಾಮಾಜಿಕ ನ್ಯೂನ್ಯತೆಗಳನ್ನು ತಿದ್ದಿ ಸಮಾಜವನ್ನು ಸುಧಾರಿಸುವ ಆಶಯವನ್ನು ವಚನಗಳಲ್ಲಿ ಕಾಣುತ್ತೇವೆ.

ಪ್ರಸ್ತುತ ಸಮಾಜಕ್ಕೆ ಬಸವಾದಿ ಶರಣರ ಚಿಂತನೆ ಮತ್ತು ಆಚರಣೆ ಅವಶ್ಯಕವಾಗಿದೆ. ಬಸವಣ್ಣನವರ ನೇತೃತ್ವದಲ್ಲಿ ನಡೆದ ಸಾಮಾಜಿಕ ಮತ್ತು ಧಾರ್ಮಿಕ ಸಾಹಿತ್ಯ ಕ್ರಾಂತಿಯು ಮಹತ್ವಪೂರ್ಣವಾಗಿದ್ದು, ಅದರಲ್ಲಿ ಅನೇಕ ಶರಣರು ಸಮರ್ಪಣಾ ಭಾವದಿಂದ ಸೇರಿದ್ದಾರೆ, ಅವರಲ್ಲಿ ಜೇಡರ ದಾಸಿಮಯ್ಯನವರು ಅಗ್ರರಾಗಿದ್ದಾರೆ.

ಅವರ ಕಿರು ಪರಿಚಯ

ಜನನ – ಕ್ರಿ ಶ 1148

ತಂದೆ – ರಾಮಯ್ಯ

ತಾಯಿ – ಶಂಕರಿ

ಜನ್ಮಸ್ಥಳ – ಗುಲ್ಬರ್ಗ ಜಿಲ್ಲೆಯ ಸುರಪುರ ತಾಲೂಕಿನ ಮುದನೂರು

ಕಾಯಕ – ನೇಯ್ಗೆ

ಆರಾಧ್ಯ ದೈವ – ರಾಮನಾಥ

ಅಂಕಿತನಾಮ – ರಾಮನಾಥ

ಹೆಂಡತಿ – ದುಗ್ಗಳೆ

ವಚನ ಸಾಹಿತ್ಯದ ಪ್ರವರ್ತಕ ದೇವರ ದಾಸಿಮಯ್ಯ ಮತ್ತು ಜೇಡರ ದಾಸಿಮಯ್ಯ ಬೇರೆ ಬೇರೆ ಹೇಳಬೇಕಾಗಿಲ್ಲ ಎಂದು ಮನವರಿಕೆ ಮಾಡಿಸಿದ್ದಾರೆ.

ಜೇಡರ ದಾಸಿಮಯ್ಯರನ್ನು ನೇಕಾರ ದಾಸಿಮಯ್ಯ, ದೇವಾಂಗ ಎಂದು ಕರೆಯಲ್ಪಡುವರು, ಇವರು ಶಿವಾಪುರದಲ್ಲಿ ಬೆಳೆದ ದುಗ್ಗಳೆ ಅವರನ್ನು ವಿವಾಹವಾದರು.

ಕತ್ತೆ ಬಲ್ಲುದೆ ಕಸ್ತೂರಿಯ ವಾಸನೆಯ?
ಕರಿಯನಿತ್ತಡೆ ಒಲ್ಲೆ, ಸಿರಿಯ ನಿತ್ತಡೆ ಒಲ್ಲೆ
ಹಿರಿದಿಪ್ಪ ರಾಜ್ಯವನಿತ್ತಡೆ ಒಲ್ಲೆ ಎನ್ನುತ
ನಿಷ್ಠೆಯುಳ್ಳ ಭಕ್ತಿ ನಟ್ಟಡವಿಯಲ್ಲಿದ್ದಡೇನು?
ಹಾಗೆಯೇ ಭವಿಯ ಕಳೆದು ಭಕ್ತನಾದ ಬಳಿಕ
ವೇಶಕ್ಕೆ ಅಂಜುವೆ, ದೋಷಕ್ಕೆ ಹೇಸುವೆ!
ವಿಷಯದ ಪಿತ್ತ ತಲೆಗೇರಿದಲ್ಲ
ಮನ ಮುಟ್ಟಿ ನೆನೆವಲ್ಲಿ ತನು ನಿಮ್ಮ ದಾಯಿತ್ತು.

ಚಿನ್ನದೊಳಗಣ ಬಣ್ಣವ, ಆ ಚಿನ್ನ ತನ್ನ ತಾನರಿವುದೇ? ಹೀಗೆ ಅವರ ಹಲವಾರು ವಚನಗಳನ್ನು ನೋಡಿದಾಗ ಸಂಕ್ಷಿಪ್ತದೊಂದಿಗೆ, ಅರ್ಥ ಪ್ರಚುರತೆ, ಸಾಮಾಜಿಕ ಜೀವನದ ವಿಡಂಬನೆ, ಟೀಕೆಯನ್ನು ಕಾಣುತ್ತೇವೆ.

ಅವರ ಒಂದು ವಚನದ ನಿರ್ವಚನ
ಉಣ್ಣೆ ಕೆಚ್ಚಲ ಹತ್ತಿ ಉಂಬುದೆ ನೊರೆವಾಲ?
ಪುಣ್ಯಕ್ಷೇತ್ರದಲ್ಲಿ ಹುಟ್ಟಿ ಉಣ್ಣದವನು
ಆ ಉಣ್ಣೆಯಿಂದ ಕರಕಷ್ಟ ! ರಾಮನಾಥ

ನಾವು ಇಲ್ಲಿ ದೇಹವನ್ನು ಧರಿಸಿಕೊಂಡು ಬಂದಿರುವುದೇ ಆತ್ಮ ತತ್ವವನ್ನು ಅರಿತುಕೊಳ್ಳಲು, ಅದಕ್ಕೆ ಹೇಳುತ್ತಾರೆ ಹೇ ಹುಚ್ಚಪ್ಪಗಳಿರಾ ಮಾನವ ಜನ್ಮ ದೊಡ್ಡದು ಅಂತ. ಇಂಥ ಪುಣ್ಯಕ್ಷೇತ್ರಕ್ಕೆ ನಾವು ಬಂದರೂ ಕೂಡ ಹಾಲು ಕುಡಿಯಲಿಕ್ಕೆ ನಮಗೆ ಬರ್ತಾ ಇಲ್ಲ ಅದಕ್ಕೆ ಹೇಳ್ತಾರೆ ಈ ಉಣ್ಣೆ ಏನಪ್ಪಾ ಆಕಳಿನ ಕೆಚ್ಚಲಿನ ಹಾಲನ್ನು ಕುಡಿಯುವುದು ಬಿಟ್ಟು ರಕ್ತವನ್ನು ಹೀರುತ್ತಿದೆ ಅಂತ ಹೇಳುತ್ತೇವೆ ಇದು ಪ್ರಾಣಿ ಗುಣ. ಆದರೆ ಮಾನವನೆಲ್ಲ ಪ್ರಾಣಿಗಳಿಗಿಂತಲೂ ಶ್ರೇಷ್ಠ, ಮಾನವನಿಗೆ ಎಲ್ಲಾ ತಿಳುವಳಿಕೆ ಇದ್ದರೂ ಕೂಡ ನಮ್ಮೊಳಗೆ ಭಗವಂತ ಇದ್ದಾನೆ, ಹಾಲು ಇದೆ, ಅಮೃತವು ಇದೆ, ನಮ್ಮಲ್ಲಿಯೂ ಸಾಯದೆ ಇರುವಂತಹ ಸ್ಥಿತಿಯು ಕೂಡ ಇದೆ, ಇದನ್ನು ನಾವು ಅರಿತುಕೊಳ್ಳದೆ ಹೋದರೆ ಆ ಉಣ್ಣೆಗಿಂತಲೂ ಕರಕಷ್ಟ. ಪ್ರಾಣಿ ಪ್ರಾಣಿಯಂತೆ ವರ್ತಿಸುವುದು ತಪ್ಪಲ್ಲ, ಮಾನವ ತನ್ನ ಒಳಗಡೆ ಇರುವಂತಹ ಸತ್ವವನ್ನು ಅರಿತುಕೊಳ್ಳದೆ ಹೋದರೆ ಪ್ರಾಣಿಗಳಿಗಿಂತಲೂ ಕನಿಷ್ಠ ಅಂದರೆ

ಪುಣ್ಯಕ್ಷೇತ್ರದಲ್ಲಿ ಹುಟ್ಟಿ ಉಣ್ಣದವನು ಆ ಉಣ್ಣೆಗಿಂತ ಕರಕಷ್ಟ! ಇಲ್ಲಿ ಪುಣ್ಯಕ್ಷೇತ್ರವೆಂದರೆ ಕಾಶಿ, ರಾಮೇಶ್ವರ, ಶ್ರೀಶೈಲ, ಕೂಡಲಸಂಗಮ ಅಲ್ಲ. ಪುಣ್ಯಕ್ಷೇತ್ರವೆಂದರೆ ಭೂಲೋಕ, ಮರ್ತ್ಯಲೋಕವೆಂಬುದು ಕರ್ತಾರನ ಕಮ್ಮಟ ಎನ್ನುವ ಹಾಗೆ ಈ ಪುಣ್ಯಕ್ಷೇತ್ರದಲ್ಲಿ ಹುಟ್ಟಿರುವುದೇ ಮಾನವ ತನ್ನ ಆತ್ಮೋದ್ಧಾರವನ್ನು ಮಾಡಿಕೊಳ್ಳಲು, ತನ್ನ ಆತ್ಮವನ್ನು ಕಂಡುಕೊಳ್ಳಲು, ಈ ದೇಹ ಸೃಷ್ಟಿಗೆ ಲೋಕ ಸೃಷ್ಟಿಗೆ ಭಗವಂತನೇ ಕಾರಣ ಎನ್ನುವುದನ್ನು ತಿಳಿದುಕೊಳ್ಳಲು ಮಾನವನಾಗಿ ಜನಿಸಿದ್ದಾನೆ, ಆದರೆ ನಾವು ಇದರ ಯಾವುದೇ ಪರಿವೆ ಇಲ್ಲದ ಹಾಗೆ ಇದ್ದು ಆ ಉಣ್ಣೆಗೆ ನಾವು ಬೈದರೆ ಉಪಯೋಗವಿಲ್ಲ ಯಾಕೆಂದರೆ ಮನುಷ್ಯನಿಗೆ ಇಷ್ಟೆಲ್ಲಾ ಅವಕಾಶ ನೀಡಿದರು ಕೂಡ ಕೇವಲ ಲೌಕಿಕವಾದ ವಸ್ತು ವಿಷಯಗಳಿಗೆ ಉಣ್ಣೆಯಂತೆ ರಕ್ತ ಹೀರುವ ಹಾಗೆ ಹೊನ್ನು, ಮಣ್ಣು, ಹೆಣ್ಣು, ಮದ, ಮತ್ಸರಗಳನ್ನು ಹೀರಿಕೊಳ್ಳುತ್ತಾ ಕೊನೆಯವರೆಗೂ ಅರಿತುಕೊಳ್ಳದೆ ಹೋದರೆ ಈ ಉಣ್ಣೆ ಬೇರೆ ಅಲ್ಲ ನಾವು ಮಾನವರು ಬೇರೆ ಅಲ್ಲ ಎನ್ನುವರು, ಇವನ್ನೆಲ್ಲ ನೋಡಿದಾಗ ನಮ್ಮ ಶರಣರು ಮರ್ತ್ಯ ಲೋಕವೆಂಬುದು ಕರ್ತಾರನ ಕಮ್ಮಟ ಎಂಬುದನ್ನು ಈ ಹಿಂದೆ ಕಂಡುಕೊಂಡಿದ್ದರು ಹಾಗಾಗಿ ಇದು ನಮ್ಮ ದೇವರಮನೆ ಹೊಲಸು ಮಾಡಬೇಡಿ ಹುಚ್ಚಪ್ಪಗಳಿರಾ ಎಂದು ಹೇಳುತ್ತಾರೆ. ನಾವು ಎಲ್ಲಿ ಹುಟ್ಟಿರುತ್ತೇವೆಯೋ ಅದೇ ಪುಣ್ಯಕ್ಷೇತ್ರ ಅಲ್ಲಿ ಇದ್ದುಕೊಂಡೇ ಈ ಎಲ್ಲಾ ಕಾಮನೆಗಳನ್ನು ಅಂದರೆ ಆಶೆ ಎನ್ನುತ್ತಿರುವಂತಹ ಉಣ್ಣೆಯನ್ನು ಬದಲಿ ಮಾಡಿ ಅಮೃತವನ್ನು ಕುಡಿಯುವದರ ಕಡೆಗೆ ನಾವು ಕಳುಹಿಸಬೇಕು. ಯಾಕೆಂದರೆ ನಾವು ಪ್ರಾಣಿಯಲ್ಲ ಉಣ್ಣೆಯ ಹೆಸರನ್ನು ಇಟ್ಟುಕೊಂಡಿರುವಂತಹ ಮಾನವರು ಹಾಗಾಗಿ ಆ ದೈವವನ್ನು ಅರಿತುಕೊಳ್ಳಲು, ದೈವತ್ವದ ಕಡೆಗೆ ಹೋಗಬೇಕು ರಾಮನಾಥ ಎನ್ನುವುದೇ ಈ ವಚನದ ನಿರ್ವಚನ. ಮಾನವರಾಗಿ ಭೂಲೋಕದಲ್ಲಿ ಹುಟ್ಟಿದ್ದು ನಮ್ಮ ಆತ್ಮಜ್ಞಾನವನ್ನು ಮಾಡಿಕೊಳ್ಳಲು. ಆತ್ಮಜ್ಞಾನದ ಅನುಭಾವವನ್ನು, ಆನಂದವನ್ನು ಪಡೆದುಕೊಳ್ಳುವುದಕ್ಕಾಗಿ. ಹಾಗಾಗಿ ನಮ್ಮ ಶರಣರು ಮಾಡಿದ್ದು ಇದೇ ಕಾರ್ಯ ಅದರಲ್ಲಿಯೂ ನಮ್ಮೆಲ್ಲರ ಅಕ್ಕನಾದ ಅಕ್ಕಮಹಾದೇವಿಗೆ ಗೊತ್ತಿತ್ತು ನಾನು ಹುಟ್ಟಿದ್ದೆ ಪುಣ್ಯಕ್ಷೇತ್ರ ನಾ ಬಂದಿರುವುದೇ ಆತ್ಮ ಜ್ಞಾನಕ್ಕಾಗಿ ಎಂಬುದನ್ನು ಅವಳ ವಚನದಲ್ಲಿಯೂ ಕೂಡ ನಾವು ಕಾಣಬಹುದು.

ಅವರ ಇನ್ನೊಂದು ವಚನ
ಆದಿ ಪ್ರಕೃತಿಯ ಮಕ್ಕಳು ಅಂದಿನವರು
ಆದಿ ಪ್ರಕೃತಿಯ ಮಕ್ಕಳು ಇಂದಿನವರು
ಆದಿ ಪ್ರಕೃತಿಯ ಜೀವ ಪ್ರಕೃತಿಯ ಭೇದವ
ಬಲ್ಲವರ ಪಾದವೇ ಗತಿಯೆನಗೆ ರಾಮನಾಥ!

ಚಲನಶೀಲವಾದಂತಹ ರೀತಿಯನ್ನು ನಾನು ಅರಿಯಬೇಕು ಎಂಬುದನ್ನು ವ್ಯಕ್ತಪಡಿಸುತ್ತಾರೆ.

ಹಿಂದೂ ಕೂಡ ಆದಿ ಇತ್ತು, ಪ್ರಕೃತಿ ಇತ್ತು, ಜೀವ ಚಲನ ಶೀಲವಾಗಿತ್ತು, ಆದರೆ ಕಣ್ಣಿಗೆ ಕಾಣುತ್ತಿರಲಿಲ್ಲ, ಇಂದೂ ಕೂಡ ಅದೇ ಪ್ರಕೃತಿ ಅದೇ ತತ್ವಗಳು ಇದ್ದರೂ ಕೂಡ ಅದು ಮುಂದುವರೆದುಕೊಂಡು ಹೋಗುತ್ತಿದೆ. ಆದರೂ ಜೀವ ನಮ್ಮ ಕಣ್ಣಿಗೆ ಕಾಣಿಸುತ್ತಿಲ್ಲ ಇದು ಅಲೌಕಿಕ, ಲೋಕವನ್ನು ಕಣ್ಣಿಗೆ ಕಾಣಲಾರದಂತಹ ಅಲೌಕಿಕ ಜೀವನದ ಸ್ಥಿತಿಯನ್ನು ಹಾಗೂ ಯಾವುದು ಭೇದ ಯಾವದು ಅಭೇದ ಎನ್ನುವುದನ್ನು ಯಾವದು ಅರಿತುಕೊಂಡು ಮುನ್ನಡೆಸಿಕೊಂಡು ಹೋಗುತ್ತದೆಯಲ್ಲ ಅದು ಎನಗೆ ಬೇಕು ಎಂದು ಹೇಳುತ್ತಾರೆ, ಭೇದವ ಬಲ್ಲವರ ಪಾದವೇ ಗತಿ ಎನಗೆ ರಾಮನಾಥ ಅಂತವರು ಎನೆಗೆ ಬೇಕು ಇಂತಹುದನ್ನು ಕಂಡುಕೊಂಡವರು ಯಾರಾದರೂ ಇದ್ದರೆ ಅವರೇ ಮಹಾತ್ಮರು, ಶರಣರು. ಅಂತವರಿಂದ ಮಾತ್ರ ನಾನು ಗತಿಯನ್ನು ಮುಟ್ಟುತ್ತೇನೆ. ಇಲ್ಲಿ ಗತಿ ಎಂದರೆ ಮೋಕ್ಷ ಅಲ್ಲ, ಚಲನೆ ಎಂದರ್ಥ ಇವರ ಮೂಲಕವೇ ನಾವು ಹೋಗಿದ್ದೆ ಆದರೆ ಚಲಿಸ್ತಾ ಇರತೀವಿ, ಕ್ರಿಯಾಶೀಲರಾಗತೀವಿ, ನಮಗೂ ಕೂಡ ಕಲ್ಯಾಣದ ಸ್ಥಿತಿ ಬರ್ತದ ಅದನ್ ಎನಗೆ ತೋರಿಸು ಎನ್ನಲು ಬಲ್ಲವರ ಪಾದವೇ ಗತಿಯೆಂದು ಹೇಳುತ್ತಾರೆ.

ಈ ವಚನ ಲೌಕಿಕ ಮತ್ತು ಅ ಲೌಕಿಕವನ್ನು ಒಳಗೊಂಡಿದೆ. ಉದಾಹರಣೆಗೆ ನಮ್ಮ ದೇಹವನ್ನು ನೋಡಿದಾಗ ಪ್ರಕೃತಿ ಸಹಜಯುಕ್ತವಾಗಿ ಲೌಕಿಕವಾದದ್ದು ಬರೆ ಜೀವವನ್ನು ನೋಡಿದಾಗ ಅಲೌಕಿಕವಾದದ್ದು. ಜೀವವನ್ನು ತೋರಿಸಲಿಕ್ಕೆ ಸಾಧ್ಯವೇ? ಇಲ್ಲ ಹಾಗಾದರೆ ನಮ್ಮೆಲ್ಲರಿಗೂ ಕಾಣುತ್ತಿರುವ ನಾನು ನಾನಲ್ಲ, ಇವೆರಡನ್ನು ಸೃಷ್ಟಿ ಮಾಡಿ ಕಳುಹಿಸಿದಂತಹುದನ್ನು ಯಾರು ಅರಿತುಕೊಳ್ಳುತ್ತಾರೋ ಅವರೇ ಮಹಾತ್ಮರು. ಜೀವ ಕೊಟ್ಟವರು ಯಾರು? ಪ್ರಕೃತಿ ನಿರ್ಮಾಣ ಮಾಡಿದವರು ಯಾರು? ಇವೆರಡನ್ನೂ ತಿಳಿದುಕೊಳ್ಳಲು ಹಪಾಹಪಿಯುಳ್ಳವರು ಯಾರೆಂದರೆ ಮಹಾತ್ಮರು, ಶರಣರು ಯಾರು ಅದರತ್ತ ಸದಾ ಕಾಲ ಹುಡುಕಾಟದಲ್ಲಿ ಇರುತ್ತಾರೋ ಅಂತವರ ಸ್ನೇಹವನ್ನು ಒದಗಿಸು ಎಂದು ಕೇಳುತ್ತಾರೆ.

ಕೇವಲ ಜೀವನದ ಜಂಜಾಟದಲ್ಲಿ ಹೊನ್ನು, ಮಣ್ಣು, ನನ್ನದು ಎನ್ನುವವರೆಗೆ ಭೇದ ಭಾವ ಗೊತ್ತಾಗುವುದಿಲ್ಲ, ಇವೆಲ್ಲವೂ ವೈಜ್ಞಾನಿಕವಾಗಿ ಸಾಧ್ಯವಾಗಿದ್ದ ರೂ ಕೂಡ ನಾವು ಅದನ್ನು ಅನುಸರಿಸಿದಾಗ ಮಾತ್ರ ಅರಿವನ್ನುಂಟು ಮಾಡುತ್ತದೆ ಎಂದು ಹೇಳುತ್ತಾರೆ.

⌘

41. ಅಮುಗೆ ರಾಯಮ್ಮ

ಡಾ॥ ಶರಣಮ್ಮ ಗೊರೇಬಾಳ, ಧಾರವಾಡ

ಶರಣ ಸಿದ್ಧಾಂತಕ್ಕೆ ಬದ್ಧಳಾಗಿ, ಗಾಢವಾದ ಲಿಂಗನಿಷ್ಠೆಗೆ ಹೆಸರಾದ ಶಿವಶರಣೆ ಅಮುಗೆ ರಾಯಮ್ಮ. ಹನ್ನೆರಡನೇ ಶತಮಾನದ ಶಿವಶರಣ ಅಮುಗೆ ದೇವಯ್ಯನ ಧರ್ಮಪತ್ನಿ. ವಿಜಯಪುರ ಮತ್ತು ಸೊಲ್ಲಾಪುರ ನಡುವಿನ ಪುಳಜೆ ಎಂಬ ಗ್ರಾಮದ, ಕಂಬಳಿ ನೆಯ್ಗೆ ಕಾಯಕದ ಈ ದಂಪತಿಗಳು, ಶರಣರಿಂದ ಇಷ್ಟಲಿಂಗ ಸಂಸ್ಕಾರ ಹೊಂದಿ ಪುಳಜೆಯಿಂದ ಹತ್ತಿರದ ಸೊನ್ನಲಿಗೆಗೆ ಬಂದು ನೆಲೆಸಿದರೆಂದು ತಿಳಿದು ಬರುತ್ತದೆ. ಅಮುಗೆ ರಾಯಮ್ಮನ ಮೊದಲ ಹೆಸರು ವರದಾನಿಯಮ್ಮ. ಅಮುಗೆ ರಾಯಮ್ಮನ ಅಂಕಿತನಾಮ ಅಮುಗೇಶ್ವರ. ಅವಳ 116 ವಚನಗಳು ದೊರೆತಿವೆ. ಸಮಾಜದ ಓರೆ–ಕೋರೆಗಳನ್ನು ತೀಕ್ಷ್ಣವಾಗಿ ವಿಮರ್ಶಿಸುವ ಅಮುಗೆ ರಾಯಮ್ಮನ ವಚನಗಳಲ್ಲಿ ಆತ್ಮ ನಿರೀಕ್ಷಣೆ ಧೈರ್ಯ, ನಿಷ್ಠುರತೆ ಆಧ್ಯಾತ್ಮ, ಅಭಿಮಾನ, ವಿಡಂಬನೆ, ವಿರಾಗಿಗಳ ಕಟುಟೀಕೆ ಕಂಡು ಬರುತ್ತದೆ.

ಅಮುಗೆ ರಾಯಮ್ಮನ ಜೀವನ ವೃತ್ತಾಂತ ಕೆಲವು ಶಾಸನಗಳಲ್ಲಿ ಜನಪದ ತ್ರಿಪದಿಗಳಲ್ಲಿ ರಾಘವಾಂಕ ಚರಿತ್ರೆ, ಸಿದ್ಧರಾಮ ಚಾರಿತ್ರೆ ಮುಂತಾದವುಗಳಲ್ಲಿ ಸಿಗುತ್ತದೆ. ಅಮುಗೆ ರಾಯಮ್ಮ ಹಾಗೂ ದೇವಯ್ಯ ದಂಪತಿಗಳು ಕಲ್ಯಾಣಕ್ಕೆ ಬಂದು ಬಸವಗುರುವಿನ ದರ್ಶನ ಪಡೆದು ಅನುಭವ ಮಂಟಪದ ಶರಣ ಸಂಕುಲದಲ್ಲಿ ಸೇರಿಕೊಂಡು ತಮ್ಮ ಕಂಬಳಿ ನೆಯ್ಗೆಯ ಕಾಯಕ ಮಾಡುತ್ತ ಕಲ್ಯಾಣದಲ್ಲಿದ್ದು ಅನುಭವ ಗೋಷ್ಠಿಗಳಲ್ಲಿ ಭಾಗವಹಿಸುತ್ತ ವಚನ ರಚನೆ ಮಾಡಿದರು.

ನಮ್ಮ ಜೀವನದ ಸರಿ ತಪ್ಪುಗಳಿಗೆ ನಮ್ಮ ಭವಿಷ್ಯಕ್ಕೆ ನಾವೇ ಕಾರಣರು. ನಮ್ಮ ತಪ್ಪನ್ನು ನಾವೇ ತಿದ್ದಿಕೊಳ್ಳಬೇಕು. ಇನ್ನೊಬ್ಬರನ್ನು ಹೊಣೆಗಾರರನ್ನಾಗಿ ಮಾಡುವುದು ತಪ್ಪು. ಯೋಗ್ಯವಾದ ಬದುಕನ್ನು ಬದುಕಲು ನಮಗೆ ತಿಳುವಳಿಕೆ ಬೇಕು. ಅಂದಾಗಲೇ ಜೀವನದ ಪಥ ಸರಿಯಾಗಿ ಸಾಗುವದು ಎಂಬುದನ್ನು ಅಮುಗೆ ರಾಯಮ್ಮ ಈ ಕೆಳಗಿನ ವಚನದಲ್ಲಿ ಈ ರೀತಿ ಹೇಳುತ್ತಾಳೆ.

ಎನ್ನ ಕಣ್ಣೊಳಗಿನ ಕಟ್ಟಿಗೆಯ ಮುರಿದವರನಾರನು ಕಾಣೆ
ಎನ್ನ ಕಾಲೊಳಗಿನ ಮುಳ್ಳ ತೆಗೆದವರಾರನು ಕಾಣೆ
ಎನ್ನ ಅಂಗದಲ್ಲಿಪ್ಪ ಅಹಂಕಾರವ ಸುಡುವವರಾರನು ಕಾಣೆ
ಎನ್ನ ಮನದಲ್ಲಿಪ್ಪ ಮಾಯಾ ಪ್ರಪಂಚವ
ಕೆಡಿಸುವವರಾರನು ಕಾಣೆನಯ್ಯ
ಆದ್ಯರ ವೇದ್ಯರ ವಚನಗಳಿಂದ ಅರಿದೆವೆಂಬರು
ಅರಿಯಲಾರರು ನೋಡ
ಎನ್ನ ಕಣ್ಣೊಳಗಿನ ಕಟ್ಟಿಗೆಯ ನಾನೇ ಮುರಿಯಬೇಕು
ಎನ್ನ ಕಾಲೊಳಗಿನ ಮುಳ್ಳ ನಾನೇ ತೆಗೆಯಬೇಕು
ಎನ್ನ ಅಂಗದಲ್ಲಿಪ್ಪ ಅಹಂಕಾರವ ನಾನೇ ಸುಡಬೇಕು
ಎನ್ನ ಮನದಲಿಪ್ಪ ಮಾಯಾ ಪ್ರಪಂಚವ ನಾನೇ ಕಳಿಯಬೇಕು
ಅಮುಗೇಶ್ವರ ಲಿಂಗವ ನಾನೇ ಅರಿಯಬೇಕು.

ಪ್ರತಿಯೊಬ್ಬ ವ್ಯಕ್ತಿಯು ತನ್ನ ಜೀವನದಲ್ಲಿ ಬರುವ ಎಡರು ತೊಡರುಗಳನ್ನು ತಾನೇ ಎದುರಿಸಬೇಕಾಗುತ್ತದೆ. ಅವನ ಜೀವನದ ಸುಂದರತೆಗೆ ಅವನೇ ಕಾರಣ. ತನ್ನನ್ನು ನೋಯಿಸುವ, ಕಾಡಿಸುವ, ಬಂದ ಆಪತ್ತನ್ನು ತಾನೇ ನಿವಾರಿಸಿಕೊಂಡು, ಮನಸ್ಸನ್ನು ಹತೋಟಿಯಲ್ಲಿಟ್ಟುಕೊಂಡು ತನ್ನ ವ್ಯಕ್ತಿತ್ವವನ್ನು ಒಳ್ಳೆಯ ರೀತಿಯಿಂದ ರೂಪಿಸುಕೊಳ್ಳುವ ಹೊಣೆಗಾರಿಕೆ ಅವನದೇ ಆಗಿರುತ್ತದೆ. ತನ್ನ ಕಣ್ಣೊಳಗೆ ಚುಚ್ಚಿಕೊಂಡಿರುವ ಕಟ್ಟಿಗೆಯ ಚೂರನ್ನು ತಾನೇ ತೆಗೆಯಬೇಕು. ಕಾಲೊಳಗಿನ ಮುಳ್ಳನ್ನು ತಾನೇ ತೆಗೆದುಕೊಳ್ಳಬೇಕು. ತನ್ನೊಳಗಿನ ಅಹಂಕಾರವನ್ನು ತಾನೇ ಸುಡಬೇಕು. ಮನಸ್ಸಿನೊಳಗಿರುವ ಚಂಚಲತೆಯನ್ನು ತಾನೇ ದೂರ ಮಾಡಬೇಕು. ತಾನು ಮಾಡುವ ಪ್ರಯತ್ನ ಮತ್ತು ಕಾಯಕದಿಂದ ತನ್ನ ಸಂಕಷ್ಟವನ್ನು ಪರಿಹರಿಸಿಕೊಳ್ಳಬೇಕು. ವ್ಯಾಮೋಹವನ್ನು ಬಿಟ್ಟು ದುರಾಸೆಗಳನ್ನು ದೂರಮಾಡಿ ಸಕಾರಾತ್ಮಕ ಯೋಚನೆಗಳನ್ನು ತುಂಬಿಕೊಳ್ಳಬೇಕು. ಪ್ರತಿಯೊಂದಕ್ಕೂ ಕ್ರಿಯೆ ಮುಖ್ಯ, ಅದನ್ನು ಬಿಟ್ಟು ಆದ್ಯರ, ವೇದ್ಯರ, ಅಂದರೆ ಹಿಂದಿನವರ, ತಿಳಿದವರ ಲೋಕದ ನುಡಿಗಳನ್ನು ಕೇವಲ ಕೇಳಿಸಿಕೊಳ್ಳುವದರಿಂದ ಯಾವ ಬದಲಾವಣೆಯೂ ಸಾಧ್ಯವಿಲ್ಲ. ದೇವರ ಕೃಪೆಗೆ ಪಾತ್ರರಾಗಲು ದೇವರನ್ನು ನಾವೇ ಸ್ಮರಿಸಬೇಕು. ನಮ್ಮ ಹೊಟ್ಟೆ ತುಂಬಲು ನಾವೇ ಊಟಮಾಡಬೇಕು. ಹೀಗೆ ಅಮುಗೇಶ್ವರ ಲಿಂಗವನ್ನು ಕೂಡ ನಾವೇ ಅರಿತುಕೊಳ್ಳಬೇಕು ಅಂದಾಗ ಮಾತ್ರ ಭಕ್ತಿ ಸಾಧ್ಯ ಎಂಬ ವಿಚಾರವನ್ನು ಈ ವಚನದಲ್ಲಿ ಅಮುಗೆ ರಾಯಮ್ಮ ತಿಳಿಸಿದ್ದಾಳೆ.

ಶರಣೆ ಅಮುಗೆ ರಾಯಮ್ಮ, ದುರ್ಬಲ ಮನಸ್ಸಿನ ಸ್ತ್ರೀ ಪುರುಷರಿಬ್ಬರಿಗೂ, ಆತ್ಮ ವಿಶ್ವಾಸ ತುಂಬುವ ಮತ್ತೊಂದು ವಚನ ಹೀಗಿದೆ.

ಹೆದರದಿರು ಮನವೇ ಹಿಮ್ಮೆಟ್ಟದಿರು ಮನವೇ
ಹಿಡಿದ ಛಲವ ಬಿಡದಿರು ಮನವೇ
ಜರಿದರೆಂದು ಝುಂಕಿಸಿದರೆಂದು
ಶಸ್ತ್ರ ಸಮಾಧಿ, ನೀರು, ನೇಣು, ವಿಷ, ಔಷಧದಲ್ಲಿ ಘಾಟವ ಬಿಡದೆ
ಗುರುವಾದಡೂ, ಲಿಂಗವಾದಡೂ, ಜಂಗಮವಾದಡೂ
ನೊಸಲಲ್ಲಿ ಕಣ್ಣುಳ್ಳ ಪಶುಪತಿಯಾದರೂ
ತೆತ್ತಿಗರು ಕಂಡು ಒತ್ತಿ ನುಡಿಯದೆಂದು
ಘಾಟವ ಬಿಡುವ ಘಾಟಕರ್ಮಿಗಳು
ಏಳೇಳು ಜನ್ಮದಲ್ಲಿ ಸೂಕರನ ಹೊಟ್ಟೆಯಲ್ಲಿ ಹುಟ್ಟಿ
ನೂರೊಂದು ಕುಲ, ಹದಿನೆಂಟು ಜಾತಿಯ ಅಮೇಧ್ಯವ ತಿಂದು
ಹೊಲೆಯರ ಮನೆಯ ಹೊಸ್ತಿಲ ಕಾಯ್ದುಕೊಂಡಿಪ್ಪರಯ್ಯಾ
ಅಮುಗೇಶ್ವರಲಿಂಗವೆ ನಿಮ್ಮಾಣೆ, ನಿಮ್ಮ ಪ್ರಮಥರಾಣೆ

ಜೀವನದಲ್ಲಿ ಕಷ್ಟ ನಷ್ಟಗಳು ಬರುವದು ಅನಿವಾರ್ಯ, ಜೊತೆಗೆ ಜೀವನದ ಹೋರಾಟದಲ್ಲಿ ಸೋಲು ಗೆಲವು ಕೂಡ ಸರ್ವೆ ಸಾಮಾನ್ಯ. ಆದರೆ, ಸೋತೆನೆಂದು ಸಾವಿಗೆ ಶರಣಾಗುವದು ಹೇಡಿತನ. ಛಲವನ್ನು ಬಿಡದೇ ಮುಂದೆ ಸಾಗಬೇಕು. ಸೋತ ಸಂದರ್ಭದಲ್ಲಿ ಧೈರ್ಯ ಮುಖ್ಯ ಆತ್ಮ ವಿಶ್ವಾಸ ಮುಖ್ಯ. ಆದರೆ ಆ ವೇಳೆಯಲ್ಲಿ ಶಸ್ತ್ರಗಳಿಂದ ಸಾವನ್ನಪ್ಪುವದು, ಬಾವಿ ಕೆರೆಗೆ ಬಿದ್ದು ಸಾಯುವದು, ನೇಣು ಹಾಕಿಕೊಳ್ಳುವದು, ವಿಷ ಕುಡಿಯುವದು, ಹೀಗೆ ಅನೇಕ ರೀತಿಯಿಂದ ಸಾವಿಗೆ ಶರಣಾಗುವ ವಿದ್ಯಾವಂತರಿಗೆ, ಯುವ ಪೀಳಿಗೆಗೆ, ಹೆಣ್ಣುಮಕ್ಕಳಿಗೆ, ಗುರುಲಿಂಗ ಜಂಗಮರಿಗೂ ಕೂಡ ಈ ವಚನದ ಮೂಲಕ ರಾಯಮ್ಮ ಎಚ್ಚರಿಕೆ ನೀಡಿದ್ದಾಳೆ. ಈ ರೀತಿ ಸಾವನ್ನಪ್ಪಿದರೆ ಏಳೇಳು ಜನ್ಮದಲ್ಲಿ ಹಂದಿಯ ಹೊಟ್ಟಯಲ್ಲಿ ಹುಟ್ಟಿ ನೂರೊಂದು ಕುಲ ಹದಿನೆಂಟು ಜಾತಿಯ ಅಮೇಧ್ಯವ ತಿಂದು ಹೊಲೆಯರ ಮನೆಯ ಹೊಸ್ತಿಲವನ್ನು ಕಾಯ್ದುಕೊಂಡಿರಬೇಕಾಗಿರುತ್ತದೆ. ಅದಕ್ಕಾಗಿ ಯಾವುದಕ್ಕೂ ಹೆದರದೆ ಅಂಜದೆ ಹಿಡಿದ ಛಲವ ಬಿಡದೇ ಬದುಕಬೇಕು. ಇಲ್ಲದಿದ್ದರೆ ಸಾವಿನ ಪರಿಣಾಮವು ಸಾವಿನ ನಂತರವೂ ಘೋರವಾಗಿ ಕಾಡುತ್ತದೆ ಎಂದು ಇದು ಅಮಗೇಶ್ವರ ಲಿಂಗದ ಮೇಲಾಣೆ ಎಂದು ಖಡಾ ಖಂಡಿತವಾಗಿ ರಾಯಮ್ಮ ತಿಳಿಸುತ್ತಾಳೆ.

ಜೀವನದಲ್ಲಿ ಅರಿವು ಆಚಾರ ಸಂಸ್ಕಾರ ಮುಖ್ಯ. ಇದು ಇಲ್ಲದವರ ಕುರಿತು ರಾಯಮ್ಮ ಈ ರೀತಿ ಹೇಳಿದ್ದಾಳೆ.

ಕಾಗೆಯ ಮರಿ ಕೋಗಿಲೆಯಾಗಬಲ್ಲುದೆ
ಆಡಿನ ಮರಿ ಆನೆಯಾಗಬಲ್ಲದೆ
ಸೀಳು ನಾಯಿ ಸಿಂಹದಮರಿಯಾಗಬಲ್ಲದೆ
ಅರಿವು ಆಚಾರ ಸಮ್ಯಜ್ಞಾನವರಿಯದ
ನಾಮವ ಹೊತ್ತುಕೊಂಡುವ ತಿರುಗುವ ಗಾವಿಲರ
ಮುಖವ ನೋಡಲಾಗದು ಅಮುಗೇಶ್ವರ

ಈ ವಚನದಲ್ಲಿ ಬಳಸಿರುವ ಪ್ರಾಣಿರೂಪಕಗಳು ತುಂಬಾ ಅರ್ಥಪೂರ್ಣವಾಗಿವೆ. ಕಾಗೆ-ಕೋಗಿಲೆ, ಆಡು-ಆನೆ, ಸೀಳುನಾಯಿ-ಸಿಂಹ ಈ ಪ್ರಾಣಿ ಪಕ್ಷಿಗಳ ಗುಣ ವಿಶಿಷ್ಟತೆಗಳನ್ನು ಅರಿತುಕೊಂಡು ರಾಯಮ್ಮ ಹೇಳಬೇಕಾದ ವಿಷಯವನ್ನು ತುಂಬಾ ಸೊಗಸಾಗಿ ಹೇಳಿದ್ದಾಳೆ. ಕಾಗೆ ಮತ್ತು ಕೋಗಿಲೆ ನೋಡಲು ಒಂದೇ ರೀತಿಯಾಗಿದ್ದರೂ ಎರಡರ ಧ್ವನಿಯಲ್ಲಿ ಅಜಗಜಾಂತರ ವ್ಯತ್ಯಾಸವಿದೆ. ಆಡು ಮತ್ತು ಆನೆಯ ರೂಪದಲ್ಲಿ ತುಂಬಾ ವ್ಯತ್ಯಾಸವಿದೆ. ನಾಯಿ ಮತ್ತು ಸಿಂಹದ ವ್ಯಕ್ತಿತ್ವದಲ್ಲೂ ವ್ಯತ್ಯಾಸವಿದೆ. ಹಾಗೆ ಭಕ್ತನಾಗಬೇಕಾದರೆ ಅರಿವು ಆಚಾರ ಸಮ್ಯಜ್ಞಾನ ಇಲ್ಲದೇ ಡಾಂಭಿಕ ಭಕ್ತಿಯಿಂದ ಭಕ್ತರೆಂದು ತಿರುಗಾಡುವ ಗಾವಿಲರನ್ನು (ದಡ್ಡ) ಈ ವಚನದಲ್ಲಿ ವಿಡಂಬಿಸಿದ್ದಾಳೆ. ದುರ್ಜನರು ತಮ್ಮ ಮೂಲಬುದ್ಧಿಯನ್ನು ಬಿಟ್ಟು ಸಜ್ಜನರಾಗಲು ಸಾಧ್ಯವಿಲ್ಲ. ಕೇವಲ ನೋಡಲು ಹಾಗೂ ವೇಷ ಭೂಷಣದಲ್ಲಿ ಒಂದೇ ಆಗಿ ಕಂಡರೂ ಅಂತರಂಗದ ವ್ಯಕ್ತಿತ್ವವೇ ಬೇರೆ. ಡಾಂಭಿಕ, ಎಂದೂ ಭಕ್ತನಾಗಲಾರ, ಡಾಂಭಿಕ ಭಕ್ತನನ್ನು ಭಗವಂತ ಎಂದೂ ಮೆಚ್ಚಲಾರ ಎಂಬುದನ್ನು ಸ್ಪಷ್ಟಪಡಿಸಿದ್ದಾಳೆ.

ಹೀಗೆ ಅಮುಗೆ ರಾಯಮ್ಮನ ವಚನಗಳಲ್ಲಿ ನಿಷ್ಠಾಭಕ್ತಿ, ಸತ್ಯ ಶುದ್ಧ ಕಾಯಕ ಎದ್ದು ಕಾಣುತ್ತದೆ. ಗಣಾಚಾರದ ಧೀರ ಶರಣೆ ರಾಯಮ್ಮ ದಾಂಪತ್ಯ ಜೀವನವನ್ನು ಒಪ್ಪಿಕೊಂಡು, ಅಪ್ಪಿಕೊಂಡು ಆಧ್ಯಾತ್ಮ ಸಾಧನೆಗೈದವಳು. ಗುರು-ಲಿಂಗ-ಪತಿ ಮೂವರೂ ಒಂದೇ ಎನ್ನುವ ಮನಸ್ಥಿತಿ ರಾಯಮ್ಮನದು. ರಾಯಮ್ಮನ ಎಲ್ಲ ವಚನಗಳು ಅಜ್ಞಾನ ಮೂಢನಂಬಿಕೆಗಳನ್ನು ಧಿಕ್ಕರಿಸುವದರ ಜೊತೆಗೆ ಅರಿವು, ಆಚಾರ, ಅನುಭಾವ ಉತ್ತಮ ನಡೆ-ನುಡಿ, ನಿಷ್ಠಾ ಭಕ್ತಿಯ ಪರಿಣಾಮಗಳ ಮೇಲೆ ಬೆಳಕು ಚೆಲ್ಲುತ್ತವೆ.

⌘

42. ಮರುಳಶಂಕರದೇವರು

ಸ್ಮಿತಾ ಪಾವಟೆ, ಬನಹಟ್ಟಿ

ಅಂಕಿತನಾಮ: ಶುದ್ಧ ಸಿದ್ಧ ಪ್ರಸನ್ನ ಪ್ರಭುವೇ ಶಾಂತಮಲ್ಲಿಕಾರ್ಜುನದೇವ

ವಚನಗಳು: 35 ದೊರಕಿರುವವು

ಕಾಲ: ಹನ್ನೆರಡನೇ ಶತಮಾನ (ಕ್ರಿ.ಶ. 1160)

ಕಾಯಕ: ಮಹಾಮನೆಯಲ್ಲಿ ದಾಸೋಹ ಸೇವೆ

ಜನ್ಮಸ್ಥಳ: ಕಣ್ಣತ್ತೂರು ಅಪಘಾನಿಸ್ತಾನ (ಬರ್ಬರ ದೇಶ)

ಕಾರ್ಯಕ್ಷೇತ್ರ: ಕಲ್ಯಾಣ (ಬೀದರ್ ಜಿಲ್ಲೆ)

ಐಕ್ಯಸ್ಥಳ: ಕಲ್ಯಾಣ (ಬೀದರ್ ಜಿಲ್ಲೆ)

ಮರುಳಶಂಕರದೇವರು ಶರಣರ ಕೀರ್ತಿವಾರ್ತೆ ಕೇಳಿ ಕಳಿಂಗ ದೇಶದಿಂದ ಕಲ್ಯಾಣಕ್ಕೆ ಬಂದಿರಬಹುದು ಎಂದು 'ಕವಿಚರಿತೆ' ಹೇಳುತ್ತದೆ, ಬರ್ಬರ ದೇಶವಾದ ಈಗಿನ ಅಪಘಾನಿಸ್ತಾನದ ಕಣ್ಣತ್ತೂರಿನ ಗ್ರಾಮದಲ್ಲಿ ವಿರಕ್ತನಾಗಿ ನೈಸರನ ಆಶ್ರಮದಲ್ಲಿ ಪ್ರಸಾದಿಯಾಗಿದ್ದರೆಂದು 'ಶೂನ್ಯ ಸಂಪಾದನೆ'ಯಲ್ಲಿ ಉಕ್ತವಾಗಿದೆ.

ನಂತರ ಕಲ್ಯಾಣಕ್ಕೆ ಬಂದು ಬಸವಣ್ಣನವರ ಮಹಾಮನೆಯ ಪ್ರಸಾದ ಸ್ಥಳದಲ್ಲಿ ಮಹಾಪ್ರಸಾದಿಯಾಗಿ 12 ವರ್ಷ ಕಾಯಕನಿಷ್ಠರಾಗಿದ್ದರು. ಗುಪ್ತ ಭಕ್ತರಾಗಿದ್ದ ಇವರನ್ನು ಅಲ್ಲಮ ಪ್ರಭುದೇವರು ಗುರುತಿಸಿ, ಬಸವಾದಿಶರಣರಿಗೆ ಪರಿಚಯಿಸಿದರೆಂದು ವಚನಗಳಿಂದ ತಿಳಿಯುತ್ತದೆ.

ಕಲ್ಯಾಣಕ್ಕೆ ಬರುವ ಮುಂಚೆ ಅಂದರೆ ಅವರ ಪೂರ್ವಾಶ್ರಮದಲ್ಲಿ ಅವರೊಬ್ಬ ಸೂಫಿ ಸಂತರಾಗಿದ್ದರೆಂಬ ಊಹೆ ಏಕೆಂದರೆ ನಮ್ಮ ಶರಣರಲ್ಲಿ ತೋರುವ 'ಶರಣಸತಿ ಲಿಂಗಪತಿ' ಭಾವ ಅವರ ರಚನೆಗಳಲ್ಲಿ 'ಶರಣಪತಿ ಲಿಂಗಸತಿ'ಯಾಗಿರುವುದು ಸೂಫಿ ಪಂಥದ ಪ್ರಭಾವ ಸೂಚಿಸುತ್ತದೆ. ಹೀಗೆ ಅವರ

ಎಲ್ಲ ವಚನಗಳು ಈ ಅಂಶಗಳನ್ನು ಒಳಗೊಂಡು ತುಂಬಾ ದೀರ್ಘವಾಗಿವೆ. ಪ್ರತಿಯೊಂದು ವಚನವೂ 'ನಿಮ್ಮ ಧರ್ಮ ನಿಮ್ಮ ಧರ್ಮ ನಿಮ್ಮ ಧರ್ಮ' ಎಂಬ ಪುನರಾವರ್ತಿತ ಉಕ್ತಿಯೊಂದಿಗೆ ಮುಕ್ತಾಯವಾಗುವುದನ್ನು ಕಾಣಬಹುದು.

ಅವರ ಎಲ್ಲ ವಚನಗಳಲ್ಲಿ ವ್ಯಕ್ತಿ ವಿಶಿಷ್ಟವೆನಿಸಿದ ಪ್ರಸಾದ ತತ್ವದ ಮಹತ್ವ ಸಾರುವ ಪ್ರತಿಪಾದನೆಗೆ ಆದ್ಯತೆ ನೀಡಿದ್ದಾರೆ. ಜೊತೆಗೆ ಬಸವಾದಿಶರಣರ ಸ್ತುತಿ, ಲಿಂಗವಂತರ ನಿಲುವು, ಮಹಾಲಿಂಗೈಕ್ಯದ ಸ್ವರೂಪ, ಶೀಲ ಚರಿತ್ರೆಗಳ ಬೋಧೆ ಮತ್ತು ಆಚಾರಗಳ ಪ್ರತಿಪಾದನೆ ಇದೆ. ಹಾಗೆ ರೂಪಕ ನಿರ್ಮಾಣದ ಪ್ರತಿಭೆ ಇವರಲ್ಲಿನ ವಿಶೇಷ ಗುಣ ಮತ್ತು ಸಮಕಾಲಿನ ಶರಣರ ಉಲ್ಲೇಖ ಇವರ ವಚನಗಳಲ್ಲಿದೆ.

ವಚನ 1.

ಮಹಾ ಶ್ರೀ ಗುರುವೇ ತಂದೆ, ಮಹಾ ಜಂಗಮವೇ ತಾಯಿ ಇವರಿಬ್ಬರ ಸಂಗಸಂಯೋಗದಿಂದ ನಾನು ಹುಟ್ಟಿದೆ ನೋಡಿರಯ್ಯಾ ಸರ್ವಾಂಗ ಸಾಹಿತ್ಯ ನಾನು ಹುಟ್ಟಿದ ಬಳಿಕ

ತಂದೆ ತಾಯಿಗಳಿಬ್ಬರು ಲಿಂಗವೆಂಬ ಹೆಣ್ಣು ತಂದು,
ಎನ್ನ ಕೊರಳಲ್ಲಿ ಕಟ್ಟಿ ಮದುವೆಯ ಮಾಡಿದರಯ್ಯಾ
ಆ ಹೆಣ್ಣಿನ ಕೈಹಿಡಿದು ನಾನು ಬದುಕಿದೆನು
ಆ ಹೆಣ್ಣಿನ ಸಂಯೋಗದಿಂದ ಮಗನೆಂಬ ಮಹಾಲಿಂಗ ಹುಟ್ಟಿದನಯ್ಯಾ
ಹುಟ್ಟಿದ ಮುನ್ನವೇ ಎನಗೆ ಮರಣವಾಯಿತ್ತು
ಲಿಂಗವೆಂಬ ಹೆಂಡತಿ ಮುಂದೆಯಾದಳು
ತಂದೆ ತಾಯಿಗಳಿವರಿಬ್ಬರೂ ನನ್ನ ಒಂದಾಗಿ ಅಡಗಿ ಹೋದರು
ಇನ್ನು ಮುನ್ನಿನ ಎಂತುಟಲ್ಲವಾಗಿ ನಾನು ಬದುಕಿದೆ ಕಾಣಾ
ಶುದ್ಧ ಶುದ್ಧ ಪ್ರಸಿದ್ಧ ಪ್ರಸನ್ನ ಪ್ರಭುವೇ ಶಾಂತ ಚನ್ನಮಲ್ಲಿಕಾರ್ಜುನದೇವಯ್ಯಾ

ನಿಮ್ಮ ಶರಣರ ಕರುಣದಿಂದ ಎನ್ನ ಕರ್ಮ ನಿರ್ಮಳವಾಯಿತ್ತಯ್ಯಾ ನಿಮ್ಮ ಧರ್ಮ ನಿಮ್ಮ ಧರ್ಮ ನಿಮ್ಮ ಧರ್ಮ

ವಿವರಣೆ:

ಶರಣ ಸಿದ್ಧಾಂತದ ಮುಖ್ಯ ಧ್ಯೇಯವಾಗಿರುವುದು 'ಶರಣ ಸತಿ ಲಿಂಗಪತಿ' ಭಾವ ಆದರೆ ಇಲ್ಲಿ 'ಶರಣಪತಿ ಲಿಂಗಸತಿ' ಭಾವ ಎದ್ದು ಕಾಣುತ್ತದೆ. ಶ್ರೀ ಗುರು ತಂದೆಯಾದರೆ, ಚೈತನ್ಯವೇ ತಾಯಿ ಗುರುವಿನಲ್ಲಿಯ ಅಂತರಂಗ ಚೈತನ್ಯ

(ಜಂಗಮ)ವು ನನ್ನ ಜನನಕ್ಕೆ ಕಾರಣವಾಗಿದೆ. ಶ್ರೀ ಗುರುವು ತನ್ನ ಚೈತನ್ಯ ಪ್ರಭೆಯ ಚಿತ್ಕಳೆಯನ್ನು ತುಂಬಿ ಲಿಂಗವನ್ನು ನನ್ನ ಕೊರಳಿಗೆ ಕಟ್ಟಿದರು. ಲಿಂಗ ಸಾಧನೆಯಿಂದ (ಶಿವಯೋಗದಿಂದ) ನನ್ನ ಬದುಕು ನಿರಾಳವಾಯಿತು. ಶಿವಯೋಗ ಸಾಧನೆಯಿಂದ ಮನಸ್ಸು ನಿಶ್ಚಲವಾಗಿ ಮಹಾಲಿಂಗವಾಯಿತು. ಮಹಾಲಿಂಗವೆಂದರೆ ಆದಿಶಕ್ತಿ, ಮಗ ಹುಟ್ಟಿದ ಕೂಡಲೇ ನನ್ನಲ್ಲಿಯ ಅಹಂಭಾವ ಸತ್ತು ಹೋಯಿತು. 'ನಾನು' ಎಂಬ ಭಾವ ಸತ್ತ ಮೇಲೆ ಸರ್ವವು ಲಿಂಗಮಯವಾದಾಗ ನಾನು ಇಲ್ಲಾ ಲಿಂಗವು ಇಲ್ಲಾ. ಎಲ್ಲವೂ ಸರ್ವಸಂಗ ನಿರಾಲಂಬ ಸ್ಥಿತಿಯಾಯಿತು ಅಲ್ಲಿಗೆ ಶರಣರ ಕರುಣೆಯಿಂದ ಸರ್ವಾಂಗಲಿಂಗಮಯವಾಗಿ ನಿರ್ಮಳವಾಯಿತು.

ವಚನ 2.

ಸಂಸಾರವೆಂಬ ಸಾಗರವ ದಾಂಟುವಡೆ,
ಅರಿವೆಂಬ ಹರುಗೋಲನಿಕ್ಕಿ ಜ್ಞಾನವೆಂಬ ಅಂಬಿಗ
ಹರುಗೋಲದಲ್ಲಿ ಕುಳ್ಳಿರ್ದು,
ಸುಜ್ಞಾನವೆಂಬ ಘಾತದ ಗಳೆಯ ಪಿಡಿದು,
ನಾನೀ ಹೊಳೆಯ ಕಂಡು, ಅಂಬಿಗನು ಕೇಳಿದಡೆ,
ನಾನು ಹಾಸಿಕೊಟ್ಟಿಹೆನೆಂದನು
ನಾನು ನಿನ್ನ ನಂಬಿ ಹರುಗೋಲನೇರಿದೆನು ಕಾಣಾ,
ಅಂಬಿಗರಣ್ಣಾಯೆಂದು
ನಾನು ಹರಗೋಲದಲ್ಲಿ ಕುಳ್ಳಿರ್ದು ಹೊಳೆಯೊಳಗೆ ಹೋಗಲಿಕೆ,
ಕಾಮವೆಂಬ ಕೊರಡು ಅಡ್ಡಬಿದ್ದಿತು
ಕ್ರೋಧವೆಂಬ ಸುಳುಹಿನೊಳಗೆ ಅಹಂಕಾರವೆಂಬ ಮೀನು
ಬಂದು ನಿಂದಿತ್ತು
ಮಾಯೆಯೆಂಬ ಮೊಸಳೆ ಬಂದು ಬಾಯಬಿಡುತ್ತಿದ್ದಿತ್ತು
ಮೋಹವೆಂಬ ನೊರೆ ತೆರೆಗಳು ಹೆಚ್ಚಿ ಬರುತ್ತಿದ್ದಿತ್ತು
ಲೋಭವೆಂಬ ಕಾಳ್ಗಡಲು ಎಳೆದೊಯ್ಯುತ್ತಿದ್ದಿತ್ತು
ಮರವೆಂಬ ಮೊರಹು ನೂಕುತ್ತಲಿದ್ದಿತ್ತು
ಮತ್ಸರವೆಂಬ ಮೊರಹ ಗಾಳಿ ತಲೆಕೆಳಗು ಮಾಡುತ್ತಿದ್ದಿತ್ತು
ಇವೆಲ್ಲವನ್ನು ಪರಿಹರಿಸಿ ಎನ್ನ ಹೊಳೆಯ ದಾಂಟಿಸಿದನು ಅಂಬಿಗರಣ್ಣನು

ಈ ಹೊಳೆಯ ದಾಂಟಿಸಿದ ಕೂಲಿಯ ನನ್ನ ಬೇಡಿದಡೆ,
ಕೂಲಿಯ ಕೊಡುವಡೇನೂ ಇಲ್ಲೆಂದಡೆ,ಲ
ಕೈ ಸೆರೆಯಾಗಿ ಎನ್ನನೆಳದೊಯ್ದನಯ್ಯಾ
ಅರುವೆಯ ಕೊಟ್ಟ ಕೂಲಿಗೆ ತನ್ನ ಕರುವ
ಕಾಯಿಸಿಕೊಂಡನಯ್ಯಾ ಅರಿಯದೆ ಹರುಗೋಲವ
ನೆರೆತೊರೆಯ ದಾಂಟಿಸಿದ ಕೂಲಿಗೆ ಕರುವ ಕಾಯಿದೆನು ಕಾಣಾ
ಶುದ್ಧ ಸಿದ್ಧ ಪ್ರಸಿದ್ಧ ಪ್ರಸನ್ನ ಪ್ರಭುವೇ
ಶಾಂತಚೆನ್ನಮಲ್ಲಿಕಾರ್ಜುನದೇವ್ವಯ್ಯಾ
ನಿಮ್ಮ ಧರ್ಮ ನಿಮ್ಮ ಧರ್ಮ ನಿಮ್ಮ ಧರ್ಮ

ವಿವರಣೆ:

ನಾನು ಕಲ್ಯಾಣದಲ್ಲಿ ಬಂದು ಏನು ಸಾಧಿಸಿದೆ? ಎಂಬುದನ್ನು ಅವಲೋಕಿಸಿದಾಗ ಈ ಲೌಕಿಕ ಸಂಸಾರವೆಂಬ ನದಿಯನ್ನು ದಾಟಲು ಆ ಭಗವಂತನೆಂಬ ಅಂಬಿಗನನ್ನು ಕೇಳಿಕೊಳ್ಳಲು ಆತ ಸಸ್ವರೂಪವಾದ ಜ್ಞಾನವೆಂಬ ದೋಣಿಯಲ್ಲಿ ನನ್ನನ್ನು ಕುಳ್ಳಿರಿಸಿದನು. ಸುಜ್ಞಾನವೆಂಬ ಹರಿಗೋಲನ್ನು ಹಿಡಿದು ಹುಟ್ಟು ಹಾಕುತ್ತಿರಲು, ನಾನು ಆ ಹೊಳೆಯ ಕಂಡು ಅಂಬಿಗನಿಗೆ ನೀನು ನನ್ನನ್ನು ಈ ಹೊಳೆಯ ದಾಟಿಸು ನಾನು ನಿನಗೆ ಧನ ಕೊಡುವೆನೆಂದೆ. ಅದರ ಜೊತೆಜೊತೆಗೆ ಆ ಅಂಬಿಗನಿಗೆ ನಿನ್ನ ಮೇಲೆ ಸಂಪೂರ್ಣ ವಿಶ್ವಾಸವಿಟ್ಟು, ನೀನು ದಾಟಿಸುತ್ತೀಯೆಂಬ ಭರವಸೆಯಿಂದ ದೋಣಿ ಏರಿದ್ದೇನೆ ಎಂದು ಅಂಬಿಗನಾದ ಪರಮಾತ್ಮನಿಗೆ ಹೇಳಿದೆ. ಅದಕ್ಕೆ ಸಮ್ಮತಿಸಿದ ಅಂಬಿಗ ದೋಣಿಯಲ್ಲಿ ಹೊಳೆಯನ್ನು ದಾಟಲು ಆರಂಭಿಸಿದೆವು. ನದಿಯ ಮಧ್ಯಕ್ಕೆ ಬಂದಾಗ, ಶಿವಪಥಕ್ಕೆ ಅಡ್ಡವಾದ, ಕಾಮವೆಂಬ ದೊಡ್ಡ ಮರದ ಕೊರಡು ಅಡ್ಡ ಬಿದ್ದಿತ್ತು. ಅದನ್ನು ಸರಿಸಿ ಮುಂದೆ ಹೋಗಲಾಗಿ, ಕ್ರೋಧವೆಂಬ ಸುಳಿಯಲ್ಲಿ ಸಿಕ್ಕಿಬಿದ್ದೆವು, ಆ ಸುಳಿಯಲ್ಲಿ ತಿರುಗುತ್ತಿರುವಾಗಲೇ, ಅಹಂಕಾರವೆಂಬ ಮೀನು ಬಂದು ನಿಂದಿತ್ತು. ಅದರ ಸನೀಹದಲ್ಲಿಯೇ ಮಾಯೆಯೆಂಬ ಭಯಂಕರವಾದ ಮೊಸಳೆ ಬಾಯಿ ತೆಗೆದು ಬಿದ್ದಿತ್ತು. ನದಿಯಲ್ಲಿ ಮೋಹವೆಂಬ ಅಲೆಗಳು ಹೆಚ್ಚಾಗಿ ಬರುತ್ತಿದ್ದವು. ಲೋಭವೆಂಬ ದೊಡ್ಡ ಕಡಲ ತೆರೆಗಳು ಎಳೆಯಹತ್ತಿದ್ದವು. ಮರವು ಎಂಬ ಘೋರ ಶಬ್ದವು ನಮ್ಮನ್ನು ಭಯದಿಂದ ದೂರ ತಳ್ಳುತ್ತಿತ್ತು. ಮತ್ಸರವೆಂಬ ಬಿರುಗಾಳಿ ನಮ್ಮ ದೋಣಿಯನ್ನು ತಲೆ ಕೆಳಗೆ ಮಾಡುತ್ತಿತ್ತು. ಆದರೂ ನಾನು ಧೃತಿಗೆಡಲಿಲ್ಲ; ಇವೆಲ್ಲ ಅಡೆ–ತಡೆಗಳನ್ನು ಆ

ಅಂಬಿಗರಣ್ಣ ನಿವಾರಿಸಿ ಹೊಳೆಯನ್ನು ದಾಟಿಸಿದನು. ಹೊಳೆಯ ದಾಟಿದ ನಂತರ ಅಂಬಿಗ ತನ್ನ ಕೂಲಿಯ ಬೇಡಿದನು. ಆಗ ನಾನು ನಿಸ್ಸಹಾಯಕನಾಗಿ, ಕೂಲಿಯ ಕೊಡಲು ನನ್ನ ಹತ್ತಿರ ಏನೂ ಇಲ್ಲವೆಂದನು. ಅಂಬಿಗ ನನ್ನನ್ನು ಬಂಧಿಸಿ ಸೆರೆಯಾಳನ್ನಾಗಿ ಮಾಡಿ ಎಳೆದುಕೊಂಡು ಹೋದನು. ಅರಿವನ್ನು ಕೊಟ್ಟು ಸಂಸಾರ ಸಾಗರವನ್ನು ದಾಟಿಸಿದ ತನ್ನ ಕಾಯಕಕ್ಕೆ, ತನ್ನ ಶರಣರನ್ನು ಕಾಯುವ, ಕಾಪಾಡುವ ಕಾರ್ಯಕ್ಕೆ ನನ್ನನ್ನು ನಿಯಮಿಸಿದನು. ಜ್ಞಾನವಿಲ್ಲದೆ ದೋಣಿಯನ್ನು ಅಲೆಗಳು ಅಪ್ಪಳಿಸುವ ನದಿಯನ್ನು ದಾಟಿಸಿದ ಕೂಲಿ ಕೊಡಲಿಲ್ಲವೆಂದು ನಾನು, ಅಂಬಿಗ ಅಜ್ಞಾಪಿಸಿದ ಶರಣರನ್ನು ಕಾಯುವ ಕೆಲಸ ಮಾಡಿದೆನು. ಹೀಗೆ ನಾನು ನಿತ್ಯ ಪ್ರಸಾದ ಕುಂಡದ ಕಾಯಕದಲ್ಲಿ ನಿರತನಾದೆ.

ಹೀಗೆ ಭಾವ ಬಂಧನದಿಂದ ಮುಕ್ತವಾಗುದಕ್ಕೆ ಅಡ್ಡಿಪಡಿಸುವ ಆರೀಶಡ್ವರ್ಗಗಳನ್ನು, ಭೌತಿಕ ವಸ್ತುಗಳಿಗೆ ಹೋಲಿಸಿದ ರೂಪಕಗಳು ಈ ವಚನದಲ್ಲಿದೆ. ಮತ್ತು ಅವರ ವಚನಗಳು ಪ್ರಸಾದ ತತ್ವದ ಕುರಿತಾಗಿಯೂ ಹೆಚ್ಚಾಗಿವೆ.

⌘

43. ಶರಣ ದುಗ್ಗಳೆ

ಮಹಾದೇವಿ ಪಾಟೀಲ

ಶರಣೆ ದುಗ್ಗಳೆ
"ದುಗ್ಗಳೆ" ಜೇಡರ ದಾಸಿಮಯ್ಯನ ಧರ್ಮಪತ್ನಿ.
ಸ್ಥಳ : ಮುದನೂರು.
ಕಾಯಕ : ಬಟ್ಟೆ ನೇಯುವುದು.
ಅಂಕಿತ: ದಾಸಯ್ಯ ಪ್ರಿಯ ರಾಮನಾಥ

ಪುರಾಣಗಳಲ್ಲಿ ದಾಸಿಮಯ್ಯನ ಜೊತೆ ದುಗ್ಗಳೆಯ ಕಥೆ ಪ್ರಸಿದ್ಧವಾಗಿದೆ. ಈಕೆಯ ಎರಡು ವಚನಗಳು ಮಾತ್ರ ದೊರೆತಿವೆ. ಅಂಕಿತ 'ದಾಸಯ್ಯ ಪ್ರಿಯ ರಾಮನಾಥ' ಈ ಅಂಕಿತದ ಹೆಸರಿನಲ್ಲಿ ಇವಳು ವಚನ ಬರೆದಿದ್ದಾಳೆ. ಅವುಗಳಲ್ಲಿ ಬಸವ, ಅಲ್ಲಮ, ಚೆನ್ನಬಸವ, ಮರುಳ ಶಂಕರದೇವ, ಸಿದ್ಧರಾಮ, ಅಜಗಣ್ಣರನ್ನು ನೆನೆದಿದ್ದಾಳೆ. ಇದರಿಂದ ಬಸವಣ್ಣನವರ ಕಾಲದಲ್ಲಿ ಈಕೆ ಬದುಕಿದ್ದಳೆಂದು ತಿಳಿದುಬರುತ್ತದೆ.

ಮುದನೂರಿನ ನೇಯ್ಗೆಯ ಸಂಗಣ್ಣ ಮತ್ತು ಶ್ರೀದೇವಿಯರ ಮಗಳಾಗಿ ದುಗ್ಗಳೆ ಜನಿಸುತ್ತಾಳೆ. ಈಕೆ ಬಲು ಚತುರೆಯಾಗಿದ್ದಳೆಂದು ತಿಳಿದು ಬರುತ್ತದೆ. "ಭೈರವೇಶ್ವರ ಕಾವ್ಯದ ಕಥಾಮಣಿ ಸೂತ್ರರತ್ನಾಕರ" ಕೃತಿಯಲ್ಲಿ ಒಂದು ಕಥೆ ಬರುತ್ತದೆ. ದಾಸಿಮಯ್ಯ ತಾನು ಗೃಹಸ್ಥಧರ್ಮವನ್ನು ಸ್ವೀಕರಿಸಬೇಕೆಂದಾಗ ತನ್ನನ್ನು ಚೆನ್ನಾಗಿ ಅರಿಯಬಲ್ಲ ಚತುರೆಯನ್ನು ಮದುವೆಯಾಗಬೇಕೆಂದು ತಿಳಿದು ಒಂದು ಉಪಾಯವನ್ನು ಮಾಡುತ್ತಾನೆ. ಒಂದು ಗಂಟಿನಲ್ಲಿ ಮಣ್ಣನ್ನು, ಮತ್ತೊಂದು ಗಂಟಿನಲ್ಲಿ ಅಕ್ಕಿಯನ್ನು, ಒಂದು ಕಬ್ಬಿನ ಕೋಲನ್ನು ಕೈಯಲ್ಲಿ ಹಿಡಿದುಕೊಂಡು "ಕಟ್ಟಿಗೆಯ ಮುಟ್ಟದೆ ಕಿಚ್ಚನೊಟ್ಟಿ, ನೀರ ಮುಟ್ಟದೆ ಮಳಲಕ್ಕಿಯಂ ಪಾಯಸವ ಮಾಡುವಲ್ಲಿ, ಕರಿಯ ಕಬ್ಬಿನಕೋಲ ಬಳೆಯೊಳಗಿಕ್ಕಿ ಬೆಂಕಿಯನುರುಹಿ ಮಳಲಕ್ಕಿಯಂ ಕೂಡಿ, ಪಾಯಸವಂ ಮಾಡಿ ನೀಡಿದಡೆ ಅಂತಪ್ಪ ಸ್ತ್ರೀಯಂ ಮದುವೆಯಾಗುವೆನೆಂದು"

ಹೇಳುತ್ತ ದೇಶಾಟನೆ ಮಾಡುತ್ತಾನೆ. ಆಗ ಮುದನೂರಿನ ಒಂಬತ್ತು ವರ್ಷದ ಚತುರೆ ದುಗ್ಗಳಮ್ಮ ಈ ಸವಾಲನ್ನು ಸ್ವೀಕರಿಸಿ ಪಾಯಸವನ್ನು ಮಾಡಿ ನೀಡುತ್ತಾಳೆ. ಆಗ ಆಕೆಯನ್ನು ಮೆಚ್ಚಿದ ದಾಸಿಮಯ್ಯ ಅವಳೊಂದಿಗೆ ಮದುವೆಯಾಗುತ್ತಾನೆ. ದುಗ್ಗಳೆ ದಾಸಿಮಯ್ಯನ ಮೆಚ್ಚಿನ ಮಡದಿಯಾಗಿ ಸಂಸಾರ ಪ್ರಾರಂಭಿಸುತ್ತಾಳೆ. "ಇಂತಪ್ಪ ಪೆಣ್ಣಾದಡೆ ಸಂಸಾರ ಲೇಸು" ಎಂದು ಸಂತೋಷದಿಂದ ಸಂಸಾರ ಮಡುತ್ತೇನೆ. ಎಂದ ದಾಸಿಮಯ್ಯ "ಸತಿಪತಿಗಳೊಂದಾದ ಭಕ್ತಿ ಹಿತವಪ್ಪುದು ಶಿವಂಗೆ" ಎಂದು ತನ್ನ ವಚನದಲ್ಲಿ ಹೇಳಿರಬೇಕಾದರೆ, ದುಗ್ಗಳೆ ದಾಸಿಮಯ್ಯನ ಅತ್ಯಂತ ಪ್ರೀತಿಯ ಮಡದಿಯಾಗಿದ್ದಳೆಂದು ತಿಳಿಯುತ್ತದೆ. ಹೀಗೆ ದುಗ್ಗಳೆ ಪತಿಗೆ ತಕ್ಕ ಸತಿಯಾಗಿದ್ದಳೆಂದು ಪುರಾಣಕಾವ್ಯಗಳು ಹೇಳುತ್ತವೆ.

ದಾಸಿಮಯ್ಯನು ದುಗ್ಗಳೆಯನ್ನು ಅತಿಯಾಗಿ ಪ್ರೀತಿಸುತ್ತಿದ್ದನೆಂದು ತಿಳಿದುಬರುತ್ತದೆ. ತನ್ನ ಒಂದು ವಚನದಲ್ಲಿ ಆಕೆಯ ಗುಣಶೀಲ–ಸ್ವಭಾವಗಳನ್ನು ಕುರಿತು ಬಣ್ಣಿಸಿದ್ದಾನೆ.

"ಬಂದುದನರಿದು ಬಳಸುವಳು
ಬಂದುದ ಪರಿಣಾಮಿಸುವಳು
ಬಂಧುಬಳಗವ ಮರಸುವಳು
ದುಗ್ಗಳೆಯ ತಂದು ಬದುಕಿದೆನು ಕಾಣಾ ರಾಮನಾಥ"

ಜೇಡರ ದಾಸಿಮಯ್ಯ

ದಾಸಿಮಯ್ಯನ ವ್ಯಕ್ತಿತ್ವವನ್ನು ಬೆಳಗಿಸುವಲ್ಲಿ ದುಗ್ಗಳೆ ಪ್ರಮುಖ ಪಾತ್ರವಹಿಸಿದ್ದಳೆಂದು ಈ ವಚನದಿಂದ ತಿಳಿದುಬರುತ್ತದೆ. ಸಾಮಾನ್ಯವಾಗಿ ವಚನಕಾರ್ತಿಯರು ತಮ್ಮ ಪತಿಯನ್ನು ಕೊಂಡಾಡಿದ್ದಾರೆ. ಆದರೆ ದಾಸಿಮಯ್ಯ ಇಲ್ಲಿ ತನ್ನ ಪತ್ನಿಯನ್ನು ಕೊಂಡಾಡುತ್ತಿರುವುದು ವಿಶೇಷವಾಗಿದೆ. ಈ ಅಪರೂಪದ ದಂಪತಿಗಳನ್ನು ಕುರಿತು ಬಸವಣ್ಣ, ಕೋಲಶಾಂತಯ್ಯ, ಸೋಮಿದೇವಯ್ಯ, ಸತ್ಯಕ್ಕ ಈ ಮೊದಲಾದ ವಚನಕಾರರು ತಮ್ಮ ವಚನಗಳಲ್ಲಿ ಬಣ್ಣಿಸಿದ್ದಾರೆ. ದುಗ್ಗಳೆಯ ಎರಡು ವಚನಗಳು ಮಾತ್ರ ದೊರಕಿದ್ದು ಅವು ಹೀಗಿವೆ..

ಭಕ್ತನಾದಡೆ ಬಸವಣ್ಣನಂತಾಗಬೇಕು.
ಜಂಗಮವಾದಡೆ ಪ್ರಭುದೇವರಂತಾಗಬೇಕು.
ಯೋಗಿಯಾದಡೆ ಸಿದ್ಧರಾಮಯ್ಯನಂತಾಗಬೇಕು.
ಭೋಗಿಯಾದಡೆ ಚೆನ್ನಬಸವಣ್ಣನಂತಾಗಬೇಕು.
ಐಕ್ಯನಾದಡೆ ಅಜಗಣ್ಣನಂತಾಗಬೇಕು.

ಇಂತಿವರ ಕಾರುಣ್ಯಪ್ರಸಾದವ ಕೊಂಡು
ಸತ್ತಹಾಗಿರಬೇಕಲ್ಲದೆ ತತ್ವದ ಮಾತು ಎನಗೇಕಯ್ಯಾ.

ಈ ವಚನವನ್ನು ನೋಡಿದಾಗ ದುಗ್ಗಳೆಗೆ ಕಲ್ಯಾಣದ ಶರಣರ ಸಂಪರ್ಕ ನಿಕಟವಾಗಿಯೇ ಇತ್ತೆಂದು ತಿಳಿದುಬರುತ್ತದೆ. ಒಬ್ಬೊಬ್ಬ ಶರಣನ ಗುಣವಿಶಿಷ್ಟತೆಯನ್ನು ಕಂಡುಕೊಳ್ಳುವುದು ದೂರದಲ್ಲಿದ್ದವರಿಗೆ ಸಾಧ್ಯವಾಗುವುದಿಲ್ಲ. ದುಗ್ಗಳೆ ಶರಣರ ಒಡನಾಟದಲ್ಲಿ ಅವರ ಗುಣವಿಶಿಷ್ಟತೆಯನ್ನು ಕಂಡುಕೊಂಡು ಎಲ್ಲರೂ ಒಪ್ಪುವಂತೆಯೇ ಹೇಳಿದ್ದಾಳೆ. ಇಂತಹ ಮಹಾಮಹಿಮರ ಕಾರಣದಿಂದ ತಾವು ಬದುಕಬೇಕಲ್ಲದೆ ತತ್ವದ ಮಾತು ತಮ್ಮಂತವರಿಗೇಕೆ? ಎಂದು ಕೇಳಿಕೊಂಡಿಂದ್ದಾಳೆ. ಹಾಗೇ ಆಕೆ ಮತ್ತೊಂದು ವಚನದಲ್ಲಿ ಹೀಗೆ ಹೇಳಿದ್ದಾಳೆ..

ಬಸವಣ್ಣನಿಂದ ಗುರುಪ್ರಸಾದಿಯಾದೆನು.
ಚೆನ್ನಬಸವಣ್ಣನಿಂದ ಲಿಂಗಪ್ರಸಾದಿಯಾದೆನು.
ಪ್ರಭುದೇವರಿಂದ ಜಂಗಮಪ್ರಸಾದಿಯಾದೆನು.
ಮರುಳಶಂಕರದೇವರಿಂದ ಮಹಾಪ್ರಸಾದಿಯಾದೆನು.
ಇಂತೀ ಚತುರ್ವಿಧವು ಏಕೀಭವಿಸಿ ಪ್ರಾಣಲಿಂಗವಾದ
ಮಹಾಮಹಿಮಂಗೆ ಶರಣೆಂದು ಬದುಕಿದೆನಯ್ಯಾ
ದಾಸಯ್ಯಪ್ರಿಯ ರಾಮನಾಥ.

ಇಲ್ಲಿ ದುಗ್ಗಳೆ ಒಬ್ಬೊಬ್ಬ ವಚನಕಾರರಿಂದ ತಾನು ಗುರು, ಲಿಂಗ, ಜಂಗಮ, ಪ್ರಸಾದ ಎಂಬ ಚತುರ್ವಿದ ಸಂಸ್ಕಾರಗಳನ್ನು ಕಲಿತು ಪ್ರಾಣಲಿಂಗವಾದ ಮಹಾನ್ ಮಹಿಮಗೆ ಶರಣಾಗಿ ಜೀವನ ನಡೆಸಿದೆನಯ್ಯ ಎಂದು ತಾನು ಶರಣ ತತ್ವವನ್ನು ಯಾವ ರೀತಿ ತನ್ನ ಜೀವನದಲ್ಲಿ ಅಳವಡಿಸಿಕೊಂಡು ಬದುಕಿದ್ದಳು ಎಂಬುದನ್ನು ತಿಳಿಸಿದ್ದಾಳೆ..

ಹೀಗೆ ಆದ್ಯವಚನಕಾರನ ಮೆಚ್ಚಿನ ಮಡದಿಯಾಗಿ, ಶರಣಸಂಕುಲದ ವಿನಯಪೂರ್ಣ ಸದಸ್ಯೆಯಾಗಿ ಕಾಯಕಯೋಗಿನಿಯಾಗಿ, ಶರಣರ ಆಪ್ತಳಾಗಿ ಅವರ ಗುಣಸ್ವಭಾವಗಳನ್ನು ಅರಿತ ದುಗ್ಗಳೆ ಎಲ್ಲರ ಗಮನ ಸೆಳೆಯುತ್ತಾಳೆ. ಆಕೆಯ ವ್ಯಕ್ತಿತ್ವ–ಸಾಧನೆ, ಕುರಿತು ಇನ್ನೂ ಹೆಚ್ಚಿನ ಸಂಶೋಧನೆ ನಡೆಯುತ್ತಿದೆ... ಎಂದು ಹೇಳುತ್ತಾ..

ಶರಣತತ್ವ ವಿಶ್ವವ್ಯಪಿಯಾಗಲಿ...
ಬಸವ ತತ್ವ ಚಿರಾಯುವಾಗಲಿ
ಬಸವ ಧರ್ಮಕ್ಕೆ ಜಯವಾಗಲಿ..
ಜೈ ಗುರು ಬಸವೇಶ...

⌘

44. ಅಕ್ಕ ನಾಗಮ್ಮ

ಇಂದಿರಾ ಮೋಟೆಬೆನ್ನೂರ, ಬೆಳಗಾವಿ

ಹನ್ನೆರಡನೆಯ ಶತಮಾನದ ಶಿವಶರಣೆಯರಲ್ಲಿ ಅಗ್ರಗಣ್ಯಳಾದ ಶಿವಶರಣೆ ಅಕ್ಕನಾಗಮ್ಮ ಮಾದರಸ ಮತ್ತು ಮಾದಲಾಂಬಿಕೆಯವರ ಮಗಳು, ಅಣ್ಣ ಬಸವಣ್ಣನವರ ಸಹೋದರಿ. ಅಕ್ಕನಾಗಮ್ಮನವರ ಪತಿಯ ಹೆಸರು ಶಿವದೇವ ಎಂಬುದಾಗಿತ್ತು ಎಂದು ತಿಳಿದು ಬರುತ್ತದೆ. ಗುರು ಕಪ್ಪಡಿ ಸಂಗಮದ ಜಾತವೇದ ಸ್ವಾಮಿಗಳು. ಭೀಮಕವಿಯ 'ಬಸವ ಪುರಾಣ'ದಲ್ಲಿ, ವಿರೂಪಾಕ್ಷ ಪಂಡಿತರ 'ಚೆನ್ನಬಸವ ಪುರಾಣ'ದಲ್ಲಿ, ಪುರಾತನ ದೇವಿಯರ ತ್ರಿಪದಿ ಗ್ರಂಥಗಳಲ್ಲಿ ಅಕ್ಕನಾಗಮ್ಮನ ಹೆಸರನ್ನು ಕಾಣುತ್ತೇವೆ.

ಅಕ್ಕನಾಗಮ್ಮನನ್ನು ಅಕ್ಕನಾಗಾಯಿ, ನಾಗಲಾಂಬಿಕೆ, ನಾಗಮ್ಮ ಎಂದು ಕರೆಯಲಾಗಿದೆ. ಬಾಗೇವಾಡಿಯ ಇಂಗಳೇಶ್ವರ ಇವಳ ಜನ್ಮಸ್ಥಳವಾಗಿದೆ. ಕಾಲ 1160. 'ಬಸವಣ್ಣಪ್ರಿಯ ಚೆನ್ನಸಂಗಯ್ಯ' ಎಂಬ ಅಂಕಿತನಾಮದಲ್ಲಿ ಅಕ್ಕನಾಗಮ್ಮನವರು ರಚಿಸಿದ ಸುಮಾರು 15 ವಚನಗಳು ಲಭ್ಯವಾಗಿವೆ.

ಅಕ್ಕನಾಗಮ್ಮನವರ ಜೀವನದಲ್ಲಿ ಬಂದಂತಹ ಎಡರು-ತೊಡರು, ಸವಾಲುಗಳು, ಅವುಗಳನ್ನು ಎದುರಿಸಿದ ರೀತಿ-ನೀತಿ ಎಲ್ಲ ಈ ವಚನಗಳಲ್ಲಿ ಬಿಂಬಿತವಾಗಿವೆ. ಅಣ್ಣ ಬಸವಣ್ಣನವರ ಸ್ತುತಿಪರವಾದ ವಚನಗಳು, ಅದರ ಜೊತೆ ಜೊತೆಗೆ ಇತರ ಶರಣರ ಪ್ರಸ್ತಾಪವನ್ನೂ ಕೂಡಾ ನಾವು ಈ ವಚನಗಳಲ್ಲಿ ಕಾಣುತ್ತೇವೆ.

ಮಹಾಮನೆ ಮತ್ತು ಅನುಭವ ಮಂಟಪದ ಜೀವಾಳವಾಗಿ, ಅನ್ನಪೂರ್ಣೆಯಾಗಿ ಅನುಕರಣೀಯ ಸೇವೆಯನ್ನು ನೀಡಿದ ಶ್ರೇಯಸ್ಸು ಶರಣೆ ಅಕ್ಕನಾಗಮ್ಮನವರದ್ದಾಗಿದೆ. ಕಲ್ಯಾಣ ಕ್ರಾಂತಿಯ ನಂತರ ಶರಣರು ಬೇರೆ ಬೇರೆ ದಿಕ್ಕಿನತ್ತ ಸಾಗಿದರು. ಅಕ್ಕನಾಗಮ್ಮ ಕೂಡ ತಾವೂ ಒಂದು ಶರಣಪಡೆಯ ನೇತೃತ್ವ ವಹಿಸಿ ಉಳವಿಯ ಕಡೆಗೆ ಪ್ರಯಾಣ ಬೆಳೆಸಿದರು. ಹರಳಯ್ಯ ಮತ್ತು ಮಧುವರಸರ ಮರಣ ದಂಡನೆಯ ನಂತರ

ಭುಗಿಲೆದ್ದ ಗೊಂದಲಗಳ ಗೂಡಿನಲ್ಲಿ ಶರಣರಿಗೆ ಮಾರ್ಗದರ್ಶನ ನೀಡಿ ಧೈರ್ಯ ತುಂಬಿದ ಎದೆಗಾರ್ತಿ ಅಕ್ಕನಾಗಮ್ಮ. ಕಲ್ಯಾಣದಿಂದ ಉಳವಿಗೆ ವಚನಗಳ ಹಸ್ತಪ್ರತಿಗಳ ಕಟ್ಟುಗಳನ್ನು ಹೊತ್ತ ಶರಣರ ಪಡೆಯ ಮುಂದಾಳತ್ವ ವಹಿಸಿ ಧೈರ್ಯದಿಂದ ಮುನ್ನಡೆಸಿದಳು.

ಬಸವಣ್ಣನವರ ಭವಿಷ್ಯ ರೂಪಿಸುವಲ್ಲಿ ಕೂಡಾ ನಾಗಲಾಂಬಿಕೆ ಮಹತ್ವದ ಪಾತ್ರ ವಹಿಸುತ್ತಾಳೆ. ಗುರು ರೇವಣಸಿದ್ಧೇಶ್ವರರ ಮಾರ್ಗದರ್ಶನದಲ್ಲಿ ಬಾಲ್ಯಜೀವನದಲ್ಲಿ ಬಾಗೇವಾಡಿಯ ಇಂಗಳೇಶ್ವರದಲ್ಲಿಯೇ ಶಿವಭಕ್ತಿ ಮತ್ತು ಯೋಗಸಾಧನೆಯಲ್ಲಿ ತೊಡಗುತ್ತಾಳೆ. ಅಕ್ಕನಿಗಿಲ್ಲದ ಉಪನಯನ ನನಗೂ ಬೇಡವೆಂದು ಬಸವಣ್ಣನವರು ಧಿಕ್ಕರಿಸುತ್ತಾರೆ. ಬಸವಣ್ಣನವರ ಅನೇಕ ಕ್ರಾಂತಿಕಾರಕ ಬದಲಾವಣೆಗಳಿಗೆ ಅಕ್ಕನಾಗಮ್ಮ ಪ್ರೇರಣೆಯ ಸ್ಫೂರ್ತಿಯಾಗಿದ್ದಾಳೆ.

ಉಳವಿಯಿಂದ ಹೊರಟು ಚಿಕ್ಕಮಗಳೂರು ಜಿಲ್ಲೆ ಎಣ್ಣೆಹೊಳೆ ತೀರದ ತರೀಕೆರೆಯಲ್ಲಿ ವಯೋಸಹಜ ಧರ್ಮದಿಂದ ಬಳಲಿದ್ದ ಅಕ್ಕನಾಗಮ್ಮನವರು ಶಿವಯೋಗಸಾಧನೆ ಮಾಡುತ್ತ ಒಂದು ದಿನ ಬೆಳಕಿನಲ್ಲಿ ಬೆಳಕಾಗಿ ಲೀನವಾಗುವರು. ಅಕ್ಕನಾಗಮ್ಮನವರ ವಚನಗಳು ಆತ್ಮನಿವೇದನೆಯ ರೂಪದಲ್ಲಿದ್ದು ಅನೇಕ ಶರಣರನ್ನು ಅವಳು ತನ್ನ ವಚನಗಳಲ್ಲಿ ಸ್ಮರಿಸಿದ್ದಾಳೆ. ಅಂತೆಯೇ ಅಕ್ಕನಾಗಮ್ಮನವರ ಸಮಕಾಲೀನ ಶರಣರೂ, ಅನೇಕ ವಚನಕಾರರೂ ಕೂಡಾ ತಮ್ಮ ವಚನಗಳಲ್ಲಿ ಅಕ್ಕನಾಗಮನನ್ನು ಸ್ಮರಿಸಿದ್ದಾರೆ. 'ನನ್ನವ್ವೆ ನಾಗಾಯಿ' ಎಂದು ಮರುಳಶಂಕರದೇವರು ನುಡಿದರೆ, 'ಎನ್ನ ಮುದ್ದಾಡಿಸಿದರಯ್ಯ ಅಕ್ಕನಾಗಮ್ಮನವರು' ಎಂದು ಕೋಲ ಶಾಂತಯ್ಯನವರು ಹೇಳಿದ್ದಾರೆ. 'ಅಕ್ಕನಾಗಮ್ಮನ ಪ್ರಸಾದವ ಕೊಂಡು ಎನ್ನ ಅಂತರಂಗ ಶುದ್ಧಿಯಾಯಿತಯ್ಯ' ಎಂದು ಆಯ್ದಕ್ಕಿ ಲಕ್ಕಮ್ಮ ಹೇಳಿದರೆ, 'ಸಂಗಯ್ಯನಲ್ಲಿ ಸ್ವಯಂಲಿಂಗಿಯಾದೆಯಾ ಅಕ್ಕನಾಗಮ್ಮ ತಾಯೆ' ಎಂದು ನೀಲಮ್ಮನವರು ನೆನೆದಿದ್ದಾರೆ.

12ನೆಯ ಶತಮಾನದಲ್ಲಿ ವಚನ ಸಾಹಿತ್ಯವನ್ನು ರಕ್ಷಿಸಲು ಬಿಜ್ಜಳ ದೊರೆಗಳೆದುರಿನಲ್ಲಿ ಹೋರಾಡಿದ, ವಚನ ಹಾಗೂ ಧರ್ಮ ರಕ್ಷಣೆಗೆ ಜೀವನಪೂರ್ತಿ ಗಂಧಕೊರಡಿನಂತೆ ಜೀವತೇದ ಅಕ್ಕನಾಗಮ್ಮನವರ ಜೀವನ ಹೋರಾಟ ಇಂದಿನ, ಮುಂದಿನ ಪೀಳಿಗೆಗೆ ದಾರಿದೀಪವಾಗಿದೆ. ಅಕ್ಕನಾಗಮ್ಮ ತಮ್ಮ ವಚನದಲ್ಲಿ ಅಣ್ಣ ಬಸವಣ್ಣನ ಕುರಿತು,

ಬಸವಣ್ಣಾ, ನೀವು ಮರ್ತ್ಯಕ್ಕೆ ಬಂದು ನಿಂದಡೆ
ಭಕ್ತಿಯ ಬೆಳವಿಗೆ ದೆಸೆದೆಸೆಗೆಲ್ಲಾ ಪಸರಿಸಿತ್ತಲ್ಲಾ!
ಅಯ್ಯಾ, ಸ್ವರ್ಗ-ಮರ್ತ್ಯ-ಪಾತಾಳದೊಳಗೆಲ್ಲಾ

ನಿಮ್ಮ ಭಕ್ತಿಯ ಬೆಳವಿಗೆಯ ಘನವನಾರು ಬಲ್ಲರು?
ಅಣ್ಣಾ, ಶಶಿಧರನಟ್ಟಿದ ಮಣಿಹ ಪೂರೈಸಿತ್ತೆಂದು
ನೀವು ಲಿಂಗೈಕ್ಯವಾದೊಡೆ ನಿಮ್ಮೊಡನೆ ಭಕ್ತಿ ಹೋಯಿತ್ತಯ್ಯಾ!
ನಿಮ್ಮೊಡನೆ ಅಸಂಖ್ಯಾತ ಮಹಾಗಣಂಗಳು ಹೋದರಣ್ಣಾ
ಮರ್ತ್ಯಲೋಕದ ಮಹಾಮನೆ ಶೂನ್ಯವಾಯಿತ್ತಲ್ಲಾ ಬಸವಣ್ಣಾ
ಎನ್ನನೊಯ್ಯದೆ ಹೋದೆಯಲ್ಲಾ ಪಂಚಪರುಷ ಮೂರ್ತಿ ಬಸವಣ್ಣಾ
ಬಸವಣ್ಣಪ್ರಿಯ ಚೆನ್ನಸಂಗಯ್ಯಂಗೆ

ಎಂದು ಹಲುಬುತ್ತಾಳೆ. ಹೀಗೆ ಬಸವಣ್ಣನವರ ಸ್ತುತಿಪರವಾದ ವಚನಗಳಲ್ಲಿ ಅಕ್ಕನಾಗಮ್ಮನ ಹೃದಯಸ್ಪರ್ಶಿ ನುಡಿಗಳು ವ್ಯಕ್ತವಾಗಿವೆ. ಕಲ್ಯಾಣಕ್ರಾಂತಿಯ ನಂತರ ಬಸವಣ್ಣನವರು ಕಲ್ಯಾಣ ತ್ಯಜಿಸಿ ಕೂಡಲಸಂಗಮಕ್ಕೆ ಹೋಗಿ ಸಂಗಮನಾಥನಲ್ಲಿ ಐಕ್ಯವಾಗುತ್ತಾರೆ. ಸಂತಾಪ, ದುಃಖ, ತಳಮಳ, ಹಲುಬುವಿಕೆಯ ಜೊತೆಜೊತೆಗೆ ಪರಿಪರಿಯಾಗಿ ಬಸವಣ್ಣನವರಲ್ಲಿರುವ ಸದ್ಗುಣಗಳನ್ನು ಹಿರಿಮೆ ಗರಿಮೆಯನ್ನು ಕೊಂಡಾಡುತ್ತ, ವಿಲಪಿಸುವ, ಯಾತನಾಮಯ ಯಾಚನೆಯ ಭಾವ, ಆರ್ದ್ರ ಹೃದಯದ ವೇದನೆ–ಸಂವೇದನೆ ಈ ವಚನದಲ್ಲಿ ಬಿಂಬಿತವಾಗಿದೆ:

'ಬಸವಣ್ಣಾ, ನೀವು ಮರ್ತ್ಯಕ್ಕೆ ಬಂದು ನಿಂದೆಡೆ
ಭಕ್ತಿಯ ಬೆಳವಿಗೆ ದೆಸೆದೆಸೆಗೆಲ್ಲಾ ಪಸರಿಸಿತ್ತಲ್ಲಾ?

ಅಣ್ಣ ಬಸವಣ್ಣನವರಿಂದಲೇ ಈ ಭೂಮಿಗೆ ಭಕ್ತಿಯ ಬೆಳಕು ಬಂದಿತ್ತೆಂದು ಹೇಳುತ್ತಾಳೆ. ಗುರು–ಲಿಂಗ–ಜಂಗಮ ಪೂಜೆಗೆ, ಅಂಗಾಂಗ ಸಾಮರಸ್ಯ ಸುಧೆಗೆ ಬಸವಣ್ಣನೇ ಮೊದಲಿಗನೆಂದು ನುಡಿಯುತ್ತಾಳೆ.

'ಅಯ್ಯಾ, ಸ್ವರ್ಗ–ಮರ್ತ್ಯ–ಪಾತಾಳದೊಳಗೆಲ್ಲಾ
ನಿಮ್ಮ ಭಕ್ತಿಯ ಬೆಳವಿಗೆಯ ಘನವನಾರು ಬಲ್ಲರು

ಮರ್ತ್ಯಕ್ಕಿಳಿದ ಮಹಾಬೆಳಕೊಂದು ಬೆಳಕಿನಲ್ಲಿ ಲೀನವಾಯಿತು. ತ್ರಿಲೋಕಗಳಲ್ಲಿ ಅಂದರೆ ಸ್ವರ್ಗ, ಭೂಲೋಕ, ಪಾತಾಳ ಲೋಕದಲ್ಲಿ ಪಸರಿಸಿರುವ ಭಕ್ತಿಯ ಬೆಳಕು ಅದ್ಭುತವಾದದ್ದು, ಅನನ್ಯವಾದದ್ದು, ಅಪಾರವಾದದ್ದು ಎಂದು ಹೇಳಿದ್ದಾಳೆ. ಮೂರು ಲೋಕಗಳಲ್ಲಿ ಭಕ್ತಿಯ ಏಳಿಗೆಯಾಗಿ ಜೀವನ ಪಾವನವಾಯಿತು. ಇದು ಯಾರಿಗೆ ತಾನೇ ಗೊತ್ತಿಲ್ಲ ಎಂದು ಪ್ರಶ್ನಿಸುತ್ತಾಳೆ.

'ಅಣ್ಣಾ, ಶಶಿಧರನಟ್ಟಿದ ಮಣಿಹ ಪೂರೈಸಿತ್ತೆಂದು
ನೀವು ಲಿಂಗೈಕ್ಯವಾದೊಡೆ ನಿಮ್ಮೊಡನೆ ಭಕ್ತಿ ಹೋಯಿತ್ತಯ್ಯಾ!?

ಆ ಪರಶಿವನು ಅಂದರೆ ಶಶಿಧರನು ಒಂದು ಒಳ್ಳೆಯ ಪುಣ್ಯಕಾರ್ಯಕ್ಕಾಗಿ ನಿಮ್ಮನ್ನು ಭೂಲೋಕಕ್ಕೆ ಕಳುಹಿದರು. ಆ ನಿಮ್ಮ ಕಾರ್ಯ ಸಂಪನ್ನಗೊಂಡ ನಂತರ, ನೀವು ಲಿಂಗೈಕ್ಯರಾದ ಬಳಿಕ ನಿಮ್ಮ ಜೊತೆ ಜೊತೆಯಲ್ಲೇ ಆ ಭಕ್ತಿಯೂ ಹೋಯಿತು. ಅಸಂಖ್ಯಾತ ಶಿವಶರಣ–ಶರಣೆಯರನ್ನು ಕಳೆದುಕೊಂಡ ಈ ಲೋಕ ಅನಾಥವಾಯಿತು ಎಂದಿದ್ದಾಳೆ.

ನಿಮ್ಮೊಡನೆ ಅಸಂಖ್ಯಾತ ಮಹಾಗಣಂಗಳು ಹೋದರಣ್ಣಾ

ಮರ್ತ್ಯಲೋಕದ ಮಹಾಮನೆ ಶೂನ್ಯವಾಯಿತ್ತಲ್ಲಾ ಬಸವಣ್ಣಾ?

ಬಸವಣ್ಣನೆಂಬ ಬೆಳಕು ಬೆಳಕಿನಲ್ಲಿ ಲೀನವಾದಾಗ, ಆ ದಿವ್ಯ ಭಕ್ತಿಯ ಬೆಳಕಿನ ಪ್ರಭೆಯಲ್ಲಿ ಮಿಂದಂಥ ದಿವ್ಯಾತ್ಮರಾದ ಶರಣರೂ ಕೂಡಾ ಆ ಬೆಳಕನ್ನು ಹಿಂಬಾಲಿಸಿ ಅದರಲ್ಲೇ ಅವರೂ ಲೀನವಾಗುತ್ತಾರೆ. ಆಗ ಅಕ್ಕನಾಗಮ್ಮ ನಿಮ್ಮನ್ನೆಲ್ಲ ಕಳೆದುಕೊಂಡು ಮಹಾಮನೆ ಶೂನ್ಯವಾಯಿತು, ನಾವೆಲ್ಲ ಅನಾಥರಾದೆವು ಎಂದು ಅಂತರಂಗದ ಅಳಲನ್ನು ಪರಿಪರಿಯಾಗಿ ನಿವೇದಿಸಿದ ಭಾವ ಹೃದಯವಿದ್ರಾವಕವಾಗಿದೆ.

ಎನ್ನನೊಯ್ಯದೆ ಹೋದೆಯಲ್ಲಾ ಪಂಚಪರುಷ ಮೂರ್ತಿ ಬಸವಣ್ಣಾ

ಬಸವಣ್ಣಪ್ರಿಯ ಚೆನ್ನಸಂಗಯ್ಯಂಗೆ

ಬಸವಣ್ಣನವರು ಐಕ್ಯರಾದಾಗ ಅವರ ಅಗಲಿಕೆ ಅಕ್ಕನಾಗಮ್ಮನವರಿಗೂ ವೇದನೆ ನೀಡಿ ದುಃಖ ಉಂಟು ಮಾಡುತ್ತದೆ. ಜಗತ್ತು ಜ್ಞಾನದ ಬೆಳಕನ್ನು ಕಳೆದುಕೊಂಡಾಗ ಕತ್ತಲಾವರಿಸಿ ರೋದನೆ ಮುಗಿಲು ಮುಟ್ಟಿದೆ ಎಂದು ಸಂತಾಪ ವ್ಯಕ್ತಪಡಿಸಿದ್ದಾರೆ. ಅನುಭವ ಮಂಟಪ ಕತ್ತಲೆಯಲ್ಲಿ ಲೀನವಾಗಿ ಮಹಾಮನೆ ಶೂನ್ಯವಾಯಿತು ಎಂದಿದ್ದಾರೆ. ಒಡಹುಟ್ಟಿದ ತಮ್ಮ, ಜ್ಞಾನದ ದೀವಿಗೆ, ಸ್ತ್ರೀ ಕುಲೋದ್ಧಾರಕ ಬಸವಣ್ಣನವರನ್ನು ಏಕೆ ಕರೆದೊಯ್ದೆ ಎನ್ನನೊಯ್ಯದೆ ಎಂದು ನುಡಿಯುತ್ತಾರೆ.

ಪಂಚಪರುಷ ಎಂದರೆ ಹಸ್ತಪರುಷ, ದೃಷ್ಟಿಪರುಷ, ವಾಕ್ಪರುಷ, ಮನಪರುಷ, ಭಾವಪರುಷ. ಮುಟ್ಟಿದ್ದೆಲ್ಲ ಪವಿತ್ರ, ನೋಡಿದ್ದೆಲ್ಲ ಪವಿತ್ರ, ಅವರ ಮನಸ್ಸನ್ನು ಅರಿತವರು ಅವರ ಭಾವನೆಗಳಿಗೆ ಸ್ಪಂದಿಸುವವರೆಲ್ಲರೂ ಪವಿತ್ರರಾಗುತ್ತಿದ್ದರು. ಬಸವಣ್ಣನವರು ಪಂಚಪರುಷ ಮೂರ್ತಿ ಎಂದು ಸಕಲ ಸದ್ಗುಣ ಸಂಪನ್ನರಾದ ವಿಶ್ವಗುರು ಬಸವಣ್ಣನವರನ್ನು ಕೊಂಡಾಡಿದ್ದಾರೆ.

ಆತ್ಮೀಯ ಜೀವಭಾವವೊಂದನ್ನು ಕಳೆದುಕೊಂಡು ತೀವ್ರ ದುಃಖಪಡುವ ರೀತಿ, ತಾಯಿ ಮಗನನ್ನು ಕಳೆದುಕೊಂಡಂತೆ, ಹಸುವೊಂದು ತನ್ನ ಎಳೆಗರುವನ್ನು

ಅಗಲಿ ಅನುಭವಿಸುವ ನೋವು, ತಲ್ಲಣಗಳ ಮಹಾಪೂರ ಈ ವಚನದಲ್ಲಿ ಹರಿದು ಬಂದಿದೆ. ಪ್ರೀತಿಪಾತ್ರರಾದವರೊಬ್ಬರು ನಮ್ಮಿಂದ ಬಹುದೂರ ಹೋದಾಗ ಆಗುವ ಎದೆ ಸುಡುವ ವ್ಯಥೆಯ ಅನಾವರಣವೇ ಈ ವಚನವಾಗಿದೆ ಎಂದು ಹೇಳಬಹುದು. ಅಚಲ ನಂಬಿಕೆ, ಅಗಾಧ ಪ್ರೀತಿಯ ಒಡಲಾಳದ ನೋವು, ಅಕ್ಕ-ತಮ್ಮನ ಸೋದರ ಸಂಬಂಧದ ಅಗಲಿಕೆಯ ತಾಪದ ತೀವ್ರತೆಯನ್ನು ನಾವು ಈ ವಚನದಲ್ಲಿ ಕಾಣುತ್ತೇವೆ.

ಅಕ್ಕನಾಗಮ್ಮನವರ ಇನ್ನೆರಡು ವಚನಗಳು:

'ಮನದೊಡೆಯ ಮಹಾದೇವ ಮನವ ನೋಡಿಹನೆಂದು
ಮನುಜರ ಕೈಯಿಂದ ಒಂದೊಂದು ನುಡಿಸುವನು
ಇದಕ್ಕೆ ಕಳವಳಿಸದಿರು ಮನವೇ......
ಕಾತರಿಸದಿರು ತನುವೇ......
ನಿಜವ ಮರೆಯದಿರು ಕಂಡ್ಯಾ
ನಿಶ್ಚಿಂತನಾಗಿರು ಮನವೇ.....
ಬಸವಣ್ಣಪ್ರಿಯ ಚೆನ್ನಸಂಗಯ್ಯನು
ಬೆಟ್ಟದಣಿತಪರಾಧವನು ಒಂದು ಬೊಟ್ಟಿನಲಿ ತೊಡೆವನು?
ಎನ್ನ ಕುಲಸೂತಕವ ಕಳೆದಾತ ಬಸವಣ್ಣ
ಎನ್ನ ಛಲಸೂತಕವ ಕಳೆದಾತ ಬಸವಣ್ಣ
ಎನ್ನ ತನುಸೂತಕವ ಕಳೆದಾತ ಬಸವಣ್ಣ
ಎನ್ನ ಮನಸೂತಕವ ಕಳೆದಾತ ಬಸವಣ್ಣ
ಎನ್ನ ನೆನಹುಸೂತಕವ ಕಳೆದಾತ ಬಸವಣ್ಣ
ಎನ್ನ ಭಾವಸೂತಕವ ಕಳೆದಾತ ಬಸವಣ್ಣ
ಎನ್ನ ಅರುಹು ಮರುಹಿನ ಸಂದು ಸಂಶಯವ
ಬಿಡಿಸಿದಾತ ಬಸವಣ್ಣ
ಎನ್ನ ತನ್ನೊಳಗೆ ಇಂಬಿಟ್ಟುಕೊಂಡಾತ ಬಸವಣ್ಣ
ತನ್ನ ಎನ್ನೊಳಗೆ ಇಂಬಿಟ್ಟುಕೊಂಡಾತ ಬಸವಣ್ಣ
ನಿಜದ ನಿರ್ವಲಯ ಬಾಗಿಲ ನಿಜವ ತೋರಿದಾತ ಬಸವಣ್ಣ
ಬಸವಣ್ಣಪ್ರಿಯ ಚೆನ್ನಸಂಗಯ್ಯನ ಹೃದಯಕಮಲದಲ್ಲಿ
ನಿಜ ನಿವಾಸಿಯಾಗಿರಿಸಿದ ಎನ್ನ ತಂದೆ ಸಂಗನಬಸವಣ್ಣನು

⌘

ಡಾ ಶಶಿಕಾಂತ ಪಟ್ಟಣ ಅವರ ಪ್ರಕಟಿತ ಕೃತಿಗಳು

1. ದೇವಲೋಕದ ಬಟ್ಟೆ –(ಶರಣ ವಿಚಾರ ಚಿಣ್ತನಗಳು) – 2014
2. ಶರಣರ ದಾಂಪತ್ಯ ಧರ್ಮ (ಸಂಪಾದನೆ) – 2017
3. ಭೂಮಿ ಉಳಿಸಿ ಇತರ ಲೇಖನಗಳು – 2018
4. ಬಯಲ ರೂಪ ಮಾಡಿ ಬಯಲಾದ ಬಸವಣ್ಣ – 2018
5. ಕಾಣಬಾರದ ಲಿಂಗ – 2019
6. ವಚನ ಸಿರಿ ಭಾಗ 1 – (ಸಂಪಾದನೆ) –2019
7. ಕನಸುಗಳೇ ಹೀಗೆ (ಕವನ ಸಂಕಲನ) – 2019
8. ನೀನು ಮೌನವಾಗುವ ಮುನ್ನ (ಕವನ ಸಂಕಲನ) – 2019
9. ಗಾಂಧಿಗೊಂದು ಪತ್ರ (ಕವನ ಸಂಕಲನ) – 2021
10. ಸಿಹಿಯಾಯಿತು ಕಡಲು (ಕವನ ಸಂಕಲನ) – 2021
11. ಮಾತಿನಿಂದ ಮೌನಕ್ಕೆ (ಕವನ ಸಂಕಲನ) – 2021
12. ಕಾಡಬೇಡ ಕರೋನಾ – 2021
13. ಮತ್ತೆ ಮರಳಿ ಬನ್ನಿ (ಕವನ ಸಂಕಲನ) – 2022
14. ಭ್ರೂಣ ಬರೆದ ಕವಿತೆ (ಕವನ ಸಂಕಲನ) – 2022
15. ಸೂರ್ಯನೇಕೆ ಮುಳುಗಿದ? (ಕವನ ಸಂಕಲನ) – 2022
16. ಎತ್ತ ಹೋದರು ಶರಣರು – 2021
17. ಮಾಟಕೂಟವೆಂಬ ತೆಪ್ಪವ ಮಾಡಿ – 2022
18. ವಿಳಾಸವದನು ಬಸವಣ್ಣ – 2022
19. ವಚನ ಸಿರಿ ಭಾಗ 1 – 2022
20. ವಚನ ಸಿರಿ ಭಾಗ 2 – 2022

21. ಬಸವ ಧರ್ಮ ಹೇಗೆ ಹೊಸ ಧರ್ಮ – 2022
22. ಲಿಂಗಾಯತ ಮಾನವ ಹಕ್ಕುಗಳ ಚಳುವಳಿ – 2022
23. ಬೇಲಿ ಮೇಲಿನ ಹೂಗಳು ಕವನ ಸಂಕಲನ – 2022
24. ಪ್ರೇಮಪಾರಿವಾಳ ಕವನ ಸಂಕಲನ – 2022
25. ಅರಿವಿನ ದೀವಿಗೆ ಅಲ್ಲಮ – 2022
26. ಭಕ್ತಿ ಎಂಬ ಪೃಥ್ವಿಯ ಮೇಲೆ – 2022
27. ಕನ್ನಡವ ಕಟ್ಟಿದರು ಕಲ್ಯಾಣ ಶರಣರು – 2022
28. ಅಪ್ಪನ ಹೆಗಲು ಕವನ ಸಂಕಲನ ಅಚ್ಚಿನಲ್ಲಿದೆ – 2022
29. ಸದ್ದಿಲ್ಲದೇ ಎದ್ದು ಹೋದೆ ಕವನ ಸಂಕಲನ – 2023
30. ಅನುಭವ ಕಲಶ ಅಮೃತವರುಷ (ಸಂಪಾದನೆ) – 2023
31. ಅನುಭವ ಸಿರಿ (ಸಂಪಾದನೆ) – 2023
32. ವಚನ ಸಿರಿ ಭಾಗ 3 ಸಂಪಾದನೆ – 2023
33. ವಚನಗಳಲ್ಲಿ ಗುರು ಲಿಂಗ ಜಂಗಮ – 2023
34. ಗುಬ್ಬಿ ಹೇಳಿದ ಕಥೆ – ಕವನ ಸಂಕಲನ 2023
35. ಹೊಯ್ದವರೆನ್ನ ಹೊರದವರೆಂಬೆ – 2023
36. ಅನುಭವ ಸಿರಿ ಸಂಪಾದನೆ – 2023
37. ಬಸವ ಭಕ್ತಿಯ ಬೀಜ – 2023
38. ಕಿಚ್ಚಿನಲ್ಲಿ ಕೈ ಹಾಕಿ ಹೆಕ್ಕಿದರು ವಚನಗಳ – 2023
39. ನುಡಿದರೆ ಮುತ್ತಿನ ಹಾರದಂತಿರಬೇಕು 2023
40. ಇಂಕಿಲಾಬ್ ಘೋಷಣೆ ಕವನ ಸಂಕಲನ 2023

⌘⌘⌘

ಡಾ ಶಶಿಕಾಂತ ಪಟ್ಟಣ ಅವರಿಗೆ ದೊರೆತ ಪ್ರಶಸ್ತಿ ಪುರಸ್ಕಾರಗಳು

1. ಅಂತಾರಾಷ್ಟ್ರೀಯ ಔಷಧ ವಿಜ್ಞಾನ ಲೇಖಕ ಪ್ರಶಸ್ತಿ ಭಾರತೀಯ ಔಷಧ ತಯಾರಿಕಾ ಅಸೋಸಿಯೇಷನ್ ಮುಂಬೈ ಇವರಿಂದ 2009
2. ಅಪ್ಪ ಪ್ರಶಸ್ತಿ – ಪ್ರೊ. ವಿಜಯಲಕ್ಷ್ಮಿ ಪುಟ್ಟಿ ಅವರು ನೀಡಿದ ಲಿಂಗೈಕ್ಯ ಮಲ್ಲಪ್ಪ ತಿರ್ಲಾಪೂರ ಸ್ಮರಣಾರ್ಥ
2. ಬಸವ ಶ್ರೀ ಪ್ರಶಸ್ತಿ – ಬಸವ ಕೇಂದ್ರ ಹರಮ ಘಟ್ಟ ಶಿವಮೊಗ್ಗ 2022
3. ಬಸವ ಜ್ಯೋತಿ ಪ್ರಶಸ್ತಿ – ಬಸವ ಜ್ಯೋತಿ ಮಹಿಳಾ ಮಂಡಳ ರಾಣೇಬೆನ್ನೂರು 2022
4. ಗಾಂಧಿಗೊಂದು ಪತ್ರ–ಕವನ ಸಂಕಲನಕ್ಕೆ ಡಾ ಡಿ ಎಸ್ ಕರ್ಕಿ ಸಾಹಿತ್ಯ ಪ್ರಶಸ್ತಿ 2022
5. ಡಾ ಎಂ ಎಂ ಕಲಬುರ್ಗಿ ಸಮಗ್ರ ಸಾಹಿತ್ಯ ಪ್ರಶಸ್ತಿ – 2023 ಜನವರಿ ಕಲ್ಬುರ್ಗಿ ಫೌಂಡೇಶನ್ ಸಿಂದಗಿ ವಿಜಯಪುರ.
6. ಬಸವ ಶಾಂತಿ ಪ್ರಶಸ್ತಿ – ಬಸವ ಶಾಂತಿ ಮಿಷನ್ ಟ್ರಸ್ಟ್, 2023
7. ಬಸವ ಭೀಮಶ್ರೀ ಪ್ರಶಸ್ತಿ 16 ಡಿಸೆಂಬರ್ 2023, ವೀರ ಕನ್ನಡಿಗರ ಸೇನೆ, ಕಲಬುರ್ಗಿ.

⌘⌘⌘

ವಚನ ಅಧ್ಯಯನ ವೇದಿಕೆ ಹಾಗೂ ಅಕ್ಕನ ಅರಿವು – ಇದರ ಅಡಿಯಲ್ಲಿ 2023ರಲ್ಲಿ ನಡೆದ ಚಟುವಟಿಕೆಗಳು

1. ಡಾ. ಎಂ.ಎಂ. ಕಲಬುರ್ಗಿ ಪ್ರಶಸ್ತಿ ಪ್ರದಾನ ಕಾರ್ಯಕ್ರಮ ಸಿಂದಗಿ ಜನವರಿ 2023.
2. ಪ್ರೊ. ಶಾರದಾ ಪಾಟೀಲ (ಮೇಟಿ) ಇವರ ಅಭಿನಂದನಾ ಕಾರ್ಯಕ್ರಮ, 'ಅನುಭವ ಕಳಸ ಅಮೃತ ವರ್ಷ' ಅಭಿನಂದನಾ ಗ್ರಂಥ ಬಿಡುಗಡೆ, ಮೇ 2023, ಬಾದಾಮಿ.
3. ಡಾ. ಟಿ.ಬಿ. ಅಳ್ಳೊಳ್ಳಿ ಯವರ ಆಂಗ್ಲ ಭಾಷೆಯಲ್ಲಿ ವಚನಗಳ ಭಾವಾರ್ಥ ಗ್ರಂಥ ಬಿಡುಗಡೆ ಬಾಗಲಕೋಟೆ, ಜುಲೈ 2023.
4. ಮುಂಬರುವ ಜನೇವರಿ 28, 2024 ರಂದು ಡಾ. ಸರಸ್ವತಿ ಪಾಟೀಲ ರವರ ಅಭಿನಂದನಾ ಕಾರ್ಯಕ್ರಮ ಹಾಗೂ 'ಅನುಭವ ಸಿರಿ' ಅಭಿನಂದನಾ ಗ್ರಂಥ ಬಿಡುಗಡೆ ಸಮಾರಂಭ, ವಿಜಯಪುರ.

⌘⌘⌘

www.ingramcontent.com/pod-product-compliance
Lightning Source LLC
LaVergne TN
LVHW101426051026
849519LV00005BC/1893
* 9 7 8 9 3 9 4 7 7 1 3 2 1 *